ಅನಂತ ಹುದೆಂಗಜೆ

ಮಲೆನಾಡಿನ ಪಾದಗಳಲ್ಲಿರುವ ಕಾರ್ಕಳ ತಾಲೂಕು ಈದು ಗ್ರಾಮ ಹುಟ್ಟೂರು. ಕಲಿಕೆ–ವೃತ್ತಿ ಸಂಬಂಧ ಉಜಿರೆ, ಮಣಿಪಾಲ, ಬೆಂಗಳೂರು, ಬೆಳಗಾವಿ, ಹುಬ್ಬಳ್ಳಿಯ ನಂಟು. ಪ್ರಸ್ತುತ ತಾಯಿ, ಪತ್ನಿ, ಪುತ್ರಿಯೊಂದಿಗೆ ವಾಸ್ತವ್ಯವೂ ಈ ನಾಡಿನ ವಾಣಿಜ್ಯ ನಗರಿಯಲ್ಲೇ. ವಿದ್ಯಾರ್ಥಿಯಾಗಿದ್ದಾಗಲೇ ಅಂಕಣ, ದೈನಿಕ ಧಾರಾವಾಹಿ ಬರೆದ ಹಿರಿಮೆ. 4ನೇ ರ್‍ಯಾಂಕ್ ಸಹಿತ ಪತ್ರಿಕೋದ್ಯಮ ಪದವಿ. 22 ವರ್ಷ ಕನ್ನಡ ಜನಾಂತರಂಗ, ಮಂಜುವಾಣಿ, ಕನ್ನಡಪ್ರಭ ಹಾಗೂ ಉದಯವಾಣಿಯಲ್ಲಿ ಪತ್ರಕರ್ತನಾಗಿ ಕೆಲಸ. ಎರಡು ವರ್ಷಗಳಿಂದ ಪೂರ್ಣಕಾಲಿಕ ಅನುವಾದಕ. ಎರಡು ಕೆಲವು ಸ್ವಂತ ಕೃತಿಗಳು (ಇದುವೇ ನಮ್ಮ ಸಂಸ್ಕೃತಿ, ಭಾರತ ಇಸ್ಲಾಂ ಮತ್ತು ಗಾಂಧಿ), 15ಕ್ಕೂ ಹೆಚ್ಚು ಸಂಪಾದಿತ ಕೃತಿಗಳೂ (ಮೊಗ್ಗು ಅರಳುವ ಹೊತ್ತು, ಎಲ್ಲ ಅವನ ಹೆಸರಿನಲ್ಲೇ, ಮಹಾನಡಾವಳಿ, ಮಾತೃಶ್ರೀ ರತ್ನಮ್ಮ, ವಿಂಶತಿ ಸಂಭ್ರಮ ಇತ್ಯಾದಿ) ಇವೆ. 'ಮೂಕಂ ಕರೋತಿ ವಾಚಾಳಿ'ಯಂತಹ ಸ್ವಭಾವ. ಓದು, ಪ್ರವಾಸ, ಛಾಯಾಗ್ರಾಹಣ, ಸಂಗೀತ–ಸಿನೆಮಾ, ಕ್ರೀಡೆ ನೆಚ್ಚಿನ ಹವ್ಯಾಸಗಳು.

ನಿಮಗೆಷ್ಟು ಹಣ ಬೇಕು?

(ಅನಂತಾವಲೋಕನ)

ಅನಂತ ಹುದೆಂಗಜೆ

ವೀರಲೋಕ ಬುಕ್ಸ್ ಪ್ರೈ.ಲಿ.
207, 2ನೇ ಮಹಡಿ, 3ನೇ ಮೇನ್, ಚಾಮರಾಜಪೇಟೆ
ಬೆಂಗಳೂರು-560018. ಮೊಬೈಲ್: 70221 22121
ಇಮೇಲ್: veeralokabooks@gmail.com
ವೆಬ್‌ಸೈಟ್: www.veeralokabooks.com

NIMAGESTU HANA BEKU?
A book by **Anantha Hudengaje**

Published by:
VEERALOKA BOOKS PVT. LTD.
207, 2nd Floor, 3rd Main
Chamarajpet, Bengaluru - 560018

Mobile : 70221 22121
E-mail : veeralokabooks@gmail.com
Website: www.veeralokabooks.com

ISBN : 978-93-94942-10-3

Price : Rs. 250/-
Pages : 200
First Impression : 2022

Paper used : 80 GSM NS Maplitho
Book size : 1/8th Demy

Cover page illustration by : Prathanth Vitla
Inner pages illustration by : Vijaya Vikram

Printer :

ಅನಂತಾವಲೋಕನ ಮುನ್ನುಡಿ

ಎಷ್ಟು ಬೇಕು ಎಷ್ಟು ಸಾಕು ಎಂಬ ಮಿತಿಗಳಲ್ಲಿಯೇ ಬದುಕಬೇಕು

ಆಕಾಶದಲ್ಲಿ ಹಾರೋ ಹಕ್ಕಿಗಿಂತ ಕೈಯಲ್ಲಿರೋ ಕಾಗೆನೇ ಚೆನ್ನ!

ಇಂಥದ್ದೊಂದು ಗಾದೆ ಕೇಳಿ ನಕ್ಕಿದ್ದೇವೆ. ಆದರೆ ಇದರೊಳಗೆ ಎಷ್ಟು ವಿಶಾಲ ಅರ್ಥ ಇದೆ ಎಂಬುದನ್ನೂ ನೋಡಬೇಕಿದೆ. ಅಸಲಿಗೆ, ಬದುಕನ್ನು ನೋಡಬೇಕಾದ ರೀತಿಯೇ ಇದು ಎಂದು ತಮ್ಮ ಬರಹಗಳ ಮೂಲಕ ಹೇಳಲು ಹೊರಟಿದ್ದಾರೆ ನಮ್ಮ ಅನಂತ ಹುದೆಂಗಜೆ ಅವರು. ನಿಜ. ಯಾವುದೇ ಚಿತ್ರ ಬರೆಯುವ ಮುನ್ನ ಎಷ್ಟು ಬೇಕು ಎಂದು ಕಲಾವಿದ ಕ್ಯಾನ್ವಾಸ್ ರೆಡಿ ಮಾಡಿಕೊಳ್ಳುವ ಹಾಗೆ, ಯಾವುದೇ ಶಿಲ್ಪ ಕೆತ್ತುವ ಮುನ್ನ ಅದಕ್ಕೆ ಬೇಕಾದ ಹತಾರಗಳನ್ನು ಶಿಲ್ಪಿ ಸಿದ್ಧಪಡಿಸಿಕೊಳ್ಳುವ ಹಾಗೆ, ದುಡ್ಡುಕಾಸಿನ ವಿಚಾರದಲ್ಲಿ ಯಾವುದೇ ಯೋಚನೆ ಯೋಜನೆ ಹಾಕಿಕೊಳ್ಳುವ ಮುನ್ನ ಅಗತ್ಯ ಸಿದ್ಧತೆ ಹೇಗಿರಬೇಕು ಎಂಬುದನ್ನು ವಿವರವಾಗಿ ಇಲ್ಲಿ ಚಿತ್ರಪಡಿಸಿದ್ದಾರೆ.

ದುಡ್ಡು ಎಂಬುದೊಂದು ಮಹಾ ಮೋಹ!

'ತೀಟೆ ತೀರಿದ್ರೆ ಮುಗೀತು, ಊಟ ಉಂಡ್ರೆ ಮುಗೀತು ಆದ್ರೆ ದುಡ್ಡಿನ ತೀಟೆ ತೀರಲ್ಲಾ ಉಂಡ್ರೂ ಮುಗಿಯಲ್ಲಾ...' ಹಾಗಂತ ಒಮ್ಮೆ ಗೆಳೆಯರೊಂದಿಗೆ ಸಂಜೆಯ ಏಕಾಂತದಲ್ಲಿ ಲೋಕಾಂತ ಮಾತಾಡುವಾಗ ಹೇಳಿದ್ದಕ್ಕೆ ಎಲ್ಲರೂ ಬಿದ್ದು ಬಿದ್ದು ನಕ್ಕಿದ್ದರು. ಏಕೆಂದರೆ ಅದು ನಾವೆಲ್ಲರೂ ಬಲ್ಲ ಸತ್ಯ. ಆದರೂ ಆ ಭವಬಂಧನದಿಂದ ಕಳಚಿಕೊಂಡು ಬರಲು ನಮಗೆ ಸಾಧ್ಯವಾಗುವುದೇ ಇಲ್ಲಾ. ನಮಗಿಂತ ಹೆಚ್ಚಾಗಿ ನಾವು ದುಡ್ಡನ್ನು ಪ್ರೀತಿಸುವುದೇ ಅದರ ಕಾರಣ ಇರಬಹುದು.

ಅದು ಹಾಗಾಗಬಾರದು. ದುಡ್ಡು ನಮಗೆಷ್ಟು ಬೇಕು ಎಂಬುದು ನಮಗೆ ಅರಿವಿರಬೇಕು. ಅಂಥದ್ದೊಂದು ಯೋಚನೆಯನ್ನು ಅಧ್ಯಯನದ ರೀತಿ

ಮಾಡಿದ್ದಾರೆ ಅನಂತ ಹುದೆಂಗಜೆಯವರು. ಇಲ್ಲಿ ಅವರು ಜಾಗತಿಕ ಸಾಧಕರ ಸಾಧನೆಗಳನ್ನು ಎತ್ತಿಕೊಂಡು ಹಣ ಹೂಡಿ ಹಣ ಮಾಡುವ ಪ್ರಯತ್ನಗಳ ಬಗ್ಗೆ ಹೇಳಿಲ್ಲ. ದುಡ್ಡು ಮಾಡುವುದು ಹೇಗೆ ಅಂತ ಮಿಂಚಿನ ಸತ್ಯಗಳನ್ನು ಹೇಳಿಲ್ಲಾ. ದುಡಿದಿದ್ದರಲ್ಲಿ ಬದುಕುವುದು ಹೇಗೆ? ಎಷ್ಟು ದುಡಿದರೆ ಏನು ಮಾಡಬಹುದು? ಹೆಚ್ಚು ದುಡಿದರೆ ಅದನ್ನು ಹೇಗೆ ಕ್ರೋಢೀಕರಿಸಬೇಕು? ಜಾಗರೂಕತೆಯಿಂದ ಹೇಗೆ ಬಳಸಬೇಕು? ಇತ್ಯಾದಿ ಚಿತ್ರಣಗಳನ್ನು ಕಟ್ಟಿಕೊಟ್ಟಿದ್ದಾರೆ. ಉಳಿತಾಯ, ಆರ್ಥಿಕ ಭದ್ರತೆ, ಪಿಎಫ್, ಬ್ಯಾಂಕ್, ಬಡ್ಡಿ, ಎಚ್ಚರಿಕೆ... ಹೀಗೆ ಅವರ ವಿಷಯಗಳು ಜನಸಾಮಾನ್ಯರ ಬದುಕಿನ ಆರ್ಥಿಕತೆಯ ಸುತ್ತಲೇ ಸುತ್ತುತ್ತವೆಯೋ ಹೊರತು ಹೂಡಿಕೆ ಸಾಹಸ ಇತ್ಯಾದಿಗಳ ಬಗ್ಗೆ ಚರ್ಚಿಸುವ ಗೋಜಿಗೆ ಹೋಗುವುದಿಲ್ಲ. ನನಗೆ ಇಷ್ಟವಾಗಿದ್ದು ಅದೇ.

ಈ ಲೇಖನಗಳಲ್ಲಿ ಅವರೇ ಬರೆದ ಸಾಲುಗಳನ್ನು ಉದ್ಧರಿಸಿ ಹೇಳುವುದಾದರೆ : "ಹೊಟ್ಟೆ ತುಂಬ ಊಟ ಮಾಡಬಾರದಂತೆ, ಗಳಿಸಿದ್ದೆಲ್ಲವನ್ನು ಖರ್ಚು ಮಾಡಬಾರದಂತೆ. ಊಟ ಮಾಡುವಾಗ ಹೊಟ್ಟೆಯನ್ನು ಕಾಲುಭಾಗ ಖಾಲಿ ಇಟ್ಟರೆ ತಿಂದಿರುವ ಆಹಾರ ಸರಿಯಾಗಿ ಜೀರ್ಣವಾಗುತ್ತದೆ. ಆದಾಯದಲ್ಲಿ ಕಾಲು ಭಾಗವನ್ನು ಉಳಿಸಿದರೆ ಆಪತ್ಕಾಲಕ್ಕೆ ನೆರವಿಗೆ ಬರುತ್ತದೆ" ಎಂದು ಒಂದು ಕಡೆ ಬರೆಯುತ್ತಾರೆ. ಇದು ಅವರ ಇಡೀ ಬದುಕಿನ ಮತ್ತು ಅವರ ಬರಹದ ಸಮಷ್ಟಿಪ್ರಜ್ಞೆಯನ್ನು ದಾಖಲಿಸುವ ಸಾಲುಗಳು ಎಂದು ನನಗೆ ಅನಿಸುತ್ತದೆ. ಓದುವಾಗ ನಮ್ಮ ಮನಸ್ಥಿತಿಯನ್ನು ಕೂಡ ಇದಕ್ಕೇ ಹೊಂದಿಸಿಕೊಳ್ಳಬೇಕಾಗುತ್ತದೆ.

ಮತ್ತೊಂದು ಸಾಲು ರಜನೀಶರು ಹೇಳಿದ್ದನ್ನು ಕೂಡ ಅವರು ಈ ಲೇಖನಗಳಲ್ಲಿ ಎಲ್ಲೋ ಒಂದು ಕಡೆ ಉದ್ಧರಿಸಿ ಹೇಳುತ್ತಾರೆ : "ಹಣ ಎನ್ನುವುದು ಕಜ್ಜಿ ಇದ್ದಂತೆ. ಅದು ಇರುವಷ್ಟು ಸಮಯ ಕಡಿತ ಆಗುತ್ತದೆ. ಕೆರೆದುಕೊಂಡಾಗ ಹಿತವೆನ್ನಿಸುತ್ತದೆ. ಕಜ್ಜಿ ಜಾಸ್ತಿ ಆಗಬಾರದು ಎಂಬ ಆಸೆಯಿದ್ದರೆ ಕೆರೆದುಕೊಳ್ಳಬಾರದು. ಕಜ್ಜಿಯನ್ನು ಹಿತವಾಗಿ ಸವರುತ್ತ, ಮುಲಾಮು ಲೇಪಿಸುತ್ತ, ಕೆರೆದುಕೊಳ್ಳಲೇಬೇಕು ಎನಿಸಿದಾಗ ಸ್ವಲ್ಪ ಕೆರೆದುಕೊಂಡು ನಿಭಾಯಿಸುವುದು ಬುದ್ಧಿವಂತರ ಲಕ್ಷಣ."

ತುಂಬ ಅದ್ಭುತವಾದ ಸಾಲುಗಳಿವು. ಬನ್ನಿ ಕಜ್ಜಿಯ ಎದುರಿಗೆ ನಾವು ಬುದ್ಧಿವಂತರಾಗೋಣ.

ಇಲ್ಲಿಯವರೆಗೆ ಹೇಳಿದ್ದು ಅನಂತ ಹುದೆಂಗಜೆ ಅವರ ಬರಹಗಳ ಆಶಯವನ್ನು ಕುರಿತದ್ದು. ಈ ಬರಹಗಳ ಗುಚ್ಛದ ಕುರಿತು ಒಟ್ಟಾರೆಯಾಗಿ ಹೇಳುವುದಾದರೆ ಅನಂತ ಹುದೆಂಗಜೆ ಅವರು ತುಂಬ ಗಂಭೀರವಾದ ಅಧ್ಯಯನಗಳ ಮೂಲಕ ತಾವು ಕಂಡುಕೊಂಡ ಸತ್ಯಗಳನ್ನು ಗಂಭೀರವಾಗಿಯೇ

ವಿವರಿಸಿದ್ದಾರೆ. ಸುಮಾರು ಆರು ವರ್ಷಗಳ ಕಾಲಘಟ್ಟಗಳಲ್ಲಿ ರಚಿತವಾದ ಬರಹಗಳ ಗುಚ್ಛವಿದು. ಆಯಾ ಸಂದರ್ಭಕ್ಕೆ ತಕ್ಕಂತೆ ರಚಿತವಾದ ಈ ಬರಹಗಳಲ್ಲಿ ಆ ಕ್ಷಣದ ಸಹಜ ಉತ್ತರಗಳಿವೆ ಮತ್ತು ಅವು ಎಂದಿಗೂ ಸತ್ಯಸ್ಯ ಸತ್ಯವೆನಿಸುವ ರೀತಿಯಲ್ಲಿ ನಿರೂಪಿತವಾಗಿರುವುದರಿಂದ ಅದನ್ನು ನೀವು ಇದ್ದ ಹಾಗೆಯೇ ಓದಿಕೊಳ್ಳಬಹುದು.

ಅನಂತ ಹುದೆಂಗಜೆ ಅವರು ವೈಯಕ್ತಿಕವಾಗಿ ನನಗೆ ಕನ್ನಡ ಮಾಣಿಕ್ಯ ಪತ್ರಿಕೆಯ ಸಂಪಾದಕ ಹುದ್ದೆಯನ್ನು ಒಪ್ಪಿಕೊಂಡ ನಂತರ ಪರಿಚಿತರಾಗಿ ಆತ್ಮೀಯರಾದವರು. ಅವರ ಬರಹದಲ್ಲಿದ್ದ ಗಂಭೀರತೆಯನ್ನು ಗಮನಿಸಿದ್ದೆನಾದರೂ ಅವರೇ ಮಾತನಾಡುವ ಕಾಲ ಪಕ್ವವಾಗಲು ಕಾಯುತ್ತಿದ್ದೆ. ಅದೊಮ್ಮೆ ಅವರು ಕೇಳಿಯೇಬಿಟ್ಟರು. ಹೇಗಿದೆ? ಬೇರೆ ಇನ್ನೇನು ಬರೆಯಲಿ? ಆಗ ನಾನು ಅವರಲ್ಲೊಂದು ಸಣ್ಣ ಸಲಹೆಯನ್ನಿಟ್ಟೆ. ಬದುಕನ್ನು ದುಡ್ಡಿನ ಕನ್ನಡಕದೊಳಗಿಂದ ನೋಡುತ್ತಾ ತುಂಬಾ ಸೀರಿಯಸ್ಸಾಗಿದ್ದೀರಿ. ಇದೀಗ ದುಡ್ಡಿನ ಆಚೆಗಿನ ಬದುಕನ್ನೂ ಸರಳವಾಗಿ ಜೀವಪ್ರಜ್ಞೆಯಿಂದ ನೋಡಲು ಸಾಧ್ಯವಾ ಯೋಚಿಸಿ ಎಂದೆ. ಅವರ ಮನಸ್ಸಿಗೆ ಅದು ತಟ್ಟನೆ ನಾಟಿತೋ ಏನೋ. ಅವರ ಬರಹಗಳ ವೈವಿಧ್ಯತೆ ಹೆಚ್ಚಾಯಿತು. ರಂಗನ ಸಾಲ ತೀರಿಸುವ ಕಥೆಯಿಂದ ಹಿಡಿದು ಕಥನಾತ್ಮಕವಾಗಿ ಬರೆಯುವ ಕಲೆ ಸಿದ್ಧಿಸಿತು. ದುಡ್ಡಿನ ಹೊರತಾಗಿ ಬದುಕನ್ನು 'ಅನುಭವಿಸುವ' ಶೈಲಿಯ ಬರಹಗಳು ಕೂಡ ಬರಲಾರಂಭಿಸಿದವು. ಎಂದಿನಂತೆ ಹಣಕಾಸಿನ ಲೆಕ್ಕಾಚಾರದ ಹೊಸ ವಿಷಯಗಳ ಬಗ್ಗೆ ಬರೆಯುತ್ತಲೇ ಬದುಕಿನ ಸವಿಸೋಜಿಗಗಳು ಬರಹಗಳಲ್ಲಿ ಇಣುಕತೊಡಗಿದ್ದು ಬಹುದೊಡ್ಡ ಬದಲಾವಣೆ ಎನಿಸುತ್ತದೆ. ದುಡ್ಡು ಎಷ್ಟು ಬೇಕು ಎಂಬ ನೋಟಕ್ಕಿಂತ ಎಷ್ಟು ಸಾಕು ಎಂಬ ಆಲೋಚನಾ ವಿಧಾನ ಬದಲಾದ ಹಾಗೆ ಕಾಣಿಸುತ್ತದೆ. ಹಾಗಾಗಿಯೇ ಈ ಬರಹದ ಗುಚ್ಛಗಳಲ್ಲಿ ನಡುನಡುವೆ ನಿಮಗೆ ಇದ್ದಕ್ಕಿದ್ದಂತೆ ಪ್ರೀತಿ, ಕಥೆ, ಪ್ರವಾಸ ಇತ್ಯಾದಿಗಳ ಬರಹಗಳೂ ಕೂಡ ಕಾಣಸಿಗುತ್ತವೆ.

ಅವುಗಳನ್ನು ಈ ಗುಚ್ಛದಲ್ಲಿ ಸೇರಿಸಬಹುದಾ ಎಂಬ ಪ್ರಶ್ನೆಗೆ ನನ್ನ ಉತ್ತರ, ಅದೊಂಥರಾ ಊಟಕ್ಕೆ ಅಪ್ಪೆಹುಳಿ ಇದ್ದಂತೆ. ಆಗಾಗ ಟೇಸ್ಟು ಬದಲಾಗಿ ಊಟದ ರುಚಿ ಮತ್ತು ಘನತೆ ಹೆಚ್ಚಿಸುತ್ತದೆ. ಹಾಗಾಗಿ ಎಲ್ಲ ಬರಹಗಳನ್ನೂ ಬುದ್ಧಿ ಮತ್ತು ಹೃದಯಗಳಿಂದ ಸ್ವೀಕರಿಸಬಹುದು ಎಂದು ಭಾವಿಸುತ್ತೇನೆ. ದುಡ್ಡು ನಿಮಗೆಷ್ಟು ಬೇಕು ಎಂಬ ತಲೆಬರಹಕ್ಕೆ ಅಡಿಬರಹವಾಗಿ ಅನಂತಾವಲೋಕನ ಎಂಬುದು ಸೂಚ್ಯವಾಗಿ ತಲೆಬರಹದ ವ್ಯಾಪ್ತಿಯಿಂದ ಜಾರಿ ಆನಂತರ ಅನಂತರ ಅವಲೋಕನದ ಪರಿಧಿಯೊಳಗೆ ಜಾರಿಕೊಳ್ಳುವುದನ್ನು ಸೂಚ್ಯವಾಗಿ ಹೇಳಲಾಗಿದೆ.

ಅನಂತ ಹುದೆಂಗಜೆಯವರ ಈ ದುಡ್ಡು ಎಷ್ಟು ಬೇಕು ಎಂಬ ಪುಸ್ತಕ, ಎಷ್ಟು ಸಾಕು ಎಂಬುದನ್ನು ಕೂಡ ಖಚಿತವಾಗಿ ತಿಳಿಸ ಬಯಸುತ್ತದೆ. ಅವರ ಬರಹ ಮತ್ತು ಚಿಂತನಾ ಶಕ್ತಿ ಇನ್ನಷ್ಟು ಪ್ರಜ್ವಲಿಸಲಿ ಎಂದು ಮನಸಾರೆ ಹಾರೈಸುತ್ತೇನೆ. ಶುಭವಾಗಲಿ.

ವಂದನೆಗಳೊಂದಿಗೆ,

–ಎಂ.ಎಲ್. ಪ್ರಸನ್ನ

ನನ್ನ ನುಡಿ

ನೆನೆ ಮನವೆ, ನುಡಿ ಮನವೆ

ಹಣದ ಹಿಂದೆ ಎಂದೂ ಬೀಳದ ಅಥವಾ ಅದರೊಂದಿಗೆ ಎಣ್ಣೆ-ಸೀಗೆಯಂತಹ ಸಂಬಂಧವನ್ನು ಬದುಕಿನ ಈ ನಲವತ್ತೈದು ವರ್ಷಗಳಲ್ಲೂ ಕಾಪಾಡಿಕೊಂಡಿರುವ ನಾನು ಈಗ 'ನಿಮಗೆಷ್ಟು ಹಣ ಬೇಕು?' ಎಂದು ಕೇಳುತ್ತಿದ್ದೇನೆ. ಕೊಡುವುದಕ್ಕಲ್ಲ ಹಾಗೂ ಕೊಡುವುದಕ್ಕಿಲ್ಲ!

ದುಡ್ಡಿನ ಪರಿಕಲ್ಪನೆಯೇ ಇಲ್ಲದ ಕಾಲದಲ್ಲಿಯೇ ಮನುಷ್ಯ ಪರಸ್ಪರ ಪ್ರೀತಿಯಿಂದ, ನಿಶ್ಚಿಂತೆಯಿಂದ ಜೀವಿಸಿದ್ದ ಅನ್ನಿಸುತ್ತದೆ. ಎಲ್ಲದಕ್ಕೂ ಬೆಲೆ ಕಟ್ಟುವ ಧಾವಂತದಲ್ಲಿ ಬದುಕು ಮತ್ತು ಮಾನವೀಯ ಸಂಬಂಧಗಳ ಮೌಲ್ಯ ಹಾಗೂ ಮಹತ್ವವನ್ನೇ ನಾವು ಮರೆತಿದ್ದೇವೆ. ದುಡ್ಡು-ಕೆಲವರಿಗೆ ಎಷ್ಟಿದ್ದರೂ ಸಾಲದು, ಇನ್ನೂ ಕೆಲವರ ಬಳಿ ಎಷ್ಟೇ ಇದ್ದರೂ ಉಪಯೋಗಕ್ಕೇ ಬಾರದು!

ನಾನು ಹೀಗೆ ಕೇಳಲು ಕಾರಣ-ಗೆಳೆಯ, 'ಕನ್ನಡ ಮಾಣಿಕ್ಯ'ದ ವೀರಕಪುತ್ರ ಶ್ರೀನಿವಾಸ್. ಇಂತಹ ಸಾಹಸಗಳ ಕಾರಣಕ್ಕಾಗಿಯೇ ಬಹುತೇಕರ ಬಾಯಲ್ಲಿ ನಡುವಿನ 'ಕ' ಲುಪ್ತವಾಗಿ ಅವರು 'ವೀರಪುತ್ರ' ಎಂದೇ ಕರೆಸಿಕೊಳ್ಳುತ್ತಾರೆ, ಪತ್ರಿಕೆ ಆರಂಭದಿಂದಲೂ ಬರೆಯುವುದನ್ನು ತಪ್ಪಿಸದ ಪ್ರಾಮಾಣಿಕ ಅಂಕಣಕಾರ ಎಂದೇ ಅವರು ನನ್ನನ್ನು ಎಲ್ಲರಿಗೂ ಪರಿಚಯಿಸುವುದು, ಎಲ್ಲ ಅಂಕಣಕಾರರಿಗೆ ಈ ಕೀರ್ತಿ ಒದಗುವುದಿಲ್ಲ! ಕಳೆದ ಏ, 5 ರಂದು ನನಗೆ ಜನ್ಮದಿನದ ಶುಭಾಶಯ ಕೋರಲು ಕರೆ ಮಾಡಿ, 'ತಮ್ಮ ಹೊಸ ಸಾಹಸವಾಗಿರುವ ವೀರಲೋಕ ಬುಕ್ಸ್ ವತಿಯಿಂದ ನಿಮ್ಮದೊಂದು ಪುಸ್ತಕ ಮಾಡೋಣ ಸರ್, ಲೇಖನಗಳನ್ನು ಆಯ್ಕೆ ಮಾಡಿ ಕಳುಹಿಸಿಕೊಡಿ' ಎಂದರು. ಒಬ್ಬ ಪತ್ರಕರ್ತ-ಲೇಖಕನ ಜನ್ಮದಿನಕ್ಕೆ ಇದಕ್ಕಿಂತ ಒಳ್ಳೆಯ ಉಡುಗೊರೆಯನ್ನು ಯಾರಾದರೂ ಕೊಡಲು ಸಾಧ್ಯವೇ? ಮರುಮಾತಿಗೆ ಅವಕಾಶವಿಲ್ಲ. ಕೈಗೆ ಸಿಕ್ಕ ಲೇಖನಗಳನ್ನೆಲ್ಲ ಕಳಿಸಿದೆ. ಶ್ರೀನಿವಾಸ್ ಮತ್ತು ಕಗ್ಗೆರೆ ಪ್ರಕಾಶ್ ಅವರೇ 40 ಲೇಖನಗಳ ಗುಚ್ಛವನ್ನು ಅಂತರ್ ಸಂಬಂಧದ ಸೂತ್ರದೊಂದಿಗೆ ಸಿದ್ಧಪಡಿಸಿದ್ದಾರೆ. ಕರಡು ತಿದ್ದುವುದು, ವಿನ್ಯಾಸ,

ಮುದ್ರಣ–ಈ ಯಾವ ತಲೆನೋವುಗಳನ್ನೂ ಲೇಖಕನಿಗೆ ಹಚ್ಚದೆ ಫಟಾಫಟ್ ಕೆಲಸ ಮುಗಿಸುವ ಶ್ರೀನಿಯ ಕ್ರಿಯಾಶೀಲತೆಗೆ ಶರಣು.

ಈ ಕೃತಿಗೆ ನನ್ನ ನುಡಿಗಳನ್ನು ಬರೆಯುವ ಹೊತ್ತಿಗೆ–ಕಾಸಿಲ್ಲದೆ ಅರ್ಧಕ್ಕೆ ಓದು ಕೈಬಿಟ್ಟು, ಮನೆಯನ್ನೂ ತೊರೆದು ಒಂದೊಂದು ಉಪವೃತ್ತಿಗಳಲ್ಲಿ ತೊಡಗಿಸಿಕೊಂಡ ಅಣ್ಣಂದಿರು, ಮನೆಯಲ್ಲಿ ಅಪ್ಪನ ಕಣ್ಣು ತಪ್ಪಿಸಿ ಅಡಿಕೆ, ತುಪ್ಪ ವಿಕ್ರಯಿಸಿ ನನ್ನ ಕಾಲೇಜು ಓದಿಗೆ ಹಣ ಹೊಂದಿಸಿದ ಹಾಗೂ ಸರಳವಾಗಿ ಬದುಕಲು ಕಲಿಸಿದ ಅಮ್ಮ ಹಾಗೂ ತಂಗಿ, ಸದಾ ಪ್ರೇರಣೆಯಾಗಿ ನಿಂತು ನನಗೆ ಸಾಹಿತ್ಯದ ರುಚಿ ಹತ್ತಿಸಿದ ಪ್ರೀತಿಯ ಚಿಕ್ಕಪ್ಪ ದಿ. ಎಂ.ವಿ. ಚಕ್ರಪಾಣಿ, ಕೆ.ಟಿ. ಗಟ್ಟಿಯವರು, ದೊಡ್ಡ ಗ್ರಂಥಾಲಯದ ಜತೆಗೆ ನನ್ನ ಜಗತ್ತನ್ನು ವಿಸ್ತರಿಸಿದ ಉಜಿರೆ ಕಾಲೇಜು, ಅನ್ನಾಶ್ರಯ, ಶಿಕ್ಷಣ, ಆರು ವರ್ಷಗಳ ಉದ್ಯೋಗದ ಜತೆಗೆ ಸಾಕಷ್ಟು ಅವಕಾಶಗಳನ್ನೂ ನೀಡಿ ಮಮತೆಯಿಂದ ಕಂಡ ಧರ್ಮಸ್ಥಳದ ಶ್ರೀ ವೀರೇಂದ್ರ ಹೆಗ್ಗಡೆಯವರು–ಶ್ರೀಮತಿ ಹೇಮಾವತಿ ಹೆಗ್ಗಡೆ ದಂಪತಿ, ಡಾ| ಬಿ. ಯಶೋವರ್ಮ, ನಿರಂಜನ ವಾನಳ್ಳಿ, ಭಾಸ್ಕರ ಹೆಗಡೆ, ಜಿತು ನಿಡ್ಲೆ, ಡಾ| ಚೇತನ ಸೋಮೇಶ್ವರ, ಪ್ರೊ| ಎನ್.ಜಿ. ಪಟವರ್ಧನ್, ಪ್ರೊ| ಎಸ್.ಡಿ. ಶೆಟ್ಟಿ, ಡಾ| ಸಂಪತ್ಕುಮಾರ್, ರಾಜೇಶ ಶ್ರೀವನರಂತಹ ಗುರುವರ್ಯರು, ಜಯಮಾಲಾ ಅಕ್ಕ ಮುಂತಾದವರು; 22 ವರ್ಷಗಳ ಕಾಲ ಮಾಧ್ಯಮ ಕ್ಷೇತ್ರಗಳಲ್ಲಿ ನನ್ನನ್ನು ಸಲಹಿದ ಕೆ. ಶಿವಸುಬ್ರಹ್ಮಣ್ಯ, ವಿಶ್ವೇಶ್ವರ ಭಟ್, ಬಿ.ವಿ. ಸೀತಾರಾಮ್, ಸುಗತ ರಾಜು, ಪ್ರೊ. ಎಸ್. ಪ್ರಭಾಕರ್, ಎನ್, ಗುರುರಾಜ್, ಎಚ್.ಆರ್. ರಂಗನಾಥ್, ರವಿ ಹೆಗಡೆ, ಎ.ವಿ. ಬಾಲಕೃಷ್ಣ ಹೊಳ್ಳರಂತಹ ಸಂಪಾದಕರು, ಕನ್ನಡ ಜನಾಂತರಂಗ, ಮಂಜುವಾಣಿ, ಉದಯವಾಣಿ, ಕನ್ನಡಪ್ರಭದ ಎಲ್ಲ ಹಿರಿ–ಕಿರಿಯ ಸ್ನೇಹಿತರು ನೆನಪಾಗುತ್ತಾರೆ, ಇನ್ನು ಡಿಗ್ರಿಯಲ್ಲಿ ರಾಂಕ್ ಬಂದಿದೆ, ಸ್ನಾತಕೋತ್ತರ ಪದವಿ ಓದಲು ಶೈಕ್ಷಣಿಕ ಸಾಲಕ್ಕೆ ಜಾಮೀನು ಹಾಕಿ ಎಂದು ಅಂಗಲಾಚಿದರೂ ಕರಗದ ಕಲ್ಲು ಹೃದಯಗಳು; ಕೋವಿಡ್ ಸಂಕಷ್ಟದ ನೆಪದಲ್ಲಿ ನಿಂತ ನಿಲುವಿನಲ್ಲೇ ಕೆಲಸದಿಂದ ಕಿತ್ತೊಗೆದು ಸ್ವತಂತ್ರವಾಗಿ ಬದುಕು ಕಟ್ಟಿಕೊಳ್ಳುವಂತೆ ಮಾಡಿದ ಉದಯವಾಣಿ, ಕೆಲಸವಿಲ್ಲವೆಂದು ತಿಳಿದಾಗ ಮಾತನಾಡಲು ಮರೆತ ಜಾಣರು; ಕಷ್ಟಗಳ ಸರಣಿಯ ನಡುವೆ ಬೆನ್ನಿಗೆ ನಿಂತ ಗೆಳೆಯರಾದ ಮಧುಕರ, ಎಚ್.ಎಂ. ಶರೀಫನವರ್, ಎ.ಜಿ. ಕಾರಟಗಿ, ಶ್ರೀಪಾದ ಹೆಬ್ಬಾರ್, ಪ್ರೇಮಾನಂದ ಕಾಮತ್, ಅಭಿ–ಕಾರ್ತಿಕ್, ಉಮೇಶ್ ಕೋಟ್ಯಾನ್, ಅರವಿಂದ ಹೆಬ್ಬಾರ್, ಆಸ್ಟ್ರೋ ಮೋಹನ್, ರವಿ ಮಾಳೇನಳ್ಳಿ, ವಿಜಯ್, ಸಲೀಂ, ಕರುಗಲ್, ಎನ್.ಎಸ್. ಸುಭಾಷ್‌ಚಂದ್ರ, ವಿಶ್ವನಾಥ ಸ್ಥಾವರಮಠ, ಮುರಳಿ, ಆದರ್ಶ ಮುಂತಾದವರು; ಬದುಕನ್ನು ಮತ್ತೆ ಹಳಿಗೆ ತಂದ ಅನುವಾದ, 'ಯಾರು ಕೈಬಿಟ್ಟರೂ ನಾವಿದ್ದೇವೆ,

ಎಲ್ಲಿಯವರೆಗೂ ಹಾಗೂ ಎಷ್ಟರವರೆಗೂ' ಎಂದು ಆಡಿದ್ದಲ್ಲದೆ, ಮಾಡಿಯೂ ತೋರಿಸಿದ ಸುಬ್ಬಣ್ಣ–ಸುಧಾ ಅತ್ತಿಗೆ, ಉಮಾನಾಥ ಭಿಡೆ ಮಾವ, ಗುರುನಾಥ ಕ್ಯಾತಾನವರ; ಆದಾಯ ಸೀಮಿತವಾಗಿದ್ದರೂ, ಮೂರು ನಿಮಿಷಗಳಲ್ಲಿ ಒಂದು ಸಹಿ ಮಾಡುವಷ್ಟು ವಿದ್ಯೆ ಮಾತ್ರವಿದ್ದರೂ ಉಳಿತಾಯದಲ್ಲಿ, ಪ್ರೀತಿ ಹಂಚುವಲ್ಲಿ ನಮ್ಮೆಲ್ಲರಿಗಿಂತ ಒಂದು ಕೈ ಮೇಲಿರುವ ಅತ್ತೆ ಕಲಾವತಿಯವರು, ನನ್ನಲ್ಲಿ ಹರ್ಷದ ಹೊನಲು ಹರಿಸಲು ಶ್ರೀಗಂಧದಂತೆ ತೇಯ್ದುಕೊಳ್ಳುತ್ತಿರುವ ಪತ್ನಿ ಹರ್ಷಿತಾ, ನೋವುಗಳನ್ನೆಲ್ಲ ಮರೆಸುವ ಮಾಯಾವಿ ಮಗಳು ಪ್ರಗತಿ, ಅಭಿಮಾನ ತೋರುವ ಬಂಧು–ಮಿತ್ರರು ಇಲ್ಲದಿರುತ್ತಿದ್ದರೆ ಈ ಬದುಕಿಗೆಲ್ಲಿ ಅರ್ಥವಿರುತ್ತಿತ್ತು? ಸಾರ್ಥಕತೆಯನ್ನು ಹೇಗೆ ಕಾಣುತ್ತಿತ್ತು?

ಇಲ್ಲಿ ಆಯ್ಕೆ ಮಾಡಿರುವ ಬಹುತೇಕ ಲೇಖನಗಳು ಕನ್ನಡ ಮಾಣಿಕ್ಯದ ಅಂಕಣಗಳೇ. ಮೊದಲೆಲ್ಲ ವೈಯಕ್ತಿಕ ಹಣಕಾಸನ್ನು ಮಾತ್ರ ಕೇಂದ್ರೀಕರಿಸಿ ಬರೆಯುತ್ತಿದ್ದ ಕಾರಣ ಏಕತಾನತೆಯ ಭಯವಿತ್ತು. ಒಂದೇ ಪುಟ ಸಾಕು ಎಂದೆ. ಶ್ರೀನಿ ಒಪ್ಪಲಿಲ್ಲ. ಮಳವಳ್ಳಿ ಪ್ರಸನ್ನ ಅವರ ಜತೆಗೊಂದು ಚರ್ಚೆಯಾಯಿತು. ವ್ಯಾಪ್ತಿ ಹಿಗ್ಗಿತು, ನನ್ನಿಷ್ಟದಂತೆ ಬರೆಯುವ ಪೂರ್ಣ ಸ್ವಾತಂತ್ರ್ಯ ಸಿಕ್ಕ ಮೇಲೆ ಅಂಕಣದ ಹೆಸರು ಬದಲಾಯಿತು, ಆಯಾಮವೂ ವಿಸ್ತರಿಸಿತು. ಇದೆಲ್ಲದರ ಶ್ರೇಯ ಈ ಕೃತಿಗೊಂದು ಅರ್ಥಪೂರ್ಣ ಮುನ್ನುಡಿಯನ್ನೂ ಬರೆದಿರುವ ಪ್ರಸನ್ನ ಅವರಿಗೇ ಸಲ್ಲಬೇಕು, ಇನ್ನೂ ಕೆಲವನ್ನು ಬೆಳಕು ಕಾಣಿಸಿರುವ ಕನ್ನಡಪ್ರಭ ಹಾಗೂ ಉದಯವಾಣಿ ಪತ್ರಿಕೆಗಳಿಗೂ ನಾನು ಆಭಾರಿ.

'ನಿಮಗೆಷ್ಟು ಹಣ ಬೇಕು?' ಎಂದು ನೀವೆಲ್ಲರೂ ಕೇಳಿ ಪಡೆಯುವಂತೆ ಈ ಕೃತಿಯನ್ನು ಅಚ್ಚುಕಟ್ಟಾಗಿ ಹೊರತಂದಿರುವ ವೀರಲೋಕ ಬುಕ್ಸ್ ಎಲ್ಲ ಗೆಳೆಯರಿಗೂ ಪ್ರೀತಿಯ ನೆನಕೆಗಳು. ಪ್ರತಿ ಲೇಖಕನ ಉಸಿರಿನಂತಿರುವ ಪ್ರಿಯ ಓದುಗರೇ, ನಾನೆಂಬುದು ನಿಮಿತ್ತವಷ್ಟೇ ಆಗಿ ಅಂದವಾಗಿ ಮೂಡಿಬಂದಿರುವ ಅಕ್ಷರ ಲೋಕದ ಕುಸುಮವೊಂದನ್ನು ಅಕ್ಕರೆಯಿಂದ ಅಪ್ಪಿಕೊಳ್ಳಿ.

–ಅನಂತ ಹುದೆಂಗಜೆ

ಹುಬ್ಬಳ್ಳಿ, 15.05.2022

ಪ್ರಕಾಶಕರ ಮಾತು

ಪ್ರಿಯ ಓದುಗ ದೊರೆಗಳೆ, ಅತ್ಯಂತ ಪ್ರಾಚೀನ ಭಾಷೆಗಳಲ್ಲಿ ಒಂದಾದ ಕನ್ನಡಕ್ಕೆ ಭಾರತೀಯ ಭಾಷೆಗಳಲ್ಲೇ ವಿಶೇಷ ಸ್ಥಾನವಿದೆ. ಈ ನೆಲದ ಮಣ್ಣಿನ ಕಣಕಣದಲ್ಲೂ ಸಾಹಿತ್ಯದ ಘಮಲಿದೆ. ಸಾಂಸ್ಕೃತಿಕ ಹುಡಿಯಿದೆ. ಎಂಟೆಂಟು ಜ್ಞಾನಪೀಠ ಪ್ರಶಸ್ತಿಗಳನ್ನು ಪಡೆದ ಹೆಮ್ಮೆಯೂ ಜತೆಗಿದೆ. ಆದರೆ, ಸಾಹಿತ್ಯವನ್ನು ದಾಟಿಸುವ ವಿಷಯದಲ್ಲಿ ನಾವು ಹಿಂದೆಯಿದ್ದೇವೆ. ಸಂಕಟ ಪಡುವಷ್ಟು ಓದುಗರ ಸಂಖ್ಯೆಯನ್ನು ಹೊಂದಿದ್ದೇವೆ. ಕನ್ನಡದಲ್ಲಿ ವರ್ಷಕ್ಕೆ ಸಾವಿರಾರು ಶೀರ್ಷಿಕೆಯ ಪುಸ್ತಕಗಳು ಮುದ್ರಣವಾದರೂ ಕೆಲವೇ ಕೆಲವು ಸಾಹಿತಿಗಳನ್ನು ಹೊರತುಪಡಿಸಿ, ಹೆಸರಾಂತ ಸಾಹಿತಿಗಳ ಪುಸ್ತಕಗಳ ಪ್ರತಿಗಳು ಖರ್ಚಾಗುವುದು ಕೇವಲ ಐನೂರು, ಸಾವಿರ ಮಾತ್ರ. ಹೊಸಬರದ್ದು ಇನ್ನೂ ಘೋರ. ಕರ್ನಾಟಕದ ಏಳೂವರೆ ಕೋಟಿ ಜನಸಂಖ್ಯೆಯಲ್ಲಿ, ಒಬ್ಬ ಲೇಖಕನ ಪುಸ್ತಕವು ಸಾವಿರ ಜನರಿಗೂ ತಲುಪುತ್ತಿಲ್ಲ ಎನ್ನುವುದು ಖೇದಕರ. ಆದರೆ, ಇದನ್ನು ನಂಬಲು ಸಾಧ್ಯವಾ?

ನಿಜವಾಗಿಯೂ ಓದುಗರು ಇಲ್ಲವಾ? ಅಥವಾ ಓದುಗರಿದ್ದರೂ ಅವರಿಗೆ ಕೃತಿಗಳನ್ನು ತಲುಪಿಸುವಲ್ಲಿ ಸೋಲುತ್ತಿದ್ದೇವಾ? ಎನ್ನುವ ಪ್ರಶ್ನೆಯೊಂದಿಗೆ ನಾನು ನಿಮ್ಮಂಥ ಓದುಗರ ಬೆನ್ನುಹತ್ತಿದೆ. ಲಕ್ಷಾಂತರ ಓದುಗರಿದ್ದಾರೆ. ಆದರೆ ಅವರನ್ನು ತಲುಪವಲ್ಲಿ ನಾವು ಸೋಲುತ್ತಿದ್ದೇವೆ ಎಂಬುದು ನನಗೆ ಮೇಲ್ನೋಟಕ್ಕೆ ಹೊಳೆದ ಸತ್ಯ. ಆ ಕಾರಣದಿಂದಲೇ ನಾನೀಗ ಓದುಗ ಮತ್ತು ಲೇಖಕರ ನಡುವಿನ ಸೇತುವೆಯೊಂದರ ನಿರ್ಮಾಣಕ್ಕೆ ಮುಂದಾಗಿದ್ದೇನೆ. ಆ ಸೇತುವೆಯ ಹೆಸರು 'ವೀರಲೋಕ ಬುಕ್ಸ್.'

ಕುಗ್ರಾಮವೊಂದರಲ್ಲಿ ತಯಾರಾದ ಮಡಿಕೆಯೊಂದು ಇವತ್ತು ಕಾರ್ಪೋರೇಟ್ ಅಂಗಳದಲ್ಲಿ ಮಾರಾಟಕ್ಕಿದೆ. ಪದವಿ, ಪುರಸ್ಕಾರಗಳನ್ನು ಪಡೆದುಕೊಂಡ ಬರಹಗಾರನೊಬ್ಬನ ಕೃತಿಯು ಸುಸಜ್ಜಿತ ಪುಸ್ತಕ ಮಳಿಗೆಯನ್ನೂ ತಲುಪುವಲ್ಲಿ ಸೋತಿದೆ. ಹಾಗಾಗಿ 'ವೀರಲೋಕ ಬುಕ್ಸ್' ಕನ್ನಡ ಪುಸ್ತಕ ಲೋಕಕ್ಕೆ ಕಾರ್ಪೋರೇಟ್ ಟಚ್ ನೀಡುವ ಉದ್ದೇಶ ಹೊಂದಿದೆ. ಕೇವಲ ಪಟ್ಟಣದಲ್ಲಿ ಮಾತ್ರವಲ್ಲ, ಹಳ್ಳಿಗಾಡಿನ ಕಟ್ಟಕಡೆಯ ಓದುಗನಿಗೂ ಕನ್ನಡ ಪುಸ್ತಕವನ್ನು ತಲುಪಿಸುವ ದೃಢ ಸಂಕಲ್ಪ ನಮ್ಮದಾಗಿದೆ. ಒಬ್ಬ ಓದುಗ ತಾನು ಇಷ್ಟಪಡುವ ಪುಸ್ತಕ ಕೊಳ್ಳಬೇಕಾದರೆ ನಿಗದಿತ ಪುಸ್ತಕ ಅಂಗಡಿಗೆ ಬಂದರೆ ಮಾತ್ರ ಸಿಗುತ್ತದೆ ಎಂಬುದು ನಿಜಕ್ಕೂ ಓದುಗನಿಗೆ ಮಾಡುತ್ತಿರುವ ಮೋಸ. ಆದ್ದರಿಂದ ಅವನಿರುವ ಕಡೆಯೇ ಪುಸ್ತಕ ಸಿಗುವಂತೆ ಮಾಡುವ ಉದ್ದೇಶ ನಮ್ಮ ಪ್ರಕಾಶನದ್ದು. ಅದಕ್ಕಾಗಿ ಒಂದೊಡ್ಡ ನೆಟ್‌ವರ್ಕ್ ಸಿದ್ಧ ಮಾಡಿದ್ದೇವೆ. ಊರೂರಲ್ಲಿ ಪುಸ್ತಕ ಸಿಗುವಂತೆ ಮಾಡುತ್ತಿದ್ದೇವೆ. ಇನ್ನೂ ಏನೇನೋ ಯೋಜನೆಗಳಿವೆ...

ಈ ಹೊಸ ರೀತಿಯ ಕಾರ್ಯಶೈಲಿಯ ಮೂಲಕ ನಾವು ನಮ್ಮ ವೀರಲೋಕ ಪ್ರಕಾಶನವನ್ನು ಆರಂಭಿಸಿದ್ದೇವೆ. ಇದಕ್ಕೆ ನಾಡಿನ ಖ್ಯಾತ ಸಾಹಿತಿಗಳಾದ ಶ್ರೀ ಅನಂತ ಹುದೆಂಗಜೆ, ಶ್ರೀ ವಿಶ್ವೇಶ್ವರ ಭಟ್, ಶ್ರೀ ಜೋಗಿ, ಶ್ರೀ ಕುಂ. ವೀರಭದ್ರಪ್ಪ, ಶ್ರೀ ಗಣೇಶ್ ಕಾಸರಗೋಡು, ಶ್ರೀ ರೋಹಿತ್ ಚಕ್ರತೀರ್ಥ, ಶ್ರೀ ರಂಗಸ್ವಾಮಿ ಮೂಕನಹಳ್ಳಿ, ಶ್ರೀ ಕೆ.ಎಲ್. ಕೃಷ್ಣಮೂರ್ತಿ, ಡಾ. ಶರಣು ಹುಲ್ಲೂರು, ಶ್ರೀ ರವಿ ಕೃಷ್ಣಾರೆಡ್ಡಿ, ಶ್ರೀಮತಿ ದೀಪಾ ಹಿರೇಗುತ್ತಿ, ಮತ್ತು ಖ್ಯಾತ ಕಲಾವಿದರಾದ ಶ್ರೀ ರಮೇಶ್ ಅರವಿಂದ್ ಅವರು ವೀರಲೋಕಕ್ಕೆ ತಮ್ಮ ಕೃತಿಗಳನ್ನು ಕೊಟ್ಟು ಪ್ರೋತ್ಸಾಹಿಸುತ್ತಿದ್ದಾರೆ. ಓದುಗನಿರುವ ಕಡೆಯೇ ಪುಸ್ತಕಗಳನ್ನು ಒದಗಿಸುವ ಈ ಮಹತ್ಕಾರ್ಯಕ್ಕೆ ನಿಮ್ಮ ಬೆಂಬಲವೂ ಇರಲೆಂದು ಪ್ರಾರ್ಥಿಸುವೆ.

'ನಿಮಗೆಷ್ಟು ಹಣ ಬೇಕು?' ಕೃತಿ ಓದುವ ಸುಖ ನಿಮ್ಮದಾಗಲಿ.

ನಿಮ್ಮ,

ವೀರಕಪುತ್ರ ಶ್ರೀನಿವಾಸ

ವೀರಲೋಕ ಬುಕ್ಸ್

ಪರಿವಿಡಿ

ಎಚ್ಚರಿಕೆಯ ಹೆಜ್ಜೆಯಿಡಿ, ಆರ್ಥಿಕ ಸಂಕಷ್ಟದಿಂದ ಪಾರಾಗಿ

ಇತ್ತೀಚೆಗೆ ಜಗತ್ತನ್ನು ಬಹುವಾಗಿ ಕಾಡಿದ ಆರ್ಥಿಕ ಹಿಂಜರಿತ ಭಾರತವನ್ನು ಮಾತ್ರ ಅಷ್ಟಾಗಿ ಬಾಧಿಸಲಿಲ್ಲ. ಆಟೋ ಚಾಲಕರು, ಬಸ್ ನಿರ್ವಾಹಕರು ಹಾಗೂ ತರಕಾರಿ ಮಾರುವ ಅಜ್ಜಿ ಜತೆಗೂ ಚಿಲ್ಲರೆಗಾಗಿ ತಾಸುಗಟ್ಟಲೆ ಜಗಳ ಕಾಯುವ ನಮ್ಮ ಚೌಕಾಸಿ ಬುದ್ಧಿ, ಹೊಟ್ಟೆ-ಬಟ್ಟೆ ಕಟ್ಟಿ ಕಾಸು ಕೂಡಿಡುವ ಜಿಪುಣತನವೇ ಆಪದ್ಬಾಂಧವನಂತೆ ನಮ್ಮ ಕೈಹಿಡಿಯಿತೇ ಎಂಬ ಕುತೂಹಲದಿಂದ ಇತರ ಆರ್ಥಿಕ ಶಕ್ತಿಗಳು ನಮ್ಮತ್ತ ತಿರುಗಿ ನೋಡುವಂತಾಯಿತು.

ಆದರೆ, ದುಡ್ಡಿನ ವಿಚಾರ ಬಂದಾಗ ನಾವು ಬಹಳ ವಿಚಿತ್ರವಾಗಿ ವರ್ತಿಸುತ್ತೇವೆ. ನಮ್ಮ ಆರ್ಥಿಕ ಸ್ಥಿತಿ, ಹಣಕಾಸು ಯೋಜನೆಗಳ ಕುರಿತು ಮನೆಯ ಸದಸ್ಯರೊಂದಿಗೆ ನಾವೆಂದಿಗೂ ಮುಕ್ತವಾಗಿ ಮಾತನಾಡುವುದಿಲ್ಲ. ಸಾಲ ಎಷ್ಟಿದೆ ಎಂದು ಹೇಳುವುದಿಲ್ಲ, ಇಂಥ ಸಂಕಷ್ಟ ಎದುರಾಗಿದೆ, ಏನು ಮಾಡೋಣ ಎಂದು ಕೇಳುವುದಿಲ್ಲ. ಬಹುತೇಕ ಸಂದರ್ಭಗಳಲ್ಲಿ ಗಂಡನ ಸಂಬಳವೆಷ್ಟು ಎಂಬುದು ಹೆಂಡತಿಗೂ ಗೊತ್ತಿರುವುದಿಲ್ಲ. ಕೇಳಿದರೆ, 'ಅದೆಲ್ಲ ನಿನಗ್ಯಾಕೆ? ನಿನಗೇನಾದರೂ ಕಮ್ಮಿ ಮಾಡಿದ್ದೇನಾ?' ಎಂಬ ಉಡಾಫೆ ಉತ್ತರವೂ ಸಿದ್ಧವಿರುತ್ತದೆ!

ವೈಯಕ್ತಿಕ ಮಾತ್ರವಲ್ಲ, ಕುಟುಂಬದ ಆರ್ಥಿಕ ಸ್ಥಿತಿಗತಿ ಬಗ್ಗೆಯೂ ನಾವು ಮುಕ್ತವಾಗಿ ಮಾತನಾಡುವುದಿಲ್ಲ. ಎಲ್ಲವನ್ನೂ ಮನೆಯ ಯಜಮಾನ ನೋಡಿಕೊಳ್ಳುತ್ತಾನೆ ಎಂದು ಹೆಂಗಸರು ಅಡುಗೆ ಮನೆಗೆ ಸೀಮಿತರಾದರೆ, ನಮಗೇಕೆ ಆ ಚಿಂತೆ ಎಂದು ಎಳೆಯರೂ ನಿರಾಳರಾಗಿರುತ್ತಾರೆ. ಭವಿಷ್ಯದ ಆರ್ಥಿಕ ಯೋಜನೆಗಳು ಇಲ್ಲದ ಕಾರಣಕ್ಕೆ ಆರ್ಥಿಕ ಮುಗ್ಗಟ್ಟು ಎದುರಿಸುವ ಚೈತನ್ಯ ಇರುವುದಿಲ್ಲ. ಕಷ್ಟ ಬಂದಾಗ ಸಾಲ ಪಡೆಯುವುದು, ಕೈಗಡ ಕೇಳುವುದಷ್ಟೇ ನಮಗೆ ಗೊತ್ತಿರುವ ದಾರಿಗಳು.

ಆದಾಯ ಏನೇ ಇರಲಿ, ಖರ್ಚು ಎಷ್ಟೇ ಇರಲಿ, ಉಳಿತಾಯ ಸಾಕಷ್ಟಿರಲಿ, ಇಲ್ಲದಿರಲಿ-ನಮ್ಮ ಆರ್ಥಿಕ ಸ್ಥಿತಿಗತಿ ಬಗ್ಗೆ ಸದಾ ನಿಗಾ

ವಹಿಸುವುದು ಅಗತ್ಯ. ಭವಿಷ್ಯದಲ್ಲಿ ಎದುರಾಗಬಹುದಾದ ಆಪತ್ತಿನಿಂದ ತನ್ನನ್ನು ಹಾಗೂ ಕುಟುಂಬವನ್ನು ಕಾಪಾಡಿಕೊಳ್ಳಲು ಏನು ವ್ಯವಸ್ಥೆ ಇದೆ ಎಂಬುದನ್ನು ದೂರದೃಷ್ಟಿಯಿಂದ ಅವಲೋಕಿಸಿ, ಕಾರ್ಯಪ್ರವೃತ್ತರಾಗುವುದು ಒಳ್ಳೆಯದು. ವೈಯಕ್ತಿಕ ಹಣಕಾಸು ನಿರ್ವಹಣೆಯಲ್ಲಿ ಒಂದಿಷ್ಟು ಮಾರ್ಪಾಡು ಮಾಡಿಕೊಂಡರೆ ನೆಮ್ಮದಿಯ ಜೀವನ ನಡೆಸಬಹುದು.

ದಾರಿ ಯಾವುದಯ್ಯಾ?

ಮನೆ–ವಾಹನ–ಆಸ್ತಿ ಖರೀದಿ, ಮದುವೆ, ಅನಾರೋಗ್ಯ ಇಂತಹ ಸಂದರ್ಭದಲ್ಲಿ ಸರಿಯಾದ ಯೋಜನೆ ಹಾಕಿಕೊಳ್ಳದೆ ಸಾಲದ ಹೆಜ್ಜೆಯಿಟ್ಟರೆ ದೊಡ್ಡ ಆರ್ಥಿಕ ಬಿಕ್ಕಟ್ಟಿನಲ್ಲಿ ಸಿಕ್ಕಿಹಾಕಿಕೊಳ್ಳಬೇಕಾಗುತ್ತದೆ. ಆದಾಯಕ್ಕಿಂತ ಖರ್ಚು ಹೆಚ್ಚಾಗಿದ್ದ ಪಕ್ಷದಲ್ಲಿ ಕ್ರೆಡಿಟ್ ಕಾರ್ಡ್ ಬಳಸಿ ಅಥವಾ ವೈಯಕ್ತಿಕ ಸಾಲ ಪಡೆದು ಸಾಲದ ಶೂಲದಿಂದ ತಾತ್ಕಾಲಿಕವಾಗಿ ಪಾರಾಗಲು ಯತ್ನಿಸುತ್ತೇವೆ. ಸಾಲ ಪಡೆಯಲೇ ಬೇಕಾದಲ್ಲಿ ಕಡಿಮೆ ಬಡ್ಡಿ ಸಾಲದ ಮೊರೆ ಹೋಗುವುದೊಳಿತು. ಹಣಕಾಸು ಸಮಸ್ಯೆ ತಾತ್ಕಾಲಿಕವಾಗಿದ್ದರೆ ನೀವು ಅಥವಾ ನಿಮ್ಮ ಪತ್ನಿ ಕೆಲಸ ಮಾಡುವ ಸಂಸ್ಥೆಯಿಂದ ಮುಂಗಡ ಪಡೆಯಬಹುದು. ಸಾಮಾನ್ಯವಾಗಿ ಇದು ಬಡ್ಡಿರಹಿತ. ಗೆಳೆಯರು, ಸಂಬಂಧಿಕರಿಂದಲೂ ಅಲ್ಪಾವಧಿಗೆ ಸಾಲ ಪಡೆಯಬಹುದು. ಮರುಪಾವತಿಸದಿದ್ದರೆ ಬಾಂಧವ್ಯ ಹಾಳಾಗುತ್ತದೆ. ಮುಜುಗರ ತಪ್ಪಿಸಲು ಅವರಿಗೆ ವಾರ್ಷಿಕ ಶೇ. 10 ರಷ್ಟು ಬಡ್ಡಿ ನೀಡಬಹುದು.

ಚಿನ್ನಾಭರಣಗಳನ್ನು ಲಾಕರಿನಲ್ಲಿಡುವ ಬದಲು ಅವುಗಳನ್ನು ಅಡವಿಟ್ಟು ಸಾಲ ಪಡೆಯಬಹುದು. ಹಣದ ವ್ಯವಸ್ಥೆಯಾದಾಗ ಬಿಡಿಸಿಕೊಳ್ಳಬಹುದು. ಜೀವವಿಮೆ ಪಾಲಿಸಿ ಅಥವಾ ಸಂಚಿತ ಠೇವಣಿಗಳಿದ್ದರೆ ಅವುಗಳ ಮೇಲೂ ಸುಲಭವಾಗಿ ಸಾಲ ಸಿಗುತ್ತದೆ. ಇವುಗಳ ಬಡ್ಡಿ ದರ ವೈಯಕ್ತಿಕ ಸಾಲಕ್ಕಿಂತ ಕಡಿಮೆಯಿರುತ್ತದೆ.

ನಿಮ್ಮ ಗೃಹಸಾಲದ ಬಡ್ಡಿ ಜಾಸ್ತಿ ಇದ್ದರೆ, ಕಡಿಮೆ ಬಡ್ಡಿ ವಿಧಿಸುವ ರಾಷ್ಟ್ರೀಕೃತ ಬ್ಯಾಂಕ್‌ಗೆ ಸಾಲ ವರ್ಗಾಯಿಸಬಹುದು. ನಿಮ್ಮ ಆದಾಯ ಕಮ್ಮಿಯಿದ್ದು, ಸಾಲದ ಮೊತ್ತ ಹೊರೆಯಾಗುತ್ತಿದೆ ಎನ್ನಿಸಿದರೆ ಗೃಹ ಸಾಲದ ಅವಧಿಯನ್ನು ಹೆಚ್ಚಿಸಲು (ಉದಾ: 15 ರಿಂದ 20 ವರ್ಷ) ಪ್ರಯತ್ನಿಸಬಹುದು. ಪ್ರತಿ ತಿಂಗಳೂ ಸಾಲದ ಮೊತ್ತ ತಗ್ಗುತ್ತ ಬಂದಂತೆ ನೀವು ನಿರಾಳರಾಗುತ್ತೀರಿ.

ಐದು ದೊಡ್ಡ ಖರ್ಚುಗಳನ್ನು ಗುರುತಿಸಿ

ನಿಮ್ಮ ಐದು ದೊಡ್ಡ ಖರ್ಚುಗಳನ್ನು ಗುರುತಿಸಿ, ಅವುಗಳನ್ನು ಕಡಿಮೆ ಮಾಡಲು ಅಥವಾ ಮುಂದೂಡಲು ಪ್ರಯತ್ನಿಸಿ. ಇವತ್ತಿನ ಖರ್ಚನ್ನು

ಒಂದು ವಾರ ಅಥವಾ ತಿಂಗಳಿಗೆ ಮುಂದೂಡಲು ಅವಕಾಶವಿದ್ದರೆ ಖಂಡಿತ ಕೈಚೆಲ್ಲಬೇಡಿ. ದುಡ್ಡಿನ ಸಮಸ್ಯೆಯಿದ್ದಾಗ ಜೇಬಿನಿಂದ ಹೊರಹೋಗುವ ಒಂದೊಂದು ರೂಪಾಯಿಗೂ 'ಇಲ್ಲ' ಎಂದೇ ಹೇಳಿ. ಹಣಕಾಸು ಯೋಜನೆ ರೂಪಿಸಲು ಗೊಂದಲವಾದರೆ ವೈಯಕ್ತಿಕ ಹಣಕಾಸು ತಜ್ಞರನ್ನು ಸಂಪರ್ಕಿಸಿ.

ಕಚೇರಿ ಸಮಯದ ಹೊರತಾಗಿ ಹೆಚ್ಚುವರಿ ಆದಾಯ ಗಳಿಸಲು ಮಾರ್ಗಗಳಿದ್ದರೆ, ಚಿಕ್ಕ ವ್ಯಾಪಾರ ಅಥವಾ ಉದ್ಯಮವೊಂದನ್ನು ಆರಂಭಿಸಲು ಸಾಧ್ಯವಿದ್ದರೆ ಅದು ನಿಮ್ಮ ಆರ್ಥಿಕತೆಗೆ ಚೈತನ್ಯ ತುಂಬುತ್ತದೆ. ಆರ್ಥಿಕ ಸಂಕಷ್ಟದಲ್ಲಿದ್ದಾಗ ಹೆಚ್ಚಿನ ವೇತನ ಸಿಗುವುದಿಲ್ಲ ಎಂದಾದಲ್ಲಿ ಕೆಲಸ ಬದಲಿಸುವ ಯೋಚನೆ ಬೇಡ.

ನಿಮ್ಮ ಆಸ್ತಿ ಅಥವಾ ಹೂಡಿಕೆಯಿಂದ ಕಡಿಮೆ ಆದಾಯ ಬರುತ್ತಿದ್ದು, ಸಾಲದ ಬಡ್ಡಿಯೇ ಜಾಸ್ತಿ ಇದ್ದಲ್ಲಿ ಆ ಆಸ್ತಿ ಅಥವಾ ಹೂಡಿಕೆಯನ್ನು ನಗದೀಕರಿಸಿ, ಸಾಲ ತೀರಿಸಿಕೊಳ್ಳಿ. ಕಡಿಮೆ ಆದಾಯ ಹಾಗೂ ಭದ್ರತೆ ಕೊಡುವ ವಿಮಾ ಪಾಲಿಸಿಗಳಿಗೂ ಇದು ಅನ್ವಯಿಸುತ್ತದೆ. ಉಳಿತಾಯದ ಬಡ್ಡಿ ಹಣವನ್ನು ಹೊಸ ಹೂಡಿಕೆಗೆ ವಿನಿಯೋಗಿಸಿ. ಆರ್ಥಿಕ ಸಂಕಷ್ಟದಿಂದ ಹೊರಬರುವ ತನಕ ಹೊಸ ಹೂಡಿಕೆ ಮಾಡದಿರುವುದೇ ಲೇಸು.

(ಕನ್ನಡಪ್ರಭ, 27 ಮೇ 2015)

ಬ್ಯಾಂಕ್‌ಗಳು ಹೇಗೆ ಕೋಟಿಗಟ್ಟಲೆ ಲಾಭ ಮಾಡುತ್ತವೆ?

ಕೊರೊನಾ ಎರಡನೆಯ ಅಲೆಯ ಮಧ್ಯೆಯೇ ಬ್ರಿಟನ್ ಮತ್ತು ದಕ್ಷಿಣ ಆಫ್ರಿಕಾದಲ್ಲಿ ವಕ್ಕರಿಸಿರುವ ರೂಪಾಂತರಿತ ವೈರಸ್ ಭೀತಿ ಜಗತ್ತನ್ನು ಮತ್ತೊಮ್ಮೆ ತಲ್ಲಣಗೊಳಿಸಿದೆ. ಅದರ ಪರಿಣಾಮ ಮೊದಲಿಗಿಂತ ತೀವ್ರವೂ ಭಿನ್ನವೂ ಆಗಿದೆ ಎಂದು ವಿಶ್ವ ಆರೋಗ್ಯ ಸಂಸ್ಥೆ ಎಚ್ಚರಿಸಿದ್ದೇ ತಡ, ಮತ್ತೊಮ್ಮೆ ಲಾಕ್‌ಡೌನ್, ನೈಟ್ ಕರ್ಫ್ಯೂ ಜಪ ಆರಂಭವಾಗಿದೆ. ಇದು ಸಾಲದೆಂಬಂತೆ ಬ್ರಿಟನ್ನಿನಿಂದ ಬಂದವರನ್ನು ಸರಿಯಾಗಿ ತಪಾಸಣೆ ಮಾಡದೆ, ಅವರಿಗೆ ಕ್ವಾರಂಟೈನ್ ವಿಧಿಸದೆ ದೇಶದೊಳಗೆ ಬಿಟ್ಟುಕೊಂಡಿದ್ದರಿಂದ ರೂಪಾಂತರಿತ ವೈರಸ್ ಭೀತಿ ಹೆಚ್ಚುವಂತೆ ಮಾಡಿದೆ.

ಒಂದು ಹೊಡೆತಕ್ಕೇ ತತ್ತರಿಸಿರುವ ಜನರಿಗೆ ಎರಡನೇ ಅಲೆ ತಡೆದು ಕೊಳ್ಳುವ ಶಕ್ತಿ ಇದೆಯೇ? ಚಳಿಗಾಲದಲ್ಲಿ ವೈರಸ್ ಆರ್ಭಟ ಜಾಸ್ತಿ ಎಂದು ನಿರೀಕ್ಷಿಸಲಾಗಿದೆ. ಆಸ್ಟ್ರೇಲಿಯದಲ್ಲಿ ಸೋಂಕಿತರ ಸಂಖ್ಯೆ ಹೆಚ್ಚುತ್ತಿದೆ. ಭಾರತದಲ್ಲಿ ಸೋಂಕಿತರ ಸಂಖ್ಯೆ ಕೋಟಿ ದಾಟಿದ್ದರೆ, ಕರ್ನಾಟಕದಲ್ಲಿ ಸೋಂಕಿತರ ಪ್ರಮಾಣ ಮತ್ತೆ ಏರುಗತಿಯಲ್ಲಿ ಸಾಗುತ್ತಿದೆ.

ಈ ಎಲ್ಲ ಆತಂಕಗಳ ನಡುವೆ ಸಂಭಾವ್ಯ ಕೊರೊನಾ ಅಪಾಯವನ್ನು ತಗ್ಗಿಸುವ ನೆಪದಲ್ಲಿ ಕ್ರಿಸ್ಮಸ್ ಹಾಗೂ ಹೊಸ ವರ್ಷಾಚರಣೆ ಹೊಸ್ತಿಲಲ್ಲಿ ರಾಜ್ಯ ಸರ್ಕಾರ ರಾತ್ರಿ ಕರ್ಫ್ಯೂ ಆದೇಶ ಹೊರಡಿಸಿತು. ಡಿ. 23 ರಿಂದ ಜ. 2ರ ವರೆಗೆ ರಾತ್ರಿ 10 ರಿಂದ ಬೆಳಗ್ಗೆ 6ರ ತನಕ ನೈಟ್ ಕರ್ಫ್ಯೂ ಘೋಷಿಸಿಯೇ ಬಿಟ್ಟರು ಯಡಿಯೂರಪ್ಪ. ಸ್ವಲ್ಪ ಹೊತ್ತಿನಲ್ಲಿ ನೈಟ್ ಕರ್ಫ್ಯೂ ಜಾರಿ ಡಿ. 24 ರಿಂದ ಎಂದು ಸರ್ಕಾರ ಹೇಳಿತು. ಆದಾಗಿ ಒಂದೇ ಗಂಟೆಯಲ್ಲಿ ಕರ್ಫ್ಯೂ ಅವಧಿಯನ್ನು ರಾತ್ರಿ 11 ರಿಂದ ಬೆಳಗ್ಗೆ 5ರ ತಗ್ಗಿಸಿದ್ದಲ್ಲದೆ ಹಲವು ವಿನಾಯಿತಿಗಳನ್ನೂ ಪ್ರಕಟಿಸಿ, ನೈಟ್ ಕರ್ಫ್ಯೂವನ್ನು ಹಲ್ಲಿಲ್ಲದ ಹಾವನ್ನಾಗಿ ಮಾಡಿತು. ಜನ ಅದಕ್ಕೆ ಸಿದ್ಧರಾಗುತ್ತಿದ್ದಂತೆಯೇ ಏಕಾಏಕಿ ರದ್ದು ಮಾಡಿಬಿಟ್ಟಿತು! ಆತುರಗಾರನಿಗೆ ಬುದ್ಧಿ ಮಟ್ಟ ಎನ್ನುವ ಗಾದೆ ಸತ್ಯವಾಯಿತು.

ಕೊರೊನಾ ಸಂಕಷ್ಟದಲ್ಲಿ ಒಂಭತ್ತು ತಿಂಗಳು ಕೋಟ್ಯಂತರ ಜನರ ಆದಾಯಕ್ಕೆ ಕತ್ತರಿ ಬಿದ್ದಿದೆ. ಅಸಂಖ್ಯ ಜನ ನೌಕರಿ, ವ್ಯಾಪಾರ ಎಲ್ಲವನ್ನೂ ಕಳೆದುಕೊಂಡಿದ್ದಾರೆ. ಮಿಕ್ಕುಳಿದವರೂ ಕಡಿಮೆ ಸಂಬಳದಲ್ಲೇ ದುಡಿಯುವ ಅನಿವಾರ್ಯ ಎದುರಿಸುತ್ತಿದ್ದಾರೆ. ಮನೆ, ವಾಹನ ಹಾಗೂ ವೈಯಕ್ತಿಕ ಸಾಲವನ್ನು ಪಡೆದ ಹಲವು ಗ್ರಾಹಕರಿಗೆ ಅದನ್ನು ತೀರಿಸುವುದು ಹೇಗೆಂಬ ಚಿಂತೆಯಾಗಿದೆ. ಒಂದೊಮ್ಮೆ ಸಾಲ ಮರುಪಾವತಿ ಸಾಧ್ಯವಾಗದಿದ್ದರೆ ದಂಡ, ಬಡ್ಡಿಗಳೆಲ್ಲ ಮತ್ತೆ ಸಾಲಕ್ಕೆ ಸೇರಿಕೊಂಡು ಜೀವ ಹಿಂಡುವುದು ಖಂಡಿತ.

ಹೇಗೆ ಅಂತೀರಾ?

ಖಾಸಗಿ ಬ್ಯಾಂಕಿನಲ್ಲಿ ಕಳೆದ ವರ್ಷ ಅನಿವಾರ್ಯವಾಗಿ 8.74 ಲಕ್ಷ ರೂ. ಸಾಲ ಪಡೆದಿದ್ದೆ. ಆರು ತಿಂಗಳು ಸಾಲದ ಕಂತು ಪಾವತಿಸುವಷ್ಟರಲ್ಲಿ ನನ್ನ ಕೆಲಸ ಹೋಯಿತು. ಹೇಗೋ ಕಷ್ಟ ಪಟ್ಟು ಮತ್ತೆರಡು ತಿಂಗಳು ಕಂತು ಕಟ್ಟುವಷ್ಟರಲ್ಲಿ ವಿತ್ತ ಸಚಿವರು ವೈಯಕ್ತಿಕ ಸಾಲ ಪಡೆದವರಿಗೆ ಎರಡು ತಿಂಗಳು ಕಂತು ಪಾವತಿ ಮುಂದೂಡುವ ಆಯ್ಕೆಯನ್ನು ಘೋಷಿಸಿದರು. ಬೀಸುವ ದೊಣ್ಣೆ ತಪ್ಪಿದರೆ ಸಾವಿರ ವರ್ಷ ಆಯಸ್ಸು ಅಂತ ಭಾವಿಸಿ ನಿರ್ವಾಹವಿಲ್ಲದೆ ಅದನ್ನು ಆಯ್ದುಕೊಂಡೆ. ಆದರೆ, ಪರಿಷ್ಕೃತ ಮರುಪಾವತಿ ಮಾಹಿತಿ ಬ್ಯಾಂಕಿನಿಂದ ಬಂದಾಗ ಆಘಾತ ಕಾದಿತ್ತು. 48 ತಿಂಗಳಿಗೆ ಪಡೆದಿದ್ದ ಸಾಲ 52 ತಿಂಗಳಿಗೆ ಹಿಗ್ಗಿತ್ತು. ಏಕೆಂದು ಕೇಳಿದೆ. ನಾವು ಈಗ ಮುಂದೂಡಿರುವ ಎರಡು ತಿಂಗಳ ಕಂತುಗಳನ್ನು ಸ್ವೀಕರಿಸುವುದು ಸಾಲದ ಅವಧಿಯ ಕೊನೆಯಲ್ಲಿ. ಅದಕ್ಕೆ ಬಡ್ಡಿ ಬೀಳುತ್ತಲ್ಲ ಸಾರ್ ಅಂತ ರಾಗ ಎಳೆದರು. ಮುಂದೂಡಿದ್ದ ಕಂತುಗಳನ್ನು ಈಗಲೇ ಪಾವತಿಸಬಹುದೇ ಎಂದರೆ, ಅದಕ್ಕೆ ಅವಕಾಶವಿಲ್ಲವಂತೆ. ಹಣೆ ಹಣೆ ಚಚ್ಚಿಕೊಳ್ಳುವಂತಾಯಿತು.

ಕೈಯಲ್ಲಿ ಕೆಲಸ ಹಾಗೂ ನಿಶ್ಚಿತ ಆದಾಯವಿಲ್ಲದೆ 16.5 ಶೇಕಡಾ ಬಡ್ಡಿಯ ಸಾಲವನ್ನು ಇನ್ನೂ 34 ತಿಂಗಳು ಮುಂದುವರಿಸುವುದು ಅಪಾಯಕಾರಿ ಎನಿಸಿತು. ಅದನ್ನು ಮುಗಿಸಿಕೊಳ್ಳುವುದೇ ಸೂಕ್ತ ಎಂಬ ಸಲಹೆ ಸ್ನೇಹಿತ ವಲಯದಿಂದಲೂ ಬಂತು. ಬ್ಯಾಂಕಿನವರದೋ ವಿಚಿತ್ರ ನಿಯಮಗಳು. ಒಂದೋ ಸಾಲವನ್ನು ಪೂರ್ತಿ ಮುಗಿಸಿಕೊಳ್ಳಬಹುದಂತೆ. ಇಲ್ಲದಿದ್ದರೆ ಶೇ. 25 ರಷ್ಟನ್ನು ಮಾತ್ರ ಪಾವತಿಸಬಹುದಂತೆ. ನಮ್ಮಲ್ಲಿ ಎಷ್ಟಿದೆಯೋ ಅಷ್ಟನ್ನು ಪಾವತಿಸಲು ಅವಕಾಶವಿಲ್ಲವಂತೆ. ಅಷ್ಟಲ್ಲದೆ, ಪಾವತಿಗೆ ಬಾಕಿ ಇರುವ ಅಸಲಿನ ಮೇಲೆ ಶೇ. 4 ಪ್ರಿ–ಕ್ಲೋಜರ್ ಚಾರ್ಜ್ ಹಾಗೂ ಶೇ. 18 ಜಿಎಸ್‌ಟಿ ಸೇರಿಸಿ ಶೇ. 4.72, ಮತ್ತೊಂದಿಷ್ಟು ಶುಲ್ಕಗಳು ಸೇರಿ 40 ಸಾವಿರ ಹೆಚ್ಚುವರಿ ಪಾವತಿಸಬೇಕು ಎಂದು ವಿವರಿಸಿದರು. ತಿನ್ನಲಿಲ್ಲ, ಉಣ್ಣಲಿಲ್ಲ ಅನ್ನುವ

ರೀತಿ ಆಗುತ್ತಲ್ಲ, ಸುಮ್ಮನೆ 40 ಸಾವಿರ ಪಾವತಿಸಬೇಕಲ್ಲ ಅಂತ ಗೊಂದಲ ಶುರುವಾಯಿತು. ಅಷ್ಟೊಂದು ಹಣವನ್ನು ಹೊಂದಿಸುವುದು ಹೇಗೆ? ಎನ್ನುವ ಚಿಂತೆಯೂ. ಆದರೆ, ಸಾಲವನ್ನು ಮುಂದುವರಿಸಿದರೆ ನಾನು 34 ತಿಂಗಳು ಬ್ಯಾಂಕಿಗೆ ಇನ್ನೂ 1.70 ಲಕ್ಷ ರೂ. ಬಡ್ಡಿ ಕಟ್ಟಬೇಕು. ಹೀಗಾಗಿ, ಅಳಿದುಳಿದ ಹಣ, ಸ್ನೇಹಿತರಿಂದ ಕೈಗಡ, ಹೆಂಡತಿಯ ಎಫ್.ಡಿ. ಅದೂ ಸಾಲದೆ ಕೊನೆ ಗಳಿಗೆಯಲ್ಲಿ ಇನ್ನೂ ಒಬ್ಬರಿಂದ ಒಂದಷ್ಟು ಹಣ ಪಡೆದು ಅಂತೂ ಋಣಮುಕ್ತನಾದೆ.

ಬ್ಯಾಂಕುಗಳು ಅದು ಹೇಗೆ ಕೋಟಿಗಟ್ಟಲೆ ಲಾಭ ಮಾಡುತ್ತವೆ ಎಂಬುದು ಯಕ್ಷಪ್ರಶ್ನೆ ಏನಲ್ಲ. 2013ರಲ್ಲಿ ನನ್ನ ಪತ್ನಿ ಹೆಸರಿನಲ್ಲಿ 1 ಲಕ್ಷ ರೂ. ನಿರಖು ಠೇವಣಿ ಇರಿಸಿದ್ದೆವು. ಆಗ ಅದಕ್ಕೆ 9.05 ಶೇಕಡಾ ಬಡ್ಡಿ ಇತ್ತು. ಇದು ಇಳಿಕೆಯಾಗುತ್ತಾ ಈಗ 5.5 ಶೇಕಡಾಕ್ಕೆ ಬಂದಿದೆ. ಇಷ್ಟು ವರ್ಷ ಇಟ್ಟರೂ ಆಗಿದ್ದ ಬಡ್ಡಿ 47,500 ರೂ. ಮಾತ್ರ. ಉಳಿತಾಯ ಖಾತೆಗೂ ಎಫ್.ಡಿ.ಗೂ ತೆಳು ಗೆರೆಯ ವ್ಯತ್ಯಾಪೊಂದೇ ಉಳಿದಿದೆ. ಇನ್ನು ಒಂದೆರಡು ವರ್ಷ ಕಳೆದರೆ ಬ್ಯಾಂಕಿನಲ್ಲಿ ಠೇವಣಿ ಇಟ್ಟ ಹಣಕ್ಕೂ ನಾವೇ ಶುಲ್ಕ ಪಾವತಿಸಬೇಕೋ ಏನೋ.

ಜಾಗ ಮಾರಿ ಅಥವಾ ನಿವೃತ್ತಿಯ ವೇಳೆ ಬಂದ ಹಣವನ್ನು ಬ್ಯಾಂಕಿನಲ್ಲಿ ಠೇವಣಿಯಿಟ್ಟು ಬರುವ ಬಡ್ಡಿ ಹಣದಲ್ಲಿ ಬದುಕಿನ ಬಂಡಿ ಮುನ್ನಡೆಸುವವರು ಅದೆಷ್ಟೋ ಜನರಿದ್ದಾರೆ. ಬಡ್ಡಿಯ ಪ್ರಮಾಣ ತೀರಾ ಕಡಿಮೆಯಾಗಿರುವ ಕಾರಣ ಅವರ ಆದಾಯವಂತೂ ಈಗ ತೀರಾ ಕುಸಿದಿದೆ.

ಹಣ ಬೆಲೆ ಕಳೆದುಕೊಳ್ಳುವುದು, ಎಷ್ಟು ಹಣವಿದ್ದರೂ ಕಣ್ಣು ಮುಚ್ಚಿ ಬಿಡುವಷ್ಟರಲ್ಲಿ ಕರಗುವುದು ಹೀಗೆ.

ನಮ್ಮ ದುಡ್ಡಲ್ಲಿ ಬ್ಯಾಂಕ್‌ಗಳ ಜಾತ್ರೆ!

ಬ್ಯಾಂಕುಗಳಲ್ಲಿ ದುಡ್ಡಿನ ಲೆಕ್ಕದ ಹೊರತು ಬೇರೇನೂ ಇಲ್ಲ. ಬ್ಯಾಂಕಿನಲ್ಲಿ ಉಳಿತಾಯ ಖಾತೆ ತೆರೆದರೂ, ಎಟಿಎಂ ಕಾರ್ಡ್ ಪಡೆದರೂ, ಸಾಲಕ್ಕೆ ಅರ್ಜಿ ಹಾಕಿದರೂ ಬ್ಯಾಂಕಿನ ದುಡಿಮೆ ಆರಂಭವಾಗುತ್ತದೆ. ಉಳಿತಾಯದ ಮೇಲೆ ಕಡಿಮೆ ಬಡ್ಡಿಯನ್ನು ಗ್ರಾಹಕರಿಗೆ ಕೊಟ್ಟು, ಸಾಲಗಾರರಿಂದ ಮೂರು ಪಟ್ಟು ಬಡ್ಡಿಯನ್ನು ಆಕರಿಸುವುದುಂಟು. ಡೆಬಿಟ್ ಕಾರ್ಡ್ ಮೇಲೂ ವಾರ್ಷಿಕ ಸುಮಾರು 150 ರೂ.ಗಳಷ್ಟು ಶುಲ್ಕ ವಿಧಿಸುತ್ತಾರೆ. ಎಸ್ಸೆಮ್ಮೆಸ್ ಕಳುಹಿಸುವುದಕ್ಕೂ ಮೂರು ತಿಂಗಳಿಗೆ 15 ರೂ.ಗಳಂತೆ ವರ್ಷಕ್ಕೆ 60 ರೂ. ಶುಲ್ಕ ವಿಧಿಸುತ್ತಾರೆ. ಪಾಸ್ ಪುಸ್ತಕ, ಎಟಿಎಂ ಕಾರ್ಡ್ ಕಳೆದುಹೋದರೆ, ಪಿನ್ ಮರೆತರೆ, ಮತ್ತೆ ಕೊಡುವುದಕ್ಕೆ, ಚಾಲ್ತಿಗೆ ತರುವುದಕ್ಕೆ ಶುಲ್ಕವಿದೆ. ಖಾತೆಯಲ್ಲಿ ಕನಿಷ್ಠ ಠೇವಣಿ ಇರಿಸದಿದ್ದರೂ ತಿಂಗಳಿಗೆ 30 ರೂ.ಗಳಿಗೆ ಕತ್ತರಿ ಬೀಳುತ್ತದೆ. ಚೆಕ್

ಬೌನ್ಸ್ ಆದರೂ ಶುಲ್ಕ. ನಿಮ್ಮ ಖಾತೆಯ ಮಾಹಿತಿ ಕೇಳಿದರೆ ಖುಷಿಯಿಂದ ಕೊಡುತ್ತಾರೆ, ಖಾತೆಯಿಂದ 150 ರೂ.ಗೆ ಕತ್ತರಿ ಹಾಕುತ್ತಾರೆ. ಠೇವಣಿಗೆ ಬಡ್ಡಿಗೆ ಹಿಂದಿನ ತಿಂಗಳ ಲೆಕ್ಕ, ಸಾಲಕ್ಕಾದರೆ ಚಾಲ್ತಿಯಲ್ಲಿರುವ ತಿಂಗಳಿಗೂ ಬಡ್ಡಿ.

ಜಾಮೀನು ಇಲ್ಲದೆ, ಬ್ಯಾಂಕಿಗೆ ಹೋಗುವ ಅಗತ್ಯವಿಲ್ಲದೆ ಆನ್‌ಲೈನ್‌ನಲ್ಲಿ ಎರಡು ನಿಮಿಷಗಳಲ್ಲಿ ನಿಮ್ಮ ಖಾತೆಗೆ ಹಣ ಜಮೆಯಾಗುವಂಥ ಸಾಲದ ಯೋಜನೆ ಆಯ್ಕೆ ಮಾಡಿಕೊಂಡಿರೋ, ಟೋಪಿ ಗ್ಯಾರಂಟಿ. ಕಡತ ತಯಾರಿ, ವಿಳಾಸ ಪರಿಶೀಲನೆ ಇತ್ಯಾದಿ ಪ್ರಕ್ರಿಯೆಗಳಿಗೆಲ್ಲ ಮೆಲ್ಲನೆ ಬರೆ ಎಳೆದಿರುತ್ತಾರೆ. ಸಾಲಕ್ಕೆ ನಿಮ್ಮಿಂದಲೇ ಪ್ರೀಮಿಯಂ ಕಟ್ಟಿಸಿಕೊಂಡು ವಿಮೆ ಮಾಡಿಸಿರುತ್ತಾರೆ. ಸಾಲ ಪಡೆಯವರು ತೀರಿಕೊಂಡರೆ, ಆತ್ಮಹತ್ಯೆ ಮಾಡಿಕೊಂಡರೆ ಅಥವಾ ಸಾಲ ಮರುಪಾವತಿಸದೇ ಇದ್ದರೂ ಬ್ಯಾಂಕಿಗೆ ಏನೂ ನಷ್ಟವಿಲ್ಲ. ಸಾಲ ಪಾವತಿಸುವುದು ತಡವಾದರೆ ದಂಡ ಶುಲ್ಕ. ಅವಧಿ ಪೂರ್ವ ಸಾಲ ಮರುಪಾವತಿಗೂ ಶುಲ್ಕ. ಈ ಎಲ್ಲ ಶುಲ್ಕಗಳ ಮೇಲಿನ ಜಿಎಸ್‌ಟಿ ಕೂಡ ಗ್ರಾಹಕರ ಜೇಬಿನಿಂದಲೇ ವಸೂಲಾಗುತ್ತದೆ.

ಕ್ರೆಡಿಟ್ ಕಾರ್ಡ್ ಮೂಲಕ ಇನ್‌ಸ್ಟಂಟ್ ಲೋನ್, ಜಂಬೋ ಲೋನ್, ಇಎಂಐ ಅಂತೆಲ್ಲ ಹಣ ಪೀಕುವುದು ಯಾರಿಗೂ ಗೊತ್ತಾಗುತ್ತಿಲ್ಲ. ಇವೆಲ್ಲ ಮೀನು ಹಿಡಿಯಲು ಗಾಳಕ್ಕೆ ಎರೆಹುಳ ಕಟ್ಟಿದಂತೆ. ಸಣ್ಣ ಆಸೆಗೆ ದೊಡ್ಡದಾಗಿಯೇ ಮೋಸ ಹೋಗಿರುತ್ತೇವೆ.

(ಕನ್ನಡ ಮಾಣಿಕ್ಯ, ಜನವರಿ 2021)

ಆರ್ಥಿಕ ಶಿಸ್ತು ಕಲಿಸುವ ಕ್ರೆಡಿಟ್ ಸ್ಕೋರ್

ಕಳೆದ ವರ್ಷ ನನ್ನ ಗೆಳೆಯನೊಬ್ಬ ಬಾಡಿಗೆ ಮನೆ ಮಾಡಬೇಕಾಗಿ ಬಂದಿತ್ತು. ಟಿ.ವಿ. ಹಾಗೂ ಇತರ ಕೆಲವು ಗೃಹೋಪಯೋಗಿ ವಸ್ತುಗಳನ್ನು ಖರೀದಿಸುವ ಅನಿವಾರ್ಯ ಎದುರಾಯಿತು. ಆದರೆ, ಕೈಯಲ್ಲಿ ಅಷ್ಟೊಂದು ಹಣವಿರಲಿಲ್ಲ. ಸಾಲ ಕೊಡುತ್ತೇವೆಂದು ಬಜಾಜ್ ಫೈನಾನ್ಸ್ ಸಂಸ್ಥೆ ಹೇಳಿದರೂ ಆತನ ಕ್ರೆಡಿಟ್ ಸ್ಕೋರ್ ಕಳಪೆಯಾಗಿದ್ದ ಕಾರಣ ಅದು ಕೈಗೂಡಲಿಲ್ಲ. ಕೊನೆಗೆ ನನ್ನ ಹೆಸರಿನಲ್ಲಿ ಸಾಲ ತೆಗೆದು ವಸ್ತುಗಳನ್ನು ಕೊಂಡಿದ್ದಾಯಿತು.

ಹಣ ಹೊಂದಿಸಿಕೊಳ್ಳಲು ಓಡಾಡುತ್ತಿದ್ದ ಸಂದರ್ಭದಲ್ಲಿ ನನ್ನ ಗೆಳೆಯನಿಗೆ ಕ್ರೆಡಿಟ್ ಕಾರ್ಡ್ ಮೂಲಕ ಸಿಬಿಲ್ ಸ್ಕೋರ್ ಜಾಸ್ತಿ ಮಾಡಿಕೊಳ್ಳಬಹುದು ಎಂದು ಯಾರೋ ಹೇಳಿದರಂತೆ. ಅದು ನಿಜವೇ? ಹೌದಾದರೆ ಹೇಗೆ? ಎಂದು ತಿಳಿದುಕೊಳ್ಳುವ ಕುತೂಹಲ ಮೂಡಿತು. ಕ್ರೆಡಿಟ್ ಕಾರ್ಡ್ ಸಾಲದ ಸುಳಿಯಲ್ಲಿ ಸಿಲುಕಿಕೊಳ್ಳಲು ಕಾರಣವಾಗುವುದಿಲ್ಲವೇ ಎನ್ನುವ ಪ್ರಶ್ನೆಯೂ ಮೂಡಿತ್ತು. ಆದರೆ, ಆರ್ಥಿಕ ಶಿಸ್ತಿನ ಕೊರತೆ ಹಾಗೂ ಸ್ವಯಂ ನಿಯಂತ್ರಣ ಇಲ್ಲದಿರುವುದೇ ಕ್ರೆಡಿಟ್ ಸ್ಕೋರ್ ಕಡಿಮೆಯಾಗಲು ಕಾರಣ ಎಂದು ಬ್ಯಾಂಕ್ ವ್ಯವಸ್ಥಾಪಕರೊಬ್ಬರು ವಿವರಿಸಿದರು.

ಸಾಲ ಹಾಗೂ ಕ್ರೆಡಿಟ್ ಕಾರ್ಡ್ ಕೊಡುವವರು ನಮ್ಮ ಇತಿಹಾಸವನ್ನು ಗಮನಿಸುತ್ತಾರೆ. ಈ ಹಿಂದೆ ಪಡೆದ ಸಾಲವನ್ನು ಹೇಗೆ ನಿರ್ವಹಿಸಿದ್ದಾರೆ ಎನ್ನುವ ಆಧಾರದಲ್ಲಿ ಅರ್ಜಿದಾರರ ಮರುಪಾವತಿ ನಡವಳಿಕೆ ಮತ್ತು ಅಪಾಯವನ್ನು ಮೌಲ್ಯಮಾಪನ ಮಾಡುತ್ತಾರೆ. ಕ್ರೆಡಿಟ್ ಸ್ಕೋರ್ ಉತ್ತಮಪಡಿಸಿಕೊಳ್ಳಲು ಸಾಲ ಪಡೆಯುವುದು ಏಕೈಕ ಮಾರ್ಗವೇನೂ ಅಲ್ಲ. ಏಕೆಂದರೆ, ಸಾಲ ಪಡೆದರೆ ಬಡ್ಡಿ ಮತ್ತು ಇತರ ವೆಚ್ಚಗಳು ಸೇರಿಕೊಂಡು ನಮ್ಮ ಹೊರೆಯನ್ನು ಹೆಚ್ಚಿಸುತ್ತವೆ.

ಜೇಬಿಗೆ ಭಾರವಾಗದಂತೆ ಕ್ರೆಡಿಟ್ ಕಾರ್ಡ್ ಬಳಸಬೇಕು. ಬಿಲ್ ಪಾವತಿಯನ್ನು ಸಕಾಲದಲ್ಲಿ ಮಾಡಿದರೆ ಬಡ್ಡಿಯ ಹೊರೆಯೂ ಬೀಳುವುದಿಲ್ಲ. ಆದರೆ, ಕ್ರೆಡಿಟ್ ಕಾರ್ಡ್‌ನಲ್ಲಿ ಇಎಂಐ ಅಥವಾ ಬಡ್ಡಿ ಸಹಿತ ಸಾಲವನ್ನು ಆಯ್ಕೆ

ಮಾಡಿಕೊಳ್ಳಬೇಡಿ. ಶೂನ್ಯ ಬಡ್ಡಿ ಸಾಲ, ರಿವಾರ್ಡ್ ಪಾಯಿಂಟ್ಸ್, ಕ್ಯಾಶ್‌ಬ್ಯಾಕ್, ರಿಯಾಯಿತಿ ಇತ್ಯಾದಿ ಸೌಲಭ್ಯಗಳನ್ನು ಧಾರಾಳ ಬಳಸಿಕೊಳ್ಳಬಹುದು. ಸಾಮಾನ್ಯ ಕ್ರೆಡಿಟ್ ಕಾರ್ಡ್ ಪಡೆಯಲು ಆಗದವರು, ಬ್ಯಾಂಕಿನಲ್ಲಿ ನಿರಖು ಠೇವಣಿ ಇಟ್ಟು ಸೆಕ್ಯೂರ್ಡ್ ಕ್ರೆಡಿಟ್ ಕಾರ್ಡ್ ಪಡೆಯಬಹುದು. ನಮ್ಮ ಠೇವಣಿಯ ಶೇ. 85ರಷ್ಟು ಮೊತ್ತದ ಕ್ರೆಡಿಟ್ ಲಿಮಿಟ್ ಸಿಗುತ್ತದೆ.

ಬಿಲ್ ಪಾವತಿ ಬಾಕಿಯಾದಲ್ಲಿ ಅಥವಾ ತಡವಾದಲ್ಲಿ ಕ್ರೆಡಿಟ್ ಸ್ಕೋರ್ ಕಡಿಮೆಯಾಗುತ್ತದೆ. ನಿಗದಿತ ಅವಧಿಯಲ್ಲಿ ಪಾವತಿಸಲು ಸಾಧ್ಯವಿರುವಷ್ಟು ಮೊತ್ತಕ್ಕೆ ಮಾತ್ರ ಕ್ರೆಡಿಟ್ ಕಾರ್ಡ್ ಬಳಸಿ. ಅಸಾಧ್ಯವಾದ ಸಂದರ್ಭದಲ್ಲಿ ಮಾತ್ರ ಇಎಂಐ ಅವಕಾಶ ಆಯ್ಕೆ ಮಾಡಿಕೊಳ್ಳಿ.

ನಿಮ್ಮ ಕ್ರೆಡಿಟ್ ಕಾರ್ಡ್‌ನ ಒಟ್ಟು ಮಿತಿಯ ಶೇ. 30ರಷ್ಟು ಮಾತ್ರ ಉಪಯೋಗಿ. ನಿಮ್ಮ ಕ್ರೆಡಿಟ್ ಕಾರ್ಡ್ ಮಿತಿ 1 ಲಕ್ಷ ರೂ.ಗಳಿದ್ದರೆ, ನೀವು 30 ಸಾವಿರ ರೂ.ಗಳ ವರೆಗಿನ ಖರೀದಿ ಮಾಡಲು ಅಡ್ಡಿಯಿಲ್ಲ. ಆದರೆ, ಗರಿಷ್ಠ ಮಿತಿಯ ಖರೀದಿಗೆ ಕಾರ್ಡ್ ಉಜ್ಜಿದರೆ ಬಳಕೆದಾರರ ಹಪಾಹಪಿತನವನ್ನು ತೋರಿಸುತ್ತದೆ. ಅಂಥವರಿಗೆ ಸಾಲ ನೀಡುವುದು ಅಪಾಯ ಎಂದು ಬ್ಯಾಂಕುಗಳು ನಿರ್ಧರಿಸುತ್ತವೆ. ದೊಡ್ಡ ಪ್ರಮಾಣದ ಖರೀದಿಗಳಿದ್ದರೆ ಕ್ರೆಡಿಟ್ ಲಿಮಿಟ್ ಹೆಚ್ಚಿಸಲು ಮನವಿ ಸಲ್ಲಿಸುವುದೇ ಸೂಕ್ತ. ಅದು ಮಾನ್ಯವಾಗದೇ ಇದ್ದಲ್ಲಿ ಹೆಚ್ಚುವರಿ ಕ್ರೆಡಿಟ್ ಕಾರ್ಡ್‌ಗೆ ಅರ್ಜಿ ಕೊಡಿ. ಕಡಿಮೆ ಅವಧಿಯಲ್ಲಿ ಹೆಚ್ಚು ಕ್ರೆಡಿಟ್ ಕಾರ್ಡ್‌ಗಳಿಗೆ ಅರ್ಜಿ ಸಲ್ಲಿಸಿದರೂ ಸಿಬಿಲ್ ಸ್ಕೋರ್ ಮೇಲೆ ನಕಾರಾತ್ಮಕ ಪರಿಣಾಮ ಆಗುತ್ತದೆ. ಹಳೆಯ ಕ್ರೆಡಿಟ್ ಕಾರ್ಡ್ ಹಿಂದಿರುಗಿಸಿದರೂ ಸಾಲ ಪಡೆಯುತ್ತಿರುವ ಸರಾಸರಿ ಅವಧಿ ಕಡಿಮೆಯಾಗುತ್ತದೆ. ಇನ್ನು, ಇರುವ ಕ್ರೆಡಿಟ್ ಕಾರ್ಡ್ ಬಳಸುತ್ತಿಲ್ಲ ಎಂದರೂ ನೀವು ಪಡೆದ ಸಾಲ ಮರುಪಾವತಿಗೆ ಶಕ್ತರಾಗಿಲ್ಲ ಎಂದೇ ಪರಿಗಣಿಸಲಾಗುತ್ತದೆ. ಅತಿಯಾದ ಬಳಕೆ ಹಾಗೂ ಬಳಸದೇ ಇರುವುದು–ಎರಡೂ ಕ್ರೆಡಿಟ್ ಸ್ಕೋರ್ ಮೇಲೆ ನಕಾರಾತ್ಮಕ ಪರಿಣಾಮಗಳನ್ನೇ ಬೀರುವುದು.

ಪ್ರತಿ ಬ್ಯಾಂಕಿಂಗ್ ವ್ಯವಹಾರವೂ ನಿಮಗೆ ಅಂಕಗಳನ್ನು ನೀಡುತ್ತದೆ. ನಾಲ್ಕು ಸಂಸ್ಥೆಗಳು ಕ್ರೆಡಿಟ್ ಸ್ಕೋರ್ ಮಾಹಿತಿ ನೀಡುತ್ತವೆ. ಇಕ್ವಿಫ್ಯಾಕ್ಸ್ (Equifax), ಸಿಬಿಲ್ (CIBIL), ಎಕ್ಸ್‌ಪೀರಿಯನ್ (Experian) ಮತ್ತು ಸಿಆರ್‌ಐಎಫ್ ಹೈ ಮಾರ್ಕ್ (CRIF High Mark).

ಸಿಬಿಲ್ ಸ್ಕೋರ್ ಎಂದರೇನು?

ಕ್ರೆಡಿಟ್ ಇನ್ಫಾರ್ಮೇಶನ್ ಬ್ಯೂರೋ (ಇಂಡಿಯಾ) ಲಿ. ಅಂದರೆ ಸಿಬಿಲ್, ಸಾಲದ ಬಗ್ಗೆ ಮಾಹಿತಿ ನೀಡುವ ದೇಶದ ಮೊದಲ ಕಂಪನಿ. ಆಗಸ್ಟ್

2000ದಿಂದ ಕಾರ್ಯ ನಿರ್ವಹಿಸುತ್ತಿದೆ. ವ್ಯಕ್ತಿಗಳು ಮತ್ತು ವಾಣಿಜ್ಯ ಸಂಸ್ಥೆಗಳ ಸಾಲದ ದಾಖಲೆಗಳ ಸಂಗ್ರಹಣೆ ಮತ್ತು ನಿರ್ವಹಣೆಯೇ ಈ ಕಂಪನಿಯ ಮೂಲ ಉದ್ದೇಶ. ಸಿಬಿಲ್ ಕಂಪನಿಯು ಮೂರಂಕಿಯ ನಂಬರ್ ಬಿಡುಗಡೆ ಮಾಡುತ್ತದೆ. ಈ ಸ್ಕೋರ್ 300 ರಿಂದ 900ರ ವರೆಗೆ ಇರುತ್ತವೆ.

ಕ್ರೆಡಿಟ್ ಸ್ಕೋರ್ ಎಷ್ಟಿರಬೇಕು?

ಗ್ರಾಹಕನಿಗೆ ಸಾಲ ಅಥವಾ ಸೌಲಭ್ಯ ನೀಡಲು ಸಿಬಿಲ್ ಸ್ಕೋರ್ ಪ್ರಮುಖ ಮಾನದಂಡ. ಒಂದರ್ಥದಲ್ಲಿ ನಮ್ಮ ವಿಶ್ವಾಸಾರ್ಹತೆಯ ಪರೀಕ್ಷೆ. ಸಿಬಿಲ್ ವರದಿಯಲ್ಲಿ ಗೃಹ ಸಾಲ, ವೈಯಕ್ತಿ ಸಾಲ, ಕ್ರೆಡಿಟ್ ಕಾರ್ಡ್ ಮತ್ತು ಓವರ್ ಡ್ರಾಫ್ಟ್ ಸೌಲಭ್ಯಗಳ ಸಹಿತ ಇಲ್ಲಿಯವರೆಗೆ ಪಡೆದ ಸಾಲಗಳ ಬಗ್ಗೆ ವಿವರವಾದ ಮಾಹಿತಿ ಇರುತ್ತದೆ. 750–900 ಅಂಕಗಳಿರುವ ಗ್ರಾಹಕ ಮರುಪಾವತಿಸಲು ಸಮರ್ಥ ಎಂದು ಪರಿಗಣಿಸಿ ಬ್ಯಾಂಕುಗಳು ಆಕರ್ಷಕ ಬಡ್ಡಿ ದರದಲ್ಲಿ ಸಾಲ ನೀಡುತ್ತವೆ. 700–750 ಅಂಕಗಳಿದ್ದರೂ ಅಡ್ಡಿ ಇಲ್ಲ. 500–750 ಸ್ಕೋರ್ ಇದ್ದರೆ ಸಾಲ ಅಥವಾ ಸೌಲಭ್ಯ ಒಂದಷ್ಟು ಪರಿಶೀಲನೆಗಳ ಬಳಿಕವಷ್ಟೇ ಸಿಗುತ್ತದೆ. 300–500 ಅಂಕಗಳಿದ್ದರೆ ತೀರಾ ಕಳಪೆ ಎನಿಸಿ, ಸಾಲಕ್ಕಾಗಿ ಹಣಕಾಸು ಸಂಸ್ಥೆಗಳಿಗೆ ವ್ಯರ್ಥ ಅಲೆದಾಟ ಆಗಬಹುದು.

ಸಾಲ ಪಾವತಿಗೂ ನಿಯಮಗಳಿವೆ. ಕೆಲವರು ಒಂದೆರಡು ಕಂತುಗಳನ್ನು ಪಾವತಿಸಿರುತ್ತಾರೆ, ಆಮೇಲೆ ಬ್ಯಾಂಕಿನತ್ತ ತಲೆ ಹಾಕುವುದಿಲ್ಲ. ಕೆಲವು ತಿಂಗಳು ಕಳೆದ ಮೇಲೆ ಬ್ಯಾಂಕ್ ಸಿಬಂದಿ ಎಚ್ಚರಿಸಿದಾಗ ಹೇಗೋ ಹಣ ಹೊಂದಿಸಿಕೊಂಡು ಏಕಗಂಟಿನಲ್ಲಿ ಸಾಲ ತೀರಿಸುತ್ತಾರೆ. ಇದು ಬ್ಯಾಂಕಿಂಗ್ ನಿಯಮಗಳ ಪ್ರಕಾರ ಸಮ್ಮತ ವಿಧಾನವಲ್ಲ. ಇಎಂಐ ಅನುಸಾರ ಸಾಲ ಮರು ಪಾವತಿಸಿದರೆ ಮಾತ್ರ ಹೆಚ್ಚು ಪ್ರಯೋಜನ. ಸಾಲಕ್ಕಾಗಿ ಹಲವು ಬ್ಯಾಂಕುಗಳಿಗೆ ಅಲೆದಾಡುವ ಪ್ರಮೇಯ ಬಂದರೂ ಸಿಬಿಲ್ ಸ್ಕೋರ್ ಇಳಿಕೆಯಾಗುತ್ತದೆ. ಸಕಾಲದಲ್ಲಿ ಸಾಲದ ಇಎಂಐ ಹಾಗೂ ಕ್ರೆಡಿಟ್ ಕಾರ್ಡ್ ಬಿಲ್ ಪಾವತಿಯೇ ಸಿಬಿಲ್ ಸ್ಕೋರ್ ಕಾಪಾಡಿಕೊಳ್ಳಲು ಇರುವ ಅತ್ಯುತ್ತಮ ಮಾರ್ಗ.

ಸಾಲಕ್ಕೊಂದು ಮಾನದಂಡ!

ಸಾಲ ಪಡೆಯಲು ಹಾಗೂ ಮರು ಪಾವತಿಸಲು ನಿಮಗಿರುವ ಸಾಮರ್ಥ್ಯ ಎಷ್ಟು ಎಂದು ಹಣಕಾಸು ಸಂಸ್ಥೆಗಳು ತಿಳಿದುಕೊಳ್ಳುವ ವಿಧಾನವೇ ಸಾಲದ ಅಂಕಗಳು (ಕ್ರೆಡಿಟ್ ಸ್ಕೋರ್). ಗ್ರಾಹಕರ ಸಾಲದ ವಹಿವಾಟುಗಳ ದತ್ತಾಂಶ (ಡೇಟಾ) ಸಂಗ್ರಹಿಸಿ, ವಿಶ್ಲೇಷಿಸಿ, ಅಂಕ ನೀಡುವ ಕ್ರೆಡಿಟ್ ರೇಟಿಂಗ್ ಈಚೆಗೆ ಹೆಚ್ಚು ಮಹತ್ವ ಪಡೆದಿದೆ.

ನೀವು ಯಾವ ಬ್ಯಾಂಕುಗಳು ಅಥವಾ ಹಣಕಾಸು ಸಂಸ್ಥೆಗಳಿಂದ ಎಷ್ಟು ಸಾಲ ಪಡೆದಿದ್ದೀರಿ? ಮರುಪಾವತಿ ಬಾಕಿ ಇದೆಯೇ? ವಿಳಂಬವಾಗಿದೆಯೇ? ಸಾಲ ಮನ್ನಾ ಆಗಿದೆಯೇ? ಬೇರೆ ಬ್ಯಾಂಕುಗಳಲ್ಲಿ ಸಾಲಕ್ಕೆ ಸಲ್ಲಿಸಿದ ಅರ್ಜಿ ತಿರಸ್ಕೃತವಾಗಿದೆಯೇ? ಆಗಿದ್ದರೆ ಯಾವ ಕಾರಣಕ್ಕೆ?–ಈ ಎಲ್ಲ ಅಂಶಗಳನ್ನು ಸಾಲದ ವರದಿಯಲ್ಲಿ ನಮೂದಿಸಲಾಗುತ್ತದೆ. ಕ್ರೆಡಿಟ್ ಸ್ಕೋರ್ ಹಾಗೂ ವರದಿ ಆಧರಿಸಿಯೇ ಅರ್ಜಿದಾರರಿಗೆ ಸಾಲ ನೀಡಬಹುದೇ ಅಥವಾ ತಿರಸ್ಕರಿಸಬೇಕೇ ಎಂಬುದನ್ನು ಬ್ಯಾಂಕುಗಳು ನಿರ್ಧರಿಸುತ್ತವೆ. ಸಾಲ ಮರುಪಾವತಿಯಲ್ಲಿ ಗ್ರಾಹಕ ತೋರುವ ಪ್ರಾಮಾಣಿಕತೆಯೂ ಪರಿಗಣನೆಗೆ ಬರುತ್ತದೆ. ಹೀಗಾಗಿ, ಒಂದು ಕಡೆ ಸಾಲ ಪಡೆದು, ಮರು ಪಾವತಿಸದೆ ಸುಸ್ತಿದಾರನಾದ ವ್ಯಕ್ತಿಯೊಬ್ಬ, ಈ ಸಂಗತಿಯನ್ನು ಮರೆಮಾಚಿ ಬೇರೆ ಬ್ಯಾಂಕುಗಳಲ್ಲಿ ಸಾಲ ಪಡೆಯಲು ಸಾಧ್ಯವಾಗದು.

ಇತ್ತೀಚೆಗೆ ನೌಕರಿ ಹಾಗೂ ಮನೆ ಬಾಡಿಗೆಗೆ ನೀಡುವ ಮೊದಲು ಕ್ರೆಡಿಟ್ ಸ್ಕೋರ್ ಗಮನಿಸುವ ಪರಿಪಾಠ ಆರಂಭವಾಗಿದೆ. ಸಾಲದ ವರದಿ ಹಾಗೂ ಸಾಲದ ಅಂಕಗಳ ವಿವರ ಪಡೆಯಲು ಸಿಬಿಲ್ ವೆಬ್‌ಸೈಟ್‌ನಲ್ಲಿ ಮಾಹಿತಿ ಭರ್ತಿ ಮಾಡಿ, ಶುಲ್ಕ ಪಾವತಿಸಿದರೆ ವರದಿಯನ್ನು ನಿಮ್ಮ ಅಧಿಕೃತ ವಿಳಾಸ ಅಥವಾ ಇ–ಮೇಲ್‌ಗೆ ರವಾನಿಸುತ್ತದೆ.

ಸಿಬಿಲ್ ವರದಿಯಲ್ಲೂ ಲೋಪಗಳು

ಸಿಬಿಲ್ ವರದಿಯಲ್ಲೂ ಲೋಪಗಳಾಗುತ್ತವೆ. ಸಾಲ ಮರುಪಾವತಿಸಿದ ಮಾಹಿತಿಯನ್ನು ಬ್ಯಾಂಕುಗಳು ಸಿಬಿಲ್‌ಗೆ ಒದಗಿಸದಿದ್ದರೆ ಸಾಲ ಬಾಕಿ ಎಂದೇ ತೋರಿಸಿ, ನಿಮ್ಮ ಕ್ರೆಡಿಟ್ ಸ್ಕೋರ್‌ಗೆ ಕತ್ತರಿ ಹಾಕಬಹುದು. ಇದನ್ನು ಸರಿಪಡಿಸಲು ಅವಕಾಶವಿದೆ. ಒಂದೇ ಹೆಸರಿನ ಹಲವು ವ್ಯಕ್ತಿಗಳಿದ್ದಾಗಲೂ ಯಾರದೋ ವಿವರಗಳನ್ನು ಇನ್ನಾರದೋ ಹೆಸರಿನಲ್ಲಿ ನೀಡಿ ಎಡವಟ್ಟು ಸೃಷ್ಟಿಸಿದ ಸನ್ನಿವೇಶಗಳೂ ಇವೆ. ಸಾಲ ಕೊಡಲಿಲ್ಲ ಎಂದು ಬ್ಯಾಂಕ್ ವ್ಯವಸ್ಥಾಪಕರನ್ನು ಬಯ್ಯುವ ಮೊದಲು ನಿಮ್ಮ ಸಿಬಿಲ್ ಸ್ಕೋರನ್ನು ಒಮ್ಮೆ ಪರಿಶೀಲಿಸಿಕೊಳ್ಳುವುದು ಸೂಕ್ತ.

ಕ್ರೆಡಿಟ್ ಸ್ಕೋರ್ ಚೆನ್ನಾಗಿಲ್ಲದಿದ್ದರೆ?

ಸಾಲ ಬೇಕೆಂದು ಅರ್ಜಿ ಸಲ್ಲಿಸಿದಾಗ ಬ್ಯಾಂಕು ಸಿಬಿಲ್‌ನಿಂದ ನಿಮ್ಮ ಕ್ರೆಡಿಟ್ ಸ್ಕೋರ್ ಹಾಗೂ ವರದಿಯನ್ನು ತರಿಸಿಕೊಳ್ಳುತ್ತದೆ. ಕಡಿಮೆ ಅವಧಿಯಲ್ಲಿ ಸಾಲಕ್ಕಾಗಿ ಹೆಚ್ಚು ಅರ್ಜಿಗಳು ನೋಂದಣಿಯಾಗಿದ್ದರೆ ಕ್ರೆಡಿಟ್ ಸ್ಕೋರ್‌ಗೆ ಹೊಡೆತ ನೀಡುತ್ತವೆ. ಬ್ಯಾಂಕುಗಳು ಸಾಲ ನಿರಾಕರಿಸಿದಂತೂ ಕ್ರೆಡಿಟ್ ಸ್ಕೋರ್ ಪಾತಾಳಕ್ಕೆ ಜಾರುತ್ತದೆ.

ನಿಮ್ಮ ಕ್ರೆಡಿಟ್ ಸ್ಕೋರ್ ಕಡಿಮೆ ಇದ್ದಾಗ ನಿಮ್ಮ ಪತ್ನಿಯ ಜಂಟಿ ಹೆಸರಿನಲ್ಲಿ ಸಾಲ ಪಡೆಯಬಹುದು. ಹೌಸಿಂಗ್ ಫೈನಾನ್ಸ್ ಕಂಪನಿಗಳು (ಉದಾ: ಎಚ್‌ಡಿಎಫ್‌ಸಿ) ನೀಡುವ ಸಾಲ ತತ್ಕಾಲಕ್ಕೆ ಹೊರೆ ಎನ್ನಿಸಿದರೂ ಕ್ರೆಡಿಟ್ ಸ್ಕೋರ್ ಚೇತರಿಸಿಕೊಂಡಾಗ ಕಡಿಮೆ ಬಡ್ಡಿ ದರದ ಸಾಲಕ್ಕೆ ವರ್ಗಾವಣೆ ಮಾಡಿಕೊಳ್ಳಬಹುದು. ಷೇರುಪತ್ರ, ಆಸ್ತಿಪತ್ರ ಇತ್ಯಾದಿಗಳನ್ನು ಅಡವಿಟ್ಟರೆ ಕ್ರೆಡಿಟ್ ಸ್ಕೋರ್ ಕಡಿಮೆ ಇದ್ದರೂ ಸಾಲ ಪಡೆಯಬಹುದು.

ಸಾಲ ಮಾಡಿ ಪಾವತಿಸಲು ಸಾಧ್ಯವಾಗದ ಸಂದರ್ಭಗಳಲ್ಲಿ ಹಲವರು ತಲೆ ಮರೆಸಿಕೊಳ್ಳುತ್ತಾರೆ ಅಥವಾ ಇತ್ಯರ್ಥ (ಸೆಟ್ಲ್‌ಮೆಂಟ್) ಮಾಡಿಕೊಳ್ಳುತ್ತಾರೆ. ಸುಸ್ತಿದಾರ, ಏಕಕಾಲದ ತೀರುವಳಿ, ಇತ್ಯರ್ಥ ಇತ್ಯಾದಿ ಪದಗಳನ್ನು ಬಳಸಿ ಬ್ಯಾಂಕುಗಳು ಸಾಲದ ಖಾತೆಯನ್ನು ಮುಚ್ಚಿದ್ದರೆ ಮುಂದಿನ ಏಳು ವರ್ಷ ಸಾಲ ಸಿಗುವುದು ಡೌಟೇ.

ಸಾಲ ನಿರಾಕರಣೆಗೆ ಕಾರಣಗಳೇನು?

ಉತ್ತಮ ಕ್ರೆಡಿಟ್ ಸ್ಕೋರ್ ಹೊಂದಿದ್ದರೂ ಬ್ಯಾಂಕ್ ಅಥವಾ ಹಣಕಾಸು ಸಂಸ್ಥೆಗಳು ಸಾಲ ನಿರಾಕರಿಸಬಹುದು. ಕ್ರೆಡಿಟ್ ಸ್ಕೋರ್ ನಿಮ್ಮ ವಹಿವಾಟಿನ ಆಧಾರದಲ್ಲಿ ನಡೆಯುವ ಅಂಕಿಗಳ ಆಟವಷ್ಟೇ. ಪ್ರತಿಯೊಂದು ವಹಿವಾಟಿಗೂ ವಿಸ್ತೃತ ವರದಿಯಿರುತ್ತದೆ. ವ್ಯಕ್ತಿಯೊಬ್ಬ ಮೂರು ಸಾಲಗಳನ್ನೂ ಚುಕ್ತಾ ಮಾಡಿರಬಹುದು. ಆದರೆ, ಯಾವ ರೀತಿಯಲ್ಲಿ? ಸಾಲ ಮನ್ನಾ ಆಗಿದ್ದರೆ, ಸಾಲದ ಸಂಪೂರ್ಣ ಮೊತ್ತವನ್ನು ಪಾವತಿಸಲಾಗದೆ ಸೆಟ್ಲ್ ಆಗಿದ್ದರೆ, ರಿಟನ್ ಆಫ್ ಅಥವಾ ಕ್ಲೋಸ್ಡ್ ಎಂದು ಬರೆದಿದ್ದರೆ ವರದಿ ಋಣಾತ್ಮಕವಾಗಿರುತ್ತದೆ. ಸಾಲ ಕೊಟ್ಟರೂ ಮರುಪಾವತಿ ಕಷ್ಟ ಎಂದು ಬ್ಯಾಂಕುಗಳು ನಿರ್ಧರಿಸಬಹುದು.

ನೇರವಾಗಿ ಸಾಲ ತೆಗೆದುಕೊಳ್ಳದೆ, ಸಾಲಗಾರರಿಗೆ ಜಾಮೀನುದಾರರಾಗಿದ್ದರೆ, ನಿಮ್ಮ ಆದಾಯದ ಶೇ. 50 ರಷ್ಟನ್ನು ಕಂತುಗಳಿಗೇ ಪಾವತಿ ಮಾಡುತ್ತಿದ್ದರೆ, ತೆರಿಗೆ ಪಾವತಿಸಿದ ಇತಿಹಾಸವೇನೂ ಇಲ್ಲದೆ ತುಂಬ ಅಸುರಕ್ಷಿತ ಸಾಲಗಳಿಗೆ ಹೊಣೆಗಾರರಾಗಿದ್ದರೆ ಹೊಸ ಸಾಲಗಳು ಸಿಗಲಾರವು.

ಕೆಲವೊಮ್ಮೆ ನಿಮ್ಮ ಖಾತೆಯ ವ್ಯವಹಾರದ ವಿವರಗಳನ್ನು ಕ್ರೆಡಿಟ್ ಕಾರ್ಡ್ ಇತಿಹಾಸದ ಮೂಲಕವೇ ಅಳೆಯುವುದರಿಂದ ಒಂದಕ್ಕಿಂತ ಹೆಚ್ಚು ಇರುವ ಕ್ರೆಡಿಟ್ ಕಾರ್ಡ್‌ಗಳನ್ನು ರದ್ದು ಮಾಡುವುದೇ ಸೂಕ್ತ. ಆದರೆ, ದೀರ್ಘಾವಧಿಯಿಂದ ಬಳಸುತ್ತಿರುವ ಕ್ರೆಡಿಟ್ ಕಾರ್ಡ್ ರದ್ದು ಮಾಡಲು ಸಕಾರಣಗಳನ್ನು ನಮೂದಿಸದಿದ್ದರೆ ನಿಮ್ಮ ಕ್ರೆಡಿಟ್ ಸ್ಕೋರ್‌ಗೆ ಹೊಡೆತ ಬೀಳುವುದು.

ಕ್ರೆಡಿಟ್ ಸ್ಕೋರ್ ಲೆಕ್ಕಾಚಾರ ಹೇಗೆ?

ಕ್ರೆಡಿಟ್ ಸ್ಕೋರ್ ಲೆಕ್ಕಾಚಾರಕ್ಕೆ ನಿರ್ದಿಷ್ಟ ಮಾನದಂಡ ಏನೆಂಬುದನ್ನು ಸಿಬಿಲ್ ಬಹಿರಂಗಪಡಿಸಿಲ್ಲ. ಆದರೆ, ಮರುಪಾವತಿ ಇತಿಹಾಸ (ಶೇ. 35 ಅಂಕ), ಮರುಪಾವತಿಗೆ ಬಾಕಿ ಇರುವ ಸಾಲ (ಶೇ. 30 ಅಂಕ), ಮರುಪಾವತಿ ಅವಧಿ (ಶೇ. 15 ಅಂಕ), ಹೊಸ ಸಾಲ (ಶೇ. 10), ಸಾಲಗಳ ವೈವಿಧ್ಯ–ಗೃಹ, ವಾಹನ, ವೈಯಕ್ತಿಕ ಇತ್ಯಾದಿ (ಶೇ. 10) ಆಧಾರದಲ್ಲಿ ಕ್ರೆಡಿಟ್ ಸ್ಕೋರ್ ಲೆಕ್ಕ ನಡೆಯುತ್ತದೆ. ದೀರ್ಘಾವಧಿ ಸಾಲವಿದ್ದರೂ ನಿಯಮಿತವಾಗಿ ಮರುಪಾವತಿಸುತ್ತಿದ್ದರೆ ಕ್ರೆಡಿಟ್ ಸ್ಕೋರ್‌ಗೆ ಏನೂ ಧಕ್ಕೆಯಿಲ್ಲ.

(ಕನ್ನಡ ಮಾಣಿಕ್ಯ, ಫೆಬ್ರವರಿ 2021)

ಸಾಲದ ಹಣ:
ಮೂರು ಮೂಟೆ ತುಂಬ ನಾಣ್ಯ!

ಅದೊಂದು ಅತ್ತ ಹಳ್ಳಿಯೂ ಅಲ್ಲದ, ಇತ್ತ ಪಟ್ಟಣವೆಂದೂ ಹೇಳಲಾಗದಂತಹ ಊರು. ಸುಡು ಬೇಸಗೆಯ ದಿನಗಳು. ಆ ಊರಿನಲ್ಲಿದ್ದ ಬ್ಯಾಂಕಿನ ಕಚೇರಿಯಲ್ಲಿ ಯಾವಾಗ ವ್ಯವಹಾರದ ವೇಳೆ ಮುಗಿಯುವುದೋ ಎಂದು ಕ್ಯಾಶಿಯರ್ ಆಸೆಗಣ್ಣಿನಿಂದ ಆಗಾಗ ಗಡಿಯಾರದ ಕಡೆಗೆ ನೋಡುತ್ತ ಬೆವರು ಒರೆಸಿಕೊಳ್ಳುತ್ತಿದ್ದಾರೆ. ಗಣ್ಯ ಗ್ರಾಹಕರೊಬ್ಬರ ಮಗನಿಗೆ ಉಪನಯನ. ಮಧ್ಯಾಹ್ನ ಊಟಕ್ಕೆ ಹೋಗಬೇಕು. ಗಡಿಯಾರ ನಿಂತಿದೆಯೇ? ಯಾಕೋ ಸಮಯವೇ ಸರಿಯುತ್ತಿಲ್ಲ ಎಂಬ ಗೊಂದಲಕ್ಕೂ ಅವರು ಒಳಗಾಗಿದ್ದಾರೆ.

ಇಲ್ಲ, ಮುಳ್ಳು ಚಲಿಸುತ್ತಿದೆ. ಆದರೆ, ನನ್ನ ನಿರೀಕ್ಷೆಗಿಂತ ತುಂಬ ನಿಧಾನವಾಗಿ ಎಂದು ಕ್ಯಾಶಿಯರ್ ಮನವರಿಕೆ ಮಾಡಿಕೊಳ್ಳುವ ಹೊತ್ತಿಗೆ 1.45 ಆಗಿತ್ತು. ಇನ್ನೊಂದು 15 ನಿಮಿಷ ಕಳೆದರೆ ಸಾಕಪ್ಪಾ ಎಂದು ಮನಸ್ಸಿನಲ್ಲೇ ಮಂಡಿಗೆ ಮೆಲ್ಲುತ್ತಿದ್ದಾರೆ.

ಝಣ ಝಣ ಕಾಂಚಾಣ

ಆ ಹೊತ್ತಿಗೆ ಬ್ಯಾಂಕಿನ ಹೊರಗೆ ಒಂದು ಹಳೆಯ ರಿಕ್ಷಾ ಏದುಸಿರು ಬಿಡುತ್ತಾ ಬಂದು ಧಡಕ್ಕನೆ ನಿಂತುಬಿಟ್ಟಿತು. ಚಾಲಕ ಹಾಗೂ ಆಟೋದಲ್ಲಿ ಬಂದ ಪ್ರಯಾಣಿಕ ಬ್ಯಾಂಕಿನೊಳಗೆ ಯಮಭಾರದ ಮೂರು ಮೂಟೆಗಳನ್ನು ಒಂದೊಂದಾಗಿ ಹೊತ್ತು ತಂದರು.

ಏನು ತಂದಿದ್ದೀರಿ ಈ ಮೂಟೆಗಳಲ್ಲಿ? ಎಂದು ಭಯ, ಗಾಬರಿಯಿಂದ ಕ್ಯಾಶಿಯರ್ ಕೇಳಿದರು. ಕ್ಯಾಬಿನ್‌ನಲ್ಲಿ ತೂಕಡಿಸುತ್ತ, ಇಡ್ಲಿ ಪಾತ್ರೆಯಂತೆ ಸೆಕೆಯಲ್ಲಿ ಕುದಿಯುತ್ತಿರುವ ಈ ಊರಿನಿಂದ ತಮ್ಮ ವರ್ಗಾವಣೆಗೆ ಇನ್ನೆಷ್ಟು ದಿನ ಬಾಕಿ ಇದೆ ಎಂದು ಎಣಿಸುತ್ತ ಕುಳಿತಿದ್ದ ಮ್ಯಾನೇಜರ್ ಈ ಧ್ವನಿಯಿಂದ ಬೆಚ್ಚಿ ಬಿದ್ದವರಂತೆ ಎದ್ದು ನೋಡುತ್ತಾರೆ–ರಂಗ!

'ಮೂಟೆಗಳಲ್ಲಿ ಏನಿದೆ?' ಗದರಿಸುವ ಧ್ವನಿಯಲ್ಲಿ ಕೇಳಿದರು.

ರಂಗ ತಣ್ಣನೆ ಉತ್ತರಿಸಿದ–'ಸ್ವಾಮಿ, ಬ್ಯಾಂಕಿಗೆ ನಾನು ಕಟ್ಟಬೇಕಾಗಿರುವ ಸಾಲದ ಹಣ!'

'ಗೋಣಿ ಚೀಲಗಳಲ್ಲಿ ತುಂಬಿ ಹಣ ತರುವಷ್ಟು ಸಾಲ ಪಡೆಯಲು ನಿನಗೆಲ್ಲಿ ಯೋಗ್ಯತೆ ಇದೆ? ಇದೇನು ತಂದಿರುವೆ? ಸರಿಯಾಗಿ ಬೊಗಳು' ಮ್ಯಾನೇಜರ್ ಸಹನೆ ಕಳೆದುಕೊಂಡವರಂತೆ ಅಬ್ಬರಿಸಿದರು.

'ಸ್ವಾಮಿ, ನಿಜವಾಗಿಯೂ ಸಾಲ ಕಟ್ಟಲು ತಂದಿರುವ ಹಣವೇ ಈ ಚೀಲಗಳಲ್ಲಿ ಇರುವುದು. ದಯಮಾಡಿ ಒಪ್ಪಿಸಿಕೊಳ್ಳಿ. ಎಣಿಸಿ, ಸರಿಯಾಗಿದೆ ಎಂದು ಹೇಳಿ, ಸ್ವೀಕೃತಿ ಕೊಟ್ಟರೆ ನನಗೆ ನೆಮ್ಮದಿ. ಋಣಮುಕ್ತನಾಗುತ್ತೇನೆ' ಎಂದು ರಂಗ ಒಂದಿನಿತೂ ವಿಚಲಿತನಾಗದೆ ತಣ್ಣಗೆ ಹೇಳಿದ.

'ಮಧ್ಯಾಹ್ನ ಊಟದ ಹೊತ್ತಿಗೆ ಬಂದರೆ ಹೇಗೆ?' ಎಂಬ ಪ್ರಶ್ನೆಗೆ, 'ವ್ಯವಹಾರದ ಸಮಯ ಇನ್ನೂ ಮುಗಿದಿಲ್ಲ ಸ್ವಾಮಿ' ಎಂದು ರಂಗನ ಉತ್ತರವೂ ಸಿದ್ಧವಾಗಿತ್ತು.

ಕ್ಯಾಶಿಯರ್ ಹೌದೆಂದು ತಲೆಯಾಡಿಸಿದರು. 'ಸರಿ, ಕ್ಯಾಶಿಯರ್‌ಗೆ ಹಣ ಒಪ್ಪಿಸು' ಮ್ಯಾನೇಜರ್ ಆದೇಶಿಸಿದರು.

ರಂಗ ಒಂದೊಂದಾಗಿ ಮೂರೂ ಚೀಲಗಳ ಗಂಟು ಬಿಚ್ಚಿದ. ನೋಡುವುದೇನು? ಅಷ್ಟೂ ಚೀಲಗಳಲ್ಲಿ ನಾಣ್ಯಗಳೇ ಇದ್ದವು!

ಕ್ಯಾಶಿಯರ್‌ಗೆ ತಲೆ ತಿರುಗುವುದೊಂದೇ ಬಾಕಿ. 'ಸಾರ್, ಈ ರಂಗ ಮೂರು ಚೀಲಗಳಲ್ಲಿ ನಾಣ್ಯಗಳನ್ನೇ ತುಂಬಿ ತಂದಿದ್ದಾನೆ!' ಎಂದು ಪೆಚ್ಚು ಧ್ವನಿಯಲ್ಲಿ ಹೇಳಿದಾಗ ಮ್ಯಾನೇಜರ್ ನಿಜವಾಗಿಯೂ ಗಾಬರಿಗೊಂಡರು.

'ನಾಣ್ಯಗಳನ್ನು ತಂದರೆ ತೆಗೆದುಕೊಳ್ಳುವುದಿಲ್ಲ. ನೋಟುಗಳನ್ನು ತೆಗೆದುಕೊಂಡು ಬಾ!' ಎಂದು ಮ್ಯಾನೇಜರ್ ಸಿಟ್ಟಿನಿಂದ ಒದರಿದರು.

ನಾಣ್ಯಗಳನ್ನು ಸ್ವೀಕರಿಸುವುದಿಲ್ಲ ಎಂದು ಬರೆದುಕೊಡಿ!

'ಸ್ವಾಮಿ, ನಾಣ್ಯಗಳನ್ನು ತೆಗೆದುಕೊಳ್ಳಬಾರದು ಎಂದು ಆದೇಶವಿದೆಯೇ? ಅದೇನು ಹಣವಲ್ಲವೇ? ನನ್ನಲ್ಲಿ ಇರುವುದು ಇದೇ ಹಣ. ನಿಮ್ಮ ಸಾಲವನ್ನು ಪಾವತಿಸಲೆಂದೇ ಕೂಡಿಟ್ಟಿದ್ದೇನೆ. ತೆಗೆದುಕೊಳ್ಳದೇ ಇರಲು ಸಾಧ್ಯವಿಲ್ಲ. ತೆಗೆದುಕೊಳ್ಳುವುದಿಲ್ಲ ಎಂದರೆ ನೀವು ಹಾಗೆಯೇ ಬರೆದುಕೊಡಿ' ಎಂದ ರಂಗ ಈಗ ಬ್ಯಾಂಕಿನವರನ್ನು ನಿಜವಾಗಿಯೂ ಪೇಚಿಗೆ ಸಿಲುಕಿಸಿದ.

ಎರಡು ಗಂಟೆಯ ಒಳಗೆ ಬಂದಿದ್ದಾನೆ, ಮೂರು ಚೀಲಗಳ ತುಂಬ ನಾಣ್ಯಗಳನ್ನು ತಂದಿದ್ದಾನೆ, ಪ್ರತ್ಯೇಕಿಸಿಯೂ ಇಲ್ಲ. ಸ್ವೀಕರಿಸುವುದಿಲ್ಲ ಎನ್ನುವಂತಿಲ್ಲ. ಸ್ವೀಕರಿಸಿದರೆ ಇವತ್ತಿಗೆ ಎಣಿಸಿ ಮುಗಿಯುವುದಿಲ್ಲ. ಎಣಿಸದೆ ಕ್ಯಾಶಿಯರ್ ತೆಗೆದುಕೊಳ್ಳುವುದಿಲ್ಲ. ಹಾಗೆ ತೆಗೆದುಕೊಂಡ ಹಣದಲ್ಲಿ

ಕಡಿಮೆಯಿದ್ದರೆ ಪಾವತಿಸಲು ಆತ ಸಿದ್ಧನಿಲ್ಲ. ಏನಪ್ಪಾ ಮಾಡೋದು ಎಂದು ಮ್ಯಾನೇಜರ್ ತಲೆ ಕೆರೆದುಕೊಂಡರು. ತಕ್ಷಣವೇ ಕ್ಯಾಬಿನ್ನಿಗೆ ಧಾವಿಸಿ, ಫೋನ್ ಕೈಗೆತ್ತಿಕೊಂಡು ಮೇಲಧಿಕಾರಿಗಳಿಗೆ ಪರಿಸ್ಥಿತಿಯನ್ನು ವಿವರಿಸಿದರು. ಹಣ ಸ್ವೀಕರಿಸಲೇಬೇಕು, ನಿರ್ವಾಹವಿಲ್ಲ ಎಂಬ ಸೂಚನೆ ಬಂತು.

'ಹಳ್ಳಿ ಹೈದ ಬಲೇ ಲಾ ಪಾಯಿಂಟ್ ಹೊಡೀತವ್ನೆ' ಅಂತ ಅಟೆಂಡರ್ ಮುಸಿಮುಸಿ ನಕ್ಕ.

ಎಣಿಕೆ ಆರಂಭ

ಸಪ್ಪೆ ಮೋರೆಯೊಂದಿಗೆ ಹೊರಬಂದ ಮ್ಯಾನೇಜರ್, ಕ್ಯಾಶಿಯರ್ ಮುಖ ನೋಡಿದರು. ಎಲ್ಲವೂ ಅರ್ಥವಾದಂತೆ ಕ್ಯಾಶಿಯರ್, 'ರಂಗಾ, ನಿನ್ನ ದುಡ್ಡು ತಂದು ಇಲ್ಲಿ ಸುರಿದು ಬಿಡು. ಊಟ ಮಾಡಿದ ತಕ್ಷಣ ಲೆಕ್ಕ ಮಾಡೋಣ' ಎಂದು ಒಳಗಡೆ ಇದ್ದ ಖಾಲಿ ಜಾಗದತ್ತ ಬೆರಳು ತೋರಿಸಿದರು.

ಉಪನಯನದ ಊಟ ಮರೆತೇ ಹೋಗಿತ್ತು. ಪಕ್ಕದ ಶೆಣೈ ಕ್ಯಾಂಟೀನಿನಲ್ಲೇ ಊಟವಾಯಿತು. ಎಣಿಕೆ ಆರಂಭವಾಯಿತು. ಸಮುದ್ರದಿಂದ ನೀರು ತೆಗೆದಂತೆ, ಬೆಟ್ಟದಿಂದ ಮಣ್ಣು ಅಗೆದಂತೆ, ಅಮೆರಿಕದ ಅಧ್ಯಕ್ಷರ ಚುನಾವಣೆಯ ಮತ ಎಣಿಕೆಯಂತೆ ಇದೂ ಮುಗಿಯದ ಪ್ರಕ್ರಿಯೆ ಅನ್ನಿಸಿತು. ಮಧ್ಯಾಹ್ನ ಚಲನೆಯನ್ನೇ ನಿಲ್ಲಿಸಿದ್ದ ಗಡಿಯಾರ ಈಗ ಓಡುತ್ತಿದೆ! ನಾಣ್ಯಗಳ ಎಣಿಕೆ ಮಾತ್ರ ಬಸವನ ಹುಳುವಿನಂತೆ ತೆವಳುತ್ತಿದೆ. ಶೆಣೈ ಮಾಮನ ಹೋಟೆಲ್‌ನಿಂದ ಚಾ, ಚಕ್ಕುಲಿ, ದಾಲ್ ವಡೆ, ಇನ್ನೂ ಏನೇನೋ ಸಾಲುಗಟ್ಟಿ ಬಂದವು. ನಾಣ್ಯಗಳ ಬೆಟ್ಟ ಮಾತ್ರ ಕರಗುತ್ತಿಲ್ಲ.

ಕೆಂಪಗೆ ಊದಿಕೊಂಡಿತು ಮ್ಯಾನೇಜರ್ ಮುಖ

ಕತ್ತಲಾಯಿತು. ಯಾವಾಗಲೂ ಐದು ಗಂಟೆಗೆ ಶಟರ್ ಇಳಿಸಿ, ಬೀಗ ಹಾಕಿ ಓಡುವ ಬ್ಯಾಂಕಿನವರು ಇವತ್ತು ದೀಪ ಉರಿಸಿ ಏನು ಮಾಡುತ್ತಿದ್ದಾರೆ ಎಂದು ಸುತ್ತಲಿನವರೆಲ್ಲ ಬಂದರು. ಕುತೂಹಲದಿಂದ ನಿಂತರು. ಮ್ಯಾನೇಜರ್, ಕ್ಯಾಶಿಯರ್ ಅವರೆಲ್ಲರನ್ನೂ ದೈನ್ಯದಿಂದ ನೋಡಿದರು. ಕತ್ತಲಾದರೂ ಮನೆಗೆ ಬಾರದ ಇಬ್ಬರಿಗೂ ಮನೆಯಿಂದ ದೂರವಾಣಿಯಲ್ಲಿ ಬೈಗುಳ ಸುರಿಮಳೆ ಬೇರೆ ಆಯಿತು. ನಾಣ್ಯಗಳ ರಾಶಿ ಇನ್ನೂ ಕರಗದಿರುವುದನ್ನು ಖಚಿತಪಡಿಸಿಕೊಂಡು ಶೆಣೈ ಮಾಮ ರಾತ್ರಿ ಊಟಕ್ಕೂ ತಯಾರಿ ಆರಂಭಿಸಿದರು. ಎಣಿಕೆಯ ಪರಿಣಾಮ ಮ್ಯಾನೇಜರ್ ಹಾಗೂ ಕ್ಯಾಶಿಯರ್ ಇಬ್ಬರ ಕಾಲುಗಳೂ ಜೋಮು ಹತ್ತಿದ್ದವು, ಸೊಂಟ ನೋಯುತ್ತಿತ್ತು. ನಾಣ್ಯಗಳ ಅಲರ್ಜಿಯೋ ಅಥವಾ ರಂಗನ ಮೇಲಿನ ಸಿಟ್ಟೋ–ಮ್ಯಾನೇಜರ್ ಮೂತಿ ಕೆಂಪಾಗಿ ಊದಿಕೊಂಡಿತ್ತು.

ಅದು ಹೇಗೋ ಸುದ್ದಿ ಮುಟ್ಟಿ ಊರಿನ ಗೌಡರು ಬ್ಯಾಂಕಿಗೆ ದೌಡಾಯಿಸಿದರು. ಬೆವರಿಳಿಸುತ್ತ ನಾಣ್ಯಗಳನ್ನು ಎಣಿಸುವುದರಲ್ಲಿ ತಲ್ಲೀನರಾದ ಸಿಬ್ಬಂದಿಯ ಅವಸ್ಥೆ ನೋಡಲಾರದೆ, 'ರಂಗ, ಏನೋ ಇದು?' ಎಂದು ಪ್ರಶ್ನಿಸಿದರು.

'ಗೌಡ್ರೇ, ಸಾಲ ಕಟ್ಟಿ ಅಂತ ಈ ಸಾಹೇಬ್ರು ಒಂದೇ ಸಮನೆ ಪೀಡಿಸ್ತಿದ್ರು. ಈ ಸಲ ಮಳೆಯಿಲ್ಲದೆ ಬೆಳೆ ಸರಿಯಾಗಿ ಚೆನ್ನಾಗಿ ಬಂದಿಲ್ಲ. ಹೆಂಡ್ತಿಗೆ ಕಾಯಿಲೆ ಬಂದು ಸಾಕಷ್ಟು ಖರ್ಚು ಮಾಡಿದ್ದೆ. ಕೈ ಖಾಲಿಯಾಗಿದೆ. ಸ್ವಲ್ಪ ತಡ್ಕಳ್ಳಿ ಅಂತ ಕೈ ಮುಗಿದು ಬೇಡ್ಕೊಂಡಿದ್ದೆ. ರೈತರ ಸಾಲ ಬಲವಂತದಿಂದ ವಸೂಲಿ ಮಾಡಕೂಡದೆಂದು ಸರ್ಕಾರ ಆದೇಶ ಮಾಡಿದ್ದು ನಿಮ್ಗೂ ಗೊತ್ತಲ್ವೇ ಗೌಡ್ರೇ. ಆದರೆ, ಇವರಿಗೆ ಸದ್ಯದಲ್ಲೇ ವರ್ಗಾವಣೆ ಆಗುತ್ತಂತೆ. ಹೋಗೋ ಮುಂಚೆ ಎಲ್ಲ ಸಾಲ ವಸೂಲಿ ಮಾಡಿದ್ದೀನಿ ಅಂತ ತೋರಿಸ್ಕೋಬೇಕಲ್ಲ? ಅದಕ್ಕೆ ನಮ್ಮ ಜೀವ ತಿಂತಿದ್ರು. ಸಾಲ ಕಟ್ಟಿಲ್ಲ ಅಂದ್ರೆ ಹೊಲ–ಮನೆ ಹರಾಜಿಗಿಡ್ತೀನಿ ಅಂತ ಹೆದರಿಸಿದ್ರು' ಎಂದು ಹೇಳಿ, ಬ್ಯಾಂಕಿನಿಂದ ಕಳುಹಿಸಿದ್ದ ನೋಟಿಸ್ ತೋರಿಸಿದ.

ನಾಣ್ಯಗಳು ಎಲ್ಲಿಂದ?

ನಾಣ್ಯಗಳ ರಾಶಿ ನೋಡಿದ ಗೌಡ್ರು, ಇಷ್ಟೆಲ್ಲ ನಾಣ್ಯಗಳನ್ನು ಹೇಗೆ ಸಂಗ್ರಹಿಸಿದೆ? ಏಕೆ? ಎಂಬಂತೆ ಪ್ರಶ್ನಾರ್ಥಕ ನೋಟ ಬೀರಿದರು.

'ಗೌಡ್ರೇ, ಬಡವರು ಕಟ್ಟುವ ಬಡ್ಡಿಯಲ್ಲಿ ಕೊಬ್ಬಿರುವ ಇವರಿಗೆ ಆ ಹಣವನ್ನು ಗಳಿಸಲು ಹರಿಸಿದ ಬೆವರಿನ ಬೆಲೆ ಹೇಗೆ ತಿಳಿಯಬೇಕು? ನಾನು ಯಾವ ಸ್ಥಿತಿಯಲ್ಲಿದ್ದೇನೆ ಎನ್ನುವುದು ತಿಳಿದೂ ಈ ಸಾಹೇಬ್ರು ನನ್ನ ಜೀವ ತಿಂದ ಹಾಗೆ ಇನ್ನು ಯಾವ ರೈತರ ತಂಟೆಗೂ ಹೋಗಬಾರದು. ರೈತರು ತಿರುಗಿ ಬಿದ್ರೆ ಏನಾಗುತ್ತೆ ಅಂತಲೂ ತೋರಿಸಬೇಕಿತ್ತು' ಎಂದ.

ಪ್ರತಿಭಟನೆ ಮಾಡದೆ, ಬೀದಿಗಿಳಿಯದೆ ತನ್ನ ಸಾತ್ವಿಕ ಸಿಟ್ಟನ್ನು ತೋರಿಸಿದ ರಂಗನನ್ನು ಗೌಡರು ಅಭಿಮಾನದಿಂದ ನೋಡಿದರು.

ದೇವರ ಲೆಕ್ಕ, ಸರಿಯಾಗೇ ಇರುತ್ತೆ!

ಅಂತೂ ರಾತ್ರಿ ಹನ್ನೊಂದೂವರೆಗೆ ಎಣಿಕೆ ಮುಗಿಯಿತು. 'ಎಲ್ಲವೂ ಸರಿಯಾಗಿದೆ' ಎಂದು ಕ್ಯಾಶಿಯರ್ ಘೋಷಿಸಿದ.

'ಪಕ್ಕದ ಊರಲ್ಲಿ ಆಂಜನೇಯ ದೇವಸ್ಥಾನದ ಹುಂಡಿಗಳಲ್ಲಿದ್ದ ನಾಣ್ಯಗಳಿವು. ಎಣಿಸಿ ಇಟ್ಟಿದ್ದರು. ನನ್ನಲ್ಲಿದ್ದ ನೋಟುಗಳನ್ನು ಕೊಟ್ಟು ಇವುಗಳನ್ನು ತಂದಿದ್ದೇನೆ. ದೇವರ ಲೆಕ್ಕ, ಸರಿಯಾಗಿಯೇ ಇರುತ್ತೆ' ರಂಗನ ಮಾತು ಚಾಟಿಯ ಏಟಿನಂತಿತ್ತು.

'ರಂಗ, ನನ್ನದು ತಪ್ಪಾಯಿತು, ಕ್ಷಮಿಸು' ಎಂದು ಹೇಳುವಷ್ಟು ಚೈತನ್ಯವೂ ಮ್ಯಾನೇಜರ್ ಅವರಲ್ಲಿ ಉಳಿದಿರಲಿಲ್ಲ. ರಂಗನೇ ಅವರ ಬಳಿಗೆ ಬಂದು, 'ಸ್ವಾಮಿ, ದಯವಿಟ್ಟು ಬೇಜಾರು ಮಾಡ್ಕೊಬೇಡಿ. ನಿಮ್ಮನ್ನು ನೋಯಿಸುವ ಉದ್ದೇಶ ನನಗಿರಲಿಲ್ಲ. ನಮ್ಮ ನೋವು ನಿಮಗೆ ತಿಳಿದರೆ ಸಾಕು. ರೈತರು ಯಾರಿಗೂ, ಯಾವತ್ತಿಗೂ ಮೋಸ ಮಾಡಲ್ಲ. ಕಷ್ಟ ಕಾಲದಲ್ಲಿ ಸಾಲ ಕಟ್ಟೋಕೆ ಸ್ವಲ್ಪ ತಡ ಆದೀತು. ಅನ್ನ ಕೊಡೋರ ಕಣ್ಣಲ್ಲಿ ನೀರು ಹಾಕಿಸಬೇಡಿ. ನಾನೀಗ ಋಣಮುಕ್ತ. ಸಾಲದಿಂದ ಸೋತು ಎಲ್ಲಿ ನೇಣು ಹಾಕ್ಕೋತೀನೋ ಅಂತ ನನ್ನ ಮನೆಯವರು ಇನ್ನು ಭಯ ಪಡಬೇಕಿಲ್ಲ' ಎಂದು ಕೈಮುಗಿದ.

(ನನ್ನ ಕಾಲೇಜು ದಿನಗಳಲ್ಲಿ ನಡೆದ ಘಟನೆ ಇದು. ಬ್ಯಾಂಕಿನವರ ಕಾಟದಿಂದ ಬೇಸತ್ತು ನನ್ನ ಆತ್ಮೀಯರೊಬ್ಬರು ನಾಣ್ಯಗಳ ಮೂಟೆಗಳನ್ನು ಒಯ್ದು ಸಾಲ ತೀರಿಸಿದ್ದರು. ಅದಾಗಿ ಕೆಲವು ವರ್ಷಗಳ ಬಳಿಕ ಅವರು ರಸ್ತೆ ಅಪಘಾತದಲ್ಲಿ ತೀರಿಕೊಂಡರು.)

ಕನ್ನಡ ಮಾಣಿಕ್ಯ, ಅಕ್ಟೋಬರ್ 2021)

ಖಾತೆಗಳಿಗೆ ಕನ್ನ: ಗ್ರಾಹಕರೇ, ಇರಲಿ ಎಚ್ಚರ!

ಬ್ಯಾಂಕ್ ಗ್ರಾಹಕರಿಗೆ ಈಚೆಗೊಂದು ಆಘಾತಕಾರಿ ಸುದ್ದಿ ಬಂದಿತ್ತು. ಸ್ಟೇಟ್ ಬ್ಯಾಂಕ್ ಆಫ್ ಇಂಡಿಯಾ, ಐಸಿಐಸಿಐ, ಎಚ್‌ಡಿಎಫ್‌ಸಿ, ಆ್ಯಕ್ಸಿಸ್ ಹಾಗೂ ಯೆಸ್ ಬ್ಯಾಂಕಿಗೆ ಸೇರಿದ ಸುಮಾರು 32 ಲಕ್ಷ ಡೆಬಿಟ್ ಕಾರ್ಡ್‌ಗಳ ಮಾಹಿತಿ ಸೋರಿಕೆಯಾಗಿದೆ ಎಂಬ ಸಂಗತಿ ಲಕ್ಷಾಂತರ ಗ್ರಾಹಕರ ಆತಂಕಕ್ಕೂ ಕಾರಣವಾಗಿತ್ತು.

ನಿಮ್ಮ ಎಟಿಎಂ ಕಾರ್ಡ್ ಬ್ಲಾಕ್ ಆಗಿದ್ದು, ಪಿನ್ ಬದಲಿಸಬೇಕೆಂದೋ, ನಿಮಗೊಂದು ದೊಡ್ಡ ಮೊತ್ತದ ನಗದು ಬಹುಮಾನ ಬಂದಿದೆ, ಹಣ ಕಳುಹಿಸಲು ಖಾತೆ ವಿವರ ಕೊಡಿ ಎಂದೋ ಕೇಳಿ ಖಾತೆಗಳಿಂದ ಹಣ ಎಗರಿಸುವ ಆನ್‌ಲೈನ್ ವಂಚನೆ ಹಲವು ವರ್ಷಗಳಿಂದ ನಡೆಯುತ್ತಿದೆ. ಇಂತಹ ಮಾಹಿತಿ ಕೇಳಿ ಬ್ಯಾಂಕುಗಳು ಎಂದೂ ಕರೆ ಮಾಡುವುದಿಲ್ಲ. ಗ್ರಾಹಕರು ತಮ್ಮ ಅಜ್ಞಾನದಿಂದಲೇ ಮಾಹಿತಿ ಹಂಚಿಕೊಂಡು ಹಣ ಕಳೆದುಕೊಳ್ಳುವುದರಿಂದ ಬ್ಯಾಂಕುಗಳು ಇದರ ಹೊಣೆ ಹೊರುವುದಿಲ್ಲ. ಅಪರಿಚಿತ ಕರೆ ಬಂದಾಗ ತಮ್ಮ ಖಾತೆಯ ಅಥವಾ ವೈಯಕ್ತಿಕವಾದ ಯಾವುದೇ ಮಾಹಿತಿ ನೀಡಬೇಡಿ ಎಂದು ಗ್ರಾಹಕರನ್ನು ಎಚ್ಚರಿಸುವ ಕೆಲಸವನ್ನು ಬ್ಯಾಂಕ್‌ಗಳು ನಿರಂತರವಾಗಿ ಮಾಡುತ್ತಿದ್ದರೂ ಹಲವು ಅಮಾಯಕರು ಈ ವಂಚನೆಯ ಜಾಲಕ್ಕೆ ಬಿದ್ದು ಹಣ ಕಳೆದುಕೊಳ್ಳುತ್ತಲೇ ಇದ್ದಾರೆ.

ಆದರೆ, ಗ್ರಾಹಕರ ತಪ್ಪಿಲ್ಲದೆ ಅವರ ಎಟಿಎಂ ಕಾರ್ಡ್‌ಗಳ ಪಿನ್ ಇತ್ಯಾದಿ ರಹಸ್ಯ ಮಾಹಿತಿ ಇಷ್ಟು ದೊಡ್ಡ ಪ್ರಮಾಣದಲ್ಲಿ ಸೋರಿಕೆಯಾಗಿದ್ದು ಗಂಭೀರ ವಿಚಾರ. ಯಾರೋ ಒಬ್ಬ ಗ್ರಾಹಕನಿಗೆ ಕರೆ ಮಾಡಿ, ಮಾಹಿತಿ ಪಡೆದು ಹಣ ಕದಿಯುವುದು ವೈಯುಕ್ತಿಕ ಮೋಸ. ಮೊನ್ನೆ ನಡೆದಿದ್ದು ಸಾಮೂಹಿಕ ವಂಚನೆ. ದೇಶಾದ್ಯಂತ ಸುಮಾರು 32 ಲಕ್ಷ ಎಟಿಎಂ ಕಾರ್ಡ್‌ಗಳ ಮಾಹಿತಿ ಸೋರಿಕೆ ಆಗಿದೆ ಎಂಬುದನ್ನು ಬ್ಯಾಂಕುಗಳೇ ಒಪ್ಪಿಕೊಂಡಿವೆ. ಈ ಪೈಕಿ ಸುಮಾರು 26 ಲಕ್ಷ ವಿಸಾ ಮಾಸ್ಟರ್ ಕಾರ್ಡ್‌ಗಳಿದ್ದರೆ, ಸುಮಾರು 6 ಲಕ್ಷ ರುಪೇ ಡೆಬಿಟ್

ಕಾರ್ಡ್‌ಗಳಿವೆ ಎಂಬ ಮಾಹಿತಿ ಲಭ್ಯವಾಗಿದೆ. ಅಲ್ಲದೆ, ಸುಮಾರು 671 ಗ್ರಾಹಕರ 1.20 ಕೋಟಿಗೂ ಹೆಚ್ಚು ಹಣ ವಂಚಕರ ಪಾಲಾಗಿದೆ. ಈ ಪೈಕಿ ಹಲವು ವಹಿವಾಟುಗಳು ಚೀನಾದಲ್ಲಿ ದಾಖಲಾಗಿದ್ದರಿಂದ ಮಾಹಿತಿ ಕಳುವಿನಲ್ಲಿ ವಿದೇಶಿ ಕೈವಾಡದ ಶಂಕೆಯೂ ಬಲವಾಗಿದೆ. ದೂರು ನೀಡಿದ್ದ ಬೆಂಗಳೂರಿನ ಉದ್ಯಮಿಯೊಬ್ಬರಿಗೆ, ಪೊಲೀಸರು 'ವಿದೇಶದಲ್ಲಿ ಹಣ ಕಳುವಾಗಿದ್ದರಿಂದ ತಾವೇನೂ ಮಾಡಲಾಗದು' ಎಂದು ತಿಳಿಸಿ, ಕೈಚೆಲ್ಲಿದ್ದಾರೆ.

ಈ ನಡುವೆ ಸಕಾಲದಲ್ಲಿ ಎಚ್ಚೆತ್ತ ಬ್ಯಾಂಕುಗಳು ದೊಡ್ಡ ಪ್ರಮಾಣದ ವಂಚನೆ ಆಗುವುದನ್ನು ತಪ್ಪಿಸಿವೆ. ಅಲ್ಲದೆ, ಸ್ಟೇಟ್ ಬ್ಯಾಂಕ್ ಆಫ್ ಇಂಡಿಯಾ ತನ್ನ 6 ಲಕ್ಷ ಗ್ರಾಹಕರಿಗೆ ಹೊಸ ಡೆಬಿಟ್ ಕಾರ್ಡ್‌ಗಳನ್ನು ವಿತರಿಸಿದೆ.

ತಂತ್ರಜ್ಞಾನದ ಈ ಯುಗದಲ್ಲಿ, ಡಿಜಿಟಲ್ ಜಮಾನಾದಲ್ಲಿ ಗ್ರಾಹಕರ ಹಲವು ವೈಯಕ್ತಿಕ ಮಾಹಿತಿಗಳು ಆನ್‌ಲೈನಲ್ಲೇ ಲಭ್ಯವಿರುತ್ತವೆ. ಹಲವರ ಬ್ಯಾಂಕ್ ವಹಿವಾಟಿನ ಮಾಹಿತಿಯೂ ಮೊಬೈಲ್, ಇ–ಮೇಲ್‌ಗಳಲ್ಲಿರುತ್ತದೆ. ಆನ್‌ಲೈನ್ ಬ್ಯಾಂಕಿಂಗ್ ಹಾಗೂ ಎಟಿಎಂ ಕಾರ್ಡ್‌ಗಳಿಗೆ ಸಂಬಂಧಪಟ್ಟ ವ್ಯವಹಾರಕ್ಕೆ ಬ್ಯಾಂಕುಗಳು ಸಾಕಷ್ಟು ರಕ್ಷಣೆ ಒದಗಿಸಿವೆಯಾದರೂ ವಂಚಕರು ರಂಗೋಲಿ ಕೆಳಗೆ ತೂರುತ್ತ ಹೊಸ ಹೊಸ ತಂತ್ರಗಳನ್ನು ಅನುಸರಿಸುತ್ತಿದ್ದಾರೆ. ಸೈಬರ್ ಕ್ರೈಂ ಭೇದಿಸುವ ಪೊಲೀಸ್ ವ್ಯವಸ್ಥೆ ನಮ್ಮ ದೇಶದಲ್ಲಿನ್ನೂ ಅಷ್ಟೇನೂ ಪರಿಣಾಮಕಾರಿಯಾಗಿಲ್ಲ. ಐಎಂಇಐ ಸಂಖ್ಯೆ ಮತ್ತು ಇತರ ತಂತ್ರಜ್ಞಾನಗಳ ಮೂಲಕ ಪತ್ತೆ ಸಾಧ್ಯವಿದ್ದರೂ ಕಳೆದು ಹೋದ ಅಥವಾ ಕದ್ದುಹೋದ ಮೊಬೈಲ್‌ಗಳು ಇನ್ನೂ ಗ್ರಾಹಕರ ಕೈಗೆ ಮರಳುತ್ತಿಲ್ಲ. ಅವು ದುರ್ಬಳಕೆ ಆಗುತ್ತಲೇ ಇರುತ್ತವೆ. ಹೊಸ ಸಿಮ್ ಪಡೆದು, ಹೊಸ ಮೊಬೈಲ್ ಖರೀದಿಸಿ ಗ್ರಾಹಕರೂ ಸುಮ್ಮನಾಗಬೇಕಾಗಿದೆ. ಬ್ಯಾಂಕ್ ಖಾತೆಗಳಿಗೆ ಹಾಗೂ ಎಟಿಎಂ ಕಾರ್ಡ್‌ಗಳಿಗೆ ಸಂಬಂಧಿಸಿದ ವಂಚನೆಗಳ ಹಣೆಬರಹವೂ ಇಷ್ಟೇ ಆಗಿದೆ. ಇದು ಆತಂಕದ ವಿಚಾರ.

ಸುಮಾರು 70 ಕೋಟಿ ಡೆಬಿಟ್ ಕಾರ್ಡ್‌ಗಳು ನಮ್ಮ ದೇಶದಲ್ಲಿ ಸಕ್ರಿಯವಾಗಿವೆ. ಬ್ಯಾಂಕ್ ಎಟಿಎಂಗಳಿಗೆ ಬಾಹ್ಯ ಸೇವೆ ಒದಗಿಸುವ ಹಿಟಾಚಿ ಪೇಮೆಂಟ್ ಸರ್ವೀಸರ್ ಎಂಬ ಏಜೆನ್ಸಿಯಿಂದ ಈ ಮಾಹಿತಿ ಕದಿಯಲಾಗಿದೆ. ಇಂಥ ಏಜೆನ್ಸಿಗಳ ಮೇಲೂ ಈಗ ಪೊಲೀಸರು, ಹಣಕಾಸು ಸಚಿವಾಲಯ ಹದ್ದಿನ ಕಣ್ಣಿಡಬೇಕಾಗಿದೆ.

ಪಿನ್ ಬದಲಿಸಿ ಹಣ ಲೂಟಿ

ಕುಳಿತಲ್ಲೇ ಬ್ಯಾಂಕ್ ಖಾತೆಗೆ ಕನ್ನ ಹಾಕುವುದರಲ್ಲಿ ನೈಜೀರಿಯನ್ನರದು ಎತ್ತಿದ ಕೈ. ಕೆಲವು ವಂಚಕರು ದೆಹಲಿ, ಗುರುಗ್ರಾಮ, ಬಿಹಾರದಲ್ಲಿ ಬಾಡಿಗೆ

ಮನೆಗಳಲ್ಲಿ ನೆಲೆಯೂರಿ ಅಥವಾ ನಕಲಿ ವಿಳಾಸ ನೀಡಿ, ವಂಚನೆಯ ಮಾರ್ಗ ಹಿಡಿದಿದ್ದಾರೆ. ಗ್ರಾಹಕರ ಖಾತೆಯ ಮಾಹಿತಿ ಪಡೆಯುವ ಇಂಥ ವಂಚಕರು ಬ್ಯಾಂಕ್ ಅಧಿಕಾರಿಗಳ ಸೋಗಿನಲ್ಲಿ ಕರೆ ಮಾಡಿ, ಏನೋ ಒಂದು ನೆಪ ಹೇಳಿ, ಖಾತೆ ಸೇವೆ ಸ್ಥಗಿತಗೊಳಿಸಿಕೊಳ್ಳುತ್ತಾರೆ. ಆಮೇಲೆ ಅದನ್ನು ಆಕ್ಟಿವೇಶನ್ ಮಾಡಿಕೊಳ್ಳುವ ಸೋಗಿನಲ್ಲಿ ಪಿನ್ ಬದಲಿಸಿ, ಹಣ ದೋಚುತ್ತಾರೆ.

ಸಂದೇಶದ ಮೇಲೇ ಅನುಮಾನ

ಎಟಿಎಂ ಕಾರ್ಡ್‌ಗಳ ಪಿನ್ ಬದಲಿಸುವಂತೆ ಬ್ಯಾಂಕುಗಳ ಅಧಿಕೃತ ಇ–ಮೇಲ್ ಐಡಿಯಿಂದ ಸಂದೇಶ ಬಂದಿತ್ತು. ಅದರ ಬೆನ್ನಲ್ಲೇ ಮತ್ತೊಂದು ಸಂದೇಶ ರವಾನೆಯಾಗಿತ್ತು. ಉದಾಹರಣೆಗೆ, ಐಸಿಐಸಿಐ ಬ್ಯಾಂಕಿನ ಎನ್‌ಆರ್‌ಐ ಸರ್ವಿಸ್ ಹೆಸರಲ್ಲಿ, ಇಂಟರ್ನೆಟ್ ಬ್ಯಾಂಕಿಂಗ್ ಸ್ಥಗಿತಗೊಳಿಸಬೇಕೆಂಬ ಕೋರಿಕೆ ನಿಮ್ಮಿಂದ ಬಂದಿದೆ. ಇದನ್ನು ಖಚಿತಪಡಿಸಿ. ಇಲ್ಲವೆಂದರೆ ಮತ್ತೊಂದು ಲಿಂಕ್‌ಗೆ ಭೇಟಿ ಕೊಟ್ಟು ತಮ್ಮ ಕೋರಿಕೆಯನ್ನು ರದ್ದುಮಾಡಿ–ಎಂದು ಸೂಚಿಸಿದೆ. ಖಾತೆಯ ಸೇವೆ ಸ್ಥಗಿತಗೊಳಿಸಲು ಮನವಿ ಕೊಟ್ಟಿದ್ದು ಯಾರು ಎಂಬ ಪ್ರಶ್ನೆ ಗ್ರಾಹಕರಲ್ಲಿ ಮೂಡಿ, ಮತ್ತಷ್ಟು ಗೊಂದಲಕ್ಕೆ ಕಾರಣವಾಗಿದೆ.

ಎಟಿಎಂ ಪಿನ್ ಸಂಖ್ಯೆ ಹ್ಯಾಕರ್‌ಗಳ ಕೈಸೇರಿದೆ ಎಂದಾಕ್ಷಣ ಹಣ ಹೋಯಿತು ಎಂದು ಅರ್ಥವಲ್ಲ. ಆದರೆ, ಮಾಲ್‌ವೇರ್‌ಗಳನ್ನು ಬಳಸಿ ಬ್ಯಾಂಕಿನ ಸರ್ವರ್‌ನಿಂದಲೇ ಡೇಟಾ ಸಂಗ್ರಹಿಸಿದ್ದಲ್ಲಿ ಖಾತೆಗೆ ಖನ್ನ ಹಾಕುವುದು ಖಚಿತ. ಸೈಬರ್ ಕ್ರೈಂ ಪೊಲೀಸರಿಗೆ ಇತ್ತೀಚೆಗೆ ಆನ್‌ಲೈನ್ ವಂಚನೆಯ ಸಾವಿರಾರು ದೂರುಗಳು ಬರುತ್ತಿವೆ. ಈ ಸಲ ಆಗಿರುವ ವಂಚನೆ ಕುರಿತೂ 150 ಗ್ರಾಹಕರು ದೂರು ದಾಖಲಿಸಿದ್ದಾರೆ. 50 ಸಾವಿರಕ್ಕೂ ಹೆಚ್ಚು ಮೊತ್ತದ ವಂಚನೆ ಆಗಿದ್ದಲ್ಲಿ ಮಾತ್ರ ಸಿಐಡಿ ತನಿಖೆಗೆ ಪ್ರಕರಣವನ್ನು ಕೈಗೆತ್ತಿಕೊಳ್ಳುತ್ತದೆ. ಅದಕ್ಕಿಂತ ಕಡಿಮೆ ಮೊತ್ತವಿದ್ದರೆ ಸ್ಥಳೀಯ ಪೊಲೀಸ್ ಠಾಣೆಗೆ ವರ್ಗಾಯಿಸುತ್ತದೆ. ದೂರು ಕೊಟ್ಟರೂ, ವಂಚಕರು ಸೆರೆ ಸಿಕ್ಕರೂ ಹಣ ವಾಪಸ್ ಬರುವ ಖಾತ್ರಿಯಿಲ್ಲ. ಪತ್ತೆಯಾಗದಿದ್ದರೆ ಪೊಲೀಸರು ಬಿ ರಿಪೋರ್ಟ್ ಹಾಕಿ ಪ್ರಕರಣಕ್ಕೆ ಇತಿಶ್ರೀ ಹಾಡುತ್ತಾರೆ.

ಎಸ್‌ಬಿಐನಿಂದ ನೂತನ ಕಾರ್ಡ್

ಮಾಹಿತಿ ಕಳುವಾಗಿದೆ ಎಂಬ ಅನುಮಾನ ಬಂದ ಖಾತೆಗಳ ಆರು ಲಕ್ಷ ಗ್ರಾಹಕರಿಗೆ ಶುಲ್ಕ ರಹಿತವಾಗಿ ಎಟಿಎಂ ಕಾರ್ಡ್ ಬದಲಿಸಿ ಕೊಡುವುದಾಗಿ ಸ್ಟೇಟ್ ಬ್ಯಾಂಕ್ ಆಫ್ ಇಂಡಿಯಾ ಘೋಷಿಸಿದೆ. ಇದರ ಪಿನ್ ಸಂಖ್ಯೆಗಳನ್ನು ಬ್ಯಾಂಕಿನ ಐವಿಆರ್‌ಎಸ್ (ಇಂಟರ್ಯಾಕ್ಟಿವ್ ವಾಯ್ಸ್ ರೆಸ್ಪಾನ್ಸ್ ಸಿಸ್ಟಂ),

ಇಂಟರ್‌ನೆಟ್ ಬ್ಯಾಂಕಿಂಗ್ ಮೂಲಕ ಅಥವಾ ನೇರವಾಗಿ ಶಾಖೆಗೆ ತೆರಳಿ ಗ್ರಾಹಕರು ಪಡೆಯಬಹುದು.

ಸುರಕ್ಷತೆಯ ದೃಷ್ಟಿಯಿಂದ ಮುಂದೆ ಕಾರ್ಡ್ ಬಳಕೆಯ ಸ್ಥಳಗಳಿಗೂ ಬ್ಯಾಂಕುಗಳು ನಿರ್ಬಂಧ ಹೇರುವ ಸಾಧ್ಯತೆಗಳಿವೆ. ಸ್ಥಳೀಯ ಬಳಕೆಗೆ ಮಾತ್ರ ಕಾರ್ಡ್ ಸೀಮಿತಗೊಳಿಸಿದರೂ ಅಚ್ಚರಿಯಿಲ್ಲ. ಇಂಟರ್ನೆಟ್ ಬ್ಯಾಂಕಿಂಗ್ ಮೂಲಕ ವಹಿವಾಟಿನ ಮೊತ್ತಕ್ಕೂ ಮಿತಿ ಹೇರಿದರೆ ದುರ್ಬಳಕೆಗೆ ಒಂದಿಷ್ಟು ಕಡಿವಾಣ ಬೀಳುತ್ತದೆ.

ಗ್ರಾಹಕರೇ ಎಚ್ಚರ ವಹಿಸಿ

ಅಪರಿಚಿತ ಕರೆಗಳನ್ನು ಉತ್ತರಿಸದಿರುವುದೇ ಲೇಸು. ಕರೆ ಸ್ವೀಕರಿಸಿದರೂ ಬ್ಯಾಂಕ್ ಖಾತೆಗೆ ಸಂಬಂಧಪಟ್ಟ ಯಾವುದೇ ಮಾಹಿತಿ ಕೇಳಿದರೂ ಕೊಡಬಾರದು. ಒಂದೊಮ್ಮೆ ಯಾವುದೋ ಮಾಹಿತಿಯನ್ನು ಅರಿವಿಲ್ಲದೆ ಹಂಚಿಕೊಂಡಿದ್ದರೆ ತಕ್ಷಣವೇ ಹತ್ತಿರದ ಬ್ಯಾಂಕ್ ಶಾಖೆಗೆ ಮಾಹಿತಿ ನೀಡಿ, ಕಾರ್ಡ್ ಬ್ಲಾಕ್ ಮಾಡಿಸಿ, ಹೊಸ ಕಾರ್ಡ್‌ಗೆ ಅರ್ಜಿ ಸಲ್ಲಿಸಿ. ಗ್ರಾಹಕರು ತಮ್ಮ ಎಟಿಎಂ ಕಾರ್ಡ್‌ನ ಪಿನ್ ಸಂಖ್ಯೆಯನ್ನು ಆಗಾಗ ಬದಲಿಸಿದರೆ ಹೆಚ್ಚು ಸುರಕ್ಷಿತ. ಬೇರೆ ಬೇರೆ ಎಟಿಎಂ ಕಾರ್ಡ್‌ಗಳಿಗೆ ಪ್ರತ್ಯೇಕ ಪಿನ್ ಸಂಖ್ಯೆಯಿರಲಿ. ಹುಟ್ಟಿದ ದಿನಾಂಕ, ಇಸವಿ, ಮೊಬೈಲ್ ಸಂಖ್ಯೆ ನಿಮ್ಮ ಪಿನ್ ಅಥವಾ ಪಾಸ್ವರ್ಡ್ ಆಗಿರಲೇಬಾರದು. ನಿಮ್ಮ ಸಂಗಾತಿಗಳ ಅಥವಾ ಮಕ್ಕಳಿಗೆ ಸಂಬಂಧಿಸಿದ ಮಾಹಿತಿಯನ್ನೂ ಪಿನ್ ರೂಪದಲ್ಲಿ ಬಳಸಬಾರದು.

ವಾಟ್ಸ್ ಆಪ್ ಹಾಗೂ ಇ–ಮೇಲ್‌ಗೆ ಬರುವ ಅನುಮಾನಾಸ್ಪದ ಸಂದೇಶ ಹಾಗೂ ಅಟ್ಯಾಚ್‌ಮೆಂಟ್‌ಗಳನ್ನು ತೆರೆಯದಿರುವುದೇ ಸೂಕ್ತ. ನಿಮ್ಮ ವೈಯಕ್ತಿಕ ಮಾಹಿತಿಯನ್ನು ಸಂಗ್ರಹಿಸಲು ಹ್ಯಾಕರ್‌ಗಳು ಬಳಸುವ ಅತಿ ಸರಳ ವಿಧಾನವಿದು.

ವೈ–ಫೈ ಬಳಕೆ: ಮೈಮರೆಯದಿರಿ

ವಿಮಾನ ನಿಲ್ದಾಣ, ಬಸ್ ನಿಲ್ದಾಣ ಮತ್ತು ಕೆಲವು ಪ್ರವಾಸಿ ತಾಣಗಳಲ್ಲಿ ಉಚಿತ ವೈ–ಫೈ ಸೇವೆ ಒದಗಿಸಲಾಗಿರುತ್ತದೆ. ಇವುಗಳ ಬಳಕೆ ವೇಳೆ ಎಚ್ಚರವಿರಲಿ. ಇಂತಹ ವೈ–ಪೈ ಬಳಕೆ ವೇಳೆ ಬ್ಯಾಂಕ್ ಖಾತೆಯಲ್ಲಿರುವ ಮಾಹಿತಿಗಳನ್ನು ಪರಿಶೀಲಿಸುವುದಾಗಲಿ, ಯಾವುದೇ ರೀತಿಯ ಬಿಲ್ ಪೇಮೆಂಟ್ ಆಗಲಿ ಮಾಡದಿರುವುದು ಸೂಕ್ತ.

ಗ್ರಾಹಕರು ತಾವು ಖಾತೆ ಹೊಂದಿರುವ ಬ್ಯಾಂಕಿನ ಎಟಿಎಂನಲ್ಲೇ ವ್ಯವಹರಿಸುವುದು ಶ್ರೇಯಸ್ಕರ. ಪಕ್ಕದಲ್ಲಿ ಬೇರಾರೂ ಇಲ್ಲ, ಎಟಿಎಂ ಒಳಗೆ

ನೀವೊಬ್ಬರೇ ಇದ್ದೀರಿ ಎಂಬುದನ್ನು ಖಚಿತಪಡಿಸಿಕೊಂಡು ಕಾರ್ಡ್ ಬಳಸಿ. ಎಟಿಎಂ ವಹಿವಾಟಿನ ಎಲ್ಲ ಸಂದೇಶಗಳು ನಿಮ್ಮ ಮೊಬೈಲ್ ಸಂಖ್ಯೆಗೆ ಬರುವಂತಿರಲಿ. ಎಟಿಎಂ ಕಾರ್ಡ್‌ನಿಂದ ನಿಮಗೆ ತಿಳಿಯದೆ ಯಾವುದೋ ವ್ಯವಹಾರ ನಡೆದಿದ್ದಲ್ಲಿ ಕೂಡಲೇ ಬ್ಯಾಂಕಿಗೆ ತಿಳಿಸಿ. ಮೊತ್ತ ಕನಿಷ್ಠವಿದ್ದರೂ ನಿರ್ಲಕ್ಷ್ಯ ಮಾಡಬೇಡಿ.

ನೀವು ಆಗಾಗ ವಿದೇಶ ಪ್ರಯಾಣ ಮಾಡುತ್ತಿಲ್ಲ ಎಂದಾದರೆ ಡೆಬಿಟ್ ಕಾರ್ಡ್‌ಗಳ ವಿದೇಶಿ ಬಳಕೆ ಸ್ಥಗಿತಗೊಳಿಸುವಂತೆ ಬ್ಯಾಂಕಿಗೆ ಸೂಚನೆ ನೀಡುವುದೊಳಿತು. ವಿದೇಶಗಳಲ್ಲಿ ಕಾರ್ಡ್ ಬಳಸಿದ್ದರೆ, ವಾಪಸ್ ಬಂದೊಡನೆ ಪಿನ್ ಬದಲಿಸಿ.

ಹಣಕಾಸು ವ್ಯವಹಾರ ಹಾಗೂ ಖಾತೆ ಮಾಹಿತಿಯನ್ನು ಯಾವುದೇ ಕಾರಣಕ್ಕೂ ಇ-ಮೇಲ್ ಅಥವಾ ಸಂದೇಶದ ಮೂಲಕ ರವಾನಿಸಬೇಡಿ. ಯಾವುದೇ ಮಳಿಗೆಗಳಲ್ಲೂ ಖರೀದಿ ವೇಳೆ ಪಿನ್ ಸಂಖ್ಯೆಯನ್ನು ನೀವೇ ನಮೂದಿಸಿ. ಎಷ್ಟೇ ವಿಶ್ವಾಸಿಗರಿದ್ದರೂ ಮತ್ತೊಬ್ಬರಿಗೆ ಅದನ್ನು ಹೇಳಬೇಡಿ. ನಿಮ್ಮ ಅನುಪಸ್ಥಿತಿಯಲ್ಲಿ ಎಲ್ಲೂ ಕಾರ್ಡ್ ಉಜ್ಜಲು ಅವಕಾಶ ನೀಡಬೇಡಿ.

ನಮ್ಮ ಶ್ರಮದ ದುಡಿಮೆ ಅನಾಯಾಸವಾಗಿ ವಂಚಕರ ಪಾಲಾಗುವುದನ್ನು ತಪ್ಪಿಸಲು ನಾವೂ ಸಾಕಷ್ಟು ಎಚ್ಚರ ವಹಿಸಬೇಕಿದೆ.

(ಕನ್ನಡ ಮಾಣಿಕ್ಯ, ನವೆಂಬರ್ 2016)

ಚಿನ್ನ–ಚೆನ್ನ: ಬಾಳ ಬಂಗಾರ ನೀನು...

ಚಿನ್ನ ಎಂಬ ಚೆನ್ನಾದ ಹೆಸರುಳ್ಳ ಈ ಹಳದಿ ಲೋಹದ ಮೋಹ ಇಲ್ಲದವರು ಯಾರು? ನಲಿಯುವ ಪ್ರೇಮಿಗಳ ಉಲಿಯಲ್ಲೂ 'ಚಿನ್ನಾ' ಇದ್ದೇ ಇರುತ್ತದೆ. ಮದುವೆ ಸೀಜನ್ ಆರಂಭವಾಗಿದೆ. ಅಕ್ಷಯ ತದಿಗೆಯೂ ಧಾವಿಸಿ ಬರುತ್ತಿದೆ. ಸಂಪ್ರದಾಯ ಹಾಗೂ ಅನಿವಾರ್ಯ ಕಾರಣಗಳಿಂದ ಚಿನ್ನ ಖರೀದಿಗೆ ಮುನ್ನುಗ್ಗುವ ಸಮಯವಿದು.

ಮಹಿಳೆಯರಂತೂ ಕಾಸು ಕೂಡಿಸಿ ಬಳೆ, ಸರ ಇತ್ಯಾದಿಗಳನ್ನು ಮಾಡಿಸಿರುತ್ತಾರೆ. ಕೆಲವರು ಚಿನ್ನದ ಬಿಸ್ಕತ್ ಅಥವಾ ನಾಣ್ಯಗಳನ್ನು ಖರೀದಿಸಿರುತ್ತಾರೆ. ಸಾಮಾಜಿಕ ಭದ್ರತೆಗಾಗಿಯೂ ಜನ ಚಿನ್ನವನ್ನೇ ಅವಲಂಬಿಸಿದ್ದಾರೆ. ಭಾರತದಲ್ಲಿ ಚಿನ್ನಕ್ಕೆ ಜಗತ್ತಿನ ಇತರ ರಾಷ್ಟ್ರಗಳಿಗಿಂತ ಶೇ. 30 ರಷ್ಟು ಹೆಚ್ಚು ಬೇಡಿಕೆ ಇರುತ್ತದೆ. ಅಮೆರಿಕದಲ್ಲಿ ಗರಿಷ್ಠ 8134 ಟನ್ ಚಿನ್ನವಿದೆ. ಚಿನ್ನ ಸಂಗ್ರಹದಲ್ಲಿ (558 ಟನ್) ಭಾರತ 11ನೇ ಸ್ಥಾನದಲ್ಲಿದೆ. ಆದರೆ, ಆಭರಣಗಳನ್ನು ಮಾಡಿಸಿಕೊಳ್ಳುವುದರಲ್ಲಿ ನಮಗೇ ಮೊದಲ ಸ್ಥಾನ!

ಜಿಜ್ಞಾಸೆಗೆ ಸಕಾಲ

ಇದರ ಜತೆಗೇ, 'ಚಿನ್ನ ಎಷ್ಟಿದ್ದರೆ ಚೆನ್ನ?' ಎಂಬ ಜಿಜ್ಞಾಸೆಗೂ ಇದು ಸಕಾಲ.

ನಗದುರಹಿತ ವಹಿವಾಟಿಗೆ ಉತ್ತೇಜನ ನೀಡುವ, ಕಾಳಧನ ಹಾಗೂ ಬೇನಾಮಿ ಆಸ್ತಿಗೆ ಕಡಿವಾಣ ಹಾಕುವ ದೃಷ್ಟಿಯಿಂದ ಕಳೆದ ನ. 8ರಿಂದ ಕೇಂದ್ರ ಸರ್ಕಾರ 500 ಹಾಗೂ ಸಾವಿರ ರೂಪಾಯಿ ಮುಖಬೆಲೆಯ ನೋಟುಗಳನ್ನು ನಿಷೇಧಿಸಿತು. ಆದರೆ, ಆ ನೋಟುಗಳನ್ನು ಆವಶ್ಯಕ ವಸ್ತು–ಸೇವೆಗಳ ಖರೀದಿಗೆ ಬಳಸಲು ಅಥವಾ ಬ್ಯಾಂಕಿಗೆ ಜಮೆ ಮಾಡಲು ಡಿ. 31ರವರೆಗೂ ಕಾಲಾವಕಾಶ ನೀಡಿತು. ಇದು ಎಲ್ಲರಿಗೂ ಗೊತ್ತಿರುವ ಸಂಗತಿ.

ಆದರೆ, ಅಡುಗೆ ಮನೆಯ ಸಾಸಿವೆ ಡಬ್ಬಿಗಳಲ್ಲಿ ಸಾಸಿವೆ ಕಾಳಿನಷ್ಟೇ ಇರುವ ಕಾಳಧನ, ಧನಿಕರ ಮನೆಗಳಲ್ಲಿ–ಬ್ಯಾಂಕಿನ ಲಾಕರ್‌ಗಳಲ್ಲಿ ಹೇರಳವಾಗಿದೆ.

ಬೇನಾಮಿ ಆಸ್ತಿ–ಚಿನ್ನ ಹಾಗೂ ಐಷಾರಾಮಿ ವಸ್ತುಗಳ ರೂಪದಲ್ಲಿ ಅತ್ಯಧಿಕ ಪ್ರಮಾಣದಲ್ಲಿರುವ ಕಪ್ಪು ಹಣದ ಮೇಲೆ ಸರ್ಕಾರವೀಗ ನಿಗಾ ಇರಿಸಿದೆ. ಬ್ಯಾಂಕ್ ವಹಿವಾಟು–ಖರೀದಿಗಳ ಪರಿಶೀಲನೆ ಮಾಡಿಸುತ್ತಿದೆ. ಅನುಮಾನ ಬಂದಲ್ಲಿ ದಾಳಿ ಮಾಡಿ, ದಾಖಲೆ ಪತ್ರಗಳನ್ನು ಪರಿಶೀಲಿಸುತ್ತಿದೆ. ಆಸ್ತಿಗಳಿಗೆ ಆಧಾರ ಸಂಖ್ಯೆ ಜೋಡಿಸುವಂತೆ ಸೂಚಿಸುವ ಮೂಲಕ ಬೇನಾಮಿ ಆಸ್ತಿಗಳ ಪತ್ತೆಗೂ ಮಹತ್ವದ ಹೆಜ್ಜೆಯಿಟ್ಟಿದೆ.

ಕೇಂದ್ರದ ಕಡಿವಾಣ

ಇದರ ಮುಂದುವರಿದ ಭಾಗವಾಗಿ, ಚಿನ್ನದ ಶೇಖರಣೆ ಕುರಿತಾಗಿ ಆದಾಯ ತೆರಿಗೆ ಕಾಯ್ದೆಗೆ ತಿದ್ದುಪಡಿ ಮಾಡುವುದಾಗಿ ಪ್ರಕಟಿಸುವ ಮೂಲಕ ಮನೆಯಲ್ಲಿ ಕೆಜಿಗಟ್ಟಲೆ ಚಿನ್ನ ಇಟ್ಟುಕೊಂಡವರಿಗೂ ಸರ್ಕಾರ ಶಾಕ್ ನೀಡಿದೆ. ಯಾರು ಎಷ್ಟು ಚಿನ್ನ ಹೊಂದಿರಬಹುದು ಎಂಬುದನ್ನೂ ನಿಗದಿಪಡಿಸಿದೆ. ಮಿತಿಗಿಂತ ಹೆಚ್ಚು ಚಿನ್ನದ ಸಂಗ್ರಹವಿದ್ದರೆ ತೆರಿಗೆ ಪಾವತಿಸಿ ಸಕ್ರಮಗೊಳಿಸಿಕೊಳ್ಳುವಂತೆಯೂ ಸೂಚಿಸಿದೆ. ಖರೀದಿಗೂ ಕೆಲವು ನಿಬಂಧನೆಗಳನ್ನು ವಿಧಿಸಿ, ನಿಯಂತ್ರಣ ಹೇರಿದೆ. ಯಾರ ಬಳಿ ಎಷ್ಟು ಚಿನ್ನವಿದೆ ಎಂಬ ನಿಖರ ಮಾಹಿತಿಯೇ ಇಲ್ಲದೆ ಸರ್ಕಾರ ಹೇಗೆ ಕ್ರಮ ಕೈಗೊಳ್ಳುತ್ತದೆ ಎಂಬುದೇ ಈಗಿರುವ ಪ್ರಶ್ನೆ.

ಇದಕ್ಕೆ ಕಾರಣ–ನೋಟುಗಳ ನಿಷೇಧ ಘೋಷಣೆಯಾದ ಆರಂಭದ ಮೂರು ದಿನಗಳಲ್ಲಿ ಅದೇ ಹಳೆಯ ನೋಟುಗಳನ್ನು ಬಳಸಿ ಟನ್‌ಗಟ್ಟಲೆ ಚಿನ್ನದ ವಹಿವಾಟು ನಡೆಸಿದ್ದು! ಕಪ್ಪುಹಣ ಚಿನ್ನ ಖರೀದಿಗೆ ಬಳಕೆಯಾಗುತ್ತಿದೆ ಎಂಬುದರ ವಾಸನೆ ಅರಿತೇ ಸರ್ಕಾರ ತಕ್ಷಣವೇ ಈ ಕ್ರಮಕ್ಕೆ ಮುಂದಾಯಿತು.

ನಿರ್ಬಂಧಗಳು

- ವಿವಾಹಿತ ಮಹಿಳೆ ಗರಿಷ್ಠ 500 ಗ್ರಾಂ ಚಿನ್ನ ಇಟ್ಟುಕೊಳ್ಳಲು ಅವಕಾಶವಿದೆ. ಅವಿವಾಹಿತ ಮಹಿಳೆಯಾದರೆ ಗರಿಷ್ಠ 250 ಗ್ರಾಂ ಚಿನ್ನ ಇಟ್ಟುಕೊಳ್ಳಬಹುದು. ಪುರುಷರು 100 ಗ್ರಾಂ ಚಿನ್ನ ಖರೀದಿ ಮಾಡಬಹುದಷ್ಟೇ.
- ವಂಶಪಾರಂಪರಿಕವಾಗಿ ಬಂದಿರುವ, ಕೃಷಿ ಮೂಲದಿಂದ ಖರೀದಿಸಿರುವ ಚಿನ್ನಕ್ಕೆ ತೆರಿಗೆ ಇಲ್ಲ. ಆದರೆ, ಆದಾಯ ಮೀರಿ ಗಳಿಸಿದ ಚಿನ್ನದ ಮೇಲೆ ತೆರಿಗೆ ವಿಧಿಸಲು ಕೇಂದ್ರ ನಿರ್ಧರಿಸಿದೆ.
- ಮೂರು ಲಕ್ಷಕ್ಕಿಂತ ಹೆಚ್ಚಿನ ನಗದು ವಹಿವಾಟು ನಿಷೇಧಿಸುವ ಜತೆಗೆ, ಎರಡು ಲಕ್ಷಕ್ಕಿಂತ ಹೆಚ್ಚಿನ ಮೊತ್ತದ ಚಿನ್ನ ಖರೀದಿಗೆ ಪಾನ್ ಸಂಖ್ಯೆ ನಮೂದಿಸುವುದನ್ನು ಕಡ್ಡಾಯಗೊಳಿಸಿತು.

ಚಿನ್ನ ಖರೀದಿಯಿಂದ ಆಸ್ತಿಯ ಮೊತ್ತವೇನೂ ಹಿಗ್ಗುವುದಿಲ್ಲ. ಚಿನ್ನದ ಬೆಲೆ ಏರಿಳಿತ ಕಾಣುವುದರಿಂದ ಹೂಡಿಕೆಗೆ ರಕ್ಷಣೆ ಇರುವುದಿಲ್ಲ. ಚಿನ್ನಾಭರಣಗಳ ಮೇಲೆ ಅತ್ಯಧಿಕ ಹೂಡಿಕೆ ಮಾಡುವುದರಿಂದ ಹಣದುಬ್ಬರದ ಮೇಲೂ ಪರಿಣಾಮವಾಗುತ್ತದೆ. ಚಿನ್ನ ಖರೀದಿ ಒಳ್ಳೆಯದೇ. ಆದರೆ, ಹೂಡಿಕೆ ದೃಷ್ಟಿಯಿಂದ ನೋಡಿದರೆ ಚಿನ್ನಕ್ಕಿಂತ ಷೇರು, ಭೂಮಿ ಇತ್ಯಾದಿಗಳ ಖರೀದಿಯೇ ಹೆಚ್ಚು ಸೂಕ್ತ.

ಶುದ್ಧ ಚಿನ್ನ–ಆಭರಣ ಚಿನ್ನ

ಶುದ್ಧ ಚಿನ್ನವನ್ನು 24 ಕ್ಯಾರೆಟ್ ಎಂದು ಕರೆಯುತ್ತಾರೆ. ಚಿನ್ನ ಹೊರತುಪಡಿಸಿ ಬೇರಾವುದೇ ಲೋಹಗಳು ಮಿಶ್ರವಾಗಿರುವುದಿಲ್ಲ. ಆದರೆ, ಇದನ್ನು ಆಭರಣಗಳ ತಯಾರಿಕೆಗೆ ಬಳಸಲಾಗದು. ಆಭರಣಗಳು ಬಾಳಿಕೆ ಬರಬೇಕೆಂಬ ಕಾರಣಕ್ಕೆ ಚಿನ್ನದೊಂದಿಗೆ ಬೆಳ್ಳಿ, ತಾಮ್ರ ಅಥವಾ ಇತರ ಲೋಹಗಳನ್ನು ಮಿಶ್ರಣ ಮಾಡುತ್ತಾರೆ. ಆಭರಣ ಚಿನ್ನ 22 ಕ್ಯಾರೆಟ್ ಎಂದು ಗುರುತಿಸಿಕೊಳ್ಳುತ್ತದೆ. ಇದರಲ್ಲಿ ಶೇ. 91.6 ಪ್ರಮಾಣದ ಚಿನ್ನವಿರುತ್ತದೆ. ಉಳಿದ ಭಾಗ ಬೆಳ್ಳಿ, ತಾಮ್ರ ಹಾಗೂ ಇತರ ಲೋಹಗಳನ್ನು ಬೆರೆಸಿರುತ್ತಾರೆ. ಹಾಲ್‌ಮಾರ್ಕ್‌ನಲ್ಲಿರುವ '916' ಸಂಕೇತಾಕ್ಷರ ಚಿನ್ನದ ಪರಿಶುದ್ಧತೆಗೆ ಪ್ರಮಾಣಪತ್ರ. ನಕಲಿ ಆಭರಣ ಖರೀದಿಸಿ ಮೋಸ ಹೋಗಬಾರದು, ಗುಣಮಟ್ಟ ಕಾಪಾಡಿಕೊಳ್ಳಬೇಕು ಎನ್ನುವ ಉದ್ದೇಶದಿಂದ ಆಭರಣಗಳ ಮೇಲೆ ಬರಿಗಣ್ಣಿಗೂ ಕಾಣುವಂತೆ ಹಾಲ್ ಮಾರ್ಕ್ ಮುದ್ರೆ ಹಾಕುತ್ತಾರೆ. ಅಲ್ಲದೆ, ಚಿನ್ನದ ಮೇಲೆ ಕಪ್ಪು ಅಥವಾ ಹಸಿರು ಬಣ್ಣದ ಕಲೆಗಳಿದ್ದರೆ ಅದು ಉತ್ತಮ ಚಿನ್ನವಲ್ಲ ಎಂದೂ ನಿರ್ಧರಿಸಬಹುದು.

ಕೆಡಿಎಂ

ಕ್ಯಾಡ್ಮಿಯಂ ಎಂಬುದು ಕೆಡಿಎಂನ ವಿಸ್ತೃತ ರೂಪ. ಜೋಡಣೆಗೆ (ಸಾಲ್ಡರಿಂಗ್) ಕ್ಯಾಡ್ಮಿಯಂ ಬಳಸಿ ತಯಾರಿಸಿದ ಆಭರಣಗಳು ಉತ್ತಮ ದರ್ಜೆಯವು ಎಂದು ಹೇಳುತ್ತಾರೆ. ಆದರೆ, ಕ್ಯಾಡ್ಮಿಯಂ ಆರೋಗ್ಯಕ್ಕೆ ಅಪಾಯಕಾರಿ ಎಂದು ಕೆಲವರು ಹೇಳುತ್ತಾರೆ. ಆದರೆ, ವೈಜ್ಞಾನಿಕವಾಗಿ ಇನ್ನೂ ಸಾಬೀತಾಗಿಲ್ಲ.

ಇರಲಿ ಎಚ್ಚರ

ಚಿನ್ನ ಖರೀದಿಸುವಾಗಲೂ ಎಚ್ಚರ ವಹಿಸಬೇಕಾಗುತ್ತದೆ. ಕಡಿಮೆ ದರಕ್ಕೆ ಚಿನ್ನ ಕೊಡಿಸುತ್ತೇವೆ ಎಂದರೆ ಅದು ಒಂದೋ ನಕಲಿ ಚಿನ್ನವಾಗಿರುತ್ತದೆ, ಇಲ್ಲವೇ ಕದ್ದ ಮಾಲು ಆಗಿರುವ ಸಾಧ್ಯತೆ ಇರುತ್ತದೆ. ಹೀಗಾಗಿ, ನಿಮಗೆ ಹೆಚ್ಚು ಪರಿಚಯವಿರುವ ಸ್ವರ್ಣಕಾರರು ಅಥವಾ ಖರೀದಿ ಮೊತ್ತಕ್ಕೆ ಅಧಿಕೃತ

ರಶೀದಿ ಕೊಡುವ ಮಳಿಗೆಗಳಿಂದಷ್ಟೇ ಚಿನ್ನ ಖರೀದಿಸುವುದು ಸೂಕ್ತ. ಬುದ್ಧಿವಂತರು ಹಣ ಉಳಿತಾಯ ಮಾಡಿ ಬ್ಯಾಂಕುಗಳಲ್ಲಿ ಠೇವಣಿ ಇಡುತ್ತಾರೆ, ಅತಿ ಬುದ್ಧಿವಂತರು ಬ್ಯಾಂಕಿನಿಂದ ಸಾಲ ಪಡೆದುಕೊಳ್ಳುತ್ತಾರೆ ಅಥವಾ ಚಿನ್ನ ಖರೀದಿಸುತ್ತಾರೆ-ಎಂಬ ಮಾತಿದೆ.

ಸುರಕ್ಷತೆ ಮುಖ್ಯ

ಖರೀದಿಸಿದ ಚಿನ್ನದ ಸುರಕ್ಷತೆಯೂ ಅಷ್ಟೇ ಮುಖ್ಯ. ಚಿನ್ನಾಭರಣಗಳ ಪ್ರದರ್ಶನ ಅಪಾಯಕಾರಿಯೂ ಹೌದು. ಪಾರ್ಕ್-ರಸ್ತೆ ಬದಿಗಳಲ್ಲಿ ವಾಕಿಂಗ್ ಹೋದಾಗ ಇಲ್ಲವೇ ಜನದಟ್ಟಣೆ ಪ್ರದೇಶಗಳಲ್ಲಿ ಸರಗಳ್ಳತನ ಜಾಸ್ತಿಯಾಗುತ್ತಿವೆ. ಪೊಲೀಸರ ವೇಷದಲ್ಲಿ ಬಂದು, ಕಳ್ಳ-ಕಾಕರ ಕಾಟ ಜಾಸ್ತಿಯಾಗಿದೆ, ನಿಮ್ಮ ಚಿನ್ನಾಭರಣ ಹುಷಾರ್. ಮೈಮೇಲಿಂದ ತೆಗೆದು, ಪೊಟ್ಟಣ ಕಟ್ಟಿ ಪರ್ಸ್‌ನಲ್ಲಿ ಇಟ್ಟುಕೊಳ್ಳಿ ಎಂದು ಸಲಹೆ ನೀಡಿ, ಸಹಾಯ ಮಾಡುವ ನೆಪದಲ್ಲೂ ದೋಚುತ್ತಾರೆ. ಮನೆಗೆ ಬಂದು ಚಿನ್ನ ತೊಳೆದು ಕೊಡುವುದಾಗಿ ಹೇಳಿ ಪೂರ್ತಿ ಚಿನ್ನ ಎಗರಿಸುವವರೂ ಇದ್ದಾರೆ.

ಚಿನ್ನದ ಮೇಲೆ ಸಾಲ

'ಮನೆಯಲ್ಲಿದ್ದರೆ ಚಿನ್ನ, ಚಿಂತೆ ಏತಕೆ ಇನ್ನ'-ಎನ್ನುವ ಜಾಹೀರಾತು ಸಾಲುಗಳೂ ಚಿನ್ನ ಖರೀದಿಗೆ ಪ್ರಚೋದನೆ ನೀಡುವಂತಿವೆ. ಅಗತ್ಯ ಬಿದ್ದಾಗ ಅಡವಿಟ್ಟರೆ ತ್ವರಿತವಾಗಿ ಸಾಲ ಸಿಗುವ ಕಾರಣಕ್ಕೆ ಆಪದ್ಧನ ರೂಪದಲ್ಲಿಯೂ ಚಿನ್ನ ಬಳಕೆಯಾಗುತ್ತದೆ. ಅತ್ಯಂತ ಕ್ಷಿಪ್ರವಾಗಿ ಸಾಲ ಬೇಕಾದವರು, ಅಲ್ಪಕಾಲಿಕ ನೆಲೆಯಲ್ಲಿ ಸಾಲ ಬೇಕಾದವರು ಹಾಗೂ ಬೇರೆಡೆ ಸಾಲದ ಚರಿತ್ರೆ ಅಷ್ಟಾಗಿ ಚೆನ್ನಾಗಿಲ್ಲದವರು ಚಿನ್ನ ಅಡವಿಟ್ಟು ಸಾಲ ತೆಗೆದುಕೊಳ್ಳುತ್ತಾರೆ. ಬ್ಯಾಂಕ್‌ಗಳು ಶೇ. 25ರಿಂದ ಶೇ. 37ರವರೆಗೆ ಮಾರ್ಜಿನ್ ಇಟ್ಟುಕೊಂಡು ಚಿನ್ನದ ಸಾಲ ಕೊಡುತ್ತವೆ. ಈ ಸಾಲಕ್ಕೆ ಚಿನ್ನವೇ ಭದ್ರತೆ. ಕನಿಷ್ಠ 6 ತಿಂಗಳಿಂದ ಗರಿಷ್ಠ ಎರಡುವರೆ ವರ್ಷಗಳ ಅವಧಿಯ ವರೆಗೆ ಚಿನ್ನಾಭರಣಗಳ ಈಡಿನ ಮೇಲೆ ಸಾಲ ಸಿಗುತ್ತದೆ. ಬಡ್ಡಿ ದರವೂ ಶೇ. 12 ರಿಂದ 14 ರವರೆಗೆ ಇರುತ್ತದೆ. ಕೃಷಿಕರಿಗೆ ಇಂಥ ಸಾಲ ಕೇವಲ ಶೇ. 7 ಬಡ್ಡಿ ದರದಲ್ಲಿ ಲಭ್ಯ. ಸಂಸ್ಕರಣಾ ವೆಚ್ಚವೂ ಸಾಲದ ಮೊತ್ತದ ಶೇ. 1ರ ತನಕ ಇರಬಹುದು. ಕೇರಳ ಮೂಲದ ಮುತ್ತೂಟ್ ಫೈನಾನ್ಸ್, ಮುತ್ತೂಟ್ ಫಿನ್‌ಕಾರ್ಪ್ ಹಾಗೂ ಮಣಪ್ಪುರಂ ಗೋಲ್ಡ್ ಕಂಪನಿಗಳು ಚಿನ್ನದ ಮೇಲೆ ಸಾಲ ನೀಡುವುದಕ್ಕೇ ಹೆಸರಾಗಿವೆ. ಇವುಗಳಲ್ಲಿ ಸೆಪ್ಟೆಂಬರ್ 2016 ರವರೆಗೆ 263 ಟನ್ ಚಿನ್ನ ಸಂಗ್ರಹವಿತ್ತು! ಇವು ಆಭರಣಗಳ ಮೇಲಷ್ಟೇ ಸಾಲ ನೀಡುತ್ತವೆ, ಚಿನ್ನದ ನಾಣ್ಯ ಅಥವಾ ಗಟ್ಟಿಗಳ ಮೇಲಲ್ಲ.

(ಕನ್ನಡ ಮಾಣಿಕ್ಯ, ಮಾರ್ಚ್ 2017)

ಜಿಎಸ್‌ಟಿ ಜಾರಿ:
ವಹಿವಾಟು ವೃದ್ಧಿಗೆ ದಾರಿ

'ಒಂದು ರಾಷ್ಟ್ರ, ಒಂದು ಆಕಾಂಕ್ಷೆ, ಒಂದು ಬದ್ಧತೆ'–ಎಂಬ ಸೂತ್ರದಡಿ ಪ್ರಧಾನಿ ನರೇಂದ್ರ ಮೋದಿ ಅವರ 'ಒಂದು ದೇಶ ಒಂದು ತೆರಿಗೆ' ಎಂಬ ಆಶಯವನ್ನು ಸಾಕಾರಗೊಳಿಸಲು ಜುಲೈ 1ರಿಂದಲೇ ಸರಕು ಮತ್ತು ಸೇವಾ ತೆರಿಗೆ (ಜಿಎಸ್‌ಟಿ) ನೀತಿ ಜಾರಿಯಾಗುತ್ತಿದೆ. ದೇಶದ ಆರ್ಥಿಕ ವ್ಯವಸ್ಥೆಯಲ್ಲಿ ಇದು ಗಣನೀಯ ಬದಲಾವಣೆ ತರುವುದೆಂದು ನಿರೀಕ್ಷಿಸಲಾಗಿದೆ. ಇದೇ ವೇಳೆ ಸಾಮಾನ್ಯ ಜನರ ಮೇಲೆ ಜಿಎಸ್‌ಟಿ ಬೀರುವ ಪರಿಣಾಮಗಳೇನು? ಎಂಬುದೂ ಕುತೂಹಲ ಮೂಡಿಸಿದೆ.

ಸರಕು ಸೇವಾ ತೆರಿಗೆ ಅಂದರೇನು?

ವಸ್ತು ಹಾಗೂ ಸೇವೆಗಳ ಎಲ್ಲ ತೆರಿಗೆಯನ್ನು ಒಂದೇ ವ್ಯವಸ್ಥೆಯಡಿ ತರುವ ತೆರಿಗೆ ಪದ್ಧತಿಗೆ ಸರಕು ಸೇವಾ ತೆರಿಗೆ ಎನ್ನಲಾಗುತ್ತದೆ. ಪ್ರಸ್ತುತ ಇರುವ ಕೇಂದ್ರ ಅಬಕಾರಿ ತೆರಿಗೆ, ಕೇಂದ್ರ ಮಾರಾಟ ತೆರಿಗೆ, ಹೆಚ್ಚುವರಿ ಅಬಕಾರಿ ತೆರಿಗೆ, ಹೆಚ್ಚುವರಿ ಸೀಮಾ ಸುಂಕಗಳು ಕೇಂದ್ರ ಸರಕು ಮತ್ತು ಸೇವಾ ತೆರಿಗೆಯಲ್ಲಿ (ಸಿಜಿಎಸ್‌ಟಿ) ಸೇರಿಕೊಳ್ಳುತ್ತವೆ. ಸಿಜಿಎಸ್‌ಟಿ ಅನ್ವಯ ಸಂಗ್ರಹಿಸಲಾದ ಎಲ್ಲ ಆದಾಯವು ಕೇಂದ್ರಕ್ಕೆ ಸೇರುತ್ತದೆ. ಗ್ರಾಹಕ ಯಾವುದೇ ವಸ್ತು ಅಥವಾ ಸೇವೆಯನ್ನು ಖರೀದಿಸುವಾಗ ರಾಜ್ಯ ಹಾಗೂ ಕೇಂದ್ರಕ್ಕೆ ಪ್ರತ್ಯೇಕ ತೆರಿಗೆ ಪಾವತಿಸುವಂತಿಲ್ಲ, ಜಿಎಸ್‌ಟಿ ಮೂಲಕ ಒಂದೇ ಬಾರಿ ತೆರಿಗೆ ಪಾವತಿಸುತ್ತಾನೆ.

ಜಿಎಸ್‌ಟಿ ಅಗತ್ಯವೇನು?

ಒಂದು ವಸ್ತು ಉತ್ಪಾದನೆಯಾಗಿ ಗ್ರಾಹಕನ ಕೈಸೇರುವ ಹೊತ್ತಿಗೆ ಹಲವಾರು ಪ್ರತ್ಯಕ್ಷ ಹಾಗೂ ಪರೋಕ್ಷ ತೆರಿಗೆಗಳನ್ನು ಹೇರಿಸಿಕೊಳ್ಳುತ್ತದೆ. ಈ ತೆರಿಗೆಗಳು ರಾಜ್ಯವಾರು ಭಿನ್ನವಾಗಿರುತ್ತವೆ. ಕೇಂದ್ರ ಮತ್ತು ಅಬಕಾರಿ

ಸುಂಕ, ಸೇವಾ ತೆರಿಗೆ ಮತ್ತು ಅಬಕಾರಿ ತೆರಿಗೆಗಳನ್ನು ಕೇಂದ್ರ ಸರ್ಕಾರ ಹಾಕುವುದಿದ್ದರೆ, ಮೌಲ್ಯವರ್ಧಿತ ತೆರಿಗೆ (ವ್ಯಾಟ್), ಮನರಂಜನಾ ತೆರಿಗೆ, ಐಷಾರಾಮಿ ತೆರಿಗೆ ಅಥವಾ ಲಾಟರಿ ತೆರಿಗೆಗಳನ್ನು ಹಾಗೂ ಸೆಸ್‌ಗಳನ್ನು ಆಯಾ ರಾಜ್ಯ ಸರ್ಕಾರಗಳು ವಿಭಿನ್ನವಾಗಿ ನಿಭಾಯಿಸುತ್ತವೆ. ತಮಿಳುನಾಡಿನಲ್ಲಿ 12 ರೂಪಾಯಿಗಳಿಗೆ ಸಿಗುವ ಸಾಬೂನಿಗೆ ಕರ್ನಾಟಕದಲ್ಲಿ 16 ರೂಪಾಯಿ ಕೊಡಬೇಕಾಗಿರುವುದು ಈ ಪರೋಕ್ಷ ತೆರಿಗೆಗಳಿಂದಾಗಿಯೇ.

ಉತ್ಪಾದನೆ, ಮಾರಾಟ, ಬಳಕೆ ವಸ್ತುಗಳು ಮತ್ತು ಸೇವೆಗಳ ಮೇಲೆ ರಾಷ್ಟ್ರೀಯ ಮಟ್ಟದಲ್ಲಿ ಹೇರಲಾಗುವ ಸಮಗ್ರ ತೆರಿಗೆಗೆ ಸರಕು ಮತ್ತು ಸೇವಾ ತೆರಿಗೆ ಎಂದು ಕರೆಯಲಾಗುತ್ತದೆ. ಇದು ಭಾರತದ ಅತಿ ದೊಡ್ಡ ಸೇವಾ ತೆರಿಗೆಗಳಲ್ಲೊಂದು. ಈವರೆಗೆ ಜಾರಿಯಲ್ಲಿದ್ದ 18 ಬಗೆಯ ತೆರಿಗೆಗಳು ಅಂತ್ಯಗೊಳ್ಳಲಿದ್ದು, ಒಂದು ದೇಶ–ಒಂದು ತೆರಿಗೆಯ ಕನಸು ನನಸಾಗುವ ಕಾಲ ಸನ್ನಿಹಿತವಾಗಿದೆ. ಆರ್ಥಿಕ ಸುಧಾರಣೆ ನಿಟ್ಟಿನಲ್ಲಿ ಹೊಸ ಮೈಲಿಗಲ್ಲು ಎಂದೇ ಬಣ್ಣಿಸಲಾಗಿರುವ ಜಿಎಸ್‌ಟಿಯ ದರಗಳು ಕೊನೆಗೂ ಅಂತಿಮಗೊಂಡಿವೆ. ಜುಲೈ 1 ರಿಂದ ಜಿಎಸ್‌ಟಿ ಜಾರಿಯಾಗುವುದು ಖಚಿತವಾಗಿದೆ. ವಸ್ತುಗಳ ಬೆಲೆ ದೇಶವ್ಯಾಪಿ ಬಹುತೇಕ ಒಂದೇ ಆಗಿರುತ್ತದೆ. ಉತ್ಪಾದಕ ವಸ್ತುಗಳ ಎಲ್ಲ ತೆರಿಗೆಯನ್ನು ಒಂದೇ ವ್ಯವಸ್ಥೆಯಡಿ ತರುವ ತೆರಿಗೆ ಪದ್ಧತಿ 'ಸರಕು ಮತ್ತು ಸೇವಾ ತೆರಿಗೆ' (ಜಿಎಸ್‌ಟಿ) ರೂಪ ಪಡೆದಿದೆ. ಇದು ದೇಶದ ಅರ್ಥ ವ್ಯವಸ್ಥೆಯಲ್ಲಿ ಆಮೂಲಾಗ್ರ ಬದಲಾವಣೆ ತರುವ ನಿರೀಕ್ಷೆ ವ್ಯಕ್ತವಾಗಿದೆ.

ಏನು ಲಾಭ?

ದೇಶದಲ್ಲಿ ಸದ್ಯಕ್ಕೆ ಚಾಲ್ತಿಯಲ್ಲಿರುವ ತೆರಿಗೆ ಪದ್ಧತಿ ತುಂಬಾ ಸಂಕೀರ್ಣವಾಗಿದೆ. ವ್ಯಾಪಾರ–ವಹಿವಾಟು ಹಾಗೂ ಸೇವೆಗಳಿಗೆ ಹಲವು ಕಾನೂನು ತೊಡಕುಗಳಿವೆ. ಇದು ಭ್ರಷ್ಟಾಚಾರಕ್ಕೂ ಹಾದಿ ಮಾಡಿಕೊಡುತ್ತಿತ್ತು. ಜಿಎಸ್‌ಟಿ ಜಾರಿಯಾದರೆ ತೆರಿಗೆ ವಿಧಾನ ಸರಳಗೊಳ್ಳುವ ಜತೆಗೆ ನಿರ್ವಹಣಾ ವೆಚ್ಚವನ್ನು ಕಡಿಮೆ ಮಾಡುತ್ತದೆ. ದೇಶಾದ್ಯಂತ ಯಾವುದೇ ಅಡೆತಡೆ ಇಲ್ಲದೆ ಸರಳವಾಗಿ ಹಾಗೂ ಪಾರದರ್ಶಕವಾಗಿ ವಹಿವಾಟು ನಡೆಸಬಹುದು. ವಹಿವಾಟು ವೆಚ್ಚವೂ ಗಣನೀಯವಾಗಿ ಕುಗ್ಗುತ್ತದೆ. ರಫ್ತಿಗೆ ಉತ್ತೇಜನ ದೊರೆತು, ವಿದೇಶಿ ಹೂಡಿಕೆದಾರರನ್ನೂ ಆಕರ್ಷಿಸುವುದರಿಂದ ತೆರಿಗೆ ಸಂಗ್ರಹ ಹೆಚ್ಚುವ ಮೂಲಕ ಭಾರತದ ಜಿಡಿಪಿ (ಸಮಗ್ರ ದೇಶೀಯ ಉತ್ಪನ್ನ) ಮತ್ತು ಆದಾಯ ವೃದ್ಧಿಸಲಿದೆ. ಆರ್ಥಿಕ ಅಭಿವೃದ್ಧಿ ದರ ಸುಧಾರಣೆಗೂ ನೆರವಾಗುತ್ತದೆ. ಗ್ರಾಹಕರಿಗೆ ಈ ತೆರಿಗೆಯಿಂದ ಪರೋಕ್ಷ ಲಾಭ ಹೆಚ್ಚಿದೆ ಎಂಬುದು ತಜ್ಞರ ವಿಶ್ಲೇಷಣೆ.

ಯುಪಿಎ ಅವಧಿಯಲ್ಲೇ ಪ್ರಸ್ತಾವ

ಭಾರತೀಯರ ಮಟ್ಟಿಗೆ ಜಿಎಸ್‌ಟಿ ಹೊಸದೆನಿಸಿದರೂ ವಿಶ್ವದ ಹಲವು ದೇಶಗಳಲ್ಲಿ ಅದು ಚಾಲ್ತಿಯಲ್ಲಿದೆ. ಜಿಎಸ್‌ಟಿ ಮಸೂದೆ ಬಗ್ಗೆ ಮೊದಲು ಧ್ವನಿ ಎತ್ತಿದ್ದು ಯುಪಿಎ ಸರ್ಕಾರ. ರಾಜಕೀಯ ಕಾರಣಗಳಿಂದ ಅದು ನನೆಗುದಿಗೆ ಬಿತ್ತು. ನರೇಂದ್ರ ಮೋದಿ ನೇತೃತ್ವದ ಎನ್‌ಡಿಎ ಸರ್ಕಾರ ಅದನ್ನು ಕೈಗೆತ್ತಿಕೊಂಡು, ಕಾಂಗ್ರೆಸ್ ಆಗ್ರಹದಂತೆ ಕೆಲವು ಬದಲಾವಣೆಗಳನ್ನೂ ಮಾಡಿದೆ. ಸಂಸತ್ತಿನ ಅಂಗೀಕಾರವನ್ನೂ ಪಡೆದಿದೆ.

ಜಾರಿ ವಿಳಂಬವೇಕೆ?

ವಿತ್ತ ಸಚಿವ ಅರುಣ್ ಜೇಟ್ಲಿ ಅವರ ನಿರೀಕ್ಷೆಯಂತೆ ಏಪ್ರಿಲ್ 1 ರಿಂದಲೇ ಜಿಎಸ್‌ಟಿ ಜಾರಿಯಾಗಬೇಕಿತ್ತು. ಆದರೆ, ಎಲ್ಲ ರಾಜ್ಯಗಳೊಂದಿಗೆ ಸಮಾಲೋಚನೆ ನಡೆಸಿ, ವಸ್ತುಗಳ ಮೇಲಿನ ತೆರಿಗೆ ಪ್ರಮಾಣವನ್ನು ಅಂತಿಮಗೊಳಿಸುವುದು ವಿಳಂಬವಾಗಿದೆ. ಜಿಎಸ್‌ಟಿ ಆಡಳಿತಕ್ಕೆ ನೋಂದಾಯಿಸಿಕೊಳ್ಳಲು ವರ್ತಕರಿಗೆ ಜ. 15, 2017 ರವರೆಗೆ ಕಾಲಾವಕಾಶ ನೀಡಲಾಗಿತ್ತು. ಆದರೆ, ಜಿಎಸ್‌ಟಿ ತಂತ್ರಾಂಶದಲ್ಲಿದ್ದ ತೊಂದರೆ ಹಾಗೂ ವರ್ತಕರ ನಿರ್ಲಕ್ಷ್ಯದಿಂದ ಅದು ಸಕಾಲದಲ್ಲಿ ಪೂರ್ಣಗೊಂಡಿಲ್ಲ. ಅದೀಗ ಜುಲೈ 1 ರಿಂದಲೇ ಜಾರಿಯಾಗುತ್ತಿದೆ.

ನಾಲ್ಕು ಹಂತಗಳ ತೆರಿಗೆ

ಜುಲೈ 1 ರಿಂದ ದೇಶಾದ್ಯಂತ ಏಕರೂಪದ ತೆರಿಗೆ ವ್ಯವಸ್ಥೆಯಾದ ಸರಕು ಮತ್ತು ಸೇವಾ ತೆರಿಗೆ (ಜಿಎಸ್‌ಟಿ) ಜಾರಿಗೆ ಬರಲಿದ್ದು, ಶ್ರೀನಗರದಲ್ಲಿ ಕೇಂದ್ರ ಹಣಕಾಸು ಸಚಿವ ಅರುಣ್ ಜೇಟ್ಲಿ ನೇತೃತ್ವದಲ್ಲಿ ನಡೆದ ಜಿಎಸ್‌ಟಿ ಪರಿಷತ್ ಸಭೆಯಲ್ಲಿ ಸೇವಾ ತೆರಿಗೆ ದರವನ್ನು ಅಂತಿಮಗೊಳಿಸಲಾಗಿದೆ.

ತೆರಿಗೆ ಹಂತಗಳಾದ ಶೇ. 5, 12, 18 ಮತ್ತು 28ರ ವ್ಯಾಪ್ತಿಯಲ್ಲಿ ತರಬೇಕಾದ ಸರಕು ಮತ್ತು ಸೇವೆಗಳ ಪಟ್ಟಿಯನ್ನು ಸಭೆ ಅಂತಿಮಗೊಳಿಸಿದೆ. ಬಳಕೆದಾರರಿಗೆ ತೆರಿಗೆ ಹೊರೆಯಾಗದಂತೆ ನೋಡಿಕೊಳ್ಳಲಾಗಿದೆ ಎಂದು ಜೇಟ್ಲಿ ತಿಳಿಸಿದ್ದಾರೆ.

ಪರಿಣಾಮಗಳೇನು?

ಎರಡು ದಿನಗಳ ಸಭೆಯಲ್ಲಿ ಶಿಕ್ಷಣ ಮತ್ತು ಆರೋಗ್ಯ ಸೇವೆಗಳಿಗೆ ತೆರಿಗೆ ವಿನಾಯಿತಿ ನೀಡಲಾಗಿದೆ. ದೂರವಾಣಿ ಹಾಗೂ ಹಣಕಾಸು ಸೇವೆಗಳಿಗೆ ಶೇ. 18 ರಷ್ಟು, ರೇಸ್ ಕ್ಲಬ್, ಬೆಟ್ಟಿಂಗ್ ಮತ್ತು ಸಿನಿಮಾ ಹಾಲ್‌ಗಳಿಗೆ ಶೇ. 28 ರಷ್ಟು ತೆರಿಗೆ ವಿಧಿಸಲಾಗಿದೆ. ಕೇಶತೈಲ, ಸಾಬೂನು, ಟೂತ್ ಪೇಸ್ಟ್ ಇತ್ಯಾದಿ

ಸರಕುಗಳ ಜಿಎಸ್‌ಟಿ ದರ ಶೇ. 18 ಇರಲಿದೆ. ಸದ್ಯ ಶೇ. 11 ರಷ್ಟಿರುವ ಕಲ್ಲಿದ್ದಲು ತೆರಿಗೆ ಜಿಎಸ್‌ಟಿ ಜಾರಿಯಾದ ಮೇಲೆ ಶೇ. 5ಕ್ಕೆ ಇಳಿಯಲಿದೆ. ಬ್ರ್ಯಾಂಡೆಡ್ ಬಟ್ಟೆಗಳು ಮತ್ತಿತರ ಸರಕುಗಳು ಶೇ. 18ರ ಒಳಗಿನ ತೆರಿಗೆ ವ್ಯಾಪ್ತಿಗೆ ಒಳಪಡಲಿವೆ. ಟೆಲಿಕಾಂ ಕ್ಷೇತ್ರದಲ್ಲಿ ಶೇ. 18 ತೆರಿಗೆ ವಿಧಿಸಿರುವ ಹಿನ್ನೆಲೆಯಲ್ಲಿ ಮೊಬೈಲ್ ಕರೆಗಳ ದರ ತುಟ್ಟಿಯಾಗುವ ಸಾಧ್ಯತೆ ಇದೆ. ಆಮದು ಮಾಡಿದ ಫೋನ್ ಖರೀದಿ ದುಬಾರಿಯಾಗುವುದು.

ದಿನಬಳಕೆ ಸರಕುಗಳನ್ನು ಕನಿಷ್ಠ ತೆರಿಗೆ ಹಂತ ಶೇ. 5ರ ವ್ಯಾಪ್ತಿಯಲ್ಲಿ ತರಲಾಗಿದೆ. ಹೊಸ ತೆರಿಗೆ ವ್ಯವಸ್ಥೆ ಜಾರಿಗೆ ಬಂದರೆ ವಿಶೇಷವಾಗಿ ಹಾಲು ಮತ್ತು ಆಹಾರ ಧಾನ್ಯಗಳ ದರ ಗಣನೀಯವಾಗಿ ಇಳಿಮುಖವಾಗಲಿದೆ.

ಓಲಾ ಹಾಗೂ ಉಬರ್ ಮಾದರಿಯ ಕ್ಯಾಬ್ ಸೇವೆಗಳಿಗೆ ಶೇ. 5 ರಷ್ಟು ತೆರಿಗೆ ವಿಧಿಸಲು ಜಿಎಸ್‌ಟಿ ಪರಿಷತ್ ನಿರ್ಧರಿಸಿದೆ. ಆದರೆ ಚಿನ್ನ, ಬೀಡಿ, ಪಾದರಕ್ಷೆ ಸೇರಿದಂತೆ ಆರು ವಸ್ತುಗಳ ಮೇಲಿನ ತೆರಿಗೆ ದರವನ್ನು ಅಂತಿಮಗೊಳಿಸಲು ಜೂನ್ 3ರಂದು ಜಿಎಸ್‌ಟಿ ಪರಿಷತ್ ಮತ್ತೆ ಸಭೆ ಸೇರಲಿದೆ.

ಮೆಟ್ರೋ, ಲೋಕಲ್ ರೈಲು, ಹಜ್ ಇತ್ಯಾದಿ ಧಾರ್ಮಿಕ ಯಾತ್ರೆಗಳಿಗೆ ಜಿಎಸ್‌ಟಿ ತೆರಿಗೆ ಅನ್ವಯವಾಗುವುದಿಲ್ಲ. ರೈಲಿನ ಎಸಿ ಬೋಗಿಯ ಪ್ರಯಾಣ ಇನ್ನು ಸೋವಿ. ಸಾಮಾನ್ಯ ಜನರೂ ವಿಮಾನಗಳಲ್ಲಿ ಸಂಚರಿಸುವಂತಾಗಬೇಕು ಎಂಬ ಪ್ರಧಾನಿಯವರ ಆಶಯ ಸಾಕಾರಗೊಳಿಸುವ ನಿಟ್ಟಿನಲ್ಲಿ ವಿಮಾನಯಾನ ದರ ಇಳಿಕೆಯಾದೀತೆಂದು ನಿರೀಕ್ಷಿಸಲಾಗಿದೆ.

ಮೋಜು–ಮಸ್ತಿಗೆ ತೆರಿಗೆ ಬರೆ

ಒಟ್ಟು 200 ಐಷಾರಾಮಿ ಉತ್ಪನ್ನಗಳು, ಫೈವ್ ಸ್ಟಾರ್ ಹೋಟೆಲ್, ಕ್ಯಾಸಿನೋ, ಎಸಿ, ರೆಫ್ರಿಜರೇಟರ್, ವಾಷಿಂಗ್ ಮಷಿನ್ ಇತ್ಯಾದಿಗಳ ಮೇಲೆ ಶೇ. 28 ತೆರಿಗೆ ವಿಧಿಸಲಾಗಿದೆ. ಐಷಾರಾಮಿ ಹಾಗೂ ದುಬಾರಿ ವಸ್ತು–ಸೇವೆಗಳು ಇನ್ನಷ್ಟು ತುಟ್ಟಿಯಾಗುವುದು ನಿಶ್ಚಿತ. ಆದರೆ ಎಲ್‌ಇಡಿ ಟಿವಿ ಬೆಲೆ ಇಳಿಕೆಯಾಗಲಿದೆ.

ಒಟ್ಟು 50 ಲಕ್ಷಕ್ಕಿಂತ ಕಡಿಮೆ ವಹಿವಾಟು ಹೊಂದಿರುವ ರೆಸ್ಟೋರೆಂಟ್ ಮೇಲೆ ಶೇ. 5ರಷ್ಟು ತೆರಿಗೆ ವಿಧಿಸಿ ಅನುಕೂಲ ಕಲ್ಪಿಸಲಾಗಿದೆ. ಎಸಿ ಇದ್ದರೆ ಶೇ. 12 ತೆರಿಗೆ ಪಾವತಿಸಬೇಕು. ಅವುಗಳಲ್ಲಿ ಮದ್ಯ ಪೂರೈಸುತ್ತಿದ್ದರೆ ಶೇ. 18 ತೆರಿಗೆ ಕಟ್ಟಬೇಕು. 1,000 ರೂ. ಒಳಗೆ ಬಾಡಿಗೆ ವಿಧಿಸುವ ಲಾಡ್ಜ್‌ಗಳು ಕೇವಲ ಶೇ. 5ರಷ್ಟು ತೆರಿಗೆ ಪಾವತಿಸಬೇಕಿದೆ. 2500–5000 ರೂ. ಬಾಡಿಗೆ ಲಾಡ್ಜ್ ಶೇ. 18 ರಷ್ಟು ತೆರಿಗೆ ನಿಗದಿಪಡಿಸಲಾಗಿದೆ.

ಆಭರಣಗಳ ಖರೀದಿ ಮೇಲೂ ತೆರಿಗೆ ಹೆಚ್ಚು ಬೀಳುವ ಕಾರಣ, ಚಿನ್ನದ ದರ ಏರಿಕೆ ಕಾಣಲಿದೆ. ಇ-ಕಾಮರ್ಸ್ ಕೂಡ ಜಿಎಸ್‌ಟಿ ವ್ಯಾಪ್ತಿಗೆ ಬರುವ ಕಾರಣ ಆನ್‌ಲೈನ್ ಖರೀದಿ ತುಟ್ಟಿಯಾಗಲಿದೆ. ಜಿಎಸ್‌ಟಿಯೊಳಗೇ ಅಬಕಾರಿ ಮತ್ತು ವ್ಯಾಟ್ ವಿಲೀನಗೊಳ್ಳುವ ಕಾರಣ ಸಿದ್ಧ ಉಡುಪುಗಳ ದರ ಇಳಿಕೆಯಾಗಲಿದೆ. ಜಿಎಸ್‌ಟಿ ಅಡಿಯಲ್ಲಿ ಟ್ರ್ಯಾಕ್ಟರ್ ಹೊರತುಪಡಿಸಿ, ಮಿಕ್ಕೆಲ್ಲ ವಾಹನಗಳಿಗೆ ಶೇ. 28 ತೆರಿಗೆ ಅನ್ವಯವಾಗಲಿದ್ದರೂ ಕಾರು, ದ್ವಿಚಕ್ರ ವಾಹನಗಳ ಬೆಲೆ ಇಳಿಕೆ ನಿರೀಕ್ಷಿಸಲಾಗಿದೆ. ಕ್ರೀಡಾ ಬಳಕೆಯ ವಾಹನಗಳ ಮೇಲೆ ತೆರಿಗೆ ದರವು ಕುಸಿಯುವ ಜತೆಗೆ ಐಷಾರಾಮಿ ಕಾರುಗಳ ಬೆಲೆಯಲ್ಲೂ ಒಂದು ಲಕ್ಷ ರೂ. ವರೆಗಿನ ಕಡಿತ ಆಗಬಹುದೆಂದು ಉದ್ಯಮವು ಅಂದಾಜಿಸಿದೆ. ಆದರೆ, ನಾಲ್ಕು ಮೀಟರಿಗಿಂತ ಉದ್ದವಿರುವ ಕಾರುಗಳ ಮೇಲೆ ಜಿಎಸ್‌ಟಿ ಜತೆಗೆ ಶೇ. 15 ಸೆಸ್ ವಿಧಿಸಲು ತೀರ್ಮಾನಿಸಲಾಗಿದೆ.

ಮನೆ ಕಟ್ಟಿಸಲು ಕಷ್ಟ?

ಸಿಮೆಂಟ್ ಹಾಗೂ ಬಣ್ಣಗಳ ಮೇಲೆ ಸದ್ಯ ಶೇ. 24–25 ರಷ್ಟಿರುವ ತೆರಿಗೆ, ಜಿಎಸ್‌ಟಿ ಅನುಸಾರ ಶೇ. 28ಕ್ಕೆ ಏರುವುದರಿಂದ ಪೇಂಟ್, ಚಾಕ್ಲೆಟ್, ಫ್ರಿಜ್, ಸ್ನಾನ/ಶೌಚಗೃಹದಲ್ಲಿ ಬಳಸುವ ಪಿಂಗಾಣಿ ಸಾಮಾನುಗಳಂಥ ಗೃಹಬಳಕೆಯ ವಸ್ತುಗಳ ತಯಾರಕರ ಹಾಗೂ ಗೃಹ ನಿರ್ಮಾಣ ವಲಯದ ಮೇಲೆ ತುಸು ನಕಾರಾತ್ಮಕ ಪರಿಣಾಮ ನಿರೀಕ್ಷಿತ.

ವಹಿವಾಟು ಹೇಗಿರುತ್ತದೆ?

ನೀವು ಒಂದು ಉತ್ಪಾದನಾ ಘಟಕ ಹೊಂದಿದ್ದರೆ ಕೇಂದ್ರ ಸರ್ಕಾರಕ್ಕೆ ತೆರಿಗೆ ಪಾವತಿಸಬೇಕು ಹಾಗೂ ಪ್ರತ್ಯೇಕವಾಗಿ ರಿಟರ್ನ್ಸ್ ಫೈಲ್ ಮಾಡಬೇಕು. ಆದರೆ, ಚಿಲ್ಲರೆ ಗ್ರಾಹಕರಿಗೆ ನಿಮ್ಮ ಉತ್ಪನ್ನಗಳನ್ನು ಪೂರೈಸುವಾಗ ತೆರಿಗೆ ಕಟ್ಟಬೇಕಾಗುವುದಿಲ್ಲ. ರಿಟರ್ನ್ಸ್ ಫೈಲ್ ಮಾಡಬೇಕಾಗಿಲ್ಲ. ಜಿಎಸ್‌ಟಿ ಇಡೀ ದೇಶಕ್ಕೆ ಏಕರೂಪದ ತೆರಿಗೆ ವಿಧಾನ ಆಗಿರುವ ಕಾರಣ ಬೇರೆ ರಾಜ್ಯಗಳಲ್ಲಿ ನಿಮ್ಮ ಘಟಕ ಆರಂಭಿಸಿದರೂ ಅಲ್ಲಿ ಪ್ರತ್ಯೇಕವಾಗಿ ತೆರಿಗೆ ಪಾವತಿಸುವ ತಲೆನೋವು ಇಲ್ಲ. ಹೀಗಾಗಿ, ಇದು ಸರಳವೆನ್ನಿಸುತ್ತದೆ.

ಯಾರಿಗೆಲ್ಲ ಲಾಭ?

ಸುಮಾರು 18 ಬಗೆಯ ತೆರಿಗೆಗಳಿಂದ ರೋಸಿ ಹೋಗಿದ್ದ ಜನರಿಗೆ ಇನ್ನು ಮುಂದೆ ಕೇವಲ 4 ಹಂತದ ತೆರಿಗೆಗಳು ಮಾತ್ರ ಅನ್ವಯವಾಗಲಿವೆ. ಸದ್ಯ ಉತ್ಪನ್ನಗಳ ಮೇಲೆ ಶೇ. 31ರಷ್ಟು ತೆರಿಗೆಯನ್ನು ಗ್ರಾಹಕ ಪಾವತಿಸುತ್ತಿದ್ದು, ಹೊಸ

ವ್ಯವಸ್ಥೆಯಿಂದ ಕೊಂಚ ಉಳಿತಾಯ ಆಗಲಿದೆ. ಜಿಎಸ್‌ಟಿ ವ್ಯವಸ್ಥೆಯಿಂದ ಹೊಸ ಉದ್ಯೋಗಗಳ ಸೃಷ್ಟಿ ಪ್ರಕ್ರಿಯೆ ವೇಗ ಪಡೆದುಕೊಳ್ಳಲಿದೆ ಎಂದು ಉದ್ಯಮ ಹಾಗೂ ಆರ್ಥಿಕ ತಜ್ಞರು ಆಶಾವಾದ ವ್ಯಕ್ತಪಡಿಸಿದ್ದಾರೆ.

ಏಕರೂಪದ ತೆರಿಗೆ ವ್ಯವಸ್ಥೆಯಿಂದ ಎಲ್ಲ ಪ್ರಕ್ರಿಯೆ ಪಾರದರ್ಶಕವಾಗಿ ವ್ಯಾಪಾರಿಗಳಿಗೂ ಲಾಭವಾಗಲಿದೆ. ವ್ಯಾಪಾರಿಗಳಿಗೆ ಮೊದಲು ಪಾವತಿಸಿದ ತೆರಿಗೆಯ ಇನ್ಪುಟ್ ಕ್ರೆಡಿಟ್ ದೊರೆಯಲಿದ್ದು, ದೇಶ ಬೃಹತ್ ಮಾರುಕಟ್ಟೆಯಾಗಿ ರೂಪುಗೊಳ್ಳಲಿದೆ. ಟ್ಯಾಕ್ಸ್ ಬೇಸ್ ಹೆಚ್ಚಳದಿಂದ ಕೇಂದ್ರ ಮತ್ತು ರಾಜ್ಯ ಸರ್ಕಾರಗಳ ಆದಾಯ ಹೆಚ್ಚಲಿದೆ. ತೆರಿಗೆ ಕಳ್ಳತನವೂ ಕಡಿಮೆಯಾಗಿ ಸರ್ಕಾರದ ಬೊಕ್ಕಸ ತುಂಬಲಿದೆ.

ದರ ಇಳಿಕೆಯಿಂದ ಇತರ ದೇಶಗಳೊಂದಿಗೆ ಭಾರತೀಯ ಉತ್ಪನ್ನಗಳು ಸ್ಪರ್ಧೆಯೊಡ್ಡಿ ರಫ್ತಿನಲ್ಲಿ ಲಾಭ ದೊರೆಯಲಿದೆ. ವಿದೇಶಿ ನೇರ ಹೂಡಿಕೆ (ಎಫ್‌ಡಿಐ) ಹೆಚ್ಚಿನ ಪ್ರಮಾಣದಲ್ಲಿ ಹರಿದು ಬರಲಿದೆ. ಜಿಎಸ್‌ಟಿ ಜಾರಿ ಬಳಿಕ ಒಟ್ಟು ಆರ್ಥಿಕ ಪ್ರಗತಿ (ಜಿಡಿಪಿ) ದರ ಶೇ. 1.5 ರಿಂದ ಶೇ. 2 ರಷ್ಟು ವೃದ್ಧಿಗೊಳ್ಳಲಿದೆ.

ಜಿಎಸ್‌ಟಿ ಮಂಡಳಿ ಜವಾಬ್ದಾರಿ

ಜುಲೈ 1ರಿಂದ ಜಿಎಸ್‌ಟಿ ವಿಧಿವತ್ತಾಗಿ ಜಾರಿಯಾಗಲಿದ್ದರೂ ಲಾಟರಿ ಸೇವಾ ವಲಯ ಕುರಿತಾದ ಜಿಎಸ್‌ಟಿ ತೆರಿಗೆ ಸ್ತರದ ನಿರ್ಧರಿಸುವಿಕೆಯನ್ನು ಮಂಡಳಿ ಇನ್ನೂ ಬಾಕಿ ಉಳಿಸಿಕೊಂಡಿದೆ. ತೆರಿಗೆ ಕಡಿತದ ಫಲವಾಗಿ ಆಗುವ ಬೆಲೆ ಇಳಿಕೆಯ ಪ್ರಯೋಜನ ಬಳಕೆದಾರರಿಗೆ ಸಿಗುವಂತಾಗಲು ನಿರ್ದಿಷ್ಟ ಕ್ರಮಗಳನ್ನು ಕೈಗೊಳ್ಳಬೇಕಿದೆ. 60 ಲಕ್ಷಕ್ಕೂ ಹೆಚ್ಚು ತೆರಿಗೆ ಪಾವತಿದಾರರು ಜಿಎಸ್‌ಟಿ ಜಾಲಕ್ಕೆ ಸೇರ್ಪಡೆಗೊಳ್ಳಲಿದ್ದು, ಅವರಿಗೆ ಎಲ್ಲ ಅನುಕೂಲ ಹಾಗೂ ಪ್ರಯೋಜನಗಳನ್ನು ಕಲ್ಪಿಸುವ ಮಾಹಿತಿ ತಂತ್ರಜ್ಞಾನ ವ್ಯವಸ್ಥೆ ಅಳವಡಿಸಿಕೊಳ್ಳಬೇಕಿದೆ. ತೆರಿಗೆ ಜಮೆ ಆಗುವ ಸಾಫ್ಟ್‌ವೇರ್ ವ್ಯವಸ್ಥೆಯ ಇಂಟರ್‌ಫೇಸ್ ಸುಸೂತ್ರವಾಗಿ ಕಾರ್ಯ ನಿರ್ವಹಿಸುವಂತಾಗಬೇಕಿದೆ. ತಮ್ಮ ಲೆಕ್ಕದ ಪುಸ್ತಕಗಳ ನಿರ್ವಹಣೆ ಹಾಗೂ ರಿಟರ್ನ್ಸ್ ಸಲ್ಲಿಕೆಗೆಂದು ವರ್ತಕರೂ ಕಂಪ್ಯೂಟರ್ ಸಾಫ್ಟ್‌ವೇರ್ ಹಾಗೂ ಇತರ ಪೂರಕ ವ್ಯವಸ್ಥೆಗಳನ್ನು ಸಜ್ಜುಗೊಳಿಸಿಕೊಳ್ಳಬೇಕಿದೆ.

ಹಲವು ಕಂಪನಿಗಳಿಗೆ ಅನುಕೂಲ

ತೆರಿಗೆ ಸ್ವರೂಪದ ಬದಲಾವಣೆಯು ಮಾರುತಿ ಸುಜುಕಿ ಕಂಪನಿಯ ಉತ್ಪನ್ನಗಳ ಮೇಲೆ ಪರಿಣಾಮ ಬೀರುವ ಸಾಧ್ಯತೆ ಕಡಿಮೆ. ಹೀರೋ ಮೋಟಾರ್ಸ್, ಬಜಾಜ್ ಆಟೋ, ಟಿವಿಎಸ್ ಮೋಟಾರ್ ಕಂಪನಿಗಳಿಗೂ

ಹೊಸ ವ್ಯವಸ್ಥೆ ಅನುಕೂಲವಾದೀತು. ಆದರೆ, ವಿದೇಶಿ ನಿರ್ಮಿತ ವಾಹನಗಳು ತುಸು ದುಬಾರಿಯಾಗುವುದು ನಿಶ್ಚಿತ. 3500 ಸಿಸಿ ಮೇಲ್ಪಟ್ಟ ಬೈಕ್‌ಗಳ ಮೇಲೂ ಶೇ. 3ರಷ್ಟು ಹೆಚ್ಚುವರಿ ಸೆಸ್ ಅನ್ವಯವಾಗುವುದರಿಂದ ಇವುಗಳ ಬೆಲೆ ಏರಿಕೆ ಕಾಣುವ ಸಾಧ್ಯತೆಯಿದೆ.

ಖಾದ್ಯ ತೈಲಗಳ ಮೇಲಿನ ತೆರಿಗೆಯಲ್ಲಿ ಯಾವುದೇ ಬದಲಾವಣೆ ಆಗುವುದಿಲ್ಲ. ಡಿಟರ್ಜೆಂಟ್, ಶಾಂಪೂ, ಚರ್ಮದ ಕ್ರೀಮ್‌ಗಳ ಬೆಲೆ ಏರಿಕೆ ಸಂಭವನೀಯ. ಆದರೆ, ಸಿಗರೇಟುಗಳ ಮೇಲೆ ಶೇ. 28 ರಷ್ಟು ಸುಂಕ ನಿಗದಿಯಾಗುವ ಜತೆಗೆ ಸಾಗಾಟ ವೆಚ್ಚವೂ ತಗ್ಗಲಿದೆ. ಈ ಮೂಲಕ ಧೂಮಪಾನಿಗಳಿಗೆ ಪರೋಕ್ಷ ಅನುಕೂಲ ಕಲ್ಪಿಸಿದಂತಾಗಿದೆ.

ಕೋಲ್ಗೇಟ್ ಕಂಪನಿ ಪ್ರಸ್ತುತ ಶೇ. 28ರಷ್ಟು ತೆರಿಗೆ ನೀಡುತ್ತಿದ್ದು, ಜಿಎಸ್‌ಟಿ ಜಾರಿಯಿಂದಾಗಿ ದೊಡ್ಡ ಫಲಾನುಭವಿಯಾಗಲಿದೆ. ಗೋದ್ರೆಜ್ ಸೋಪುಗಳಿಂದ ಒದಗುವ ದೇಶೀಯ ಆದಾಯವೇ ಶೇ. 30 ರಷ್ಟಿದೆ. ಜಿಎಸ್‌ಟಿ ಅನ್ವಯ ಸೋಪುಗಳ ಮೇಲಿನ ತೆರಿಗೆ ಕಡಿಮೆಯಾಗುವುದರಿಂದ, ಸಹಜವಾಗಿಯೇ ಕಂಪನಿಗೆ ಪ್ರಯೋಜನವಾಗಲಿದೆ. ಕೇಶತೈಲ ಹಾಗೂ ಟೂತ್‌ಪೇಸ್ಟ್ ಮೇಲಿನ ತೆರಿಗೆ ತಗ್ಗುವುದರಿಂದ, ಈಗಾಗಲೇ ತೆರಿಗೆ ವಿನಾಯಿತಿ ವಲಯದಲ್ಲಿದ್ದರೂ ಇವುಗಳನ್ನು ತಯಾರಿಸುವ ಕಂಪನಿಗಳಿಗೂ ತುಸು ಅನುಕೂಲವಾಗುತ್ತದೆ.

ಏಕೀಕೃತ ಮಾರುಕಟ್ಟೆ

ಭಾರತದಲ್ಲಿ ಪ್ರತ್ಯಕ್ಷ ಹಾಗೂ ಪರೋಕ್ಷವಾಗಿ ಸೇವಾ ತೆರಿಗೆ, ಉತ್ಪಾದನಾ ಸುಂಕ, ಆಮದು ಸುಂಕ, ಕೇಂದ್ರ ಮಾರಾಟ ತೆರಿಗೆ, ರಾಜ್ಯಗಳು ವಿಧಿಸುವ ಮೌಲ್ಯವರ್ಧಿತ ತೆರಿಗೆ–ಹೀಗೆ 18 ಬಗೆಯ ತೆರಿಗೆಗಳನ್ನು ವಿಧಿಸಲಾಗುತ್ತಿತ್ತು. ಹೀಗಾಗಿ ಎಲ್ಲವನ್ನೂ ಒಳಗೊಂಡು ಒಂದು ವಿಸ್ತಾರವಾದ ಪರೋಕ್ಷ ತೆರಿಗೆ ನೀತಿ ಜಾರಿಗೊಳಿಸಬೇಕೆಂಬ ಚಿಂತನೆ ನಡೆದಿತ್ತು. 150ಕ್ಕೂ ಹೆಚ್ಚು ರಾಷ್ಟ್ರಗಳಲ್ಲಿ ಚಾಲ್ತಿಯಲ್ಲಿರುವ ಈ ವ್ಯವಸ್ಥೆಯನ್ನು ಭಾರತದಲ್ಲೂ ಅಳವಡಿಸಿಕೊಳ್ಳಲು ಉದ್ದೇಶಿಸಿದ್ದರೂ ನಿಯಮಾವಳಿಗಳ ತೊಡಕು ಎದುರಾಗಿತ್ತು. ಜಿಎಸ್‌ಟಿ ಜಾರಿಗೆ ಬೇಕಾದ ಸಾಂವಿಧಾನಿಕ ತಿದ್ದುಪಡಿಗೆ ಸಂಸತ್ತಿನಲ್ಲಿ ಸರ್ಕಾರ ಅಂಗಿಕಾರ ಪಡೆದಿದೆ.

ಜಿಎಸ್‌ಟಿಯ ಪ್ರಮುಖ ಉದ್ದೇಶ ಎಲ್ಲ ತೆರಿಗೆ ಮತ್ತು ಸುಂಕಗಳಿಗೆ ಪರ್ಯಾಯವಾಗಿ ರಾಷ್ಟ್ರವ್ಯಾಪಿ ಒಂದೇ ಸುಂಕ ವಿಧಿಸಿ, ತೆರಿಗೆ ಸುಧಾರಣಾ ವ್ಯವಸ್ಥೆಯಲ್ಲಿ ಜಾಗತಿಕ ದಿಕ್ಕಿನೆಡೆಗೆ ದಾಪುಗಾಲು ಹಾಕುವುದು. ಕೇಂದ್ರ ಮತ್ತು ರಾಜ್ಯಗಳ ಎಲ್ಲ ಪರೋಕ್ಷ ತೆರಿಗೆಗಳನ್ನು ಸೇರಿಸಿ ತೆರಿಗೆ ವಿಧಿಸುವುದರಿಂದ ಸರಪಳಿ ತೆರಿಗೆಯನ್ನು ತಡೆಯಲು ಸಾಧ್ಯ. ಇದರಿಂದ ವರ್ತಕರಿಗೆ,

ಸಾಮಾನ್ಯ ಗ್ರಾಹಕರಿಗೆ ನೇರ ಲಾಭವಿದ್ದು, ಇಡೀ ರಾಷ್ಟ್ರವೇ ಏಕೀಕೃತ ಮಾರುಕಟ್ಟೆಯಾಗುತ್ತದೆ. ಸರಕು ಸೇವಾ ತೆರಿಗೆ ವಿಧಿಸುವಿಕೆ ಮತ್ತು ತೆರಿಗೆ ವಸೂಲಿ ಪ್ರತಿಹಂತದ ಕ್ರಯ–ವಿಕ್ರಯದಲ್ಲಿ ಆಗುವುದಲ್ಲದೆ, ವರ್ತಕ ಖರೀದಿಸುವಾಗ ಪಾವತಿಸಿದ ತೆರಿಗೆಯನ್ನು ಮಾರಾಟ/ಸೇವೆಯ ತೆರಿಗೆಯಿಂದ ಕಳೆದು ಬಾಕಿಯನ್ನು ಸರ್ಕಾರದ ಖಾತೆಗೆ ಜಮೆ ಮಾಡಿದರಾಯಿತು. ಗ್ರಾಹಕನ ಮೇಲೆ ಸರಾಸರಿ ತೆರಿಗೆ ಹೊರೆ ಕಡಿಮೆಯಾಗಲಿದೆ. ಅಂತಾರಾಜ್ಯ ಸರಕು ಸಾಗಣೆ ಸಂದರ್ಭದಲ್ಲಿ ಮತ್ತೊಂದು ರಾಜ್ಯದ ಗಡಿಯಲ್ಲಿ ಮಾರಾಟ ತೆರಿಗೆ ಪಾವತಿಗೆ ಅನಗತ್ಯ ದಾಖಲೆಗಳ ಜಂಜಾಟಗಳಿರುವುದಿಲ್ಲ.

ರಾಜ್ಯಗಳ ಬೊಕ್ಕಸ ತುಂಬುವುದು ಹೇಗೆ?

ಮಾರಾಟ ತೆರಿಗೆಯ ವ್ಯಾಪ್ತಿ ರಾಜ್ಯ ಸರ್ಕಾರದ್ದಾಗಿತ್ತು. ಜಿಎಸ್‌ಟಿ ಜಾರಿ ಬಳಿಕ ರಾಜ್ಯಗಳ ಬೊಕ್ಕಸ ತುಂಬುವುದು ಹೇಗೆ? ತೆರಿಗೆದಾರನ ಮೇಲೆ ನಿಯಂತ್ರಣ ಹೇಗೆ? ಎಂಬ ಪ್ರಶ್ನೆಗಳಿಗೂ ಪರಿಹಾರ ಸಿಕ್ಕಿದೆ. ಒಕ್ಕೂಟ ವ್ಯವಸ್ಥೆಯಾಗಿರುವ ಕಾರಣ ರಾಜ್ಯ ನಿರ್ದಿಷ್ಟ ಎಸ್‌ಜಿಎಸ್‌ಟಿಯನ್ನು ರಾಜ್ಯಗಳು ಅಳವಡಿಸಿಕೊಳ್ಳಬಹುದು, ಕೇಂದ್ರದ ಸುಪರ್ದಿಯಲ್ಲಿ ಐಜಿಎಸ್‌ಟಿ ಮತ್ತು ಸಿಜಿಎಸ್‌ಟಿ ಸೇರುತ್ತದೆ.

ಸುಮಾರು 1.5 ಕೋಟಿಗಿಂತ ಕಡಿಮೆ ವಹಿವಾಟಿರುವ ವರ್ತಕರ ನಿಯಂತ್ರಣವನ್ನು ರಾಜ್ಯ ಮತ್ತು ಕೇಂದ್ರಗಳು ತಲಾ 90:10 ಅನುಪಾತದಲ್ಲಿ ನೋಡಿಕೊಳ್ಳಲಿದ್ದು, ದೊಡ್ಡ ವರ್ತಕರ ನಿಯಂತ್ರಣವನ್ನು ಸಮನಾಗಿ ಹಂಚಿಕೊಂಡಿವೆ. ಸಂವಿಧಾನದ ತಿದ್ದುಪಡಿಯ ಮೂಲಕ ಸರಕು ಮತ್ತು ಸೇವಾ ತೆರಿಗೆ ಸಮಿತಿ ರಚಿಸಲಾಗಿದೆ. ಕೇಂದ್ರ ವಿತ್ತ ಸಚಿವರು ಸಮಿತಿಯ ಅಧ್ಯಕ್ಷರಾದರೆ, ಕೇಂದ್ರ ಹಣಕಾಸು ಇಲಾಖೆಯ ರಾಜ್ಯ ಸಚಿವ ಮತ್ತು ನಾಮ ನಿರ್ದೇಶಿತ ರಾಜ್ಯ ಹಣಕಾಸು ಸಚಿವರು ಸದಸ್ಯರಾಗಿರುತ್ತಾರೆ.

ಕೇಂದ್ರ ಸೇವಾ ತೆರಿಗೆ, ಉತ್ಪಾದನಾ ಸುಂಕದ ವರ್ಗಾವಣೆ ಪ್ರಕ್ರಿಯೆ ಶುರುವಾಗಿದ್ದರೂ ಮಾರ್ಗದರ್ಶನ ಕೊರತೆ ಎದ್ದುಕಾಣುತ್ತಿದೆ ಎಂದು ಖ್ಯಾತ ಲೆಕ್ಕ ಪರಿಶೋಧಕ ಸುರೇಶ್ ಬಾಲಚಂದ್ರನ್ ಹೇಳಿದ್ದಾರೆ.

ಹಲವು ಸವಾಲುಗಳು

- ಜಿಎಸ್‌ಟಿ ಪೆಟ್ರೋಲಿಯಂ ಮತ್ತು ಮದ್ಯಕ್ಕೆ ಅನ್ವಯವಾಗಲ್ಲ. ಇದು ಬೊಕ್ಕಸಕ್ಕೆ ನಷ್ಟ ತಂದೊಡ್ಡುವ ಸಾಧ್ಯತೆಗಳಿವೆ.
- ಇಷ್ಟು ದಿನ ಒಂದು ಆಧಾರದಲ್ಲಿ ತೆರಿಗೆ ರಿಟರ್ನ್ಸ್ ಪಾವತಿ ಮಾಡುತ್ತಿದ್ದ ಜನರಿಗೆ ಹೊಸ ತೆರಿಗೆ ಲೆಕ್ಕ ಅರ್ಥವಾಗಲು ಕೊಂಚ ಕಾಲಾವಕಾಶ

ಬೇಕಾದೀತು. ಇದರಲ್ಲಿ ಗೊಂದಲ ನಿರ್ಮಾಣವಾಗುವ ಸಾಧ್ಯತೆಯೂ ಇದೆ.

- ಜಿಎಸ್‌ಟಿ ನೀತಿ ಸಮಗ್ರ ಅನುಷ್ಠಾನಕ್ಕೆ ಬಲಿಷ್ಠ ಐಟಿ ವ್ಯವಸ್ಥೆ ಅಗತ್ಯ. ಇತ್ತೀಚೆಗೆ ಜಗತ್ತಿನ ಆರ್ಥಿಕ ವ್ಯವಸ್ಥೆಯನ್ನೇ ಬುಡಮೇಲು ಮಾಡುವಂತಹ ವೈರಸ್ ದಾಳಿಯನ್ನು ಗಮನಿಸಿದರೆ, ಭಾರತದ ಐಟಿ ವ್ಯವಸ್ಥೆ ಇನ್ನಷ್ಟು ಬಲಗೊಳ್ಳುವ ಅಗತ್ಯ ಮನವರಿಕೆಯಾಗುತ್ತದೆ.
- ಸದ್ಯ ಶೇ. 12.5 ರಷ್ಟಿರುವ ಮೌಲ್ಯವರ್ಧಿತ ತೆರಿಗೆ ಬದಲಿಗೆ ಶೇ. 16 ತೆರಿಗೆ ಜಾರಿಯಾಗುವ ಸಾಧ್ಯತೆ ಇದೆ.
- ರಾಜ್ಯಗಳಿಗಿದ್ದ ಹೆಚ್ಚುವರಿ ಶೇ. 1 ತೆರಿಗೆ ವಿಧಿಸುವ ಹಕ್ಕನ್ನು ಜಿಎಸ್‌ಟಿ ಕಸಿದುಕೊಳ್ಳುತ್ತದೆ. ಅಲ್ಲದೆ, ಕೇಂದ್ರ ಹಾಗೂ ರಾಜ್ಯ ಸರ್ಕಾರಗಳ ನಡುವೆ ತೆರಿಗೆ ಹಂಚಿಕೆಯ ಗೊಂದಲಗಳು ಇನ್ನೂ ಬಗೆಹರಿದಂತಿಲ್ಲ.

ಇಷ್ಟಾದರೂ ನಮ್ಮಲ್ಲೇ ಹೆಚ್ಚು ತೆರಿಗೆ!

ಬಹುತೇಕ ದೇಶಗಳಲ್ಲಿ ಜಿಎಸ್‌ಟಿ ಅಡಿ ತೆರಿಗೆ ದರ ಕಡಿಮೆ ಇವೆ. ಮೂರು ಬಗೆಯ ತೆರಿಗೆಗಳಿವೆ. ಭಾರತದಲ್ಲಿ ನಾಲ್ಕು ಹಂತಗಳನ್ನು ನಿಗದಿಗೊಳಿಸಲಾಗಿದ್ದು, ಗರಿಷ್ಠ ಶೇ. 28 ತೆರಿಗೆ ವಿಧಿಸಲು ಅವಕಾಶವಿದೆ. ಏಷ್ಯಾದ ಇತರ ರಾಷ್ಟ್ರಗಳಲ್ಲಿ ಸರಾಸರಿ ತೆರಿಗೆ ದರ ಶೇ. 7.7 ಇದೆ. ಅಭಿವೃದ್ಧಿ ಹೊಂದಿರುವ ರಾಷ್ಟ್ರಗಳ ಪೈಕಿ ಸಿಂಗಾಪುರದಲ್ಲಿ ಜಿಎಸ್‌ಟಿ ತೆರಿಗೆ ದರ ಶೇ. 7ರಷ್ಟಿದೆ. ಕೆನಡಾದಲ್ಲಿ ಶೇ. 13ರಿಂದ 15, ಯೂರೋಪ್ ದೇಶಗಳಲ್ಲಿ ಗರಿಷ್ಠ ಶೇ. 24ರಿಂದ 25 ತೆರಿಗೆ ವಿಧಿಸಲಾಗುತ್ತಿದೆ.

ಬೇರೆ ದೇಶಗಳಲ್ಲಿ ಏನಾಯಿತು?

1989 ರಿಂದ 2000ರ ಅವಧಿಯಲ್ಲಿ 5 ರಾಷ್ಟ್ರಗಳು ಜಿಎಸ್‌ಟಿ ಪ್ರಚಲಿತಕ್ಕೆ ಬಂದಿದ್ದು, ಈ ತೆರಿಗೆ ವ್ಯವಸ್ಥೆ ಜಾರಿಗೆ ಬಂದ ವರ್ಷದಲ್ಲಿ ಜಿಡಿಪಿ ಕುಸಿದ ನಿದರ್ಶನಗಳಿವೆ. ಶೇ. 2 ಜಿಡಿಪಿ ಹೊಂದಿದ್ದ ಜಪಾನ್ 1989ರಲ್ಲಿ ಜಿಎಸ್‌ಟಿ ಜಾರಿ ಮಾಡಿದಾಗ ಶೇ. –1ಕ್ಕೆ ಕುಸಿತ ಕಂಡಿತು. ಕೆನಡಾದಲ್ಲಿ 1991 ರಲ್ಲಿ ಜಿಎಸ್‌ಟಿ ಬಂದಾಗ ಅಲ್ಲಿನ ಜಿಡಿಪಿ ಶೇ. 1.75 ಇತ್ತು. ಬಳಿಕ ಅದು ಶೇ. 0.75ಕ್ಕೆ ಕುಸಿಯಿತು. 1994ರಲ್ಲಿ ಸಿಂಗಾಪುರದಲ್ಲಿ ಜಿಎಸ್‌ಟಿ ಅಸ್ತಿತ್ವಕ್ಕೆ ಬಂದಾಗ ಶೇ. 5.6ರಷ್ಟಿದ್ದ ಜಿಡಿಪಿ ಶೇ. –3ಕ್ಕೆ ಕುಸಿಯಿತು. ಆಸ್ಟ್ರೇಲಿಯಾದಲ್ಲಿ 2000ನೇ ಇಸ್ವಿಯಲ್ಲಿ ಜಿಎಸ್‌ಟಿ ಜಾರಿಗೆ ಬಂದಾಗ ಶೇ. –1 ರಷ್ಟಿದ್ದ ಜಿಡಿಪಿ ಶೇ. –1.75ಕ್ಕೆ ಜಾರಿತು. ಮಲೇಷ್ಯಾದಲ್ಲಿ 2015 ರಲ್ಲಿ ಜಿಎಸ್‌ಟಿ ಜಾರಿಗೆ ಬಂತು. ಅಲ್ಲಿನ ಜಿಡಿಪಿ ಶೇ. 1.75 ರಿಂದ ಶೇ. –1ಕ್ಕೆ ಇಳಿಯಿತು.

ಜಿಎಸ್‌ಟಿ ಜಪ

ಜಿ–20 ಶೃಂಗ ಸಭೆಯಲ್ಲಿ ಭಾಗವಹಿಸುವುದೂ ಸೇರಿದಂತೆ ಮುಂದಿನ ಎರಡು ತಿಂಗಳಲ್ಲಿ ಜರ್ಮನಿ, ರಷ್ಯಾ ಹಾಗೂ ಅಮೆರಿಕ ದೇಶಗಳಿಗೆ ಪ್ರಧಾನಿ ನರೇಂದ್ರ ಮೋದಿ ಪ್ರವಾಸ ಕೈಗೊಳ್ಳಲಿದ್ದು, ಈ ವೇಳೆ, ಜಿಎಸ್‌ಟಿಯಂಥ ತೆರಿಗೆ ಸುಧಾರಣಾ ಉಪಕ್ರಮವನ್ನು ಪರಿಣಾಮಕಾರಿಯಾಗಿ ಬಿಂಬಿಸುವ ಸಾಧ್ಯತೆ ಇದೆ. ಹೂಡಿಕೆಗೆ ಇಂಬು ಕೊಡುವಂಥ ಉದ್ಯಮಸ್ನೇಹಿ ವಾತಾವರಣ ಭಾರತದಲ್ಲಿ ಇರುವುದನ್ನು ವಿದೇಶಿ ಹೂಡಿಕೆದಾರರಿಗೆ ಮನವರಿಕೆ ಮಾಡಿಕೊಡುವುದು ಮೋದಿ ಅವರ ಆದ್ಯತಾ ಕಾರ್ಯಸೂಚಿಯಲ್ಲಿ ಸೇರಿದೆ. ರಾಜಕೀಯ ಸ್ಥಿರತೆ ಇರುವ ದೇಶವೊಂದರಲ್ಲಿ ಈ ಸುಧಾರಣಾ ಉಪಕ್ರಮಗಳು ಜರುಗುತ್ತಿದ್ದು, ಚೀನಾದಂಥ ವಿಶ್ವದ ಇತರ ಪ್ರಮುಖ ಆರ್ಥಿಕತೆಗಳಿಗೆ ಹೋಲಿಸಿದಾಗ ಭಾರತದ ವಿಶ್ವಾಸಾರ್ಹತೆ ಮಹತ್ತರವಾಗಿದೆ ಎಂಬ ಅಂಶವನ್ನು ವಿದೇಶಿ ಸಮುದಾಯಕ್ಕೆ ಮೋದಿ ಮನದಟ್ಟು ಮಾಡಿಕೊಡಲಿದ್ದಾರೆ. ಜರ್ಮನಿಯೊಂದಿಗೆ ಆರ್ಥಿಕ ಬಾಂಧವ್ಯ ವೃದ್ಧಿ, ರಕ್ಷಣಾ ವಲಯದಲ್ಲಿ ತಂತ್ರಜ್ಞಾನದ ಪಾಲುದಾರಿಕೆಯನ್ನು ಮತ್ತು ದೀರ್ಘಾವಧಿಯ ಉತ್ಪಾದನಾ ಸಹಭಾಗಿತ್ವವನ್ನು ರೂಪಿಸುವ ನಿಟ್ಟಿನಲ್ಲಿ ಚರ್ಚಿಸಲು ಪ್ರಧಾನಿ ಸ್ಪೇನ್‌ಗೂ ಭೇಟಿ ನೀಡಲಿದ್ದಾರೆ.

(ಕನ್ನಡ ಮಾಣಿಕ್ಯ, ಜುಲೈ 2017)

ಪುಟ್ಟ ಮನೆಯ ದೊಡ್ಡ ಕನಸು

'ಬೆಚ್ಚನಾ ಮನೆಯಿರಲು, ವೆಚ್ಚಕ್ಕೆ ಹೊನ್ನಿರಲು, ಇಚ್ಛೆಯನರಿತು ನಡೆವ ಸತಿಯಿರಲು ಸ್ವರ್ಗಕ್ಕೆ ಕಿಚ್ಚು ಹಚ್ಚೆಂದ' ಸರ್ವಜ್ಞನ ಕವಿವಾಣಿ ಯಾರಿಗೆ ಗೊತ್ತಿಲ್ಲ? ಮನೆ, ಹಣ ಹಾಗೂ ಮಡದಿ–ನೆಮ್ಮದಿಯ ಬದುಕಿಗೆ ಇವೇ ಮೂರು ದಾರಿಗಳು.

ಬಡ ಹಾಗೂ ಮಧ್ಯಮ ವರ್ಗದವರಿಗೆ ಸಾಮಾಜಿಕ ಹಾಗೂ ಆರ್ಥಿಕ ಭದ್ರತೆ ಒದಗಿಸುವ ಏಕೈಕ ಆಸ್ತಿ ಎಂದರೆ ಮನೆ. ಸ್ವಂತ ಮನೆ ಕಟ್ಟಿಸಲು ಅಥವಾ ಖರೀದಿಸಲು ಎಲ್ಲರೂ ಹಂಬಲಿಸುವುದು ಇದೇ ಭಾವನಾತ್ಮಕ ಕಾರಣಕ್ಕಾಗಿ. ಗುಡಿಸಲುರಹಿತ ದೇಶ ಸೃಷ್ಟಿಸುವ ಜತೆಗೆ ಪ್ರತಿಯೊಬ್ಬರಿಗೂ ಒಂದು ಕನಸಿನ ಮನೆ ಕಲ್ಪಿಸುವ ನಿಟ್ಟಿನಲ್ಲಿ ಹಲವು ವಸತಿ ಯೋಜನೆಗಳು ಸಾಕಷ್ಟು ವರ್ಷಗಳಿಂದ ಚಾಲ್ತಿಯಲ್ಲಿವೆ. ಆದರೂ ಕೋಟ್ಯಂತರ ಜನರಿಗೆ ಇಂದಿಗೂ ಭೂಮಿಯೇ ಹಾಸಿಗೆ, ಗಗನವೇ ಹೊದಿಕೆಯಂತಾಗಿದೆ. ಚಳಿ–ಮಳೆಗಳನ್ನು ಅವರ ಗುಡಿಸಲುಗಳು ತಾಳಿಕೊಳ್ಳಲಾರವು. ಬಡ ಹಾಗೂ ಮಧ್ಯಮ ವರ್ಗದವರು ಸ್ವಂತ ಸೂರು ಕಟ್ಟಿಕೊಳ್ಳುವುದಕ್ಕಾಗಿ ಜೀವನಪೂರ್ತಿ ಸಂಘರ್ಷ ಮಾಡಬೇಕಾದ ಸ್ಥಿತಿ ಇನ್ನೂ ಇದೆ. ಇಂಥ ಪರಿಸ್ಥಿತಿ ಸುಧಾರಿಸಬೇಕಿದ್ದರೆ, ಎಲ್ಲರ ತಲೆಯ ಮೇಲೂ ಒಂದು ಸೂರು ಸಿಗಬೇಕಿದ್ದರೆ, ಮನೆಯೇ ಮಂತ್ರಾಲಯ ಆಗಬೇಕಿದ್ದರೆ ವಸತಿ ಯೋಜನೆಗಳನ್ನು ಇನ್ನಷ್ಟು ಪರಿಣಾಮಕಾರಿಯಾಗಿ ಅನುಷ್ಠಾನಗೊಳಿಸಬೇಕಾದ ಅನಿವಾರ್ಯತೆ ಇದೆ.

ಕಷ್ಟಸಾಧ್ಯ ಗುರಿಯಲ್ಲ

2020 ರೊಳಗೆ ಎಲ್ಲರಿಗೂ ಮನೆ ಎಂಬ ಘೋಷಣೆಯನ್ನು ಪ್ರಧಾನಿ ನರೇಂದ್ರ ಮೋದಿ ಅಧಿಕಾರ ಸ್ವೀಕರಿಸಿದ ಹೊಸತರಲ್ಲೇ ಮಾಡಿದ್ದಾರೆ. ಆದರೆ, ಮ್ಯಾಜಿಕ್ ಬ್ರಿಕ್ಸ್ ಸಂಸ್ಥೆಯ ಈ. ಜಯಶ್ರೀ ಕುರುಪ್ ಹೇಳುವಂತೆ, ಭಾರತದ ಜನಸಂಖ್ಯೆ ಪ್ರತಿ ವರ್ಷ ಎರಡು ಚಿಕ್ಕ ರಾಷ್ಟ್ರಗಳಷ್ಟು ಹೆಚ್ಚುತ್ತಿದೆ. ಒಟ್ಟು ಜಿಡಿಪಿಗೆ

ಶೇ. 60ರಷ್ಟು ಕೊಡುಗೆ ನೀಡುತ್ತಿರುವ ದೇಶದ ನಗರ ಪ್ರದೇಶಗಳಲ್ಲಿ ದೇಶದ ಒಟ್ಟು ಜನಸಂಖ್ಯೆಯ ಶೇ. 31ರಷ್ಟು ಜನರು ವಾಸಿಸುತ್ತಿದ್ದಾರೆ. ಭೂಮಿಯ ಲಭ್ಯತೆಯನ್ನು ಗರಿಷ್ಠ ಪ್ರಮಾಣದಲ್ಲಿ ಬಳಕೆ ಮಾಡಿಕೊಂಡು ಮನೆಗಳನ್ನು ನಿರ್ಮಿಸಬೇಕು. ಬಹುಮಹಡಿ ಜನತಾ ಮನೆಗಳ ಪರಿಕಲ್ಪನೆಯೂ ಈಚೆಗೆ ಜನಪ್ರಿಯವಾಗುತ್ತಿದೆ. ಮೂಲಸೌಕರ್ಯ ಅಭಿವೃದ್ಧಿ, ನೀರು ಪೂರೈಕೆ, ತ್ಯಾಜ್ಯ ವಿಲೇವಾರಿ ಘಟಕ, ಆರೋಗ್ಯ ಕೇಂದ್ರ, ಶಾಲೆ–ಕಾಲೇಜು, ಮನೋರಂಜನೆ ಹಾಗೂ ಸಾಂಸ್ಕೃತಿಕ ಕೇಂದ್ರಗಳು, ಕ್ರೀಡಾಂಗಣ–ಪಾರ್ಕ್‌ಗಳ ಅಭಿವೃದ್ಧಿಯೂ ಜತೆಜತೆಗೇ ಸಾಗಬೇಕು. ಆಗಲೇ ವಸತಿ ಯೋಜನೆ ಪರಿಪೂರ್ಣವಾಗುತ್ತದೆ. ಮನೆ ಕಟ್ಟಿಸಿದರೆ ಸಾಲದು, ಅಲ್ಲಿ ವಾಸಯೋಗ್ಯ ವಾತಾವರಣವೂ ಇರಬೇಕು. ತಂತ್ರಜ್ಞಾನದ ಸದ್ಬಳಕೆ ಮಾಡಿಕೊಂಡರೆ ಇದು ಅಸಾಧ್ಯವಾದ ಗುರಿಯೇನೂ ಅಲ್ಲ.

ಕನಸಿಗೆ ರೆಕ್ಕೆ

ಬಹುತೇಕ ನಗದು ವ್ಯವಹಾರವನ್ನೇ ನೆಚ್ಚಿಕೊಂಡಿದ್ದ (ಸಾಕಷ್ಟು ಪ್ರಮಾಣದಲ್ಲಿ ಕಪ್ಪುಹಣವೂ ಚಾಲ್ತಿಯಲ್ಲಿದ್ದ) ರಿಯಲ್ ಎಸ್ಟೇಟ್ ಉದ್ಯಮ ಅಪನಗದೀಕರಣದ ಬಳಿಕ ನೆಲಕಚ್ಚಿತ್ತು. ನಗದುರಹಿತ ವಹಿವಾಟಿಗೆ ಉತ್ತೇಜನ ನೀಡುವ ಜತೆಗೆ ರಿಯಲ್ ಎಸ್ಟೇಟ್ ಉದ್ದಿಮೆಗೂ ಶಕ್ತಿ ತುಂಬುವುದು ಸರ್ಕಾರದ ಮುಂದಿರುವ ಸವಾಲಾಗಿತ್ತು. ಇದನ್ನು ಯಶಸ್ವಿಯಾಗಿ ನಿಭಾಯಿಸುವ ದೂರದೃಷ್ಟಿ ಇಟ್ಟುಕೊಂಡು 2016ರ ಕೊನೆಯ ರಾತ್ರಿ ರಾಷ್ಟ್ರವನ್ನುದ್ದೇಶಿಸಿ ಭಾಷಣ ಮಾಡಿದ ನರೇಂದ್ರ ಮೋದಿ, ಗೃಹಸಾಲಗಳ ಮೇಲಿನ ಬಡ್ಡಿ ದರವನ್ನು ಭಾರಿ ಪ್ರಮಾಣದಲ್ಲಿ ಇಳಿಸಿ, ಹೊಸ ಮನೆಯ ಕನಸಿಗೆ ರೆಕ್ಕೆ ಮೂಡಿಸಿದರು. 2017ಕ್ಕೆ ಹೊಸ ನಿರೀಕ್ಷೆಗಳ ಬೆಳಕನ್ನು ಕಾಣಿಸಿದರು.

ಬಡ್ಡಿದರ ಇಳಿಕೆಗೇನು ಕಾರಣ?

ರೆಪೋ ದರ ಇಳಿಕೆ, ಸಾಲದ ಮೇಲಿನ ಬಡ್ಡಿ ಇಳಿಕೆ ಹಾಗೂ ತೆರಿಗೆ ಇಳಿಕೆಯಿಂದ ಗೃಹಸಾಲ ಕೈಗೆಟುಕುವಂತಾಗಿದೆ. ರಾಷ್ಟ್ರೀಕೃತ ಬ್ಯಾಂಕುಗಳಲ್ಲಿ ಪ್ರಸ್ತುತ ಶೇ. 8.6 ರಿಂದ ಶೇ. 8.7ರ ಬಡ್ಡಿ ದರದಲ್ಲಿ ಕನಿಷ್ಠ 15 ಲಕ್ಷದಿಂದ ಗರಿಷ್ಠ 10 ಕೋಟಿ ವರೆಗೆ ಗೃಹಸಾಲ ಸಿಗುತ್ತದೆ. ಮರುಪಾವತಿ ಅವಧಿಯೂ 1 ರಿಂದ 30 ವರ್ಷಗಳಷ್ಟು ವಿಸ್ತಾರವಾಗಿದೆ. ಪ್ರೋಸೆಸಿಂಗ್ ಶುಲ್ಕ ಕೂಡ ಶೂನ್ಯದಿಂದ ಶೇ. 0.35ಕ್ಕೆ ನಿಗದಿಯಾಗಿದೆ. ಅಂದರೆ, ಗ್ರಾಹಕರಿಂದ ಗರಿಷ್ಠ 11,500 ರೂ. ಪ್ರೋಸೆಸಿಂಗ್ ಶುಲ್ಕ ಮಾತ್ರ ಆಕರಿಸಬಹುದು. ಕೆವೈಸಿ, ಪಾನ್ ಕಾರ್ಡ್, ವಿಳಾಸ ಹಾಗೂ ಗುರುತಿನ ಪುರಾವೆ, ಆದಾಯದ ದಾಖಲೆ, ಬ್ಯಾಂಕ್

ಸ್ಟೇಟ್‌ಮೆಂಟ್ ಹಾಗೂ ಒಂದು ಭಾವಚಿತ್ರದ ಜತೆಗೆ ಅರ್ಜಿ ಸಲ್ಲಿಸಿದರೆ ಅಧಿಕಾರಿಗಳೇ ಮನೆಬಾಗಿಲಿಗೆ ಬಂದು ಸಾಲ ಮಂಜೂರಾತಿ ಮಾಡುವ ವ್ಯವಸ್ಥೆಯೂ ಹಲವು ಬ್ಯಾಂಕುಗಳಲ್ಲಿದೆ.

ಗೃಹಸಾಲವೇ ಅಗ್ಗ

ಬ್ಯಾಂಕುಗಳು ಕೊಡುವ ಸಾಲಗಳ ಪೈಕಿ ಗೃಹಸಾಲವೇ ಅತ್ಯಂತ ಅಗ್ಗವಾದದ್ದು. ಮರುಪಾವತಿ ಅವಧಿಯೂ ಸುದೀರ್ಘವಾಗಿರುತ್ತದೆ (ಗರಿಷ್ಠ 30 ವರ್ಷ).

ಬ್ಯಾಂಕುಗಳು ಸ್ಥಿರ ಹಾಗೂ ಅಸ್ಥಿರ (ಕಾಲಕಾಲಕ್ಕೆ ಪರಿಷ್ಕರಣೆಗೆ ಒಳಪಡುವ) ಬಡ್ಡಿದರ ವಿಧಿಸುತ್ತವೆ. ಸ್ಥಿರ ಬಡ್ಡಿದರ ವಿಧಿಸುವ ಸನ್ನಿವೇಶ ಈಗ ಬಹಳ ಕಡಿಮೆ. ಸರಿಸುಮಾರು ಐದು ವರ್ಷಕ್ಕೊಮ್ಮೆ ಪರಿಷ್ಕರಿಸಬಲ್ಲ ಅಸ್ಥಿರ ಬಡ್ಡಿದರವೇ ಚಾಲ್ತಿಯಲ್ಲಿದೆ. ಅದು ಮೂಲದರ ಹಾಗೂ ಮುಖ್ಯ ಸಾಲದ ದರ (ಪಿಎಲ್‌ಆರ್) ಅವಲಂಬಿಸಿರುತ್ತವೆ. ಕೆಲವು ಬ್ಯಾಂಕುಗಳು ಇದನ್ನು ಗ್ರಾಹಕರಿಗೆ ವಿವರಿಸುವುದೇ ಇಲ್ಲ. ಗ್ರಾಹಕರ ಹಿತ ಗಮನಿಸದೆ ತಮ್ಮ ಹಿತವನ್ನಷ್ಟೇ ಪರಿಗಣಿಸುವ ಸಾಧ್ಯತೆ ಇರುವ ಕಾರಣ ಬಡ್ಡಿದರದ ಸ್ವರೂಪ ಕೆದಕದೆ, ಇಎಂಐ ಮೊತ್ತವನ್ನು ನಿರ್ದಿಷ್ಟಪಡಿಸಿಕೊಳ್ಳದೆ ಸಾಲಪತ್ರಗಳಿಗೆ ಸಹಿ ಹಾಕುವುದು ಸೂಕ್ತವಲ್ಲ. ಒಂದಕ್ಕಿಂತ ಹೆಚ್ಚು ಬ್ಯಾಂಕ್ ಶಾಖೆಗಳನ್ನು ಸಂಪರ್ಕಿಸಿ, ಅವರ ಸಾಲ ಯೋಜನೆಗಳ ವಿವರವಾದ ಮಾಹಿತಿ ಪಡೆದು, ತಮಗೆ ಯಾವುದು ಸೂಕ್ತವೋ ಅದನ್ನು ಆಯ್ದುಕೊಳ್ಳುವುದು ಒಳಿತು.

ರಿಸರ್ವ್ ಬ್ಯಾಂಕ್ ಪ್ರತಿ ಎರಡು ತಿಂಗಳಿಗೊಮ್ಮೆ ಹಣಕಾಸು ನೀತಿಯ ಪರಾಮರ್ಶೆ ನಡೆಸುತ್ತದೆ. ಮಾರುಕಟ್ಟೆ ಪ್ರಗತಿಯ ಹಾದಿಯಲ್ಲಿರುವುದು ದೃಢಪಟ್ಟರೆ ಮಾತ್ರ ಬಡ್ಡಿದರ ಇಳಿಸುತ್ತದೆ. ಬಡ್ಡಿದರ ಇಳಿಯುತ್ತಿದ್ದರೆ ಅಸ್ಥಿರ ಬಡ್ಡಿದರದ ಗೃಹಸಾಲ ಗ್ರಾಹಕರ ಜೇಬಿಗೆ ಅನುಕೂಲಕರ. ಏಕೆಂದರೆ, ಬಡ್ಡಿದರ ತಗ್ಗಿದಾಗ ಇಎಂಐ ಹೊರೆಯೂ ಇಳಿಯುತ್ತದೆ. ಮಾರುಕಟ್ಟೆಯ ಸ್ಥಿತಿಗತಿ ಹಾಗೂ ತಮ್ಮ ಸಾಲ ಮರುಪಾವತಿಯ ಶಕ್ತಿಯನ್ನು ಗಮನಿಸಿ ಗ್ರಾಹಕರು ತಮ್ಮ ಸಾಲಕ್ಕೆ ಸ್ಥಿರ ಬಡ್ಡಿ ದರ ವಿಧಿಸಬೇಕೋ ಅಥವಾ ಪರಿಷ್ಕರಣೆಗೆ ಒಳಗಾಗುವ ಅಸ್ಥಿರ ಬಡ್ಡಿದರ ಆದೀತೋ ಎಂಬುದನ್ನು ನಿರ್ಧರಿಸಬೇಕು.

ಸಾಲ ವರ್ಗಾವಣೆಯೂ ಸಾಧ್ಯ

ಬಡ್ಡಿದರ ಒಂದು ಬ್ಯಾಂಕಿನಿಂದ ಮತ್ತೊಂದಕ್ಕೆ ವ್ಯತ್ಯಾಸವಿರುತ್ತದೆ. ಕಡಿಮೆ ಬಡ್ಡಿದರವಿರುವ ಬ್ಯಾಂಕಿಗೆ ಸಾಲವನ್ನು ವರ್ಗಾಯಿಸಿಕೊಳ್ಳಲೂ ಅವಕಾಶವಿದೆ. ಕಡಿಮೆ ಬಡ್ಡಿದರದ ಸಾಲ ಯೋಜನೆಗೆ ಬದಲಾದರೂ ದಂಡ ವಿಧಿಸುವಂತಿಲ್ಲ.

ಮರುಸಾಲ ಪಡೆಯಲು ನಿರ್ಧರಿಸಿದಲ್ಲಿ ಶಾಖೆಯ ಅಧಿಕಾರಿಗಳೊಂದಿಗೆ ಚರ್ಚಿಸಿ, ಸೂಕ್ತ ನಿರ್ಧಾರ ಕೈಗೊಳ್ಳಬೇಕು. ಹಳೆಯ ಸಾಲದ ಮರುಪಾವತಿ ನಿಯಮಿತವಾಗಿದ್ದರೆ ಮಾತ್ರ ಬ್ಯಾಂಕುಗಳು ಇಂಥ ಬದಲಾವಣೆಗೆ ಒಪ್ಪಿಗೆ ಸೂಚಿಸಬಹುದು. ಅಥವಾ ಸೂಕ್ತ ಸಾಲ ಯೋಜನೆ ಯಾವುದೆಂಬುದನ್ನು ಗ್ರಾಹಕರಿಗೆ ವಿವರಿಸಿ, ಅನುಕೂಲ ಕಲ್ಪಿಸಬಹುದು.

ಬಡ್ಡಿಯೇ ಹೆಚ್ಚು

ಇಎಂಐ ಸ್ವರೂಪ ಗಮನಿಸಿ. ಅಸಲು ಹಾಗೂ ಬಡ್ಡಿ ಸೇರಿಸಿ ಸಮಾನ ಮಾಸಿಕ ಕಂತುಗಳನ್ನು ನಿರ್ಧರಿಸಲಾಗುತ್ತದೆ. ಆರಂಭದ ಅರ್ಧ ಅವಧಿಯಲ್ಲಿ ಅಸಲಿಗಿಂತ ಬಡ್ಡಿಯ ಮೊತ್ತವೇ ಜಾಸ್ತಿ ಇರುತ್ತದೆ. ಆ ಬಳಿಕ ಅಸಲಿನ ಮರುಪಾವತಿ ಮೊತ್ತ ಹೆಚ್ಚುತ್ತಾ ಸಾಗುತ್ತದೆ. ಸಾಲದ ಅವಧಿ ದೀರ್ಘವಾದಷ್ಟೂ ಇಎಂಐ ಮೊತ್ತ ಕಡಿಮೆಯಾಗುತ್ತದೆ. ಆದರೆ, ನೀವು ಕಟ್ಟುವ ಬಡ್ಡಿ ಮೊತ್ತ ತುಂಬ ಜಾಸ್ತಿ ಇರುತ್ತದೆ. ಅವಧಿ ಕಡಿಮೆಯಿದ್ದರೆ ಸಾಲ ಬೇಗನೆ ತೀರಿ, ಮನೆ ನಿಮ್ಮ ಸ್ವಂತದ್ದೇ ಆಗುತ್ತದೆ. ಪಾವತಿಸುವ ಒಟ್ಟು ಬಡ್ಡಿಯ ಪ್ರಮಾಣವೂ ದೀರ್ಘಾವಧಿ ಸಾಲಕ್ಕೆ ಹೋಲಿಸಿದರೆ ಕಡಿಮೆಯಿರುತ್ತದೆ. ನಿಮ್ಮ ಮರುಪಾವತಿ ಸಾಮರ್ಥ್ಯ ಚೆನ್ನಾಗಿದ್ದರೆ ಮಧ್ಯಮಾವಧಿ ಗೃಹಸಾಲದ ಮೊರೆಹೋಗುವುದೇ ಸೂಕ್ತ. ಇಎಂಐ ಮಾತ್ರವಲ್ಲದೆ, ನಿಮ್ಮಲ್ಲಿ ಹಣ ಲಭ್ಯವಿದ್ದಾಗ ಭಾಗಶಃ ಪಾವತಿಗೂ (ಪಾರ್ಟ್ ಪೇಮೆಂಟ್) ಅವಕಾಶವಿರುತ್ತದೆ. ಅದು ಸಾಲದ ಖಾತೆಗೆ ಜಮೆಯಾಗಿ, ಸಾಲ ತೀರಿಕೆ ಸಂದರ್ಭದಲ್ಲಿ ಲೆಕ್ಕಾಚಾರ ನಡೆಯುತ್ತದೆ. ಇದರಿಂದ ಬಡ್ಡಿಯಲ್ಲೂ ಒಂದಿಷ್ಟು ಉಳಿತಾಯ ಸಾಧ್ಯವಾಗುತ್ತದೆ. ಅವಧಿಗೂ ಮೊದಲೇ ಸಾಲ ಮರುಪಾವತಿಸಿದರೆ ಹೆಚ್ಚುವರಿ ಶುಲ್ಕ (ಪೆನಾಲ್ಟಿ) ವಿಧಿಸಬಾರದು ಎಂಬು ಆರ್‌ಬಿಐ ಬ್ಯಾಂಕುಗಳಿಗೆ ಸೂಚಿಸಿದ್ದೂ ಗ್ರಾಹಕಸ್ನೇಹಿ ನಡೆ.

ನೀವು 20 ವರ್ಷಗಳ ಅವಧಿಗೆ 20 ಲಕ್ಷ ಗೃಹಸಾಲ ಪಡೆದಿದ್ದೀರಿ ಎಂದಾದರೆ, ನಿಮ್ಮ ಮಾಸಿಕ ಇಎಂಐ ಸರಿಸುಮಾರು 20,000 ಆಗಿರುತ್ತದೆ. 20 ವರ್ಷ ಮುಗಿಯುವ ಹೊತ್ತಿಗೆ ಸುಮಾರು 28 ಲಕ್ಷ ರೂಪಾಯಿಗಳನ್ನು ನೀವು ಬಡ್ಡಿ ರೂಪದಲ್ಲಿ ಬ್ಯಾಂಕಿಗೆ ಪಾವತಿಸಿರುತ್ತೀರಿ. ಸಬ್ಸಿಡಿ ಇದ್ದರೆ ಈ ಮೊತ್ತ ಸ್ವಲ್ಪ ಕಡಿಮೆಯಾಗಬಹುದು.

ಸಾಲಕ್ಕೆ ಅರ್ಜಿ ಸಲ್ಲಿಸುವ ಮುನ್ನ ಬ್ಯಾಂಕ್‌ಗಳು ಎಷ್ಟು ಶುಲ್ಕ ವಿಧಿಸುತ್ತವೆ ಎನ್ನುವುದನ್ನು ತಿಳಿದುಕೊಳ್ಳಬೇಕು. ಪ್ರೋಸೆಸಿಂಗ್ ಫೀ, ಆಡಳಿತಾತ್ಮಕ ಶುಲ್ಕ, ಕಾನೂನು ಶುಲ್ಕ, ಆಸ್ತಿ ನೋಂದಣಿ ಶುಲ್ಕ ಇತ್ಯಾದಿಗಳನ್ನು ನೀವೇ ಭರಿಸಬೇಕಾಗುತ್ತದೆ. ಇವು ಯಾವ ಕಾರಣಕ್ಕೂ ವಾಪಸ್ ಸಿಗುವುದಿಲ್ಲ.

ಸಾಲಕ್ಕೆ ನೀವು ಅರ್ಹರೇ?

ನಿಮ್ಮ ವಯಸ್ಸು, ಉದ್ಯೋಗ, ಆದಾಯ, ಬಾಕಿ ಸೇವಾವಧಿ, ಕುಟುಂಬದ ಹಿನ್ನೆಲೆ, ಮರುಪಾವತಿ ಸಾಮರ್ಥ್ಯ ಇತ್ಯಾದಿಗಳನ್ನು ಪರಿಗಣಿಸಿ, ಎಷ್ಟು ಸಾಲಕ್ಕೆ ನೀವು ಅರ್ಹರಿದ್ದೀರಿ ಎಂದು ನಿರ್ಧರಿಸುತ್ತವೆ. ಸಾಮಾನ್ಯವಾಗಿ ಆಸ್ತಿ ಮೌಲ್ಯದ ಶೇ. 80ರಿಂದ 90ರ ತನಕ ಗೃಹಸಾಲ ಸಿಗುತ್ತದೆ. ಉಳಿದ ಮೊತ್ತವನ್ನು ಗ್ರಾಹಕರೇ ಭರಿಸಬೇಕು. ಹೀಗೆ ಸಾಲ ಪಡೆದವರು ತಮ್ಮ ಆದಾಯದ ಶೇ. 40 ಭಾಗವನ್ನು ಕಂತು ಪಾವತಿಸಲು ಮೀಸಲಿಡಬೇಕಾಗುತ್ತದೆ. ಉದಾಹರಣೆಗೆ, ನಿಮ್ಮ ಮನೆಯ ಮೌಲ್ಯ 50 ಲಕ್ಷವಿದ್ದರೆ, 40 ಲಕ್ಷ ಸಾಲ ಸಿಗುತ್ತದೆ. 10 ಲಕ್ಷ ರೂ. ಭರಿಸುವ ಸಾಮರ್ಥ್ಯ ನಿಮ್ಮಲ್ಲಿದ್ದರೆ ಮಾತ್ರ ಕೈಹಾಕುವುದೊಳಿತು.

ನಿರ್ಮಾಣ ಹಂತದ ಮನೆ ಖರೀದಿ

ಮನೆ ಖರೀದಿ ಅಥವಾ ನಿರ್ಮಾಣಕ್ಕೆ ಏಕಗಂಟಿನಲ್ಲಿ ಬ್ಯಾಂಕುಗಳು ಸಾಲ ವಿತರಿಸುವುದಿಲ್ಲ. ನಿರ್ಮಾಣ ಹಂತದಲ್ಲಿರುವ ಮನೆಗೆ ಸಾಲ ಪಡೆದರೆ, ಬ್ಯಾಂಕ್‌ಗಳು ಪ್ರತಿ ಹಂತದಲ್ಲೂ ಪರಿಶೀಲನೆ ಮಾಡಿ, ಇಂತಿಷ್ಟೇ ಹಣ ಬಿಡುಗಡೆ ಮಾಡುತ್ತವೆ. ಅಪಾರ್ಟ್‌ಮೆಂಟ್ ಅಥವಾ ಸ್ವತಂತ್ರ ಮನೆ ಖರೀದಿಸಲು ಮುಂದಾದರೆ, ಆ ಮನೆಯ ಸ್ಥಿತಿಗತಿ, ಮಾರುಕಟ್ಟೆ ಮೌಲ್ಯ ಇತ್ಯಾದಿಗಳನ್ನು ಗಮನಿಸಿ ಸಾಲ ಕೊಡುತ್ತವೆ. ಸಾಲದ ವಿತರಣೆ ಆದೊಡನೆ ಬಡ್ಡಿ ವಿಧಿಸುವುದು ಆರಂಭವಾಗುತ್ತದೆ.

ನಿರ್ಮಾಣ ಹಂತದಲ್ಲಿರುವ ಮನೆ ಖರೀದಿಸಲು ಸಾಲಕ್ಕೆ ಅರ್ಜಿ ಸಲ್ಲಿಸಿದರೆ ಅವಧಿಪೂರ್ವ (ಪ್ರಿ)–ಇಎಂಐ ಪಾವತಿ ಮಾಡಬೇಕಾಗುತ್ತದೆ. ನಿರ್ಮಾಣ ಹಂತದ ಮನೆಗಳಿಗೆ ಬ್ಯಾಂಕುಗಳು ಹಂತ ಹಂತವಾಗಿ ಸಾಲ ವಿತರಿಸುತ್ತವೆ. ಈ ಅವಧಿಯಲ್ಲಿ ವಿತರಿಸಿರುವ ಸಾಲಕ್ಕೆ ಬಡ್ಡಿ ಪಾವತಿ ಮಾಡಬೇಕು. ಮನೆ ಪೂರ್ಣವಾಗುವವರೆಗೂ ಇದು ಮುಂದುವರಿಯುತ್ತದೆ. ಪೂರ್ಣ ಸಾಲ ಬಿಡುಗಡೆಯಾದ ಮೇಲೆ ನಿಶ್ಚಿತ ಇಎಂಐ ಆರಂಭವಾಗುತ್ತದೆ. ಪ್ರಿ–ಇಎಂಐನಲ್ಲಿ ಪಾವತಿಸುವ ಬಡ್ಡಿಯ ಹಣಕ್ಕೆ ತೆರಿಗೆ ಪ್ರಯೋಜನಗಳ ಲೆಕ್ಕಾಚಾರ ತುಸು ಭಿನ್ನವಾಗಿರುತ್ತದೆ.

ತೆರಿಗೆ ವಿನಾಯ್ತಿ?

ಅಪನಗದೀಕರಣದಿಂದಾಗಿ ಕುಸಿದಿರುವ ರಿಯಲ್ ಎಸ್ಟೇಟ್ ಉದ್ಯಮಕ್ಕೆ ಪುನಶ್ಚೇತನ ನೀಡಲು ನಿರ್ಧರಿಸಿರುವ ಕೇಂದ್ರ ಸರ್ಕಾರ, ಗೃಹ ಸಾಲದ ಮೇಲೆ

ತೆರಿಗೆ ವಿನಾಯ್ತಿ ನೀಡಲು ಚಿಂತನೆ ನಡೆಸಿದೆ. ಗೃಹ ಸಾಲದ ಮೇಲೆ ವಾರ್ಷಿಕ 2 ಲಕ್ಷ ರೂ.ಗಿಂತ ಅಧಿಕ ಬಡ್ಡಿ ಪಾವತಿಸುತ್ತಿರುವ ಗ್ರಾಹಕರಿಗೆ ತೆರಿಗೆ ವಿನಾಯ್ತಿ ಘೋಷಿಸಲು ವಿತ್ತ ಸಚಿವಾಲಯ ಮುಂದಾಗಿದೆ. ಮುಂದಿನ ಬಜೆಟ್‌ನಲ್ಲಿ ಈ ಕುರಿತಾದ ಅಧಿಕೃತ ಘೋಷಣೆ ಹೊರಬೀಳುವ ಸಾಧ್ಯತೆ ಇದೆ. ಸಾಲದ ಬಡ್ಡಿ ದರ ಇಳಿಕೆ ಬಳಿಕ ಇದು ಮತ್ತೊಂದು ಕೊಡುಗೆ ಎಂದೇ ವಿಶ್ಲೇಷಿಸಲಾಗುತ್ತಿದೆ. ಇದರಿಂದ ಮಧ್ಯಮ ವರ್ಗಕ್ಕೆ ಹೆಚ್ಚಿನ ಅನುಕೂಲವಾಗುವ ನಿರೀಕ್ಷೆಯೂ ವ್ಯಕ್ತವಾಗಿದೆ.

(ಕನ್ನಡ ಮಾಣಿಕ್ಯ, ಏಪ್ರಿಲ್ 2017)

ಸೆಕೆಂಡ್ ಹ್ಯಾಂಡ್ ಕಾರು ಕೊಳ್ಳುತ್ತೀರಾ?

ಹೊಸಪೇಟೆ ಸಮೀಪದ ತೋರಣಗಲ್ಲು ಎಂಬಲ್ಲಿ ಜಿಂದಾಲ್ ಸಂಸ್ಥೆಯಲ್ಲಿ ಕೆಲಸ ಮಾಡುವ ನಮ್ಮ ಎಳೆಯ ಗೆಳೆಯನೊಬ್ಬ ಕಳೆದ ವರ್ಷ ಕಾರು ಚಾಲನೆ ಕಲಿತ. ಆತನಿಗೆ ಹೊಸ ಕಾರು ಕೊಳ್ಳಲು ಧೈರ್ಯವಿಲ್ಲ, ಅಷ್ಟು ಆರ್ಥಿಕ ಚೈತನ್ಯವೂ ಇರಲಿಲ್ಲ. ಹೀಗಾಗಿ, ದಲ್ಲಾಳಿಯೊಬ್ಬರ ಮುಖಾಂತರ ಸೆಕೆಂಡ್ ಹ್ಯಾಂಡ್ ಕಾರು ಖರೀದಿಸಿದ. ಮಾರುತಿ ಸ್ವಿಫ್ಟ್ 2005ನೇ ಮಾಡೆಲ್ ಕಾರು ಅದು. ನೋಡಲು ಸಾಕಷ್ಟು ಚೆನ್ನಾಗಿಯೇ ಇತ್ತು. ಕೇವಲ 55 ಸಾವಿರ ಕಿ.ಮೀ. ಓಡಿದೆ ಎಂದು ಹೇಳಿ 2.50 ಲಕ್ಷಕ್ಕೆ ವ್ಯವಹಾರ ಕುದುರಿಸಿದರು.

ಆದರೆ, ಆತ ಮೋಸಹೋದ. ಖರೀದಿಸಿದ ಮೇಲೆ ಏನೋ ಸಮಸ್ಯೆಯಾಯಿತೆಂದು ಶೋರೂಮ್‌ಗೆ ಒಯ್ದಾಗ, 2011ರಲ್ಲೇ ಆ ಕಾರು 68 ಸಾವಿರ ಕಿ.ಮೀ. ಓಡಿತ್ತೆಂದೂ, ಒಟ್ಟಾರೆಯಾಗಿ 1.50 ಲಕ್ಷ ಕಿ.ಮೀ.ಗಿಂತಲೂ ಜಾಸ್ತಿ ಓಡಿರಬಹುದೆಂದೂ ಅಲ್ಲಿನ ಸಿಬ್ಬಂದಿ ಅಂದಾಜಿಸಿದರು. ಮೈಲೇಜ್ ಕೂಡ 12–13ರ ಆಸುಪಾಸಿನಲ್ಲಿತ್ತು. ಈಗ ತಲೆ ಮೇಲೆ ಕೈಹೊತ್ತು ಕುಳಿತಿದ್ದಾನೆ. ಮಾರಲು ಹೊರಟರೆ ಕಡಿಮೆಗೆ ಕೇಳುತ್ತಾರೆ. ಇಟ್ಟುಕೊಂಡರೆ ಸಾಕುವುದು ಕಷ್ಟ.

ಇದನ್ನೆಲ್ಲ ಏಕೆ ಹೇಳಬೇಕಾಯಿತು ಎಂದರೆ, ಹೊಸ ಕಾರು ಖರೀದಿಸುವಷ್ಟು ಆರ್ಥಿಕ ಚೈತನ್ಯವಿಲ್ಲದೆ ಈವರೆಗೆ ನಾನು ಸಾಕಿದ್ದು ಎರಡು ಸೆಕೆಂಡ್ ಹ್ಯಾಂಡ್ ಕಾರುಗಳನ್ನೇ. ಈಗ ಮತ್ತೆ ಹುಡುಕುತ್ತಿರುವುದೂ ಅಂಥದನ್ನೇ. ಹೀಗೆ ಮಾರುಕಟ್ಟೆಯಲ್ಲಿ ನನಗೆ ಸೂಕ್ತವಾದ ಕಾರು ಹುಡುಕುತ್ತಿರುವಾಗ ಆದ ಅನುಭವಗಳನ್ನು ಇಲ್ಲಿ ದಾಖಲಿಸಿದ್ದೇನೆ.

ಆರ್ಥಿಕ ಹಿಂಜರಿತದ ಹೊಡೆತ ವಾಹನೋದ್ಯಮದ ಮೇಲೂ ಬಿದ್ದಿದೆ. ಬಿಎಸ್ 6 ಜಾರಿಗೂ ಮುನ್ನ ಕಂಪನಿಗಳು ಉತ್ಪಾದಿಸಿರುವ ಬಿಎಸ್ 4 ಮಾದರಿಯ ಎಲ್ಲ ಕಾರುಗಳನ್ನು ಮಾರಾಟ ಮಾಡುವ ಧಾವಂತದಲ್ಲಿವೆ. ನಾನಾ ಆಫರ್‌ಗಳನ್ನು ಕೊಟ್ಟರೂ ಗ್ರಾಹಕರು ವಾಹನಗಳ ಖರೀದಿಗೆ ಹೆಚ್ಚು ಉತ್ಸಾಹ ತೋರುತ್ತಿಲ್ಲ. ಮಾರುತಿ ಸಂಸ್ಥೆ 2020ರ ಜನವರಿಯಿಂದ ಡೀಸೆಲ್ ವಾಹನಗಳ ಉತ್ಪಾದನೆ ಸ್ಥಗಿತಗೊಳಿಸುವುದಾಗಿ ಘೋಷಿಸಿದೆ (ಈ ಘೋಷಣೆ ಜಾರಿಗೆ ಬರುವುದಿಲ್ಲ, ಆ ಮಾತು ಬೇರೆ).

ಎಲೆಕ್ಟ್ರಿಕ್ ವಾಹನಗಳಿಗೆ ಕೇಂದ್ರ ಸರ್ಕಾರ ಉತ್ತೇಜನ ಕೊಡಲಾರಂಭಿಸಿದೆ. ಬ್ಯಾಟರಿ ಬಾಳಿಕೆಯ ಖಚಿತತೆ ಇಲ್ಲದೆ ಹಾಗೂ ದುಬಾರಿ ಎಂಬ ಕಾರಣಕ್ಕೆ ಗ್ರಾಹಕರು ಇನ್ನೂ ಗೊಂದಲದಲ್ಲಿದ್ದಾರೆ. ಈಗ ಮಹಾನಗರಗಳಲ್ಲಿ ಮಾತ್ರ ಬೆರಳೆಣಿಕೆಯ ಚಾರ್ಜಿಂಗ್ ಪಾಯಿಂಟ್‌ಗಳಿವೆ. ದೂರ ಪ್ರಯಾಣದ ಮಧ್ಯೆ ಬ್ಯಾಟರಿ ಚಾರ್ಜ್ ಮಾಡುವ ಉದ್ದೇಶಕ್ಕೆ ಮೂರರಿಂದ ನಾಲ್ಕು ತಾಸು ವಾಹನ ನಿಲ್ಲಿಸುವುದು ಸಾಧ್ಯವೇ? ತುರ್ತಾಗಿ ಹೋಗಬೇಕಿರುವಾಗ ಚಾರ್ಜ್ ಖಾಲಿಯಾದರೆ ಏನು ಮಾಡುವುದು? ಎಂಜಿನ್ ಚಾಲೂ ಇದ್ದಾಗ ಬ್ಯಾಟರಿ ಕೂಡ ತಾನಾಗಿ ಅಥವಾ ಸೋಲಾರ್ ಶಕ್ತಿಯಿಂದ ಚಾರ್ಜ್ ಆಗುವ ವ್ಯವಸ್ಥೆ ಬರುವ ತನಕ ಈ ಗೊಂದಲ ಮುಂದುವರಿಯಬಹುದೇನೋ.

ಪರಿಸರ ಸ್ನೇಹಿ ವಾಹನಗಳನ್ನು ಉತ್ತೇಜಿಸುವ ನಿಟ್ಟಿನಲ್ಲಿ ಸರ್ಕಾರ ತಾವು ಈಗಾಗಲೇ ಖರೀದಿಸಿ ಬಳಸುತ್ತಿರುವ ವಾಹನಗಳನ್ನು ನಿಷೇಧಿಸಿದರೆ ನಷ್ಟವಾಗುವುದಲ್ಲವೇ ಎಂಬ ಚಿಂತೆಯಿಂದ ಗ್ರಾಹಕರು ಹೊಸ ಕಾರುಗಳ ಖರೀದಿಗೆ ಮುಂದಾಗುತ್ತಿಲ್ಲ. ಆದರೆ, ಸೆಕೆಂಡ್ ಹ್ಯಾಂಡ್ ವಾಹನಗಳ ಉದ್ದಿಮೆಯೂ ಕುಸಿದು ಕುಳಿತಿರುವುದು ಅಚ್ಚರಿ ಮೂಡಿಸಿದೆ. ಹೊಸ ವಾಹನಗಳನ್ನು ಖರೀದಿಸಲು ಹಿಂಜರಿಯುತ್ತಿರುವ ವಾಹನಗಳು ಹಳೆಯ ಕಾರುಗಳತ್ತ ಮುಖ ಮಾಡಬಹುದು ಎನ್ನುವ ನಿರೀಕ್ಷೆ ಅಷ್ಟು ನಿಜವಾಗಿಲ್ಲ.

ಒಂದು ಕುಟುಂಬ ಪ್ರಯಾಣಿಸಬಹುದಾದ ಮಧ್ಯಮ ಗಾತ್ರದ ಯಾವ ಹೊಸ ಕಾರು ಕೂಡ ಐದಾರು ಲಕ್ಷಕ್ಕಿಂತ ಕಡಿಮೆಗೆ ಸಿಗುವುದಿಲ್ಲ (ಖರೀದಿಸಿದ ಮೇಲೆ ಅದರ ಮೌಲ್ಯ ಗಣನೀಯವಾಗಿ ಕುಸಿಯುತ್ತ ಹೋಗುತ್ತದೆ). ಅಷ್ಟು ಹಣ ಹೊಂದಿಸಿಕೊಳ್ಳಲು ಆಗದವರು ಸೆಕೆಂಡ್ ಹ್ಯಾಂಡ್ ಕಾರುಗಳತ್ತಲೇ ಮುಖ ಮಾಡಬೇಕು. ಮೂರು–ಮೂರುವರೆ ಲಕ್ಷ ರೂ.ಗಳಿಗೆ ಒಂದೊಳ್ಳೆಯ ಗುಣಮಟ್ಟದ ಸೆಕೆಂಡ್ ಹ್ಯಾಂಡ್ ಕಾರು ಸಿಗಬಹುದು.

ಆಯ್ಕೆ ಹೇಗೆ?

ಸೆಕೆಂಡ್ ಹ್ಯಾಂಡ್ ವಾಹನಗಳಲ್ಲಿ ಕೆಲವು ಮಾಡೆಲ್‌ಗಳಿಗೆ ಮಾತ್ರ ಬೇಡಿಕೆ ಇರುತ್ತದೆ. ನಿರ್ವಹಣ ವೆಚ್ಚ ತುಸು ಕಡಿಮೆ ಎನ್ನುವ ಕಾರಣಕ್ಕೆ ಮಾರುತಿಯ ಕಾರುಗಳು ಗ್ರಾಹಕರ ಪ್ರೀತಿಗೆ ಪಾತ್ರವಾಗಿವೆ. ಸ್ವಿಫ್ಟ್, ರಿಟ್ಜ್ ಇತ್ಯಾದಿ ಕಾರುಗಳಿಗೆ ಈಗಲೂ ಸಾಕಷ್ಟು ಗ್ರಾಹಕರು ಸಿಗುತ್ತಾರೆ. ಫೋರ್ಡ್‌ನಂತಹ ವಿದೇಶಿ ಕಾರುಗಳು ಒಂದು ಲಕ್ಷ ಕಿ.ಮೀ.ಗಿಂತ ಹೆಚ್ಚು ಓಡಿದರೆ ಅದಕ್ಕೆ ಬೆಲೆ, ಬೇಡಿಕೆ ಇರಲ್ಲ. ಟೊಯೋಟಾ ಕಂಪನಿಯ ಇನ್ನೋವಾ, ಇಟಿಯೋಸ್ ಇತ್ಯಾದಿ ವಾಹನಗಳಿಗೆ ಒಂದು ಹಂತದವರೆಗೆ ಬೇಡಿಕೆ ಇದೆ. ಮೊದಲ ಬಾರಿಗೆ ಕಾರು ಕೊಳ್ಳುವವರು ಚಾಲನೆಯಲ್ಲಿ ಒಂದಿಷ್ಟು ಪಳಗುವ ತನಕ ಸೆಕೆಂಡ್ ಹ್ಯಾಂಡ್ ಕಾರನ್ನೇ ಇಷ್ಟಪಡುತ್ತಾರೆ.

ಸೆಕೆಂಡ್ ಹ್ಯಾಂಡ್ ಕಾರು ಖರೀದಿಸುವಾಗ ಒಂದಿಷ್ಟು ಗೊಂದಲ, ಭಯ ಇರುತ್ತದೆ. ಸೆಕೆಂಡ್ ಹ್ಯಾಂಡ್ ಕಾರಿಗೆ ಇಂತಿಷ್ಟೇ ಬೆಲೆ ಎನ್ನುವಂತಿಲ್ಲ. ನೀವು ಖರೀದಿಸಲು ಹೊರಟಿರುವುದು ಯಾವ ಮಾಡೆಲ್‌ನ ಕಾರು? ಎಷ್ಟು ಕಿ.ಮೀ. ಓಡಿದೆ? ಎಷ್ಟು ಕೈಗಳು ಬದಲಾಗಿವೆ? ಮಾಲಕ ಅದನ್ನು ಹೇಗೆ ಇಟ್ಟುಕೊಂಡಿದ್ದಾನೆ? ರೀ ಪೇಂಟ್ ಆಗಿದೆಯೇ? ಅಪಘಾತವಾದ ಕುರುಹುಗಳಿವೆಯೇ? ಸರ್ವೀಸ್‌ಗಳನ್ನು ಶೋರೂಮ್‌ಗಳಲ್ಲಿಯೇ ಮಾಡಿಸಿದ್ದಾರೆಯೇ? ಮೈಲೇಜ್ ಎಷ್ಟಿದೆ? ಪಿಕಪ್ ಹೇಗಿದೆ? ರಿಪೇರಿ ಕೆಲಸ ಏನಾದರೂ ಬಾಕಿ ಇದೆಯೇ? ಟೈರ್, ಎಂಜಿನ್ ಆಯಿಲ್, ಹೆಡ್ ಲೈಟ್, ಕ್ಲಚ್ ಪ್ಲೇಟ್, ಸಸ್ಪೆನ್ಶನ್ ಇತ್ಯಾದಿಗಳನ್ನು ಬದಲಾಯಿಸಬೇಕಾದ ಅಗತ್ಯವಿದೆಯೇ? ವಾಹನಗಳಲ್ಲಿ ಏನಾದರೂ ಹೆಚ್ಚುವರಿ ಶಬ್ದಗಳು ಬರುತ್ತಿವೆಯೇ? ಎಂಜಿನ್ ಅಗತ್ಯಕ್ಕಿಂತ ಜಾಸ್ತಿ ಬಿಸಿಯಾಗುತ್ತಿದೆಯೇ? ಇತ್ಯಾದಿ ಅಂಶಗಳನ್ನು ಗಮನಿಸಬೇಕು. ಅದರ ಸದ್ಯದ ಮಾರುಕಟ್ಟೆ ಬೆಲೆ ಎಷ್ಟಿದೆ ಎಂದೂ ವಿಚಾರಿಸಿ. ಮಾಲಕರು ಅಥವಾ ಮಾರಾಟಗಾರರು ಹೇಳುವುದನ್ನು ನಂಬಬೇಡಿ. ವಾಹನವನ್ನು ಟೆಸ್ಟ್ ಡ್ರೈವ್ ಮಾಡದೆ ಯಾವ ಕಾರಣಕ್ಕೂ ಖರೀದಿಸಬೇಡಿ.

ಯಾರೇ ಆಗಲಿ, ತಮ್ಮ ಕಾರು ಮಾರಲು ಕೆಲವು ಕಾರಣಗಳಿರುತ್ತವೆ. ಹೊಸ ಕಾರು ಕೊಳ್ಳಲು ಹಳೆಯದನ್ನು ಮಾರುವವರಿದ್ದಾರೆ. ಕೆಲವರು ಮೂರು–ನಾಲ್ಕು ವರ್ಷಗಳಿಗೊಮ್ಮೆ ಕಾರು ಬದಲಿಸುತ್ತಾರೆ. ಇವರ ಸಂಖ್ಯೆ ತೀರಾ ಕಡಿಮೆ. ಒಂದೇ ಕಾರನ್ನು ಎಷ್ಟು ದಿನ ಅಂತ ಓಡಿಸೋದು ಎಂದು ಹೇಳಿ ಬದಲಿಸುವವರಿದ್ದಾರೆ. ಈಗಿರುವ ಕಾರಿಗಿಂತ ಹೆಚ್ಚು ದರದ, ಹೆಚ್ಚು ಫೀಚರ್‌ಗಳಿರುವ, ಇನ್ನಷ್ಟು ಉತ್ತಮ ಕಾರನ್ನು ಖರೀದಿಸುವ ಆಸಕ್ತಿಯವರೂ ಇರುತ್ತಾರೆ. ಆದರೆ, ಕಾರಿನಲ್ಲಿ ಏನೋ ಸಮಸ್ಯೆ ಇದ್ದು, ಅದರ ಕಿರಿಕಿರಿ ಸಾಕಾಗಿ ಮಾರುವುದೇ ಹೆಚ್ಚು. ಹೀಗಾಗಿ, ಯಾವ ಕಾರಣಕ್ಕೆ ಕಾರನ್ನು ಮಾರುತ್ತಿದ್ದಾರೆ ಎಂದು ತಿಳಿದುಕೊಳ್ಳಲು ಪ್ರಯತ್ನಿಸುವುದೊಳಿತು. ಕಾರಿನ ಗುಣಮಟ್ಟವನ್ನು ಖಾತ್ರಿಪಡಿಸಿಕೊಳ್ಳಲು ನಿಮ್ಮ ಪರಿಚಯದ ಮೆಕ್ಯಾನಿಕ್‌ಗೆ ಅದನ್ನು ತೋರಿಸಿ, ಚೆಕ್ ಮಾಡಿಸುವುದೊಳಿತು.

ಸಾಧ್ಯವಾದಷ್ಟು ಒಬ್ಬರೇ ಮಾಲಕರಿರುವ, ದಾಖಲೆಗಳು ಸರಿಯಾಗಿರುವ ಕಾರನ್ನೇ ಖರೀದಿಸಿ. ಕಾರಿನ ಮೇಲೆ ಸಾಲವಿದ್ದರೆ ಅದನ್ನು ತೀರಿಸಿ, ಆರ್.ಸಿ. ಯಿಂದ ತೆಗೆಸಲು ಹೇಳಿ.

ನಿಮ್ಮ ಸೆಕೆಂಡ್ ಹ್ಯಾಂಡ್ ಕಾರಿನ ಡ್ರೈವ್ ಕೂಡ ಹೊಸ ಕಾರಿನಂತೆಯೇ ಮಜವಾಗಿರಲಿ, ನಿಶ್ಚಿಂತೆಯಿಂದ ಕೂಡಿರಲಿ.

(ಕನ್ನಡ ಮಾಣಿಕ್ಯ, ನವೆಂಬರ್ 2019)

ಬಡವರಿಗೆ ಬರೆ ಎಳೆದ ಬಡ್ಡಿದರ ಇಳಿಕೆ

ಬಡ ಮತ್ತು ಮಧ್ಯಮ ವರ್ಗದ ಕುಟುಂಬಗಳಿಗೆ ತಮ್ಮ ಭವಿಷ್ಯವನ್ನು ಭದ್ರ ಮಾಡಿಕೊಳ್ಳಲು ಆಸರೆಯಾಗಿದ್ದ ಸಣ್ಣ ಉಳಿತಾಯ ಹಾಗೂ ಪಿಎಫ್ ಮೇಲಿನ ಬಡ್ಡಿದರ ಕಡಿತ ಈಗ ದೊಡ್ಡ ಆತಂಕ ತಂದೊಡ್ಡಿದೆ. ಮೂರು ತಿಂಗಳ ಹಿಂದೊಮ್ಮೆ ಇಳಿಕೆಯಾಗಿದ್ದ ಬಡ್ಡಿದರ ಈಗ ಮತ್ತೆ ಕುಸಿಯುವ ಆತಂಕ ಎದುರಾಗಿದೆ. ಗೃಹ ಹಾಗೂ ವಾಹನ ಸಾಲ ಇತ್ಯಾದಿಗಳ ಮೇಲಿನ ಬಡ್ಡಿದರ ಕಡಿಮೆ ಮಾಡಿ, ಅವುಗಳತ್ತ ಗ್ರಾಹಕರನ್ನು ಆಕರ್ಷಿಸುವ ಧಾವಂತದಲ್ಲಿ ಆಗುವ ನಷ್ಟವನ್ನು ಸರಿದೂಗಿಸಲು ಉಳಿತಾಯದ ಮೇಲಿನ ಬಡ್ಡಿದರ ಇಳಿಕೆ ಮಾಡುವುದು ಉತ್ತೇಜನಕಾರಿ ಕ್ರಮ ಎನಿಸಲಾರದು.

ಕಿಸಾನ್ ವಿಕಾಸ ಪತ್ರದ ಮೇಲಿನ ಹೂಡಿಕೆ ಈ ಹಿಂದೆ 100 ತಿಂಗಳಲ್ಲಿ ದ್ವಿಗುಣವಾಗುತ್ತಿತ್ತು. ಈಗ 110 ತಿಂಗಳು ಕಾಯಬೇಕು. ಸಂಚಿತ ಠೇವಣಿ, ಆರ್.ಡಿ., ಇತ್ಯಾದಿಗಳ ಮೇಲಿನ ಬಡ್ಡಿ ದರದಲ್ಲೂ ಶೇ. 0.6 ರಿಂದ ಶೇ. 1 ರವರೆಗಿನ ಇಳಿಕೆಯಾಗಿದೆ. ಇದರಿಂದ ಅತಿ ಹೆಚ್ಚು ಸಂಕಷ್ಟ ಹಿರಿಯ ನಾಗರಿಕರಿಗೆ. ಕೇಂದ್ರ ಸರ್ಕಾರದ ಜನಪ್ರಿಯ ಯೋಜನೆಯಾದ ಸುಕನ್ಯಾ ಸಮೃದ್ಧಿಯೂ ಶೇ. 0.6 ರಷ್ಟು ಬಡ್ಡಿ ದರ ಕಡಿತಕ್ಕೆ ಒಳಗಾಗಿದೆ. ಪಿಪಿಎಫ್ ಬಡ್ಡಿ ದರ ಶೇ. 8.7 ರಿಂದ ಶೇ. 8.1ಕ್ಕೆ, ಹಿರಿಯ ನಾಗರಿಕರ ಹೂಡಿಕೆ ಯೋಜನೆ ಶೇ. 9.3 ರಿಂದ ಶೇ. 8.6ಕ್ಕೆ, ಸುಕನ್ಯಾ ಸಮೃದ್ಧಿ ಯೋಜನೆ 9.2 ರಿಂದ 8.6, ಕಿಸಾನ್ ವಿಕಾಸ್ ಪತ್ರ ಶೇ. 8.7ರಿಂದ ಶೇ. 7.8, ಅಂಚೆ ಕಚೇರಿ ಮಾಸಿಕ ಯೋಜನೆ ಶೇ. 8.4 ರಿಂದ ಶೇ. 7.8, ಅಂಚೆ ಕಚೇರಿ ಸಂಚಿತ ಠೇವಣಿ ಬಡ್ಡಿಯನ್ನು ಶೇ. 8.5 ರಿಂದ 7.9ಕ್ಕೆ ಇಳಿಸಲಾಗಿದೆ. ಈ ಯೋಜನೆಗಳ ಬಡ್ಡಿ ದರ ಇನ್ನು ಸ್ಥಿರವಾಗಿರುವುದಿಲ್ಲ. ಬ್ಯಾಂಕುಗಳ ಬಡ್ಡಿ ದರ ಹಾಗೂ ಹಣದುಬ್ಬರವನ್ನು ಗಮನದಲ್ಲಿಟ್ಟುಕೊಂಡು ಈ ಇಳಿಕೆ ಮಾಡಲಾಗಿದೆ.

1968 ರಲ್ಲಿ ಸಾರ್ವಜನಿಕ ಭವಿಷ್ಯನಿಧಿ (ಪಿಪಿಎಫ್) ಸ್ಥಾಪಿಸಿದ ಬಳಿಕ ಇದೇ ಮೊದಲ ಬಾರಿಗೆ ಅದರ ಮೇಲಿನ ಬಡ್ಡಿದರ ಶೇ. 8ಕ್ಕಿಂತ ಕೆಳಗಿಳಿಯುವ

ಸಾಧ್ಯತೆಯ ಸುದ್ದಿ ನೌಕರ ವರ್ಗವನ್ನು ಸಹಜವಾಗಿಯೇ ಆತಂಕಕ್ಕೆ ತಳ್ಳಿದೆ. ಇತ್ತೀಚೆಗೆ ಪಿಪಿಎಫ್ ಹಾಗೂ ಇತರ ಸಣ್ಣ ಉಳಿತಾಯ ಯೋಜನೆಗಳನ್ನು ಸರ್ಕಾರದ ಬಾಂಡ್‌ಗಳಿಗೆ ಲಿಂಕ್ ಮಾಡಲಾಗಿದ್ದು, ಪ್ರತಿ ಮೂರು ತಿಂಗಳಿಗೆ ಅವುಗಳ ಪರಾಮರ್ಶೆ ಮಾಡಲಾಗುತ್ತದೆ. ಕಳೆದ ಮಾರ್ಚ್‌ನಲ್ಲಿ ಬಡ್ಡಿ ದರವನ್ನು ಶೇ. 8.7 ರಿಂದ ಶೇ. 8.1ಕ್ಕೆ ಇಳಿಸಲಾಗಿತ್ತು. ಮಾರ್ಚ್-ಮೇ ಅವಧಿಯಲ್ಲಿ ಸರ್ಕಾರದ ಬಾಂಡ್‌ನ ಗಳಿಕೆ ಪ್ರಮಾಣ ಶೇ. 7.5 ರಷ್ಟಾಗಿದೆ. ಹೀಗಾಗಿ, ಈಗ ಬಡ್ಡಿ ದರವನ್ನು ಶೇ. 7.75ಕ್ಕೆ ಇಳಿಸುವ ಪ್ರಸ್ತಾಪವಿದೆ.

ಉಳಿತಾಯವೇ ಬ್ಯಾಂಕುಗಳ ಆಧಾರ

ದ್ರವ್ಯಾಲಯಗಳು ಎಂದು ಹೆಸರಾದ ಬ್ಯಾಂಕುಗಳ ಅಡಿಪಾಯವೂ ಈ ಸಣ್ಣ ಮತ್ತು ಮಧ್ಯಮ ವರ್ಗದ ಹೂಡಿಕೆದಾರರೇ ಆಗಿದ್ದಾರೆ. ಹಣ ಇದ್ದವರಷ್ಟೇ ಉಳಿತಾಯ ಮಾಡಬಹುದು, ನಾವೆಲ್ಲಿಂದ ಉಳಿಸೋಣ ಎಂಬ ಪ್ರಶ್ನೆ ಅಪ್ರಸ್ತುತ. ಉಳಿತಾಯಕ್ಕೆ ಶ್ರೀಮಂತಿಕೆ ಬೇಕಿಲ್ಲ, ಉಳಿತಾಯದ ಮನೋಭಾವ ಇದ್ದರೆ ಸಾಕು. ಹನಿಗೂಡಿ ಹಳ್ಳವಾಗುವಂತೆ, ಎಳೆಗರು ಎತ್ತಾಗುವಂತೆ ಇಂದಿನ ಸಣ್ಣ ಉಳಿತಾಯವೇ ಭವಿಷ್ಯದಲ್ಲಿ ದೊಡ್ಡ ಮೊತ್ತವಾಗಿ ನೆರವಿಗೆ ಬರುತ್ತದೆ. 'ಸಣ್ಣ ಉಳಿತಾಯ ಸುಖಕ್ಕೆ ಆಧಾರ' ಎಂದ ಘೋಷವಾಕ್ಯ ನಿಮಗೆ ಗೊತ್ತೇ ಇದೆ. ಹೆಸರಿಗಷ್ಟೇ 'ಸಣ್ಣ'ದಾದರೂ ಉಳಿತಾಯಕ್ಕೆ ಇತಿ-ಮಿತಿಗಳಿಲ್ಲ. ಬ್ಯಾಂಕುಗಳ ಒಟ್ಟು ಠೇವಣಿಯ ಸಿಂಹಪಾಲು ಸಣ್ಣ ಉಳಿತಾಯದ ಪ್ರತಿಫಲವೇ ಆಗಿದೆ ಎಂಬುದು ಗಮನಾರ್ಹ.

ಶೂನ್ಯ ಮೊತ್ತದ ಖಾತೆ

'ಆರ್ಥಿಕ ಸಾಕ್ಷರತೆ'ಯ ಅಂಗವಾಗಿ ಭಾರತೀಯ ರಿಸರ್ವ್ ಬ್ಯಾಂಕ್ ಆರ್ಥಿಕವಾಗಿ ಹಿಂದುಳಿದ ಜನರಿಗೆ ಬ್ಯಾಂಕುಗಳಲ್ಲಿ? ಶೂನ್ಯ ಮೊತ್ತದಿಂದ ಉಳಿತಾಯ ಖಾತೆ ಪ್ರಾರಂಭಿಸಲು ಅವಕಾಶ ನೀಡಿದೆ. ಇದನ್ನು 'ನೋ ಫ್ರಿಲ್ ಅಕೌಂಟ್' ಎಂದೂ ಕರೆಯುತ್ತಾರೆ. ಈ ಯೋಜನೆಯಲ್ಲಿ ವಿಳಾಸದ ಪುರಾವೆ ಹಾಗೂ ಫೋಟೊ ಒದಗಿಸಿದರೆ ಸಾಕು. ಠೇವಣಿಯೇ ಇಲ್ಲದೆ ರಾಷ್ಟ್ರೀಕೃತ, ಖಾಸಗಿ, ವಿದೇಶಿ, ಹಾಗೂ ಸಹಕಾರಿ ಬ್ಯಾಂಕುಗಳಲ್ಲಿ ಉಳಿತಾಯ ಖಾತೆ ಪ್ರಾರಂಭಿಸಬಹುದು. ಹಣ ಜಮಾ ಮಾಡಲು, ಠೇವಣಿ ವಾಪಸಾತಿ, ಚೆಕ್ ಕಲೆಕ್ಷನ್ ಹಾಗೂ ಎಟಿಎಂ ಕಾರ್ಡ್ ಇತ್ಯಾದಿ ಸವಲತ್ತುಗಳನ್ನೂ ಬ್ಯಾಂಕುಗಳು ಒದಗಿಸುತ್ತಿವೆ. ಆದರೆ, ಈ ಪೈಕಿ ಶೇ. 40ರಷ್ಟು ಖಾತೆಗಳು ಶೂನ್ಯ ವಹಿವಾಟು ದಾಖಲಿಸಿವೆ ಎಂಬ ಸತ್ಯ ಮಾತ್ರ ಆಶಾದಾಯಕವಲ್ಲ.

ಗಮನಿಸಬೇಕಾದ್ದು ಏನು?

ಬಡ್ಡಿದರ ಕಡಿಮೆಯಾಯಿತೆಂದು ಉಳಿತಾಯ ಬಿಡುವಂತಿಲ್ಲ. ಬದಲಿಗೆ, ಅದನ್ನು ಇನ್ನಷ್ಟು ಹೆಚ್ಚಿಸಿ, ಸರಿದೂಗಿಸಬೇಕು. ಈ ನಿಟ್ಟಿನಲ್ಲಿ ಉಳಿತಾಯ ಯೋಜನೆಗಳನ್ನು ಆರಿಸಿಕೊಳ್ಳುವ ಮುನ್ನ ಮುಖ್ಯವಾಗಿ ಹೂಡಿದ ಹಣಕ್ಕೆ ಭದ್ರತೆ (Safety), ದ್ರವ್ಯತೆ–ಅಂದರೆ ಬೇಕಾದಾಗ ಹಣ ಸಿಗುವ (Liquidity) ವ್ಯವಸ್ಥೆ ಹಾಗೂ ಕೊನೆಗೆ ಹೆಚ್ಚಿನ ವರಮಾನದ (Good Returns) ಭರವಸೆ ಎಂಬ ಮೂರು ಅಂಶಗಳನ್ನೂ ತಪ್ಪದೇ ಗಮನಿಸಬೇಕು.

ಹೂಡಿಕೆ ಮಾಡಲಿರುವ ಹಣದ ಇತಿಮಿತಿ ಅವಲಂಬಿಸಿಯೇ 'ಉಳಿತಾಯ ಯೋಜನೆ'ಗಳನ್ನು ಆರಿಸಿಕೊಳ್ಳಬೇಕು. ಬ್ಯಾಂಕ್ ಮತ್ತು ಅಂಚೆ ಕಚೇರಿ ಠೇವಣಿಗಳು, ಬಂಗಾರ, ಸ್ಥಿರ ಆಸ್ತಿ ಖರೀದಿ, ಕೇಂದ್ರ, ರಾಜ್ಯ ಸರ್ಕಾರದ ಸಾಲಪತ್ರಗಳು (ಬಾಂಡ್), ಚಿಟ್ ಫಂಡ್, ಮ್ಯೂಚುವಲ್ ಫಂಡ್, ಷೇರು ಮಾರುಕಟ್ಟೆ, ಜೀವವಿಮೆ ಹಾಗೂ ಕೇಂದ್ರ ಸರ್ಕಾರ ಇತ್ತೀಚೆಗೆ ಪರಿಚಯಿಸಿದ 'ನೂತನ ಪಿಂಚಣಿ ಯೋಜನೆ (ಎನ್‌ಪಿಎಸ್) ಎಂಬ ಹತ್ತಾರು ಮಾರ್ಗಗಳು ಹಣ ಉಳಿತಾಯಕ್ಕಿವೆ.

(ಕನ್ನಡ ಮಾಣಿಕ್ಯ, ಜುಲೈ 2016)

ಬೆಳ್ಳಿ ಮೂಡುತ್ತೆ,
ಬಾಳು ಬಂಗಾರವಾಗುತ್ತೆ

ಒಂದು ಖಾಸಗಿ ಬ್ಯಾಂಕಿನಲ್ಲಿ ನಾನು ದೊಡ್ಡ ಮೊತ್ತದ ವೈಯಕ್ತಿಕ ಸಾಲವನ್ನು ಮಾಡಿದ್ದೇನೆ. ಆದರೆ, ಈಗ ನಾಲ್ಕೂವರೆ ತಿಂಗಳ ಹಿಂದೆ ನಾನು ಉದ್ಯೋಗ ನಷ್ಟವನ್ನು ಅನುಭವಿಸಿದ್ದರಿಂದ ಸಾಲದ ಕಂತು, ಮನೆ ಬಾಡಿಗೆ ಪಾವತಿಸಲು ಪ್ರತಿ ತಿಂಗಳೂ ಒದ್ದಾಟವಾಗುತ್ತಿದೆ. ಹಾಗಂತ ಮರುಪಾವತಿ ಮಾಡದೇ ಇರಲು ಸಾಧ್ಯವೇ? ಮಾಡದಿದ್ದರೆ ಕಿಬ್ಬದಿಯ ಕೀಲು ಮುರಿಯಲಿಕ್ಕಿಲ್ಲವೇ?

ಕೊರೊನಾ ಕಾಲದಲ್ಲಿ ಮೊದಲು ಎರಡು ತಿಂಗಳು, ಆಮೇಲೆ ಮೂರು ತಿಂಗಳು ಬ್ಯಾಂಕ್ ಸಾಲದ ಕಂತು ಪಾವತಿಯಿಂದ ತಾತ್ಕಾಲಿಕ ವಿನಾಯಿತಿಯನ್ನೇನೋ ಸರ್ಕಾರ, ಆರ್‌ಬಿಐ ಕೊಟ್ಟವು. ಆದರೆ, ಬ್ಯಾಂಕಿನವರು ಸುಮ್ಮನೆ ಬಿಟ್ಟಾರೇ? ಬಾಕಿ ಉಳಿಸಿಕೊಂಡ ಕಂತುಗಳನ್ನೆಲ್ಲ ಸಾಲದ ಕೊನೆಯಲ್ಲಿ ಕಟ್ಟುವುದು, ಅಷ್ಟು ತಿಂಗಳು ಸಾಲ ಮುಂದುವರಿಯುವುದು, ಅದಕ್ಕೆ ಬಡ್ಡಿಯನ್ನೂ ಸೇರಿಸಿಯೇ ಪಾವತಿಸುವುದು ಎಂಬ ಅಧಿಸೂಚನೆ ಬಂತು. ಸದ್ಯಕ್ಕೆ ಬೀಸುವ ದೊಣ್ಣೆ ತಪ್ಪಿತಾದರೂ ಹೆಚ್ಚುವರಿ ಬಡ್ಡಿಯ ಹೊರೆ ನಮ್ಮ ಮೇಲೇ ಬಿತ್ತಲ್ಲವೇ? ಇದರಿಂದ ಪರೋಕ್ಷವಾಗಿ ಲಾಭವಾಗಿದ್ದು ಬ್ಯಾಂಕುಗಳಿಗೇ. ಬ್ಯಾಂಕ್ ಬಡ್ಡಿ ಎಂಬುದು ಇಬ್ಬದಿಯ ಗರಗಸ. ಹೋಗುವಾಗಲೂ, ಬರುವಾಗಲೂ ಕೊಯ್ಯುವುದು ಗ್ರಾಹಕರನ್ನೇ.

ನನ್ನ ಸ್ನೇಹಿತರು, ಬಂಧುಗಳಲ್ಲಿ ಕೆಲವರು ಬ್ಯಾಂಕ್, ಸಹಕಾರ ಸಂಘಗಳಲ್ಲಿ ಕೆಲಸ ಮಾಡುತ್ತಿದ್ದಾರೆ. ಅವರ ಅನುಭವದ ಪ್ರಕಾರ, ಕೆಲವು ಬಗೆಯ ಸಾಲಗಳು ಇತ್ತೀಚೆಗೆ ಮರುಪಾವತಿ ಆಗುತ್ತಲೇ ಇಲ್ಲ. ಗೃಹೋಪಯೋಗಿ ವಸ್ತುಗಳು ಮತ್ತು ವಾಹನಗಳ ಮೇಲೆ ಪಡೆದ ಸಾಲಗಳು ಈ ಸಾಲಿನಲ್ಲಿ ಪ್ರಮುಖವಾಗಿ ನಿಲ್ಲುತ್ತವೆ. ಬ್ಯಾಂಕಿನವರಾದರೂ ಆ ವಸ್ತುಗಳನ್ನು ವಶಕ್ಕೆ ಪಡೆದು ಏನು ಮಾಡಬಲ್ಲರು? ಹರಾಜು ಹಾಕಿದರೂ ವಸೂಲಿಗೆ ಖರ್ಚು ಮಾಡಿದಷ್ಟು ಹಣವೂ ಹುಟ್ಟದಿದ್ದರೆ ಹೇಗೆ?

ಚಿನ್ನ ಮಾತ್ರ ಚೆನ್ನವಂತೆ!

ಆದರೆ, ಚಿನ್ನಾಭರಣಗಳ ಈಡಿನ ಸಾಲವನ್ನು ನವೀಕರಿಸಿ ಎಂದರೆ ಸಾಲಗಾರರು ಬ್ಯಾಂಕುಗಳಿಗೆ ಓಡೋಡಿ ಬರುತ್ತಾರೆ. ಏಕೆ ಗೊತ್ತೇ? ಚಿನ್ನಕ್ಕೀಗ ದರ ವಿಪರೀತ ಏರಿ ಬಿಟ್ಟಿದೆ. ಅವರು ಅಡವಿಟ್ಟಾಗ ಕಡಿಮೆ ದರವಿತ್ತು, ಸಾಲವೂ ಕಡಿಮೆ ಸಿಗುತ್ತಿತ್ತು. ಈಗ ಗ್ರಾಂ ಮೇಲೆ ಏನಿಲ್ಲವೆಂದರೂ 3,400 ರೂ. ಸಾಲ ಸಿಗುತ್ತದೆ. ಅಂದರೆ, ಬಡ್ಡಿ ಹಣ, ನವೀಕರಣ ಶುಲ್ಕ ಪಾವತಿಸಿಯೂ ಅವರಿಗೆ ಒಂದು ಗ್ರಾಂ ಮೇಲೆ ಕನಿಷ್ಠ 200 ರೂ. ಕೈಗೆ ಬರುತ್ತದೆ. ಉದಾಹರಣೆಗೆ, ಐದು ಗ್ರಾಂ ಬಂಗಾರ ಅಡವಿಟ್ಟಿದ್ದರೆ, ಸಾಲ ನವೀಕರಣವಾಗುವ ಜತೆಗೆ 1,000 ರೂ.ಗಳಷ್ಟು ಹಣ ಗ್ರಾಹಕರ ಕೈಗೆ ಬರುತ್ತದೆ. ಒಂದೆರಡು ದಿನಗಳ ಖರ್ಚಿನ ಚಿಂತೆ ನೀಗುವುದಲ್ಲ ಎಂದು ನಾ ಮುಂದು ತಾ ಮುಂದು ಎಂದು ಚಿನ್ನದ ಮೇಲಿನ ಸಾಲ ನವೀಕರಿಸುತ್ತಿದ್ದಾರಂತೆ.

ಹೊಸ ವಾಹನಗಳನ್ನು ಕೊಳ್ಳುವ ಶಕ್ತಿ ಇಲ್ಲದೆ, ಇತ್ತೀಚೆಗೆ ಸೆಕೆಂಡ್ ಹ್ಯಾಂಡ್ ವಾಹನಗಳಿಗೆ ಒಂದಷ್ಟು ಬೇಡಿಕೆ ಕುದುರಿದ್ದರಿಂದ ಮುಂದೆ ಅಂಥ ವಾಹನಗಳ ಮೇಲಿನ ಸಾಲದ ಮರುಪಾವತಿಯೂ ಹೆಚ್ಚುವ ನಿರೀಕ್ಷೆ ವ್ಯಕ್ತವಾಗಿದೆ.

ಇನ್ನು, ಕೈಯಲ್ಲಿ ಖರ್ಚಿಗೆ ಹಣವಿಲ್ಲದೆ ವೈಯಕ್ತಿಕ ಸಾಲ ಇತ್ಯಾದಿಗಳ ನವೀಕರಣಕ್ಕೆ ಹಲವರು ಅರ್ಜಿ ಸಲ್ಲಿಸಿದ್ದುಂಟು. ಆದರೆ, ಎಲ್ಲ ಕಡೆ ಉದ್ಯೋಗ ನಷ್ಟ, ವೇತನ ಕಡಿತದ ಅರಿವಿದ್ದ ಹಣಕಾಸು ಸಂಸ್ಥೆಗಳು ರಂಗೋಲಿ ಕೆಳಗೆ ತೂರಿಕೊಂಡಿವೆ. ನವೀಕರಿಸಲು ಅಡ್ಡಿ ಇಲ್ಲ. ನಿಮ್ಮ ಹಾಲಿ ವೇತನ ಪ್ರಮಾಣಪತ್ರವನ್ನು ತನ್ನಿ ಎನ್ನುವ ಷರತ್ತು ವಿಧಿಸಿವೆ. ಬಿತ್ತಲ್ಲವೇ ಕಲ್ಲು?

'ಬಡ'ವಾದ ಮಧ್ಯಮ ವರ್ಗ

ಈ ಕೊರೊನಾ ಕಾಲದಲ್ಲಿ ಹೆಚ್ಚು ಸಂಕಷ್ಟಕ್ಕೆ ಈಡಾಗಿದ್ದು ಬಡ ಹಾಗೂ ಮಧ್ಯಮ ವರ್ಗದವರು. ಲಕ್ಷಾಂತರ ಮಂದಿ ಉದ್ಯೋಗವನ್ನು, ಆ ಮೂಲಕ ಬದುಕಿನ ಭದ್ರತೆ ಮತ್ತು ಭವಿಷ್ಯವನ್ನೂ ಕಳೆದುಕೊಂಡಿದ್ದಾರೆ ಎಂಬುದಂತೂ ಸತ್ಯ. ಇಳಿವಯಸ್ಸಿನಲ್ಲಿ ಉಪಯೋಗಕ್ಕೆ ಬರಬೇಕಾಗಿದ್ದ ಪಿಎಫ್ ಮತ್ತು ಗ್ರ್ಯಾಚ್ಯುಟಿ ಮೊತ್ತವು ಈಗಲೇ ಕರಗುತ್ತಿದೆ. ಮಧ್ಯ ವಯಸ್ಸಿನಲ್ಲಿ ಕೆಲಸ ಕಳೆದುಕೊಂಡವರಂತೂ ಮುಂದೇನು ಎಂದು ತಲೆ ಮೇಲೆ ಕೈಹೊತ್ತು ಕುಳಿತಿದ್ದಾರೆ. ಅವರಿಗೆ ಈಗ ಬೇರೆ ಉದ್ಯೋಗ ಸಿಗುತ್ತಿಲ್ಲ. ಸಣ್ಣ–ಪುಟ್ಟ ಕೆಲಸಗಳಿಗೆ ಸೇರಿಕೊಂಡರೆ ಮಕ್ಕಳ ವಿದ್ಯಾಭ್ಯಾಸ, ಮನೆ ಬಾಡಿಗೆ, ಸಾಲದ ಕಂತು, ಆರೋಗ್ಯ ವೆಚ್ಚ ಹಾಗೂ ಜೀವನ ನಿರ್ವಹಣೆಗೂ ಸಾಲದು. ಕೆಲಸ ಕೇಳಲು ಹೋದರೆ, ನೀವು ತುಂಬ ಅನುಭವಿಗಳಾಗಿದ್ದೀರಿ. ನಮ್ಮ ಅಗತ್ಯಕ್ಕೆ

ಅದು ಹೆಚ್ಚಾಯಿತು. ನಾವು ಒಂದೆರಡು ವರ್ಷಗಳ ಅನುಭವ ಇದ್ದವರನ್ನು ಹುಡುಕಾಡುತ್ತಿದ್ದೇವೆ ಎನ್ನುತ್ತಾರೆ. ನಿಮಗೆ ಸಂಬಳ ಕೊಡುವಷ್ಟು ಶಕ್ತಿ ನಮಗಿಲ್ಲ ಎನ್ನುವುದು ಆ ಮಾತಿನ ಒಳಾರ್ಥ. ಕಡಿಮೆ ಸಂಬಳಕ್ಕೆ ಸೇರಿಕೊಳ್ಳಲು ಸಿದ್ಧರಿದ್ದೇವೆ ಎಂದರೂ, ಅಗತ್ಯವಿದ್ದಾಗ ಖಂಡಿತ ನಿಮ್ಮನ್ನೇ ಸಂಪರ್ಕಿಸುತ್ತೇವೆ ಎಂದು ಜಾರಿಕೊಳ್ಳುತ್ತಾರೆ. ಒಬ್ಬರಿಗೇ ಐವತ್ತು ಸಾವಿರ ಕೊಡುವ ಬದಲು ಹದಿನೈದು ಸಾವಿರದಂತೆ ಮೂವರನ್ನು ದುಡಿಸಿಕೊಂಡರೂ ಮತ್ತೆ ಐದು ಸಾವಿರ ಉಳಿಯುತ್ತದಲ್ಲ ಎನ್ನುವುದು ಉದ್ಯೋಗದಾತರ ಲೆಕ್ಕಾಚಾರ. ಅಲ್ಲದೆ, ಮಧ್ಯ ವಯಸ್ಕರಿಗೆ ಹೊಸ ತಲೆಮಾರಿನ ಕೌಶಲಗಳನ್ನು ಕಲಿಯುವುದು, ಆಧುನಿಕ ಕಾರ್ಯಶೈಲಿಗೆ ಹೊಂದಿಕೊಳ್ಳುವುದು, ಹಲವು ವರ್ಷಗಳಿಂದ ಒಂದೇ ಸಂಸ್ಥೆಗೆ ನಿಷ್ಠರಾಗಿ ದುಡಿದವರು ಹೊಸ ವಾತಾವರಣಕ್ಕೆ ಒಗ್ಗಿಕೊಳ್ಳುವುದು ಅಷ್ಟು ಸುಲಭದ ಮಾತಲ್ಲ.

ಕೈ-ಬಾಯಿ ಶುದ್ಧವಿರಲಿ

ಇನ್ನೊಂದು ಮಾತು. ಜಗತ್ತು ನಿಧಾನವಾಗಿ ತನ್ನ ಎಂದಿನ ವ್ಯಾಪಾರಕ್ಕೆ ತೊಡಗಿಕೊಳ್ಳುತ್ತಿದೆ. ಇದರ ನಡುವೆಯೇ ಕೊರೊನಾ ವೈರಾಣು ಕೂಡ ಹೊಂಚು ಹಾಕುತ್ತಿದೆ. ಅದು ಅಟಕಾಯಿಸಿಕೊಂಡುಬಿಟ್ಟರೆ ಬದುಕು ಮತ್ತಷ್ಟು ದುರ್ಬರವಾಗುತ್ತದೆ. ನಮ್ಮೆಲ್ಲ ಶಕ್ತಿ, ಸಂಪತ್ತನ್ನೂ ಖಾಲಿ ಮಾಡಿಯೇ ತೀರುತ್ತದೆ. ಇನ್ನು, ನಮಗೊಂದಿಷ್ಟು ವಯಸ್ಸಾಗಿದೆ, ಮಧುಮೇಹ, ಅಸ್ತಮಾ, ಹೃದ್ರೋಗದಂತಹ ಕಾಯಿಲೆಗಳಿದ್ದರಂತೂ ದೇವರೇ ಕಾಪಾಡಬೇಕು. ಲಸಿಕೆಯ ಆಶಾವಾದವೂ ಸದ್ಯಕ್ಕಿಲ್ಲದ ಕಾರಣ ಎಚ್ಚರಿಕೆ ಇರಲಿ. ಹೊರಗೆ ಹೋಗಬೇಕಾದ ಸಂದರ್ಭ ಬಂದಾಗ ಸದ್ಯಕ್ಕಂತೂ ನಿಮ್ಮ ಮೂಗು-ಬಾಯಿ ಮುಚ್ಚಿಕೊಂಡೇ ಓಡಾಡಿ. ಬಂಧುಗಳು, ಗೆಳೆಯರ ಬಗ್ಗೆ ನಿಮ್ಮ ಪ್ರೀತಿ ವಿಶ್ವಾಸಗಳನ್ನು ಒಂದಷ್ಟು ದೂರದಿಂದಲೇ ವ್ಯಕ್ತಪಡಿಸಿ. ಮುಟ್ಟಿದರೆ ಮುನಿಯುತ್ತದೆ. ಕೈ-ಬಾಯಿ ಶುದ್ಧ ಇರಬೇಕು ಎನ್ನುವ ಮಾತು ಈ ಪರಿಸ್ಥಿತಿಗೆ ಹೆಚ್ಚು ಅನ್ವಯವಾಗುತ್ತದೆ.

ಕೈಚೆಲ್ಲಿದರೆ ಹೇಗೆ?

ಇದು ಬರೀ ನಮ್ಮ ದೇಶದ ಕಥೆಯಲ್ಲ. ಜಗತ್ತಿನ ಹಲವು ದೇಶಗಳಲ್ಲಿ ಸಾವಿರಾರು ಸಂಸ್ಥೆಗಳು ಉದ್ಯೋಗ ಕಡಿತದ, ಭತ್ಯೆ ಹಾಗೂ ವೇತನ ಕಡಿತಗಳ ಮೂಲಕ ತಮ್ಮ ಆರ್ಥಿಕ ಹೊರೆಯನ್ನು ಇಳಿಸಿಕೊಳ್ಳಲು ಮುಂದಾಗಿದ್ದರಿಂದ ಹಲವರ ಕನಸುಗಳು ಕಮರಿಹೋಗಿವೆ. ಕೆಲವರು ಒತ್ತಡವನ್ನು ನಿಭಾಯಿಸುವ ಹೊಲಬರಿಯದೆ ಕೈಚೆಲ್ಲಿ ಆತ್ಮಹತ್ಯೆಗೂ ಶರಣಾಗಿದ್ದಾರೆ. ಆ ಮೂಲಕ ಅವರ ಕುಟುಂಬವನ್ನು ಮತ್ತಷ್ಟು ಸಂಕಷ್ಟಕ್ಕೆ ತಳ್ಳಿದ್ದಾರೆ. ಆತ್ಮಹತ್ಯೆಗೆ ಮನಸ್ಸು

ಮಾಡುವ ಪ್ರತಿಯೊಬ್ಬನಿಗೂ ಒಂದು ಕ್ಷಣಕ್ಕಾದರೂ ಆತ ಅಥವಾ ಆಕೆ ಅತಿಯಾಗಿ ಪ್ರೀತಿಸುವ ಒಂದು ಮುಖ ಸ್ಮರಣೆಗೆ ಬರಬೇಕು. ಆ ನಿರ್ಧಾರ ಖಂಡಿತವಾಗಿಯೂ ಬದಲಾಗುತ್ತದೆ.

ಕೆಲಸ ಹೋಯಿತೆಂದ ಮಾತ್ರಕ್ಕೆ ಎಲ್ಲವೂ ಮುಗಿಯಿತೆಂದು ಏಕೆ ಭಾವಿಸಬೇಕು? ಒಂದು ಬಾಗಿಲು ಮುಚ್ಚಿದರೆ ಮತ್ತೊಂದು ಬೆಳಕಿಂಡಿ ನಮಗೆ ಕಾಣಿಸಲಿಕ್ಕಿಲ್ಲವೇ? ಗಾಢಾಂಧಕಾರದಲ್ಲೂ ಬೆಳ್ಳಿಚುಕ್ಕಿಗಳು ಮಿನುಗಿ ನಮ್ಮ ಹಾದಿಯನ್ನು ಬೆಳಗುತ್ತವೆ. ಅಥವಾ ಒಂದಷ್ಟು ತಾಸು ನೆಮ್ಮದಿಯ ನಿದ್ರೆ ಮಾಡಿದರೆ, ಬೆಳಕು ಹರಿದು ಎಲ್ಲವೂ ಸ್ಪಷ್ಟವಾಗಿ ಗೋಚರಿಸುತ್ತದೆ. ಇಂತಹ ಕಾಯುವಿಕೆಯಲ್ಲಿ ಶಬರಿಗೆ ರಾಮನ ಕಾರುಣ್ಯ ಲಭಿಸಿತು. ಇಂತಹ ಹುಡುಕಾಟದಲ್ಲಿ ಬ್ರಹ್ಮನು ಪದ್ಮನಾಭನಾಗಿಯೂ, ವಿಷ್ಣುವು ಅಧೋಕ್ಷಜನಾಗಿಯೂ ನಮಗೆ ದರ್ಶನ ನೀಡಿದರು. ತಂತ್ರಜ್ಞಾನದ ಫಲವಾಗಿ ಪ್ರಪಂಚ ಚಿಕ್ಕದಾಗಿದೆ, ಆದರೆ, ಅವಕಾಶಗಳ ವಿಚಾರದಲ್ಲಿ ಅದು ಹಿಂದೆಂದಿಗಿಂತಲೂ ವಿಶಾಲವಾಗಿದೆ. ಆದರೆ, ಸೂಕ್ತವಾದ ಅವಕಾಶಕ್ಕಾಗಿ ಕಾಯುವುದು, ಸಂಬಳ-ಸೌಲಭ್ಯಗಳ ವಿಚಾರದಲ್ಲಿ ಕೊಂಚ ರಾಜಿ ಮಾಡಿಕೊಳ್ಳುವುದು ಅನಿವಾರ್ಯವಾದೀತು. ಮೃಷ್ಟಾನ್ನ ಸಿಗದಿದ್ದರೂ ಅನ್ನದ ದಾರಿ ನಿಶ್ಚಿತವಾಗಿ ಗೋಚರಿಸುತ್ತದೆ.

(ಕನ್ನಡ ಮಾಣಿಕ್ಯ, ನವೆಂಬರ್ 2020)

ಕಿಬ್ಬದಿಯ ಕೀಲು ಮುರಿದಂತೆ!

'ಕಷ್ಟಗಳು ಬಂದಾಗ ಆಪತ್ತಿಗಾದವನೆ ನೆಂಟ' ಎಂಬ ಗಾದೆಮಾತಿನಂತೆ ಬಂಧು-ಮಿತ್ರರ ಸಹಕಾರ ಪಡೆದು ಅವುಗಳಿಂದ ಪಾರಾಗುವುದು ಲೋಕರೂಢಿ.

ಆದರೆ, ಮರೆವು ಮನುಷ್ಯನ ಅತಿದೊಡ್ಡ ದೌರ್ಬಲ್ಯ. ಬೇರೆಯವರು ಮಾಡಿದ ಸಹಾಯ ಬೇಗನೆ ಮರೆತು ಹೋಗುತ್ತದೆ. ಅದು ಜಾಣ ಮರೆವೋ ಅಥವಾ ತಾತ್ಸಾರವೋ ಗೊತ್ತಿಲ್ಲ. ತಾನೊಂದು ಚಿಕ್ಕ ಸಹಾಯ ಮಾಡಿದ್ದರೂ ಜಂಬ ಕೊಚ್ಚುವ ನಾವು, ಬೇರೆಯವರಿಂದ ನಮಗಾದ ನೆರವನ್ನು ಬಾಯಿ ತಪ್ಪಿಯೂ ಹೇಳುವುದಿಲ್ಲ. ಇನ್ನು, ಕೊಟ್ಟ ಸಾಲ ಮರಳಿ ಬರುವುದೆಂದರೆ ಅದು ಪೂರ್ವಜನ್ಮದ ಸುಕೃತವೇ ಸರಿ.

ಸಾಲವನು ಕೊಂಬಾಗ ಹಾಲೋಗರುಂಡಂತೆ
ಸಾಲಿಗರು ಬಂದು ಸೆಳೆವಾಗ । ಕಿಬ್ಬದಿಯ
ಕೀಲು ಮುರಿದಂತೆ । ಸರ್ವಜ್ಞ॥

ಸಾಲ ಪಡೆದವರ ಮನಸ್ಥಿತಿಯನ್ನು ಇದಕ್ಕಿಂತ ಚೆನ್ನಾಗಿ ವಿವರಿಸಲು ಸಾಧ್ಯವೇ? ವಿತ್ತ, ವನಿತೆ ಮತ್ತು ಪುಸ್ತಕ-ಪರಹಸ್ತಂ ಗತಂ ಗತಂ ಎಂಬ ಮಾತೂ ಮನನಯೋಗ್ಯವೇ.

ಕೆಲವು ತಿಂಗಳ ಹಿಂದೆ ನನ್ನ ಮಿತ್ರರೊಬ್ಬರು ತಮ್ಮ ಮಗುವನ್ನು ಆಸ್ಪತ್ರೆಗೆ ದಾಖಲಿಸಿದ್ದರು. ಡಿಸ್ಚಾರ್ಜ್ ಆಗುವ ಸಂದರ್ಭದಲ್ಲಿ ಅವರಿಗೆ ಹಣದ ಅಡಚಣೆ ಎದುರಾಯಿತು. ನನಗೆ ಹಲವು ಸಲ ಕರೆ ಮಾಡಿ, ಸ್ವಲ್ಪ ಹಣ ಹಾಕಿ, ಎಂಟು ದಿನಗಳಲ್ಲಿ ಮುಟ್ಟಿಸುತ್ತೇನೆ ಎಂದು ದುಂಬಾಲು ಬಿದ್ದರು. ಮಗುವಿನ ಚಿಕಿತ್ಸೆಗಲ್ಲವೇ ಎಂದು ಭಾವಿಸಿ ಅವರ ಖಾತೆಗೆ ಹಣ ಹಾಕಿದೆ. ಜನವರಿ ಮಧ್ಯಭಾಗದಲ್ಲಿ ನಾನೊಂದು ದೊಡ್ಡ ಮೊತ್ತದ ಪಾವತಿ ಮಾಡುವುದಕ್ಕಿದೆ, ಅಷ್ಟರೊಳಗೆ ಮರಳಿ ಪಾವತಿಸಿದರೆ ಸಾಕೆಂದು ಧಾರಾಳತನವನ್ನೂ ತೋರಿಸಿದ್ದೆ.

ಎಂಟು ದಿನ ಕಳೆದವು. ಜನವರಿ ಮಧ್ಯಭಾಗವೂ ಬಂತು. ಆದರೆ, ಈ ಮಿತ್ರನ ಪತ್ತೆಯೇ ಇಲ್ಲ. ಹಣ ಖಾತೆಗೆ ಬೀಳುವ ತನಕ ದಿನಕ್ಕೆ ಹತ್ತು ಸಲ ಕರೆ ಮಾಡುತ್ತಿದ್ದವರು ಆಮೇಲೆ ನನ್ನ ಸುದ್ದಿಗೇ ಬರಲಿಲ್ಲ. ಮಗು ಆರೋಗ್ಯವಾಗಿದೆಯೇ ಎಂದು ತಿಳಿಯಲು ನಾನಾಗಿಯೇ ಕರೆ ಮಾಡಿದರೂ ಸ್ವೀಕರಿಸಲಿಲ್ಲ. ನಾನು ಮಾಡಬೇಕಿದ್ದ ಪಾವತಿಗಾಗಿ ಹಣ ಹೊಂದಿಸಲು ವಿಧಿಯಿಲ್ಲದೆ ಎಲ್‌ಐಸಿ ಪಾಲಿಸಿಯ ಮೇಲೆ ಸಾಲ ಪಡೆಯಬೇಕಾಯಿತು. ಇನ್ನಾದರೂ ಆ ಹಣ ಮರಳಿ ಬರಲಿಲ್ಲ. ಅದರ ನಿರೀಕ್ಷೆಯೂ ಉಳಿದಿಲ್ಲ.

ಕಷ್ಟ ಕಾಲದಲ್ಲಿ ಸಾಲ ಕೇಳಿದವರಿಗೆ ಕೊಡಬೇಕೋ, ಬೇಡವೋ ಎಂದು ಗೊಂದಲ ಮೂಡುವುದು ಇಂತಹ ಸ್ಥಿತಿಯಲ್ಲೇ. ಎಲ್ಲರೂ ಅಪ್ರಾಮಾಣಿಕರಲ್ಲ. ಆದರೆ, ಸಕಾಲದಲ್ಲಿ ನಮ್ಮ ಹಣ ಮರಳಿ ಬಾರದಿರುವ ಸಾಧ್ಯತೆಯೇ ಜಾಸ್ತಿ ಇರುವುದರಿಂದ ಎಚ್ಚರಿಕೆ ವಹಿಸುವುದು ಸೂಕ್ತ.

ಇದೇ ವೇಳೆ ನನಗೆ ಹನ್ನೆರಡು ವರ್ಷಗಳ ಹಿಂದಿನ ಘಟನೆಯೊಂದು ನೆನಪಿಗೆ ಬಂತು. ನನ್ನ ತೀರಾ ಆತ್ಮೀಯರಾಗಿದ್ದ ಅಕ್ಕಿ ಗಿರಣಿ ಮಾಲಕರೊಬ್ಬರು ಒಂದು ದಿನ ಬೆಳ್ಳಂಬೆಳಗ್ಗೆ ಕರೆ ಮಾಡಿ, ಭತ್ತದ ಲೋಡು ಬಂದಿದೆ. ಇವತ್ತು ಬ್ಯಾಂಕಿಗೆ ರಜೆ. ಅವರಿಗೆ ಪಾವತಿಸಲು ನನ್ನ ಬಳಿ 25 ಸಾವಿರ ರೂ.ಗಳು ಕಮ್ಮಿ ಬಿದ್ದಿವೆ. ಲಾರಿ ನಿಲ್ಲಿಸಿಕೊಂಡರೆ ದಿನಕ್ಕೆ ಐದು ಸಾವಿರ ರೂ. ಹೆಚ್ಚುವರಿ ಬಾಡಿಗೆ ಕೊಡಬೇಕು. ಏನಾದರೂ ವ್ಯವಸ್ಥೆ ಮಾಡಬಹುದೇ ಎಂದು ಕೇಳಿದ್ದರು. ನನ್ನಲ್ಲೂ ಅಷ್ಟೊಂದು ಹಣವಿರಲಿಲ್ಲ. ಅಣ್ಣನ ಬಳಿ ಒಂದಷ್ಟು ಕೇಳಿ, ಹೊಂದಿಸಿಕೊಟ್ಟಿದ್ದೆ. ಮರುದಿನ ಮಧ್ಯಾಹ್ನದ ಹೊತ್ತಿಗೆ ನನ್ನ ಕಚೇರಿಗೆ ಬಂದು, ಹಣ ವಾಪಸ್ ಕೊಟ್ಟು, 'ಮರ್ಯಾದೆ ಉಳಿಸಿದಿರಿ...' ಎಂದು ಕೈಮುಗಿದು ಹೇಳುವಾಗ ಅವರ ಕಣ್ಣಿನ ಅಂಚಿನಲ್ಲಿ ನೀರಾಡಿದ್ದನ್ನು ಕಂಡಿದ್ದೆ. ಕೋಟ್ಯಧೀಶರಾಗಿದ್ದ ಅವರಿಗೆ ಅಂದು ಹಣದ ಅಡಚಣೆ ಉಂಟಾಗಿತ್ತು. ಅಂದು ಮಾಡಿದ ಸಣ್ಣ ಸಹಾಯವನ್ನು ಇಂದಿಗೂ ಅವರು ಮರೆತಿಲ್ಲ. ಅದು ಅವರ ದೊಡ್ಡ ಗುಣ.

ನಮ್ಮದೆಲ್ಲ ಬಿಡಿ, ಏನಿದ್ದರೂ ಸಾವಿರಗಳ ಲೆಕ್ಕ. ಹೆಚ್ಚೆಂದರೆ ಒಂದೆರಡು ಲಕ್ಷ. ಆದರೆ, ಬ್ಯಾಂಕುಗಳಲ್ಲಿ ಸಾವಿರಾರು ಕೋಟಿ ರೂ. ಸಾಲ ಮಾಡಿ ದೇಶ ಬಿಟ್ಟವರು ಐಷಾರಾಮಿ ಜೀವನ ನಡೆಸುತ್ತಿಲ್ಲವೇ? ಅವರದು ಸಾಲ ಮಾಡಿಯಾದರೂ ತುಪ್ಪ ತಿನ್ನಬೇಕೆಂಬ ಚಾರ್ವಾಕ ಸಿದ್ಧಾಂತ. ಇದು ಬರೀ ಮಲ್ಯ, ನೀರವ್ ಮೋದಿ ಕಥೆಯಲ್ಲ. ಇಂಥವರು ಹಲವರಿದ್ದಾರೆ.

ಅಂಗಡಿಗಳಲ್ಲಂತೂ 'ಸಾಲ (ಉದ್ರಿ) ಕೇಳಬೇಡಿ, ಸಾಲ ಮಾಡಿ ಸ್ನೇಹ ಕಳೆದುಕೊಳ್ಳಬೇಡಿ' ಎಂದು ಫಲಕಗಳನ್ನೇ ಹಾಕಿರುತ್ತಾರೆ. ಇಂತಹ ಎಷ್ಟು ಕಹಿ ಅನುಭವಗಳಾಗಿ ಅವರು ಈ ನಿರ್ಧಾರಕ್ಕೆ ಬಂದಿದ್ದಾರೋ, ಶಿವನೇ ಬಲ್ಲ.

ಅಷ್ಟಕ್ಕೂ ಸ್ನೇಹಿತರು, ಬಂಧುಗಳ ಬಳಿಯೇ ಸಾಲ ಕೇಳುವುದೇಕೆ? ಸಾಲ ನೀಡಲೆಂದೇ ಬ್ಯಾಂಕುಗಳು, ಹಣಕಾಸು ಸಂಸ್ಥೆಗಳಿಲ್ಲವೇ? ಆದರೆ, ಅವು ಸುಮ್ಮನೆ ಸಾಲ ಕೊಡುವುದಿಲ್ಲ. ಅಡಮಾನ, ಆಧಾರ ಅಥವಾ ಜಾಮೀನು ಕೇಳುತ್ತವೆ. ಒಂದಿಷ್ಟು ಅಲೆದಾಟದ ಬಳಿಕ ಅವರು ಕೊಡುವ ಸಾಲಕ್ಕೆ ಪರಿಷ್ಕರಣ ಶುಲ್ಕ, ಬಡ್ಡಿ ವಿಧಿಸುತ್ತವೆ. ಅವಧಿ ತಪ್ಪಿದರೆ ಚಕ್ರ ಬಡ್ಡಿಯೂ ಬೀಳುತ್ತದೆ. ಪಾವತಿ ವಿಳಂಬವಾದರೆ ಒದ್ದು ವಸೂಲಿ ಮಾಡುವ ವ್ಯವಸ್ಥೆಯೂ ಇದೆ.

ಸಂಬಂಧಿಕರು, ಸ್ನೇಹಿತರಾದರೆ ಅಯ್ಯೋ ಪಾಪ, ಏನು ಕಷ್ಟವೋ ಏನೋ ಎಂದು ಮರುಗಿ ಕೈಯೆತ್ತಿ ಹಣ ಕೊಡುತ್ತಾರೆ. ಪೆಚ್ಚು ಮೋರೆಯೇ ಸಾಕಾಗುತ್ತದೆ, ಬೇರೆ ಯಾವ ದಾಖಲೆಯೂ ಬೇಕಾಗುವುದಿಲ್ಲ. ಪಡೆದ ಹಣಕ್ಕೇನೂ ಬಡ್ಡಿ ಕೊಡಬೇಕಿಲ್ಲ. ಎದುರಿಗೆ ಸಿಕ್ಕರೆ ತಲೆ ತಪ್ಪಿಸಿ, ಕರೆ ಮಾಡಿದಾಗ ಸ್ವೀಕರಿಸದೆ ಇದ್ದರಾಯಿತು, ಅಷ್ಟಕ್ಕೂ ಮಿಕ್ಕಿ ಕೇಳಿದರೆ, ನಾಳೆ ಕೊಡುತ್ತೇನೆ, ನಾಡಿದ್ದು ಬರುತ್ತೇನೆ, ಖಂಡಿತ ಎಂದರೆ ಸಾಕಪ್ಪ. ನಾಲ್ಕಾರು ಸಲ ಅಲೆದಾಡಿ, ಕೊನೆಗೆ ಸಾಯಲಿ ಬಿಡಿ ಅಂತ ಅವರೇ ಸುಮ್ಮನಾಗುತ್ತಾರೆ. ಮತ್ತೊಮ್ಮೆ ಸಾಲ ಬೇಕಾದರೆ ಹೊಸ ಬಕರಾ ಹುಡುಕಿದರಾಯಿತು ಬಿಡಿ–ಎಂದು ಭಾವಿಸುವವರೇ ಜಾಸ್ತಿ.

ಒಂದೆರಡು ಸಲ ಮೋಸ ಮಾಡಬಹುದು. ಪದೇ ಪದೇ ಮೋಸ ಮಾಡಲು ಸಾಧ್ಯವೇ? ನಮ್ಮ ಕಷ್ಟ ಕಾಲದಲ್ಲಿ ನೆರವಾದವರನ್ನು ಮರೆಯುವುದು ಮಾನವೀಯತೆ ಅಲ್ಲ. ಸ್ನೇಹಿತ, ಸಂಬಂಧಿ, ಏನೋ ಕಷ್ಟ ಎಂದು ಭಾವಿಸಿ ವಿಶ್ವಾಸದಿಂದ ಹಣ ಕೊಟ್ಟಿರುತ್ತಾರೆ. ಅದನ್ನು ಸಕಾಲದಲ್ಲಿ ಮರಳಿಸಿ, ಮಾತು ಉಳಿಸಿಕೊಳ್ಳಬೇಕು. ನಿರೀಕ್ಷೆಯಂತೆ ವ್ಯವಹಾರ ನಡೆಯದೆ ಹೇಳಿದ ದಿನಕ್ಕೆ ಮರಳಿಸುವುದು ಅಸಾಧ್ಯವಾಗದೇ ಇದ್ದಾಗ, ಸಾಲ ಕೊಟ್ಟವರ ಬಳಿಗೇ ತೆರಳಿ, ಪರಿಸ್ಥಿತಿಯನ್ನು ವಿವರಿಸಿ ಇನ್ನೂ ಕೆಲವು ದಿನಗಳ ಕಾಲಾವಕಾಶ ಕೇಳುವುದು ಸೂಕ್ತ. ಯಾರೂ ಇಲ್ಲವೆನ್ನಲಾರರು.

ಅಷ್ಟಕ್ಕೂ ಕಷ್ಟಗಳು ಒಂದೇ ಸಲಕ್ಕೆ ಮುಗಿದು ಹೋಗುತ್ತವೆಯೇ? ಅವು ಆಗಾಗ ಬರುತ್ತವೆ. ಮತ್ತೆ ಯಾರ ಬಳಿ ಸಾಲ ಕೇಳುತ್ತೀರಿ? ಸ್ನೇಹಿತರ ಬಳಗದಲ್ಲಿ ವಿಶ್ವಾಸವೇ ಅತಿ ದೊಡ್ಡ ಸಿಬಿಲ್ ಸ್ಕೋರ್. ಅದನ್ನು ಕಳೆದುಕೊಂಡರೆ ಸಾಲವೇ ಶೂಲವಾಗುತ್ತದೆ.

(ಕನ್ನಡ ಮಾಣಿಕ್ಯ, ಮಾರ್ಚ್ 2020)

ನಿಮಗೆಷ್ಟು ಹಣ ಬೇಕು?

ರಷ್ಯಾದಲ್ಲಿ ಒಂದು ಗಾದೆ ಮಾತಿದೆ: ಯಾರು ಸಾಲಗಾರರಲ್ಲವೋ ಅವರೇ ಶ್ರೀಮಂತರು. ಆದರೆ, ನಮ್ಮ ಹಳ್ಳಿಯವರು ಹೇಳುತ್ತಾರೆ, ಸಾಲ ಮಾಡದವನು ಎಂಥ ಗಂಡಸು?

ಶಕ್ತಿ ಇರುವಾಗ ನಾಲ್ಕು ಕಾಸು ಕೂಡಿಡಬೇಕು, ಮುಪ್ಪಿನ ಕಾಲಕ್ಕೆ ನೆರವಿಗೆ ಬರುತ್ತದೆ ಎಂದು ನಂಬುವವರು ನಾವು. ಆದರೆ, ಗಳಿಸಿದ್ದನ್ನು ಖರ್ಚು ಮಾಡು, ಸುಖಪಡು ಎನ್ನುತ್ತಾರೆ ಪಾಶ್ಚಾತ್ಯರು. ಹೆಣ್ಣು, ಹೆಂಡದಲ್ಲೇ ಸುಖ ಕಾಣಲು ಅವರು ಹವಣಿಸುತ್ತಾರೆ. ಹಣದ ಕುರಿತಾಗಿನ ನಮ್ಮ ವಿಚಾರಗಳೇ ನಮ್ಮ ವ್ಯಕ್ತಿತ್ವ, ಸಂಸ್ಕೃತಿ, ಆರ್ಥಿಕತೆ, ಸಾಮಾಜಿಕ ಸ್ಥಿತಿಗತಿಯನ್ನು ನಿರ್ಧರಿಸುತ್ತವೆ. ನಮ್ಮಲ್ಲೂ ಇಲ್ಲವೇ 'ಸಾಲ ಮಾಡಿಯಾದರೂ ತುಪ್ಪ ತಿನ್ನು' ಎನ್ನುವ ಚಾರ್ವಾಕ ಸಿದ್ಧಾಂತ?

ಚಕ್ರಬಡ್ಡಿ ಎನ್ನುವುದು ಜಗತ್ತಿನ ಎಂಟನೇ ಅದ್ಭುತ. ಅದನ್ನು ಅರಿತವನು ಗಳಿಸುತ್ತಾನೆ, ಇಲ್ಲದವನು ಕೊಡುತ್ತಾನೆ ಎನ್ನುವ ಮಾತು ಹಣದ ಮಹಿಮೆಯನ್ನು ಸೊಗಸಾಗಿ ವಿವರಿಸುತ್ತದೆ. ಹಳ್ಳದ ಕಡೆಗೇ ನೀರು ಹರಿಯುವುದು, ಹಣವಂತರಿಗೇ ಹಣ ಸೇರುವುದು ಜಗದ ನಿಯಮ. ಇಲ್ಲಿ ಕಾಸು ಇದ್ದೋನೇ ಬಾಸು. ಅಮೆರಿಕ ಜಗತ್ತಿನ ದೊಡ್ಡಣ್ಣ ಎಂದು ಕರೆಸಿಕೊಂಡಿದ್ದೂ ಅದು ಆರ್ಥಿಕವಾಗಿ ಶ್ರೀಮಂತವಿದ್ದಾಗಲೇ. ಕಾಸು ಇಲ್ದೋನೂ ಬಾಸು ಆದರೆ, ಅದು ಮ್ಯಾಜಿಕ್.

ಸಾಲವೇಕೆ ಸಿಗಲಿಲ್ಲ?

ವೈಯಕ್ತಿಕವಾದರೂ ಒಂದು ಅನುಭವವನ್ನು ನಿಮಗೆ ಹೇಳಬೇಕು. ಭಾರಿ ಮಳೆಯ ಕಾರಣಕ್ಕೆ ನಮ್ಮ ಮನೆ ಬಿದ್ದು ಹೋಗುವ ಸ್ಥಿತಿಯಲ್ಲಿತ್ತು. ಬ್ಯಾಂಕಿಗೆ ಹೋಗಿ ಅಲ್ಲಿನ ಶಾಖಾ ಪ್ರಬಂಧಕರಿಗೆ ನನ್ನ ಸ್ಥಿತಿಯನ್ನು ವಿವರಿಸಿ, 'ಮನೆ ದುರಸ್ತಿ ಮಾಡಿಸಬೇಕು. ಇಲ್ಲದಿದ್ದರೆ ಬಿದ್ದೇ ಹೋಗುತ್ತದೆ, ನಮ್ಮ ತೋಟದ ಆಸ್ತಿಪತ್ರಗಳನ್ನು ಅಡಮಾನ ಇಟ್ಟುಕೊಂಡು ದಯಮಾಡಿ ಸಾಲ ಕೊಡಿ'

ಎಂದು ಕೇಳಿದೆ. ನಾನು ಸಲ್ಲಿಸಬೇಕಾದ ದಾಖಲೆಗಳ ದೊಡ್ಡ ಪಟ್ಟಿಯನ್ನೇ ಕೊಟ್ಟು, 'ಮೊದಲು ಇಷ್ಟನ್ನೆಲ್ಲ ತನ್ನಿ. ಆಮೇಲೆ ನೋಡೋಣ' ಎಂದು ಕಳುಹಿಸಿದರು. ಅವರ ಕ್ಯಾಬಿನ್ನಿನಲ್ಲಿ ಮತ್ತೊಬ್ಬ ವ್ಯಕ್ತಿಯಿದ್ದ. ಗರಿಗರಿ ಬಟ್ಟೆ ತೊಟ್ಟಿದ್ದ. ಕೊರಳಲ್ಲಿದ್ದ ಸರವನ್ನು ಆಗಾಗ ಎಳೆದು ಎಳೆದು ತೋರಿಸುತ್ತಿದ್ದ, ಬೆರಳಲ್ಲಿದ್ದ ಉಂಗುರ ಮಿಂಚುವಂತೆ ಆಗಾಗ ಕೈಯಾಡಿಸುತ್ತ ಮಾತನಾಡುತ್ತಿದ್ದ. ಆತನಿಗೂ ಸಾಲ ಬೇಕಿತ್ತಂತೆ. ನಿಮಗೆ ಸಾಲ ಕೊಡದಿದ್ದರೆ ನಮ್ಮ ಬ್ಯಾಂಕ್ ಇರುವುದೇತಕ್ಕೆ? ಎನ್ನುವ ಧಾಟಿಯಲ್ಲಿ ಮ್ಯಾನೇಜರ್ ಅವರನ್ನು ಬಹಳ ಗೌರವದಿಂದ ಮಾತನಾಡಿಸಿ, ಮರುದಿನವೇ ಸಾಲ ಕೊಟ್ಟು ಕಳುಹಿಸಿದರು. ಆತ ಸಾಲ ಮರುಪಾವತಿಸಲಿಲ್ಲ. ನನಗೆ ಆ ಬ್ಯಾಂಕಿನಲ್ಲಿ ಸಾಲವೇ ಸಿಗಲಿಲ್ಲ. ಆಸ್ತಿ ಅಡಮಾನಕ್ಕೆ ಸಿದ್ಧನಿದ್ದರೂ ನನಗೇಕೆ ಸಾಲ ಸಿಗಲಿಲ್ಲ ಎಂಬುದು ಇಂದಿಗೂ ನನಗೆ ಯಕ್ಷಪ್ರಶ್ನೆ. ಬಹುಶಃ 'ಉಂಗುರದ ಮಹಿಮೆ' ಇದ್ದೀತು! ಕೊನೆಗೆ ಆ ಬ್ಯಾಂಕಿಗಾಗಿ ಸಿದ್ಧಪಡಿಸಿದ್ದ ದಾಖಲೆಗಳನ್ನೇ ಇಟ್ಟುಕೊಂಡು ಮತ್ತೊಂದು ಬ್ಯಾಂಕಿನವರು ಸಾಲ ಕೊಟ್ಟು ಮರ್ಯಾದೆ ಉಳಿಸಿದರು.

ಇದ್ದುದರಲ್ಲೇ ಉಳಿತಾಯ

ಆದಾಯ ಇರಲಿ, ಇಲ್ಲದಿರಲಿ, ಇದ್ದುದರಲ್ಲೇ ಸ್ವಲ್ಪ ಉಳಿತಾಯ ಮಾಡುವ ಜಾಯಮಾನ ಎಲ್ಲ ಭಾರತೀಯರಲ್ಲೂ ಇದೆ. ಕಷ್ಟಕಾಲಕ್ಕೆಂದು ಒಂದಿಷ್ಟು ಚಿನ್ನ ಖರೀದಿಸುತ್ತಾರೆ. ಮದುವೆಯಲ್ಲೂ ಮಗಳಿಗೆ ಒಂದಿಷ್ಟು ಚಿನ್ನ, ಪಾತ್ರೆ-ಪಗಡ ಕೊಡುತ್ತಾರೆ. ಸ್ವಂತಕ್ಕೊಂದು ಸೂರು ಮಾಡಿಕೊಳ್ಳುವ ಹಂಬಲ ಎಲ್ಲರಿಗೂ ಇರುತ್ತದೆ. ಕನಸಿನ ಮನೆ ಕಟ್ಟಿಕೊಳ್ಳುವ ಹೆಣಗಾಟಕ್ಕಾಗಿ ಜೀವಮಾನ ಪೂರ್ತಿ ದುಡಿದು, ಉಳಿಸುತ್ತಾರೆ. ಸಂಕಷ್ಟದಲ್ಲಿ ಕೈಹಿಡಿಯಲಿ, ತಮ್ಮ ಬಳಿಕ ಕುಟುಂಬ ಸುಖವಾಗಿರಲಿ ಎಂಬ ಭಾವನೆಯಿಂದ ವಿಮೆ ಮಾಡಿಕೊಳ್ಳುತ್ತಾರೆ. ಷೇರು ಮುಂತಾದವುಗಳಲ್ಲಿ ಹಣ ತೊಡಗಿಸಿ ಅದನ್ನು ಬೆಳೆಸಿಕೊಳ್ಳುತ್ತಾರೆ. ಹಳ್ಳಿ ಮನೆಗಳಲ್ಲಿ ಗಂಡಸರ ಜೇಬಿನಿಂದ ದುಡ್ಡು ತೆಗೆದು ಸೀರೆ ಮಡಿಕೆಯಲ್ಲಿ, ಸಾಸಿವೆ ಡಬ್ಬಿಯಲ್ಲಿ ಮುಚ್ಚಿಟ್ಟಿರುತ್ತಾರೆ. ಬಡವರಿಗೆ ಇದೇ ನಿಧಿ. ಆಪದ್ಧನ. ಯಾವುದೇ ರೂಪದಲ್ಲಿ ಉಳಿತಾಯ ಮಾಡಿದರೂ ಕಾಲಕ್ರಮೇಣ ಸಂಪತ್ತು ತಾನಾಗಿ ವೃದ್ಧಿಗೊಳ್ಳಬೇಕು ಎಂದು ಜನ ಭಾವಿಸುತ್ತಾರೆ.

ಕೂಡಿಟ್ಟಿದ್ದು ಕರಗಿದರೆ...

'ಹಣ ಗಳಿಸುವುದು ನನಗೆ ಮುಖ್ಯವಲ್ಲ' ಎಂಬ ಮಾತನ್ನು ಹೇಳುವುದಕ್ಕೆ ಮೊದಲು ಸಾಕಷ್ಟು ಹಣ ಗಳಿಸಿರಬೇಕಂತೆ! ಸುಖ ಜೀವನಕ್ಕೆ ಎಷ್ಟು ಹಣ ಬೇಕು ಎಂಬುದನ್ನು ಅಷ್ಟು ಸುಲಭವಾಗಿ ನಿರ್ಣಯಿಸಲು ಸಾಧ್ಯವಿಲ್ಲ. ನಮ್ಮ

ಬದುಕಿನ ಶೈಲಿ, ಆಸಕ್ತಿಗಳು, ಖರ್ಚು-ವೆಚ್ಚಗಳು, ಕಾಯಿಲೆ, ಮನೆ, ಮಕ್ಕಳು, ಮದುವೆ-ಇತ್ಯಾದಿಗಳನ್ನು ಅವಲಂಬಿಸಿರುತ್ತದೆ. ಹಣದುಬ್ಬರದ ಈ ಕಾಲದಲ್ಲಿ ಎಷ್ಟಿದ್ದರೂ ಕಡಿಮೆ ಎನ್ನುವಂತಿರುವಾಗ ಇಷ್ಟು ಹಣವಿದ್ದರೆ ಸಾಕು ಎಂದು ಹೇಗೆ ಹೇಳುವುದು? ಹೀಚು ಬೆಳೆದು ಕುಂಬಳಕಾಯಿ ಆಗುವಂತೆ ಹಣದ ಅಗತ್ಯವೂ ಬೆಳೆಯುತ್ತಲೇ ಇರುತ್ತದೆ. ಅದರ ಗಾತ್ರ ತೋರಿಸಲು ನಮ್ಮ ಕೈಗಳೂ ವಿಸ್ತರಿಸುತ್ತ ಸಾಗುತ್ತವೆ. ಇಷ್ಟು ಹಣ ಸಾಕು ಎಂದು ನಿರ್ಧರಿಸಿರುತ್ತೇವೆ ಎಂದಿಟ್ಟುಕೊಳ್ಳಿ. ಹಠಾತ್ತನೋ ಯಾವುದೋ ಆಪತ್ತು ಮೈಮೇಲೆ ಬಂದು ಕೂಡಿಟ್ಟಿದ್ದ ಹಣವೆಲ್ಲ ಖರ್ಚಾದರೆ, ಯಾರನ್ನು ಹೊಣೆ ಮಾಡುವುದು?

ಪ್ರವೃತ್ತಿಗೆಲ್ಲಿ ನಿವೃತ್ತಿ?

ಇಷ್ಟು ಹಣ ಸಾಕು ಎಂದು ಮಿತಿ ಹಾಕಿಕೊಂಡರೆ ನಾವು ಸೋಮಾರಿಗಳಾಗುತ್ತೇವೆ. ಸನ್ಯಾಸಿಗಳಾಗುತ್ತೇವೆ. ಹಣದ ಮೋಹ ಸನ್ಯಾಸಿಗಳನ್ನೂ ಬಿಟ್ಟಿಲ್ಲ. ದುಡಿಮೆಯೇ ನಮ್ಮ ಪರಮ ಮಂತ್ರವಾಗಿರಬೇಕು. ವೃತ್ತಿಗೆ ನಿವೃತ್ತಿ ಇದೆ, ಪ್ರವೃತ್ತಿಗೆಲ್ಲಿದೆ? ದುಡಿಯುವುದು, ಹಣ ಗಳಿಸುವುದು ತಪ್ಪೇನಲ್ಲ. ಆದರೆ, ನಮ್ಮ ಸಂಪಾದನೆ ನ್ಯಾಯವಾಗಿರಲಿ, ಯಾರದೋ ತಲೆ ಹೊಡೆದು ರಾತ್ರಿ ಬೆಳಗಾಗುವಷ್ಟರಲ್ಲಿ ಕೋಟ್ಯಧೀಶರಾಗುವ ಕನಸು ಬೇಡ. ಮೋಸ ಮಾಡಿದ ಹಣ ನಮಗೆ ದಕ್ಕುವುದಿಲ್ಲ. ಕೊಟ್ಟಿದ್ದು ತನಗೆ, ಬಚ್ಚಿಟ್ಟದ್ದು ಪರರಿಗೆ ಎಂಬ ಮಾತು ನೆನಪಿಡಿ. ಬಚ್ಚಿಟ್ಟದ್ದು ನಿಧಿಯಾಗುತ್ತದೆ, ಅದು ಯಾರೋ ಕಳ್ಳಕಾಕರ ಪಾಲಾಗುತ್ತದೆ. ಅದನ್ನು ಹೊರತೆಗೆಯಲು ವಾಮಾಚಾರ ಮಾಡಿ ಯಾವುದೋ ಬಡಪಾಯಿ ಜೀವ ಬಲಿಯಾಗುತ್ತದೆ.

ಎಷ್ಟು ಇಂಚಿನ ಟೀವಿ?

ಹತ್ತು ವರ್ಷಗಳ ಹಿಂದೆ ನಾನೊಂದು ಪತ್ರಿಕಾಲಯದಲ್ಲಿ ಸಂದರ್ಶನಕ್ಕೆ ಹೋಗಿದ್ದೆ. ಕೆಲಸ ಖಚಿತವಾಗಿತ್ತು. ಆದರೆ ಸಂಬಳ ನಿಗದಿಯಾಗಿರಲಿಲ್ಲ. ಹನ್ನೆರಡು ಕೊಡಿ ಎಂದು ನಾನು, ಹತ್ತು ಕೊಡುತ್ತೇವೆಂದು ಸಂಪಾದಕರು. ಚೌಕಾಸಿ ನಡೆಯಿತು. ಅವರು, ನೋಡು 10–12ರ ಮಧ್ಯೆ ಅಂಥ ವ್ಯತ್ಯಾಸವೇನಿಲ್ಲ. ಈಗ ನಿನ್ನ ಮನೆಯಲ್ಲಿ ಇಪ್ಪತ್ತೊಂದು ಇಂಚಿನ ಪರದೆಯ ಟೀವಿ ಇರಬಹುದು. ಸಂಬಳ ಹನ್ನೆರಡು ಕೊಟ್ಟರೆ 28 ಇಂಚಿನ ಟೀವಿ ತರಬಹುದು. ಎರಡರಲ್ಲೂ ಕಾಣಿಸುವ ಚಿತ್ರ, ಕೇಳಿಸುವ ಶಬ್ದ ಒಂದೇ ಎಂದರು. ಅವರಿಗೆ ದೊಡ್ಡ ಸಂಬಳ ಇರುತ್ತದೆ ಎಂದು ಗೊತ್ತಿದ್ದ ನಾನು ತಟ್ಟನೆ ಕೇಳಿದೆ: 'ನಿಮ್ಮ ಮನೆಯಲ್ಲಿ ಎಷ್ಟು ಇಂಚಿನ ಟೀವಿ ಇದೆ?' ಒಂದು ಕ್ಷಣ ದಂಗಾದ ಅವರು, ಮರುಕ್ಷಣ ಮುಗುಳ್ನಕ್ಕು ಹನ್ನೆರಡೇ ಕೊಟ್ಟರು!

ಸೊನ್ನೆಗಳಲ್ಲಿ ಮರೆಯಾಗುವ ಒಂದು

ಎಷ್ಟು ಹಣವಿದ್ದರೆ ನಾನು ಸಂತೋಷವಾಗಿರಬಹುದು? ಎಂದು ಪ್ರಶ್ನೆ ಹಾಕಿಕೊಳ್ಳಿ. ನಿಮ್ಮ ಮನಸ್ಸಿನ ಯೋಚನಾಲಹರಿಯನ್ನು ಹರಿಯಲು ಬಿಡಿ. ಅದು ಒಂದರ ಮುಂದೆ ಸೊನ್ನೆಗಳನ್ನು ಮರಿಯಿಡುತ್ತಾ ಹೋಗುತ್ತದೆ. ಮೊದಲಿಗಿರುವ ಒಂದು ಕಾಣದೇ ಇರುವಷ್ಟು ಸೊನ್ನೆಗಳೇ ರಾರಾಜಿಸುತ್ತವೆ. ಆಯಿತು, ಅಷ್ಟು ಹಣ ಸಿಕ್ಕರೆ ಏನೇನು ಮಾಡಬಹುದು? ಏನೂ ಕೆಲಸ ಮಾಡದೆ ಸುಮ್ಮನೆ ಕೂಡಬಹುದೇ? ಆ ಹಣವನ್ನು ಹೂಡಿಕೆ ಮಾಡಿ ಹೆಚ್ಚು ಹಣ ದುಡಿಯಲು ಪ್ರಯತ್ನಿಸಬಹುದೇ? ಆಸ್ತಿ ಖರೀದಿಸಿ ನೆಮ್ಮದಿಯಿಂದ ಬದುಕಬಹುದೇ? ಬ್ಯಾಂಕ್ ಅಥವಾ ಅಂಚೆ ಕಚೇರಿಯಲ್ಲಿ ಠೇವಣಿಯಿಟ್ಟು ಬಡ್ಡಿ ಹಣದಲ್ಲಿ ಸಂತೋಷಿಸಬಹುದೇ? ವ್ಯಾಪಾರ ಆರಂಭಿಸಲೇ? ಅಥವಾ ದಾನ ಕೊಡಲೇ?

'ಅರ್ಥ'ವಾಗದ ವಿಚಾರ

ಇಂಥ ಯೋಚನೆಗಳಿಂದ ಸುಖದ ಕನಸಿಗಿಂತ ಗೊಂದಲಗಳೇ ಜಾಸ್ತಿಯಾಗುತ್ತವೆ. ಬೆಚ್ಚನಾ ಮನೆಯಿರಲು, ವೆಚ್ಚಕ್ಕೆ ಹೊನ್ನಿರಲು ಸ್ವರ್ಗಕ್ಕೆ ಕಿಚ್ಚು ಹಚ್ಚೆಂದು ಸರ್ವಜ್ಞ ಹೇಳಿದ್ದಾನೆ. ಕೈತುಂಬ ಸಂಬಳ, ಇರಲೊಂದು ಸೂರು, ಓಡಾಡಲು ಕಾರು, ಪ್ರೀತಿಯ ಮಡದಿ, ಮುದ್ದಾದ ಮಕ್ಕಳು–ಎಲ್ಲವೂ ಇರುವಾಗಲೂ ನಾವೇಕೆ ಸುಖವಾಗಿರುವುದಿಲ್ಲ? ಮತ್ತೆ ಯಾವುದರ ಹಂಬಲ? ಇರುವುದೆಲ್ಲವ ಬಿಟ್ಟು ಇರದುದರೆಡೆಗೆ ತುಡಿವುದೇ ಜೀವನ? ತೃಪ್ತಿಯಿಂದ ಬದುಕುವುದು ಬಿಟ್ಟು ಅತೃಪ್ತಿಯ ದೆವ್ವಗಳಾಗುವುದೇಕೆ? ಹಣವಿದ್ದವರೆಲ್ಲ ಸುಖಿಗಳಲ್ಲ, ಸುಖ ಜೀವನಕ್ಕೆ ಹಣ ಬೇಕಿಲ್ಲ. ಆದರೆ, ಹಣವಿಲ್ಲದೆ ನೆಮ್ಮದಿಯ ಜೀವನ ಸಾಧ್ಯವಿಲ್ಲ. ವಿಚಿತ್ರ ನೋಡಿ. ಹಣದ ವಿಚಾರಗಳಿಗೆ 'ಅರ್ಥ' ಎನ್ನುತ್ತೇವೆ. ಆದರೆ, ಅದಿನ್ನೂ ನಮಗೆ ಅರ್ಥವೇ ಆಗಿಲ್ಲ.

ಇಂದಿಗೇನು ಬೇಕೋ ಅಷ್ಟಿದ್ದರೆ ಹಣ, ಮುಂದಿನದು ಹೆಣ ಎನ್ನುತ್ತಾರೆ ಬಲ್ಲವರು. ಭವಿಷ್ಯಕ್ಕೆಂದು ನಾವು ಉಳಿಸಿದ್ದು ಹಣದ ರೂಪದಲ್ಲೋ, ವಸ್ತುಗಳ ರೂಪದಲ್ಲೋ ಇರಬಹುದು. ಅದು ನಮ್ಮ ಇಂದಿನ ಬದುಕಿಗೆ ಉಪಯೋಗಕ್ಕೆ ಬರುವುದಿಲ್ಲ ಎಂದಾದರೆ ಅದು ನಿಷ್ಪ್ರಯೋಜಕ. ಇದ್ದುದರಲ್ಲಿ ನೆಮ್ಮದಿ, ಸುಖ, ಸಂತೋಷ ಕಾಣದಿದ್ದರೆ ಅದು ಬೇರೆಲ್ಲಿ ಸಿಗಬೇಕು? ಕನ್ನಡಿಯ ಮುಂದೆ ನಿಂತು ಒಂದೊಂದೇ ಬಿಳಿ ಕೂದಲನ್ನು ಕಿತ್ತುಕೊಂಡರೆ ಕೊನೆಗೆ ಬೋಳು ತಲೆ ಉಳಿಯುತ್ತದೆ.

ಇನ್ನು ಸಾಕು!

ಒಬ್ಬ ಚೀನೀ ಸಂತ ಹೇಳುತ್ತಾನೆ 'ಯಾವ ಮನುಷ್ಯನಿಗೆ ಇಷ್ಟು ಸಾಕು ಎಂದು ಅನಿಸುವುದಿಲ್ಲವೋ, ಆತನಿಗೆ ಎಷ್ಟು ಇದ್ದರೂ ಸಾಕಾಗುವುದಿಲ್ಲ.

ಯಾವಾತನಿಗೆ ಇದು ಸಾಕು ಎನಿಸುವುದೋ, ಆತನಿಗೆ ಎಲ್ಲವು ಸಾಕಾಗುತ್ತದೆ.' ಸಾಕು ಎನ್ನುವುದು ತೃಪ್ತಿ. ತೃಪ್ತಿ ಇದ್ದವನೇ ಸುಖಿ. ಆ ತೃಪ್ತಿಯನ್ನು ನಾವೇ ಕಂಡುಕೊಳ್ಳಬೇಕು. ಅದು ಮನಸ್ಸಿನ ಭಾವ. ರಸ್ತೆ ಬದಿಯಲ್ಲಿ ನಿದ್ರಿಸುವ ಭಿಕಾರಿಗೂ ಬೆಚ್ಚನೆಯ ಕೋಣೆಯಲ್ಲಿ ಪವಡಿಸುವ ಸಿರಿವಂತನಿಗೂ ಭೇದವಿಲ್ಲ. ನೂರಾರು ಕೋಟಿ ಆಸ್ತಿ ಇದ್ದರೂ ಅದು ಕಳ್ಳಕಾಕರ ಪಾಲಾಗುವ ಭಯದಲ್ಲಿ ನಿದ್ದೆ ಕಳೆದುಕೊಂಡರೆ ಆಸ್ತಿ ಇದ್ದೇನು ಪ್ರಯೋಜನ? ಹಣವಾಗಲಿ, ಆಸ್ತಿಯಾಗಲಿ ನಮ್ಮ ಸುಖಕ್ಕೆ ಕಾರಣವಲ್ಲ. ನಾನು ಸುಖಿ ಎಂದು ಭಾವಿಸಿದರೆ ಸುಖಿ, ಇಲ್ಲದಿದ್ದರೆ ಅಲ್ಲ.

ನಮ್ಮ ಮನಸ್ಸು ಒಂದು ಹಂತದಲ್ಲಿ ಹಣದ ಹಿಂದೆ ಓಡುವುದು ಸಾಕು ಎನ್ನಿಸಬೇಕು. ಹಣದ ಹಿಂದೆ ಇರುವ ದುಃಖವನ್ನು ಅರಿಯಬೇಕು. ಇಲ್ಲವಾದರೆ ಹಣ ನಮ್ಮೊಡನೆ ಇದ್ದರೂ ಸುಖ ಮರೀಚಿಕೆಯಾಗುತ್ತದೆ. ಸುಖ ಎನ್ನುವುದು ನಮ್ಮ ಕೈಯಲ್ಲೇ ಇದೆ. ನಮ್ಮ ಮನಸ್ಸಿನಲ್ಲಿ ಇದೆ. ಯಾವ ವಸ್ತುವಿನಲ್ಲಿ ಆಗಲಿ, ಹಣದಲ್ಲಿ ಆಗಲಿ ಇಲ್ಲ. ಎಲ್ಲವೂ ಬೇಕು, ಆದರೆ ಎಷ್ಟು ಬೇಕೋ ಅಷ್ಟೇ! ಸಾಕು ಎನಿಸಿದಾಗ ಸಿಗುವ ತೃಪ್ತಿಯಲ್ಲಿ ಜೀವನಕ್ಕೆ ಅರ್ಥ ಸಿಗುತ್ತದೆ, ಆರೋಗ್ಯ ಸಿಗುತ್ತದೆ, ನೆಮ್ಮದಿ, ಸಂತೋಷ, ಸುಖ ಎಲ್ಲಕ್ಕಿಂತ ಹೆಚ್ಚಾಗಿ ಶಾಂತಿ ಸಿಗುತ್ತದೆ. ಜೀವನದಲ್ಲಿ ಇದಕ್ಕಿಂತ ಇನ್ನೇನು ಬೇಕು?

ಹಣವೆಂದರೆ ಕಜ್ಜಿಯಂತೆ!

ರಜನೀಶರು ಮತ್ತೆ ಹೇಳುತ್ತಾರೆ, ಹಣ ಎನ್ನುವುದು ಕಜ್ಜಿ ಇದ್ದಂತೆ. ಅದು ಇರುವಷ್ಟು ಸಮಯ ಕಡಿತ ಆಗುತ್ತದೆ. ಕೆರೆದುಕೊಂಡಾಗ ಹಿತವೆನ್ನಿಸುತ್ತದೆ. ಕಜ್ಜಿ ಜಾಸ್ತಿ ಆಗಬಾರದು ಎಂಬ ಆಸೆಯಿದ್ದರೆ ಕೆರೆದುಕೊಳ್ಳಬಾರದು. ಕಜ್ಜಿಯನ್ನು ಹಿತವಾಗಿ ಸವರುತ್ತ, ಮುಲಾಮು ಲೇಪಿಸುತ್ತ, ಕೆರೆದುಕೊಳ್ಳಲೇಬೇಕು ಎನಿಸಿದಾಗ ಸ್ವಲ್ಪ ಕೆರೆದುಕೊಂಡು ನಿಭಾಯಿಸುವುದು ಬುದ್ಧಿವಂತರ ಲಕ್ಷಣ.

(ಕನ್ನಡ ಮಾಣಿಕ್ಯ. ಜನವರಿ 2016)

ದೊಡ್ಡ ನೋಟುಗಳು ಕಾಗದದ ಚೂರಾದಾಗ...

ದೇಶದ ಭದ್ರತೆ ಹಾಗೂ ಆರ್ಥಿಕ ವ್ಯವಸ್ಥೆಯನ್ನು ತನ್ನ ಕಪಿಮುಷ್ಟಿಯೊಳಗೆ ಇರಿಸಿಕೊಂಡಿದ್ದ ಕಪ್ಪುಹಣ, ಕಳ್ಳನೋಟು, ಭ್ರಷ್ಟಾಚಾರ ಹಾಗೂ ಅಕ್ರಮ ದಂಧೆಗಳಿಗೆ ಕಡಿವಾಣ ಹಾಕುವ ದೃಷ್ಟಿಯಿಂದ 500 ಹಾಗೂ 1000 ರೂ. ಮುಖಬೆಲೆಯ ನೋಟುಗಳನ್ನು ನಿಷೇಧಿಸುವ ಮಹತ್ವದ ನಿರ್ಧಾರವನ್ನು ಪ್ರಧಾನಿ ನರೇಂದ್ರ ಮೋದಿ ಅವರು 2016ರ ನ. 8ರ ರಾತ್ರಿ ಪ್ರಕಟಿಸಿದಾಗ ಬಹುಪಾಲು ಜನ ಸಹಮತ ವ್ಯಕ್ತಪಡಿಸಿದರು. ತಮಗೆ ಒಂದಷ್ಟು ದಿನ ಕಷ್ಟವಾಗುತ್ತದೆ ಎಂದು ಗೊತ್ತಿದ್ದೂ ದೇಶದ ಒಳಿತಿಗಾಗಿ ಅದನ್ನು ಸಹಿಸಿಕೊಳ್ಳಲು ಸಿದ್ಧರಾದರು, ಬ್ಯಾಂಕು–ಎಟಿಎಂಗಳ ಮುಂದೆ ನೋಟುಗಳನ್ನು ಬದಲಿಸಲು ತಾಸುಗಟ್ಟಲೆ ಸರದಿ ನಿಂತರು. ಅಪಸ್ವರ ಎತ್ತಿ ರಾಜಕೀಯವಾಗಿ ಮೂಲೆಗುಂಪಾದವರು ಬೆರಳೆಣಿಕೆ ಜನರಷ್ಟೇ. ಐವತ್ತಾರು ಇಂಚಿನ ಎದೆಯ ತಾಕತ್ತು ಏನೆಂಬುದನ್ನು ನಮ್ಮ ಪ್ರಧಾನಿ ಪಾಕ್ ಆಕ್ರಮಿತ ಕಾಶ್ಮೀರದಲ್ಲಿದ್ದ ಉಗ್ರಗಾಮಿಗಳ ನೆಲೆಗಳ ಮೇಲಿನ ಸರ್ಜಿಕಲ್ ಸ್ಟ್ರೈಕ್ ಹಾಗೂ ನೋಟು ರದ್ದತಿ ಮೂಲಕ ಜಗತ್ತಿಗೇ ತೋರಿಸಿದರು.

ನೋಟು ನಿಷೇಧಿಸುವ ಸೂಚನೆಯನ್ನು ಮೊದಲೇ ಕೊಡಬೇಕಿತ್ತೆಂದು ಕೆಲವರು ವಾದಿಸಿದರು. ಆದರೆ, ಹಾಗೆ ಮಾಡಿದ್ದರೆ ಕಪ್ಪು ಹಣದ ವಿಲೇವಾರಿಗೆ ದಾರಿ ಮಾಡಿಕೊಟ್ಟಂತಾಗಿ ಈ ಉಪಕ್ರಮದ ಮೂಲ ಉದ್ದೇಶಕ್ಕೇ ಧಕ್ಕೆ ಬರುತ್ತಿತ್ತು. ಹೀಗಾಗಿ, ದೇಶದ ಜನರನ್ನುದ್ದೇಶಿಸಿ ತಮ್ಮ 44 ನಿಮಿಷಗಳ ಭಾಷಣದಲ್ಲಿ ಪ್ರಧಾನಿ ಮೋದಿ, 500 ಹಾಗೂ 1,000 ಮುಖಬೆಲೆಯ ನೋಟುಗಳನ್ನು ರದ್ದುಪಡಿಸಿ, ಹೊಸ ನೋಟುಗಳನ್ನು ಚಲಾವಣೆಗೆ ತರಬೇಕಾದ ಅನಿವಾರ್ಯವನ್ನು ವಿವರಿಸಿದರು. ಆವಶ್ಯಕ ವಸ್ತು ಹಾಗೂ ಸೇವೆಗಳಾದ ಔಷಧ, ಸಾರಿಗೆ, ಹಾಲು, ಪೆಟ್ರೋಲ್, ಅಂತ್ಯ ಸಂಸ್ಕಾರ–ಇತ್ಯಾದಿ ಉದ್ದೇಶಗಳಿಗೆ ಹಳೆಯ ನೋಟುಗಳನ್ನೇ ಬಳಸಲು ಕೆಲವು ದಿನಗಳ ಮಟ್ಟಿಗೆ ಅವಕಾಶವನ್ನೂ ನೀಡಿದರು.

ನಾರ್ವೆಯಂಥ ಪುಟ್ಟ ದೇಶದಲ್ಲೂ ನೋಟುಗಳ ಬದಲಾವಣೆ ಮಾಡಿದಾಗ ಒಂದಿಷ್ಟು ದಿನ ಸಮಸ್ಯೆಯಾಗಿತ್ತು. ಇನ್ನು 125 ಕೋಟಿ ಜನಸಂಖ್ಯೆ ಇರುವ ಭಾರತದಲ್ಲಿ ಅದನ್ನು ನಿಭಾಯಿಸುವುದು ಸುಲಭವೇ? ಆದರೂ ಬ್ಯಾಂಕ್ ಸಿಬ್ಬಂದಿ, ಅಧಿಕಾರಿಗಳು ಹಾಗೂ ಸಾರ್ವಜನಿಕರು ಸಹನೆಯಿಂದ ಸಹಕರಿಸುತ್ತ ದೇಶದ ಆರ್ಥಿಕತೆಯ ಸ್ವಚ್ಛತಾ ಆಂದೋಲನಕ್ಕೆ ಅಳಿಲು ಸೇವೆ ಸಲ್ಲಿಸುತ್ತಿದ್ದಾರೆ.

ನೋಟು ನಿಷೇಧವಾದ ಬಳಿಕ ಒಂದಷ್ಟು ದಿನ ಟೋಲ್ ಶುಲ್ಕ ರದ್ದು ಮಾಡಿದಂತೆ ತಾತ್ಕಾಲಿಕ ಸಮಸ್ಯೆಗಳಿಗೆ ಸರ್ಕಾರ ಪರಿಹಾರ ಸೂಚಿಸುತ್ತಲೇ ಇದೆ. ಪ್ರಾಮಾಣಿಕ ದುಡಿಮೆಯ ಹಣವುಳ್ಳ ಯಾರೂ ಆತಂಕಪಡುವ ಅಗತ್ಯವಿಲ್ಲ ಎಂದು ಪ್ರಧಾನಿಯವರೇ ಹೇಳಿದ್ದರಿಂದ ಠೇವಣಿ ಹಾಗೂ ನೋಟು ವಿನಿಮಯಕ್ಕಾಗಿ ಗಡಿಬಿಡಿಯಲ್ಲಿ ಬ್ಯಾಂಕಿಗೆ ಮುಗಿಬೀಳುವ ಅಗತ್ಯವಿಲ್ಲ.

ನೋಟು ರದ್ದತಿಯೇಕೆ?

ಹಾಗಂತ ಇದೇನೂ ದಿಢೀರ್ ನಿರ್ಧಾರವಲ್ಲ. ರಾತ್ರೋರಾತ್ರಿ ಕೋಟಿಗಟ್ಟಲೆ ನೋಟುಗಳನ್ನು ಮುದ್ರಿಸಿ, ಬ್ಯಾಂಕು, ಎಟಿಎಂಗಳಿಗೆ ಕಳುಹಿಸುವುದು ಸಾಧ್ಯವೂ ಇಲ್ಲ. ಇದಕ್ಕಾಗಿ 10 ತಿಂಗಳಿಗೂ ಹೆಚ್ಚಿನ ಸಿದ್ಧತೆ ನಡೆದಿತ್ತು. ಮೊದಲು ಆಧಾರ್ ಸಂಖ್ಯೆಯನ್ನು ಎಲ್ಲ ಖಾತೆಗಳಿಗೂ ಜೋಡಿಸಲಾಯಿತು. ಜನಧನ ಮುಂತಾದ ಯೋಜನೆಗಳಲ್ಲಿ ಎಲ್ಲರಿಗೂ ಬ್ಯಾಂಕ್ ಖಾತೆ ತೆರೆಯುವಂತೆ ಮಾಡಿದ ಸರ್ಕಾರ, ತನ್ನೆಲ್ಲ ಪಾವತಿಗಳನ್ನು ಬ್ಯಾಂಕ್ ಖಾತೆಗೇ ಜಮೆ ಮಾಡತೊಡಗಿತು. ಇನ್ನು, ತೆರಿಗೆ ಬಾಕಿ ಇದ್ದರೆ ಪಾವತಿಸಿ, ಕಾಳಧನ ಘೋಷಿಸಿಕೊಳ್ಳುವಂತೆಯೂ ಸೂಚಿಸಿತು. ಅದಕ್ಕೆ ಸಾಕಷ್ಟು ಕಾಲಾವಕಾಶ ಕೊಟ್ಟರೂ, ಘೋಷಣೆ ಮಾಡಿಕೊಂಡವರ ಮಾಹಿತಿಯನ್ನು ಗೌಪ್ಯವಾಗಿಡುವುದಾಗಿ ಹೇಳಿದರೂ ನಿರೀಕ್ಷಿತ ಸ್ಪಂದನೆ ವ್ಯಕ್ತವಾಗದೇ ಇದ್ದಾಗ ನೋಟು ರದ್ದತಿ, ಬದಲಾವಣೆ ಅನಿವಾರ್ಯವಾಯಿತು. ಕಪ್ಪು ಹಣದ ಜತೆಗೆ ಸಾಕಷ್ಟು ಸಂಖ್ಯೆಯಲ್ಲಿ ಚಲಾವಣೆಯಲ್ಲಿದ್ದ ನಕಲಿ ನೋಟುಗಳೂ ಈ ಮಹತ್ವದ ನಿರ್ಧಾರಕ್ಕೆ ಕಾರಣವಾದವು.

ಕಾಳಧನದ ಮೇಲೆ ಕಣ್ಣು

ನೋಟು ರದ್ದತಿಯ ಮುಖ್ಯ ಗುರಿ–ಕಾಳಧನ. ನೋಟಿನ ಮೌಲ್ಯ ಜಾಸ್ತಿ ಇದ್ದಷ್ಟೂ ಕಾಳಧನಿಕರಿಗೆ ಸಂಗ್ರಹ ಸುಲಭ. ಅದರ ಪ್ರಮಾಣ ನಿಜವಾಗಿಯೂ ಎಷ್ಟೆಂಬುದು ಯಾರ ಅಳತೆಗೂ ನಿಲುಕಿಲ್ಲ. ಅಧ್ಯಯನವೊಂದರ ಪ್ರಕಾರ, ಭಾರತದಲ್ಲಿ ಒಟ್ಟು ಜಿಡಿಪಿಯ ಶೇ. 23ರಷ್ಟು ಕಪ್ಪುಹಣವಿದೆ (30 ಲಕ್ಷ ಕೋಟಿ). ಇದು ಥೈಲ್ಯಾಂಡ್ ಹಾಗೂ ಅರ್ಜೆಂಟೀನಾ ದೇಶಗಳ ಜಿಡಿಪಿಗಿಂತಲೂ ಹೆಚ್ಚೆಂಬುದು ಗಮನಾರ್ಹ. ಈಗ ಕಾಳಧನಿಕರ ಬಳಿ

ಎರಡೇ ದಾರಿಗಳು ಉಳಿದಿವೆ. ಒಂದು–ಬ್ಯಾಂಕಿಗೆ ತಮ್ಮೆಲ್ಲ ಹಣ ಪಾವತಿಸಿ, ಘೋಷಿತ ಆದಾಯದ ಮೇಲೆ ಶೇ. 30 ತೆರಿಗೆ ಹಾಗೂ ಶೇ. 100 ದಂಡ (ತೆರಿಗೆಯಷ್ಟೇ ಮೊತ್ತ) ಕಟ್ಟಿ, ಸಂಪತ್ತನ್ನು ಸಕ್ರಮಗೊಳಿಸಿಕೊಳ್ಳುವುದು. ಎರಡು–ಈ ನೋಟುಗಳನ್ನೆಲ್ಲ ನಾಶಪಡಿಸುವುದು. ಎರಡನೇ ವಿಧಾನವನ್ನೇ ಬಹುತೇಕರು ಆಯ್ದುಕೊಳ್ಳುತ್ತಿರುವುದು ದುರಂತವಲ್ಲದೆ ಮತ್ತೇನು? ಹವಾಲಾ, ಕಳ್ಳಸಾಗಣೆದಾರರಿಗೂ ಈಗ ನಿದ್ದೆ ಬರುತ್ತಿಲ್ಲ. ನಕ್ಸಲರಿಗೂ ತಾವು ಹೂತಿಟ್ಟ 7,000 ಕೋಟಿ ರೂ.ಗಳನ್ನು ಏನು ಮಾಡುವುದೆಂಬ ಚಿಂತೆ ಹತ್ತಿದೆ. ಇನ್ನು ಮುಂದೆ ಬೇನಾಮಿ ವ್ಯವಹಾರಗಳನ್ನು ಮಾಡಿದರೆ ಏಳು ವರ್ಷಗಳ ಜೈಲಿನ ಮುದ್ದೆ ಮುರಿಯಬೇಕಾಗುತ್ತದೆ.

ಕಳ್ಳನೋಟಿನ ಕರಾಳ ಮುಖ

ಕಳ್ಳನೋಟು ದಂಧೆಯೂ ದೇಶಕ್ಕೆ ದೊಡ್ಡ ತಲೆನೋವಾಗಿದೆ. ದೇಶದ ಆರ್ಥಿಕ ಸ್ಥಿತಿಯನ್ನು ಬುಡಮೇಲು ಮಾಡುವ ಜತೆಗೆ ಅದು ಉಗ್ರ ಚಟುವಟಿಕೆಗೂ ಬಳಕೆಯಾಗುತ್ತಿತ್ತು. ನೆರೆಯ ದೇಶಗಳಿಂದಲೂ ನಕಲಿ ನೋಟುಗಳು ಗಡಿದಾಟಿ ಬರುತ್ತಿದ್ದವು. ನೋಟು ನಿಷೇಧಕ್ಕೂ ಮೊದಲು ಪಾಕಿಸ್ತಾನ ನಿರಂತರವಾಗಿ ಕದನ ವಿರಾಮ ಉಲ್ಲಂಘಿಸಿತ್ತು. ಉಗ್ರರ ನುಸುಳುವಿಕೆ ಯತ್ನಗಳೂ ಅವ್ಯಾಹತವಾಗಿದ್ದವು. ನಮ್ಮ ಸೇನೆಯ ಮುಂದೆ ಅವರ ಆಟ ನಡೆಯುವುದಿಲ್ಲ, ಅದು ಬೇರೆ ಮಾತು. ನೋಟುಗಳ ರದ್ದತಿ ಬಳಿಕ ಉಗ್ರಗಾಮಿ ಚಟುವಟಿಕೆಗೆ ಕಡಿವಾಣ ಬಿದ್ದಿದೆ. ಕಾಶ್ಮೀರದಲ್ಲೂ ಶಾಂತಿ ಮರಳಿ, ಶಾಲೆ–ಸಾರಿಗೆ ಪುನಾರಂಭವಾಗಿವೆ.

ದೊಡ್ಡ ನೋಟುಗಳ ಪಾರುಪತ್ಯ

ಕಳ್ಳನೋಟುಗಳಲ್ಲಿ ಬಹುಪಾಲು 500, 1000 ಮುಖಬೆಲೆಯವೇ ಆಗಿರುವುದು ಈ ನೋಟುಗಳ ನಿಷೇಧಕ್ಕೆ ಪ್ರಮುಖ ಕಾರಣ. 2015–15ರಲ್ಲಿ 6.5 ಲಕ್ಷ ನಕಲಿ ನೋಟುಗಳು ಬ್ಯಾಂಕುಗಳಲ್ಲೇ ಪತ್ತೆಯಾಗಿವೆ. ಈ ಪೈಕಿ 4 ಲಕ್ಷ ನೋಟುಗಳು 500 ಹಾಗೂ 1000 ಮುಖಬೆಲೆಯವು. 1000 ರೂ. ಮುಖಬೆಲೆಯ ಸುಮಾರು 2 ಲಕ್ಷ ನಕಲಿ ನೋಟುಗಳೂ ಪ್ರತಿವರ್ಷ ಪತ್ತೆಯಾಗುತ್ತಿವೆ. ಕಳೆದ ವರ್ಷ ಕಳ್ಳನೋಟುಗಳ ಚಲಾವಣೆಗೆ ಸಂಬಂಧಿಸಿ ದೇಶಾದ್ಯಂತ 788 ಪ್ರಕರಣಗಳು ದಾಖಲಾಗಿದ್ದು, 30 ಕೋಟಿಗೂ ಹೆಚ್ಚು ಮೌಲ್ಯದ ನೋಟುಗಳನ್ನು ನಾಶಪಡಿಸಲಾಗಿದೆ. ದೂರು ದಾಖಲಾಗದೆ ನಾಶ ಮಾಡಿದ ಕಳ್ಳನೋಟುಗಳ ಪ್ರಮಾಣ ಲೆಕ್ಕಕ್ಕೆ ಸಿಗದು. ಈವರೆಗೆ ದೇಶದ ಆರ್ಥಿಕತೆಯಲ್ಲಿ ಗಣನೀಯ ಪ್ರಮಾಣದಲ್ಲಿದ್ದ ಕಳ್ಳನೋಟುಗಳಂತೂ ಇನ್ನು

ಚಲಾವಣೆಯಾಗಲು ಸಾಧ್ಯವಿಲ್ಲ ಎಂಬುದೇ ದೊಡ್ಡ ಸಮಾಧಾನ. ಏಕೆಂದರೆ, 1,000 ರೂ. ನೋಟುಗಳು ಇನ್ನು ಚಲಾವಣೆಯಲ್ಲಿ ಇರುವುದಿಲ್ಲ. 500 ರೂ. ನೋಟುಗಳೂ ಹೊಸ ರೂಪದಲ್ಲಿ ಬರಲಿವೆ.

ಪ್ರಾಮಾಣಿಕರ ಆಯ್ಕೆ ಇನ್ನು ಸಾಧ್ಯ

ಚುನಾವಣೆ ಬಂತೆಂದರೆ ಹಣದ ಹೊಳೆಯೇ ಹರಿಯುತ್ತಿತ್ತು. ಹಣ, ಮದ್ಯ, ಸೀರೆ ಇತ್ಯಾದಿಗಳನ್ನು ಕೊಟ್ಟು ಮತಗಳನ್ನು ಖರೀದಿಸುವ ಪ್ರವೃತ್ತಿಗೆ ಇನ್ನು ಮುಂದೆ ಖಂಡಿತವಾಗಿಯೂ ಕಡಿವಾಣ ಬೀಳಲಿದೆ. ಕಪ್ಪು ಹಣದ ಮೂಲಕ ನಡೆಯುತ್ತಿದ್ದ ಚುನಾವಣಾ ಅಕ್ರಮಗಳಿಗೆ ಅವಕಾಶವಿಲ್ಲದ ಮೇಲೆ ಪ್ರಾಮಾಣಿಕರು ಆಯ್ಕೆಯಾಗುವ ಆಶಾವಾದ ಮೂಡಿದೆ.

ಜನಸಾಮಾನ್ಯರಿಗೆ ಅನುಕೂಲ

ನೋಟು ನಿಷೇಧದಿಂದ ಕಾಳಧನಕ್ಕೆ ಕಡಿವಾಣ ಬಿದ್ದು, ಹಣದ ಹರಿವು ಕಡಿಮೆಯಾಗಿದ್ದರಿಂದ ಒಂದೇ ವಾರದಲ್ಲಿ ಹಣದುಬ್ಬರ ಸಾಕಷ್ಟು ಇಳಿದಿದೆ. ಹಣದ ಮೌಲ್ಯ ಹೆಚ್ಚಲಿದೆ, ಚಿನ್ನ, ಇತರ ವಸ್ತುಗಳ ದರ ಇಳಿಕೆಯಾಗಿ ಜನರ ಜೀವನ ಮಟ್ಟ ಸುಧಾರಿಸಲಿದೆ. ಖಾತೆಗಳ ಮೂಲಕವೇ ಎಲ್ಲ ವ್ಯವಹಾರಗಳನ್ನು ನಿರ್ವಹಿಸಬೇಕಾದ ಕಾರಣ ಬ್ಯಾಂಕು ಹಾಗೂ ಅಂಚೆ ಕಚೇರಿಗಳಿಗೆ ಹೆಚ್ಚಿನ ಪ್ರಮಾಣದ ಠೇವಣಿ ಹರಿದುಬರುತ್ತದೆ. ಇದರಿಂದ ದೇಶದಲ್ಲಿ ಅಭಿವೃದ್ಧಿ ಕಾರ್ಯಗಳಿಗೆ ಸಾಕಷ್ಟು ಹಣ ಸಿಗುತ್ತದೆ. ಸಾಲಗಳೂ ಸುಲಭವಾಗಿ ಸಿಗುತ್ತವೆ. ಕೃಷ್ಣನ ಲೆಕ್ಕದ ಹಣವನ್ನೇ ಬಹುತೇಕ ಅವಲಂಬಿಸಿದ್ದ ರಿಯಲ್ ಎಸ್ಟೇಟ್ ಉದ್ಯಮದ ಸದ್ದು ಅಡಗಿದೆ. ಉನ್ನತ ಶಿಕ್ಷಣ, ವೈದ್ಯಕೀಯ ಕ್ಷೇತ್ರಗಳೂ ಸಾಮಾನ್ಯ ಜನರ ಕೈಗೆಟಕುವಂತಾದರೆ ಅಚ್ಚರಿಯೇನಿಲ್ಲ. ಹೊಸ ನೋಟುಗಳು ಸಮರ್ಪಕವಾಗಿ ಚಲಾವಣೆಗೆ ಬಂದು ಜನ ಅವುಗಳನ್ನು ಸಂಗ್ರಹಿಸಲು ಆರಂಭಿಸುವ ತನಕ ಹೊಸ ಕಳ್ಳಗಂಟಿನ ಸಾಧ್ಯತೆ ಇಲ್ಲ.

ಭ್ರಷ್ಟರಿಗೆ ಬಿಸಿ

ನೋಟು ನಿಷೇಧ ಜಾರಿಯಾದಲ್ಲಿಂದ ನ. 16ರವರೆಗೂ ಭ್ರಷ್ಟಾಚಾರ ನಿಗ್ರಹ ದಳ (ಎಸಿಬಿ) ಒಂದೇ ಒಂದು ದೂರನ್ನೂ ಸ್ವೀಕರಿಸಿಲ್ಲ. ಲಂಚಕೋರರಿಗೂ ಕಾಳಧನದ ಭೀತಿ ತಟ್ಟಿದೆ ಎಂಬುದಕ್ಕೆ ಇದಕ್ಕಿಂತ ಸಾಕ್ಷಿ ಬೇಕೇ? ಬ್ಯಾಂಕುಗಳೂ ಈಗ ಇನ್ನಷ್ಟು ಜವಾಬ್ದಾರಿಯಿಂದ ವ್ಯವಹರಿಸುತ್ತಿದ್ದು, ದೊಡ್ಡ ಮೊತ್ತದ ಹಾಗೂ ಅನುಮಾನಾಸ್ಪದ ವ್ಯವಹಾರಗಳ ಮಾಹಿತಿಯನ್ನು ಆದಾಯ ತೆರಿಗೆ ಇಲಾಖೆಯೊಂದಿಗೆ ಹಂಚಿಕೊಳ್ಳುತ್ತಿವೆ.

ಎಟಿಎಂ ಹಾಗೂ ಖಾತೆಗಳಿಂದ ಹಣ ಹಿಂಪಡೆಯಲು ಮಿತಿ ಹೇರಿರುವ ಕಾರಣಕ್ಕೆ ದೇಶದೆಲ್ಲೆಡೆ ಕ್ರೆಡಿಟ್, ಡೆಬಿಟ್ ಹಾಗೂ ರೂಪೇ ಕಾರ್ಡ್‌ಗಳ ಬಳಕೆಗೆ ಪರೋಕ್ಷ ಪ್ರೋತ್ಸಾಹ ಸಿಕ್ಕಿದೆ. ಕಾರ್ಡ್ ಬಳಕೆ ಮೇಲಿನ ಶುಲ್ಕವನ್ನೂ ರದ್ದುಗೊಳಿಸಿದ್ದು, ಮುಂದೆ ಇದು ನಗದುರಹಿತ ವ್ಯವಹಾರಗಳಿಗೆ ನಾಂದಿ ಹಾಡಿದೆ.

ಮುಲಾಜಿಗೆ ಬಿದ್ದರೆ ಆಪತ್ತು

ಕಾಳದಂಧೆಕೋರರು ಜನಧನ ಖಾತೆ, ವೃದ್ಧಾಪ್ಯವೇತನ ಇತ್ಯಾದಿ ಪಿಂಚಣಿ ಖಾತೆಗಳಿಗೆ ಮುಗ್ಧರ ಮೂಲಕ ಹಣ ಜಮಾ ಮಾಡಿ ಬಿಳಿಯಾಗಿಸಿಕೊಳ್ಳುವ ಯತ್ನ ಮಾಡುತ್ತಿದ್ದಾರೆ. ಇಂತಹ ಖಾತೆಗಳಿಗೆ ಏಕಾಏಕಿ ಹಣ ಜಮೆಯಾದರೆ ಐಟಿ ಕಣ್ಣು ಬೀಳದಿರುತ್ತದೆಯೇ? ಅಕ್ರಮದಲ್ಲಿ ಭಾಗಿಯಾಗಿದ್ದು ಬಯಲಾದರೆ ಸರ್ಕಾರಿ ಸೌಲಭ್ಯಗಳಿಗೂ ಕತ್ತರಿ ಬೀಳುತ್ತದೆ. ರೂ. 50 ಸಾವಿರಕ್ಕಿಂತ ಹೆಚ್ಚಿನ ವ್ಯವಹಾರಕ್ಕೆ ಪ್ಯಾನ್‌ಕಾರ್ಡ್ ಸಲ್ಲಿಕೆ ಕಡ್ಡಾಯಗೊಳಿಸಿದ್ದರಿಂದ ಎಲ್ಲದಕ್ಕೂ ದಾಖಲೆಗಳನ್ನು ಇಟ್ಟುಕೊಳ್ಳುವುದು ಸೂಕ್ತ. ಗೆಳೆತನ, ಬಂಧುತ್ವದ ಹೆಸರಿನಲ್ಲಿ ಕಪ್ಪು ಹಣ ಬಿಳಿಯಾಗಿಸಲು ಸಹಕರಿಸಿದರೆ ನೀವೂ ಕಷ್ಟಕ್ಕೆ ಸಿಲುಕುತ್ತೀರಿ, ಎಚ್ಚರ!

ನೋಟುಗಳ ಹಕೀಕತ್ತೇನು?

ಆರ್‌ಬಿಐನ ಮಾಹಿತಿಯಂತೆ, ದೇಶದಲ್ಲಿ 17,54,000 ಕೋಟಿ ಮೌಲ್ಯದ ನೋಟುಗಳು ಚಲಾವಣೆಯಲ್ಲಿವೆ. ಈ ಪೈಕಿ 500 ರೂ. ಮೌಲ್ಯದ ನೋಟುಗಳ ಪಾಲು ಶೇ. 45 ಇದ್ದರೆ, 1000 ರೂ. ನೋಟುಗಳೂ ಶೇ. 39ರಷ್ಟಿವೆ. 100 ಹಾಗೂ 10 ರೂ.ಗಳ ನೋಟುಗಳೂ ಹೆಚ್ಚಿನ ಪ್ರಮಾಣದಲ್ಲಿವೆ. ಸರ್ಕಾರದ ಆದೇಶದಿಂದಾಗಿ 6,32,600 ಕೋಟಿ ರೂ. ಮೌಲ್ಯದ 1,000 ರೂ. ಮುಖಬೆಲೆಯ ನೋಟುಗಳ ಮಾನ್ಯತೆ ರದ್ದಾಗಿದೆ. ಅವುಗಳ ಸ್ಥಾನವನ್ನು 2,000 ರೂ. ಮುಖಬೆಲೆಯ ನೋಟುಗಳು ತುಂಬುತ್ತಿವೆ. ಸಾಕಷ್ಟು ಹೊಸ ಭದ್ರತಾ ಕ್ರಮಗಳಿರುವ ಈ ಹೊಸ ನೋಟುಗಳ ಮುದ್ರಣ ಆರ್‌ಬಿಐ ಮೇಲೆ 11,900 ಕೋಟಿ ರೂ.ಗಳ ಹೊರೆ ಹಾಕುತ್ತದೆ. ಎಟಿಎಂಗಳ ನಿರ್ವಹಣೆ ತಂತ್ರಾಂಶವನ್ನೂ ಬದಲಿಸಬೇಕಾಗಿದೆ.

ಒಂದಿಷ್ಟು ಶಂಕೆಗಳು

ಗ್ರಾಮೀಣ ಜನರಿಗೆ ಹಾಗೂ ಗೃಹಿಣಿಯರಿಗೆ ನೋಟು ನಿಷೇಧ ಒಂದಿಷ್ಟು ಸಂಕಟ ತರುವುದಂತೂ ನಿಜ. ಏಕೆಂದರೆ, ಇನ್ನೂ ಅಸಂಖ್ಯಾತ ಹಳ್ಳಿಗರಿಗೆ

ಬ್ಯಾಂಕಿಂಗ್ ಜ್ಞಾನವಿಲ್ಲ. ಹಲವರಿನ್ನೂ ಖಾತೆಗಳನ್ನೇ ತೆರೆದಿಲ್ಲ. ಪ್ಯಾನ್ ಕಾರ್ಡ್ ಇತ್ಯಾದಿಗಳು ಅವರಿಗೆ ಅಪರಿಚಿತ ಪದಗಳೇ. ಗೃಹಿಣಿಯರಿಗೂ ಮನೆಯ ಜೀರಿಗೆ-ಸಾಸಿವೆ ಡಬ್ಬಗಳೇ ಇಂದಿಗೂ ಉಳಿತಾಯ ಖಾತೆಗಳು. ಎಟಿಎಂ, ಇಂಟರ್ನೆಟ್ ಬಳಸಿ ಹೇಳಿಕೊಳ್ಳುವಷ್ಟು ರೂಢಿಯಿಲ್ಲದ ಕಾರ್ಮಿಕರು, ಚಾಲಕರು, ಮನೆಗೆಲಸದವರು, ಪ್ಲಂಬರ್‌ಗಳು, ಅಡುಗೆ ಭಟ್ಟರು, ಪುರೋಹಿತರು, ಎಲೆಕ್ಟ್ರಿಷಿಯನ್‌ಗಳು, ರೈತರು, ತರಕಾರಿ-ಹಣ್ಣು, ಹಾಲು ಹಾಗೂ ಕಿರಾಣಿ-ಟೀ ಅಂಗಡಿ ಮುಂತಾದ ಚಿಲ್ಲರೆ ವ್ಯಾಪಾರಿಗಳಿಗೂ ಸಮಸ್ಯೆಯಾಗುವುದು. ನಗದು ರಹಿತ ವ್ಯವಹಾರಕ್ಕೆ ಇವರೆಲ್ಲ ಎಷ್ಟರ ಮಟ್ಟಿಗೆ ಅದಕ್ಕೆ ಹೊಂದಿಕೊಳ್ಳುತ್ತಾರೆ? ಅಥವಾ ಮುಂದೆಯೂ ಬ್ಯಾಂಕುಗಳಲ್ಲೇ ಚೆಕ್ ಹಿಡಿದು ಸರದಿಯಲ್ಲಿ ನಿಲ್ಲಬೇಕೇ ಎಂಬುದೇ ಸದ್ಯದ ಪ್ರಶ್ನೆ.

ಇನ್ನು, ವಿದೇಶಿ ಬ್ಯಾಂಕುಗಳಲ್ಲಿ ಇರಿಸಿದ ಕಪ್ಪು ಹಣ ವಾಪಸಾಗಲು ಕ್ರಮವೇನು? ತೆರಿಗೆ ತಪ್ಪಿಸಿ ವಿದೇಶಕ್ಕೆ ಹಾರಿದ ಕುಳಗಳಿಗೆ ಮೂಗುದಾರ ಹಾಕುವುದು ಹೇಗೆ? ಬೇನಾಮಿ ಆಸ್ತಿ, ವಿದೇಶಿ ಕರೆನ್ಸಿ, ಲಾಕರ್ ಹಾಗೂ ಚಿನ್ನದ ರೂಪದಲ್ಲಿರುವ ಕಪ್ಪು ಹಣಕ್ಕೇನು ಪರಿಹಾರ? ಶ್ರೀಮಂತರ ಮೇಲೆ ನೋಟುಗಳ ನಿಷೇಧದ ಪರಿಣಾಮ ನಿಜವಾಗಿಯೂ ಆಗುವುದೇ ಅಥವಾ ಬಡವರು ಬಿಸಿಲಲ್ಲಿ ಬ್ಯಾಂಕುಗಳ ಮುಂದೆ ತಾಸುಗಟ್ಟಲೆ ಕಾದು ನಿಂತು ತಮ್ಮ ದೈನಂದಿನ ಅಗತ್ಯಗಳಿಗಾಗಿ ಹಣ ಪಡೆಯಲು ಪರದಾಡಿದ್ದೇ ಬಂತೇ? ಇತ್ಯಾದಿ ಪ್ರಶ್ನೆಗಳಿಗೆ ಸ್ಪಷ್ಟ ಉತ್ತರಗಳಿಲ್ಲ. ತೆರಿಗೆ ನೀತಿಗಳನ್ನು ಕಟ್ಟುನಿಟ್ಟಾಗಿ ಅನುಷ್ಠಾನಗೊಳಿಸಿದರೆ ಮಾತ್ರ ಕಪ್ಪು ಹಣಕ್ಕೆ ಅಂತ್ಯ ಹಾಡಬಹುದು.

ನೋಟು ರದ್ದತಿ ಐಡಿಯಾ ಯಾರದು?

ಕಪ್ಪು ಹಣ, ನಕಲಿ ನೋಟುಗಳ ಹಾವಳಿ ತಡೆಗೆ ದೊಡ್ಡ ಮೊತ್ತದ ನೋಟುಗಳನ್ನೇ ನಿಷೇಧಿಸಬೇಕು ಎಂಬ ವಾದವನ್ನು ಬಾಬಾ ರಾಮದೇವ್ ಸೇರಿದಂತೆ ಹಲವರು ಮುಂದಿಟ್ಟಿದ್ದರು. ಆದರೆ, ಪ್ರಧಾನಿ ಮೋದಿ ಅವರಿಗೆ ಇದರ ಅಚ್ಚುಕಟ್ಟಾದ ಐಡಿಯಾ ಕೊಟ್ಟಿದ್ದು ಅರ್ಥಕ್ರಾಂತಿ ಸಂಸ್ಥಾನದ ಅಧ್ಯಕ್ಷ, ಔರಂಗಾಬಾದ್‌ನ ಅನಿಲ್ ಬೊಕಿಲ್! ಹಲವು ಲೇಖನಗಳು ಹಾಗೂ ಪ್ರಸ್ತುತಿಗಳ ಮೂಲಕ ಐನೂರು ಹಾಗೂ ಸಾವಿರ ಮುಖಬೆಲೆಯ ನೋಟುಗಳನ್ನೇಕೆ ನಿಷೇಧಿಸಬೇಕು ಎಂಬುದನ್ನು 16 ವರ್ಷಗಳಿಂದ ವಿವರಿಸುತ್ತಲೇ ಬಂದಿದ್ದರು. ದಾರಿ ಇದ್ದರೂ ಯಾರೂ ಈ ದಿಕ್ಕಿನಲ್ಲಿ ದಿಟ್ಟ ಹೆಜ್ಜೆ ಇಟ್ಟಿರಲಿಲ್ಲ.

2000ನೇ ಇಸವಿಯಲ್ಲಿ ಮರಾಠಿ ಪತ್ರಿಕೆ 'ಸಕಾಳ್'ದಲ್ಲಿ ಪ್ರಕಟವಾದ ಲೇಖನದಿಂದ ಆರಂಭಿಸಿ, ಹಲವು ಟೀವಿ ಶೋಗಳಲ್ಲಿ ತಮ್ಮ ವಿಚಾರಗಳನ್ನು ಅನಿಲ್ ಮಂಡಿಸಿದ್ದರು. 2003ರಲ್ಲಿ ಅವರ ಭಾಷಣವನ್ನು ಕೇಳಿದ್ದ

ಮನಮೋಹನ ಸಿಂಗ್ ಯಾವ ಪ್ರತಿಕ್ರಿಯೆಯನ್ನೂ ಕೊಟ್ಟಿರಲಿಲ್ಲ, ನೋಟುಗಳ ನಿಷೇಧ ಮಾಡುವ ಧೈರ್ಯವನ್ನೂ ತೋರಲಿಲ್ಲ.

ಅನಿಲ್ ಅವರ ವಿಚಾರಗಳಿಂದ ಸ್ಫೂರ್ತಿಗೊಂಡಿದ್ದ ನಿತಿನ್ ಗಡ್ಕರಿ ಅವರು 2002 ರಿಂದಲೇ ಬೆಂಬಲಿಸುತ್ತ ಬಂದಿದ್ದರು. 2007ರಲ್ಲಿ ಆಡ್ವಾಣಿ ನಿವಾಸದಲ್ಲಿ ಗಡ್ಕರಿ ಆಯೋಜಿಸಿದ್ದ ಸಭೆಯಲ್ಲಿ ಅರುಣ್ ಶೌರಿ ಹಾಗೂ ಅರುಣ್ ಜೇಟ್ಲಿ ಸಮ್ಮುಖದಲ್ಲಿ ಅನಿಲ್ ತಮ್ಮ ವಿಚಾರಗಳನ್ನು ಮಂಡಿಸಿದ್ದರು. 2013ರ ನವೆಂಬರ್ ತಿಂಗಳಲ್ಲಿ ಬಿಜೆಪಿ ಪ್ರಧಾನಿ ಅಭ್ಯರ್ಥಿಯಾಗಿದ್ದ ನರೇಂದ್ರ ಮೋದಿ ಅವರ ಭೇಟಿಗೆ ಅನಿಲ್ ಎಂಟು ನಿಮಿಷಗಳ ಸಮಯಾವಕಾಶ ಪಡೆದಿದ್ದರು. ಆದರೆ, ಅವರನ್ನು ಎರಡು ತಾಸು ಕುಳ್ಳಿರಿಸಿಕೊಂಡ ಮೋದಿ ಅವರು, ಸಾಕಷ್ಟು ಸಮಾಲೋಚನೆ ನಡೆಸಿದರು. ಆ ಬಳಿಕವೂ ನಾಲ್ಕು ಸಲ ಭೇಟಿ ಏರ್ಪಾಟಾಯಿತು. 2014ರಲ್ಲಿ ಸುಷ್ಮಾ ಸ್ವರಾಜ್ ಹಾಗೂ ರಾಜನಾಥ್ ಸಿಂಗ್ ಅವರನ್ನೂ ಗಡ್ಕರಿ ಅವರ ಮೂಲಕ ಅನಿಲ್ ಭೇಟಿಯಾಗಿ, ವಿವರಿಸಿದ್ದರು.

ಅಚ್ಚರಿಗೊಂಡಿದ್ದರಂತೆ ಅನಿಲ್!

ಅಷ್ಟಾಗಿಯೂ 2016ರ ನ. 8ರ ರಾತ್ರಿ, '500, 1000 ರೂ. ಮುಖಬೆಲೆಯ ನೋಟುಗಳು ಇಂದು ಮಧ್ಯರಾತ್ರಿಯಿಂದ ಕೇವಲ ಕಾಗದದ ತುಣುಕುಗಳು, ಅವುಗಳಿಗೆ ಯಾವ ಬೆಲೆಯೂ ಇರುವುದಿಲ್ಲ' ಎಂದು ಮೋದಿ ಘೋಷಿಸಿದಾಗ ಸ್ವತಃ ಅನಿಲ್ ಅಚ್ಚರಿಗೊಂಡಿದ್ದರಂತೆ! ಈ ರೀತಿಯ ಒಂದು ಕ್ರಮವನ್ನು ಮೋದಿ ಕೈಗೊಳ್ಳುತ್ತಾರೆ ಎಂಬ ನಿರೀಕ್ಷೆಯಿದ್ದರೂ ಇಷ್ಟು ಹಠಾತ್ತಾಗಿ ಅದು ಸಂಭವಿಸೀತು ಎಂಬ ಕಲ್ಪನೆ ಇರಲಿಲ್ಲವಂತೆ.

ದೇಶದ ಶೇ. 80ರಷ್ಟು ಆರ್ಥಿಕತೆ ಕಪ್ಪು ಹಣವನ್ನು ಅವಲಂಬಿಸಿದೆ. ನಗದು ವ್ಯವಹಾರವೇ ಜಾಸ್ತಿ ಇರುವುದು ಇದಕ್ಕೆ ಕಾರಣವೆಂದು ವಿಶ್ವ ಬ್ಯಾಂಕ್ ಐಎಂಎಫ್‌ಗೆ ಸಲ್ಲಿಸಿರುವ ವರದಿಗಳೂ ಹೇಳಿವೆ. ಮೊತ್ತ ದೊಡ್ಡದು, ಆದರೆ ಅದನ್ನು ಬಳಸುವ ಜನರ ಸಂಖ್ಯೆ ತೀರಾ ಸಣ್ಣದು. ದೇಶದ ಶೇ. 70ರಷ್ಟು ಜನ ನಿತ್ಯ 130 ರೂ.ಗಳಿಗಿಂತಲೂ ಕಡಿಮೆ ದುಡ್ಡಿನಲ್ಲೇ ಬದುಕುತ್ತಿದ್ದಾರೆ. ಟೀ ಮಾರುತ್ತ ಬೆಳೆದ ಮೋದಿಯವರು ಈ ಎಲ್ಲ ಸಂಗತಿಗಳನ್ನೂ ಅರಿತಿದ್ದರಿಂದ ಅನಿಲ್ ಅವರ ಪ್ರಸ್ತಾವನೆಗಳಿಂದ ಅವರು ಪ್ರಭಾವಿತರಾಗಿದ್ದರು.

ಅಮೆರಿಕದಲ್ಲೂ ನೋಟು ರದ್ದಾಗಿತ್ತು

ಅಮೆರಿಕದಲ್ಲೂ ಜುಲೈ 14, 1969ರಂದು ಆಗಿನ ಅಧ್ಯಕ್ಷ ರಿಚರ್ಡ್ ನಿಕ್ಸನ್ 10 ಸಾವಿರ ಹಾಗೂ ಒಂದು ಸಾವಿರ ಡಾಲರ್‌ನ ಬಿಲ್ (ಕರೆನ್ಸಿ)

ಗಳನ್ನು ರದ್ದುಗೊಳಿಸಿ, ಕೇವಲ 100 ಡಾಲರ್‌ನ ಬಿಲ್ (ಕರೆನ್ಸಿ)ಗಳನ್ನು ಸಕ್ರಮ ಎಂದು ಘೋಷಿಸಿದರು. ನಗದು ವ್ಯವಹಾರಗಳಲ್ಲಿ ಪಾರದರ್ಶಕತೆ ಕಡಿಮೆ. ಅಮೆರಿಕದಲ್ಲಿಯೂ ಆಗ ಸಾಕಷ್ಟು ಅಕ್ರಮ ವ್ಯವಹಾರಗಳು ನಡೆಯುತ್ತಿದ್ದವು. ಮಾನವ ಕಳ್ಳಸಾಗಾಣಿಕೆ, ಶಸ್ತ್ರಾಸ್ತ್ರ ಸಾಗಾಟ, ಡ್ರಗ್ ದಂಧೆ ಇತ್ಯಾದಿಗಳನ್ನು ನಿಯಂತ್ರಿಸಲು ನಿಕ್ಸನ್ ದಿಟ್ಟ ಹೆಜ್ಜೆಯಿಟ್ಟಿದ್ದರು. ಭಾರತದಲ್ಲೂ ಭ್ರಷ್ಟಾಚಾರ ತಾಂಡವಾಡುತ್ತಿದೆ. ಚುನಾವಣೆಯಲ್ಲಿ ಮೋದಿ ಅವರು ನೀಡಿದ ಭರವಸೆ ಈಡೇರಿಸುವ ನಿಟ್ಟಿನಲ್ಲಿ ಈ ನಿರ್ಧಾರ ಮಹತ್ವದ್ದೆನಿಸಿದೆ.

ತೆರಿಗೆ ಪದ್ಧತಿಯಲ್ಲಿರುವ ಲೋಪಗಳಿಂದಾಗಿ ಜನ ತೆರಿಗೆ ತಪ್ಪಿಸಲು ದಾರಿ ಹುಡುಕುತ್ತಿದ್ದಾರೆ, ಇದರಿಂದಾಗಿ ಕಪ್ಪು ಹಣ ಸಂಗ್ರಹವಾಗುತ್ತಿದೆ. ಒಂದೇ ಸಲ ತೆರಿಗೆ ಪಾವತಿಸುವ ವ್ಯವಸ್ಥೆ ಜಾರಿಗೆ ಬಂದರೆ ಎಲ್ಲವೂ ಸರಳವಾಗುತ್ತದೆ. ಸದ್ಯ ಶೇ. 20ರಿಂದ 30ರಷ್ಟು ವೇತನ ತೆರಿಗೆ ರೂಪದಲ್ಲಿ ಸಂದಾಯವಾಗುತ್ತಿದೆ. ಭವಿಷ್ಯದಲ್ಲಿ ಒಂದೇ ತೆರಿಗೆ ಜಾರಿಗೆ ಬರಲಿ. ಉದ್ಯೋಗಿಗಳೂ ತಮ್ಮ ವೇತನದ ಶೇ. 2 ಅಥವಾ 3ರಷ್ಟು ತೆರಿಗೆ ಪಾವತಿಸಿದರೆ ಬೇರಾವ ತೆರಿಗೆಯನ್ನೂ ವಿಧಿಸಬಾರದು ಎಂಬ ಬೇಡಿಕೆ ಅನಿಲ್ ಅವರ ಪ್ರಸ್ತಾವನೆಯಲ್ಲಿದೆ.

ಮೊರಾರ್ಜಿ ನಡೆ

1978ರಲ್ಲಿ ಮೊರಾರ್ಜಿ ದೇಸಾಯಿ ಅವರು 1,000 ರೂ. ಮುಖಬೆಲೆಯ ನೋಟುಗಳನ್ನು ರದ್ದು ಮಾಡಿದಾಗ ಕೇವಲ 55 ಕೋಟಿ ರೂ. ಮೊತ್ತದ ನೋಟುಗಳಿದ್ದುವಷ್ಟೇ. ಈಗ 1,000 ರೂ. ಮುಖಬೆಲೆಯ 6325.68 ಕೋಟಿ ಹಾಗೂ 500 ಮುಖಬೆಲೆಯ 7853.58 ಕೋಟಿ ನೋಟುಗಳಿವೆ. ನೋಟುಗಳನ್ನು ನಿಷೇಧಿಸಿ ಹೊಸ ಶ್ರೇಣಿ ಹಾಗೂ ಮುಖಬೆಲೆಯ ನೋಟುಗಳನ್ನು ಪರಿಚಯಿಸುವುದರಿಂದ ಕಪ್ಪುಹಣ ನಾಮಾವಶೇಷವಾಗುತ್ತದೆ. ಪರ್ಯಾಯ ಆರ್ಥಿಕತೆಯೂ ಇಲ್ಲದೆ ವ್ಯವಹಾರಗಳು ಸುಸೂತ್ರವಾಗಿ ನಡೆದು, ಎಲ್ಲರಿಗೂ ಅವರವರ ಶಕ್ತಿ, ಯುಕ್ತಿ ಹಾಗೂ ಸಾಮರ್ಥ್ಯಕ್ಕೆ ಅನುಗುಣವಾಗಿ ಅವಕಾಶಗಳು ಲಭಿಸುತ್ತವೆ. ಎಲ್ಲ ವ್ಯವಹಾರಗಳೂ ಖಾತೆ ಹಾಗೂ ಕಾರ್ಡುಗಳ ಮೂಲಕ ನಡೆಯುವುದರಿಂದ ಲಂಚಗುಳಿತನಕ್ಕೂ ಅವಕಾಶವಿರುವುದಿಲ್ಲ.

ಪಾಕಿಸ್ತಾನದ ಆಟಕ್ಕೆ ಬ್ರೇಕ್

ಮಾದಕ ವಸ್ತುಗಳು ಗರಿಷ್ಠ ಪ್ರಮಾಣದಲ್ಲಿ ಉತ್ಪಾದನೆಯಾಗುವುದು ಅಫಘಾನಿಸ್ತಾನದಲ್ಲಿ. ಭಾರತದ ನಕಲಿ ನೋಟುಗಳನ್ನು ಬಳಸಿ ಪಾಕಿಸ್ತಾನ ಅವುಗಳನ್ನು ಖರೀದಿಸಿ, ಪಂಜಾಬಿಗೆ ರವಾನಿಸುತ್ತಿತ್ತು. ಅಲ್ಲಿನ ಯುವಕರು ಮಾದಕ ವ್ಯಸನಿಗಳಾಗಿ ಬದುಕು ಹಾಳು ಮಾಡಿಕೊಳ್ಳುತ್ತಿದ್ದರು. ಈ ದಾರಿ

ಮುಚ್ಚಿದರೆ ಪಾಕಿಸ್ತಾನದ ಆಟವೂ ನಿಲ್ಲುತ್ತದೆ, ದೇಶದೊಳಗೆ ಮಾದಕ ವಸ್ತುಗಳು ಬರುವುದೂ ತಪ್ಪುತ್ತದೆ.

ನಗದುರಹಿತ ವ್ಯವಹಾರವೇ ಪರಿಹಾರ

ಈಗ ಪರಿಚಯಿಸಿರುವ ಹೊಸ ನೋಟುಗಳೂ ಹೆಚ್ಚು ಸುರಕ್ಷಿತ ಅಥವಾ ನಕಲಿ ಮಾಡಲಾರದಂಥವೇನಲ್ಲ. ಹೀಗಾಗಿ, ಕಡಿಮೆ ನಗದು ವ್ಯವಹಾರವಿರುವ ಅಥವಾ ನಗದು ರಹಿತ ವ್ಯವಹಾರವೇ ಇದಕ್ಕೆ ಪರಿಹಾರ ಎಂಬುದು ಅನಿಲ್ ಭಾವನೆ.

(ಕನ್ನಡ ಮಾಣಿಕ್ಯ, ಡಿಸೆಂಬರ್ 2016)

ಖಾಸಗಿತನಕ್ಕೇ ಕನ್ನ; ದೋಚುತ್ತಾರೆ ನಿನ್ನ!

ವೈದ್ಯೆಯೊಬ್ಬರಿಗೆ ಬೆಳಗ್ಗಿನ ಜಾವ ಅವರ ಬ್ಯಾಂಕಿನ ಗ್ರಾಹಕ ಸೇವಾ ವಿಭಾಗದಿಂದ ಒಂದು ಕರೆ ಬಂತು. ನಿಮ್ಮ ಖಾತೆಯಿಂದ ವಿದೇಶಗಳಲ್ಲಿ ಕೆಲವು ಅನುಮಾನಾಸ್ಪದ ವ್ಯವಹಾರಗಳು ನಡೆದಿದ್ದು, ಅವುಗಳನ್ನು ನೀವೇ ಮಾಡಿರುವುದೇ ಎಂಬ ಪ್ರಶ್ನೆ ಎದುರಾಗಿ ನಿದ್ದೆಯೆಲ್ಲ ಹಾರಿ ಹೋಯಿತು. ತಾವು ಅಂತಹ ಯಾವ ವ್ಯವಹಾರವನ್ನೂ ಮಾಡಿಲ್ಲವೆಂದೂ, ನಿದ್ದೆಯಲ್ಲಿದ್ದುದಾಗಿಯೂ, ಈ ವ್ಯವಹಾರಗಳಿಗೆ ಸಂಬಂಧಿಸಿ ತಮಗೆ ಯಾವುದೇ ಕರೆ ಅಥವಾ ಓಟಿಪಿ ಸಂದೇಶಗಳೂ ಬರಲಿಲ್ಲವೆಂದೂ ಹಾಗೂ ಖಾತೆಯಿಂದ ಹಣ ಹೋಗಿರುವ ಕುರಿತು ಯಾವ ಮಾಹಿತಿಯೂ ತಮಗೆ ಗೊತ್ತಾಗಲಿಲ್ಲವೆಂದೂ ಆ ವೈದ್ಯೆ ತಿಳಿಸಿದರು. ಸುಮಾರು ಏಳೆಂಟು ಪ್ರಯತ್ನಗಳ ಮೂಲಕ ಅವರ ಖಾತೆಯಿಂದ 80 ಸಾವಿರ ರೂ.ಗಳನ್ನು ಎಗರಿಸಲಾಗಿತ್ತು. ಕೂಡಲೇ ಕಾರ್ಡ್ ಬ್ಲಾಕ್ ಮಾಡಿ ಇನ್ನಷ್ಟು ಹಣ ಹೋಗುವುದನ್ನು ತಡೆಹಿಡಿಯಲಾಯಿತು.

ನಮ್ಮ ಪಕ್ಕದ ಮನೆಯ ಉದ್ಯೋಗಸ್ಥ ಮಹಿಳೆಯೊಬ್ಬರ ಖಾತೆಯಿಂದ ನವೆಂಬರ್ ತಿಂಗಳ ಆರಂಭದಲ್ಲೇ 12 ಸಾವಿರ ರೂ.ಗಳನ್ನು ಒಟ್ಟು ಮೂರು ಪ್ರಯತ್ನಗಳಲ್ಲಿ ದೋಚಿದ್ದಾರೆ. ಔಷಧ ಖರೀದಿಗೆಂದು ಮೆಡಿಕಲ್ ಶಾಪ್ ಒಂದರಲ್ಲಿ ಕಾರ್ಡ್ ಮೂಲಕ ಅವರು ಹಣ ಪಾವತಿಸಿದ್ದರು. ತರಬೇತಿಗಾಗಿ ಹುಬ್ಬಳ್ಳಿಗೆ ತೆರಳಲು ಆನ್‌ಲೈನ್ ಟಿಕೆಟ್ ಬುಕ್ ಮಾಡಿಸಿದ್ದರು. ಆ ಬಳಿಕ ಅವರ ಖಾತೆ ಸೋರಿಹೋಗಲು ಶುರುವಾಗಿದೆ. ಹುಬ್ಬಳ್ಳಿಯಲ್ಲಿ ತರಬೇತಿ ಮುಗಿಸಿ ಬಂದು ಬ್ಯಾಂಕಿಗೆ ಹೋಗಿ ಕೇಳಿದಾಗ ನಿರ್ದಿಷ್ಟ ಆ್ಯಪ್ ಒಂದರ ಮೂಲಕ ಈ ವ್ಯವಹಾರ ಆಗಿರುವ ಮಾಹಿತಿಯನ್ನು ಅಧಿಕಾರಿಗಳು ನೀಡಿದ್ದಾರೆ. ಅಧಿಕಾರಿಗಳು ತಿಳಿಸಿದ ಆ್ಯಪ್ ಆ ಮಹಿಳೆಯ ಮೊಬೈಲಿನಲ್ಲಿಲ್ಲ. ಅದನ್ನು ಇದುವರೆಗೂ ಅವರು ಬಳಸಿಯೂ ಇಲ್ಲ. ಈಗ ವಂಚನೆಯ ದೂರು ದಾಖಲಿಸಿದ್ದಾರೆ.

ಇನ್ನೂ ಕೆಲವರಿಗೆ ಅಪರಿಚಿತ ಕರೆಗಳು ಬರುತ್ತವೆ. ಹಿಂದಿಯಲ್ಲೇ ಮಾತನಾಡುವುದು ಹೆಚ್ಚು. ನಿಮಗೆ ಯಾವುದೋ ಬಹುಮಾನ ಬಂದಿದೆ,

ಆ ಹಣವನ್ನು ನಿಮ್ಮ ಖಾತೆಗೆ ಜಮೆ ಮಾಡುತ್ತೇವೆ ಎಂದು ಹೇಳಿ ವಿವರಗಳನ್ನು ಕೇಳುತ್ತಾರೆ. ಅಥವಾ ನಾವು ಬ್ಯಾಂಕಿನ ಪ್ರಧಾನ ಕಚೇರಿಯಿಂದ ಮಾತನಾಡುತ್ತಿರುವುದು, ನಿಮ್ಮ ಕಾರ್ಡ್ ಬ್ಲಾಕ್ ಆಗಿದೆ. ಹೊಸ ಪಿನ್ ನೀಡಿ ಅದನ್ನು ಮತ್ತೆ ಚಲಾವಣೆಗೆ ತರಬೇಕಿದೆ ಎಂದು ಹೇಳಿ ಅಮಾಯಕರಿಂದ ಓಟಿಪಿ ಸಹಿತ ಹಲವು ವಿವರಗಳನ್ನು ಪಡೆಯುತ್ತಾರೆ. ಕರೆ ಮುಗಿಸುವಷ್ಟರಲ್ಲಿ ಟೋಪಿ ಬಿದ್ದಿರುತ್ತದೆ. ವಂಚನೆ ಹೊಸ ಮಜಲಿಗೆ ವಿಸ್ತರಿಸಿದೆ. ಈಗೀಗ ಓಟಿಪಿ ಕೂಡ ಬಾರದಂತೆ (ಸಿಮ್ ಬದಲಾವಣೆ ಮೂಲಕ) ಹಣ ದೋಚುವ ತಂತ್ರವೂ ಬಂದಿದೆ.

ಅಪರಿಚಿತ ಕರೆಗಳಿಗೆ ಮಹತ್ವ ಕೊಡಬೇಡಿ. ನಿಮ್ಮ ಖಾತೆ ಅಥವಾ ಕಾರ್ಡಿನ ವಿವರ, ಓಟಿಪಿ ಇತ್ಯಾದಿಗಳನ್ನು ಅವರು ಕೇಳಿದರೂ ಕೊಡಬೇಡಿ. ಇಂತಹ ಕರೆಗಳು ಬ್ಯಾಂಕುಗಳಿಂದ ಬರುವುದಿಲ್ಲ ಅಧಿಕಾರಿಗಳು, ಪೊಲೀಸರು ಸಾಕಷ್ಟು ತಿಳಿಹೇಳುತ್ತಿದ್ದರೂ ಜನ ಮೋಸ ಹೋಗುತ್ತಲೇ ಇದ್ದಾರೆ.

ವಂಚನೆಗೆ ಒಂದೊಂದು ರೂಪ. ಪ್ರತಿ ಬಾರಿಯೂ ಹೊಸ ಹೊಸ ವೇಷ. ಒಮ್ಮೊಮ್ಮೆ ಮಾರುವೇಷ.

ಜಾಲತಾಣಗಳ ಜಾಲದಲ್ಲಿ ನಮಗೇ ಗೊತ್ತಿಲ್ಲದೆ ನಾವು ಸಿಲುಕಿದ್ದೇವೆ. ಕಾರ್ಡ್ ಉಜ್ಜಿದರೆ ಅಥವಾ ಓಟಿಪಿ ನಮೂದು ಮಾಡಿದರೆ ಖಾತೆಯಿಂದಲೇ ಹಣ ಪಾವತಿಸುವ ವ್ಯವಸ್ಥೆ ಬಂದಲ್ಲಿಂದ ಅನುಕೂಲಗಳು ಇದ್ದರೂ ತೊಂದರೆಗೆ ಸಿಲುಕಿಕೊಳ್ಳುವ ಸಂಭವಗಳೂ ಜಾಸ್ತಿ ಆಗಿವೆ.

ಆಫರ್‌ಗಳೆಂಬ ಆಮಿಷಗಳಿಗೆ ಪಕ್ಕಾಗಿ ನಾವು ಗಾಳಕ್ಕೆ ಬೀಳುತ್ತಿದ್ದೇವೆ. 'ಬೆಟರ್ ಲಕ್ ನೆಕ್ಸ್ಟ್ ಟೈಮ್' ಸಂದೇಶವೇ ನಮಗೆ ಹೊಸ ಆಸೆ ಹುಟ್ಟಿಸುತ್ತದೆ. ಐನೂರು, ಸಾವಿರ ರೂ. ಪಾವತಿಸುವಾಗ ಅದೃಷ್ಟವಂತರಿಗೆ ಮೂರು, ಆರು, ಏಳು ರೂ. ಕ್ಯಾಶ್ ಬ್ಯಾಕ್ ಸಿಗುವುದುಂಟು.

ಪೇಟಿಎಂ, ಫೋನ್ ಪೇ, ಗೂಗಲ್ ಪೇ, ತೇಜ್, ರೆಡ್ ಬಸ್, ಬುಕ್ ಮೈ ಶೋ, ಮೇಕ್ ಮೈ ಟ್ರಿಪ್, ಅಮೆಜಾನ್, ಫ್ಲಿಪ್‌ಕಾರ್ಟ್, ಮೊಬಿಕ್ವಿಕ್, ಫ್ರೀಚಾರ್ಜ್, ಭೀಮ್, ಯೋನೋ–ಹೀಗೆ ಅಸಂಖ್ಯ ಆ್ಯಪ್‌ಗಳು ನಮ್ಮ ಖರ್ಚುಗಳ ಪಾವತಿಗೆ ಸಹಾಯ ಮಾಡುತ್ತವೆ. ಓಟಿಪಿ ನಮೂದಿಸಿದರೆ ಅಥವಾ ಕ್ಯೂಆರ್ ಕೋಡ್ ಸ್ಕ್ಯಾನ್ ಮಾಡಿದರೆ ಸಾಕು. ಹಣ ಪಾವತಿ ಆದಂತೆಯೇ. ಅಷ್ಟಕ್ಕೇ ಮುಗಿದರೆ ಚಿಂತೆ ಇರುತ್ತಿರಲಿಲ್ಲ. ಅಂಥ ಎಷ್ಟೊಂದು ಆ್ಯಪ್‌ಗಳಲ್ಲಿ ನಾವು ನಮ್ಮ ಕಾರ್ಡ್ ಸಂಖ್ಯೆ, ಸಿವಿವಿ ಸಂಖ್ಯೆ, ಖಾತೆ ಸಂಖ್ಯೆ, ಓಟಿಪಿ ಇತ್ಯಾದಿಗಳನ್ನು ಹಂಚಿಕೊಂಡಿಲ್ಲ ಹೇಳಿ! ಅಂಥ ಮಾಹಿತಿ ಯಾರಿಗೆ ಮಾರಾಟವಾಗಿದೆಯೋ ಅಥವಾ ಯಾರು ಕದ್ದಿದ್ದಾರೋ? ನಮ್ಮ ಖಾಸಗಿತನ, ವ್ಯವಹಾರದ ಗೌಪ್ಯತೆ ಉಳಿದಿದೆ ಎಂದು ನಿಮಗೆ ಇನ್ನೂ ಅನ್ನಿಸುತ್ತಿದೆಯೇ?

ಪಾವತಿಗೆ ಹೇಗೆ ಸರಳವೋ, ಕಳ್ಳತನಕ್ಕೂ ಇದೇ ಆನ್‌ಲೈನ್ ವ್ಯವಹಾರ ಸುಲಭದ ಕಿಂಡಿಯಾಗಿದೆ. ಯಾವ ಬಗ್ ಅಥವಾ ಆ್ಯಪ್ ಮುಖಾಂತರ ಎಷ್ಟು ಹೊತ್ತಿಗಾದರೂ ನಮ್ಮ ಮೊಬೈಲ್ ಹಾಗೂ ಕಂಪ್ಯೂಟರ್‌ಗಳ ಮೇಲೆ ದಾಳಿಯಾಗಬಹುದು. ಕ್ಷಣಾರ್ಧದಲ್ಲಿ ಇಲ್ಲಿದ್ದಿದ್ದೆಲ್ಲ ಮಂಗಮಾಯವಾಗಿ ಅಲ್ಲಿಗೆ ಹೋಗಿರುತ್ತದೆ!

ಗೇಮಿಂಗ್, ಅಶ್ಲೀಲ ವೀಡಿಯೋ, ಡೇಟಿಂಗ್ ಆ್ಯಪ್‌ಗಳನ್ನು ಬಳಸುವವರಿಗೆ ಇಂತಹ ವಂಚನೆ ತಪ್ಪಿದ್ದಲ್ಲ. ಆಡುವಾಗ ಅಥವಾ ನೋಡುವಾಗ ಅಡ್ಡ ಧ್ಯಾನದಲ್ಲಿ ಬೇರೊಂದು ಲಿಂಕ್ ಒತ್ತಿದರೆ ಸಾಕು, ಸರ್ವನಾಶವೇ. ಗೂಗಲ್ ಸರ್ಚ್‌ನಲ್ಲಿ ಬ್ಯಾಂಕ್ ಅಥವಾ ಮೊಬೈಲ್ ಕಂಪನಿಗಳ ಕಸ್ಟಮರ್ ಕೇರ್ ಸಂಖ್ಯೆ ಇತ್ಯಾದಿಗಳನ್ನು ಹುಡುಕಲೇಬಾರದು. ತೂಕ ಏರಿಸುವ, ಇಳಿಸುವ ಔಷಧಗಳು ಹಾಗೂ ತಂತ್ರಗಳು, ಸೌಂದರ್ಯವರ್ಧಕ ಚಿಕಿತ್ಸೆಗಳ ಹೆಸರಿನಲ್ಲಿ ಮೋಸದ ಜಾಹೀರಾತುಗಳು ಅಸಂಖ್ಯ ಇವೆ. ಅಧಿಕೃತ ಆ್ಯಪ್ ಹಾಗೂ ವೆಬ್‌ಸೈಟ್‌ಗಳ ತಲೆಯ ಮೇಲೆ ಹೊಡೆಯುವಂಥ ನಕಲಿ ಲಿಂಕ್‌ಗಳಿವೆ, ಎಚ್ಚರ!

ಮೊಬೈಲ್‌ನಲ್ಲಿ ಸಿಕ್ಕ ಸಿಕ್ಕ ಆ್ಯಪ್‌ಗಳನ್ನೆಲ್ಲ ಡೌನ್ಲೋಡ್ ಮಾಡಿ ಬಳಸುವವರಿದ್ದಾರೆ. ಎಂದೋ ಒಮ್ಮೆ ಬಳಸಿ ಡಿಲೀಟ್ ಮಾಡಿದ ಆ್ಯಪ್ ಕೂಡ ನಿಮ್ಮ ಖಾಸಗಿತನವನ್ನು ದೋಚಬಲ್ಲದು. ಗೂಗಲ್ ಪ್ಲೇಸ್ಟೋರ್ ಮುಂತಾದ ಅಧಿಕೃತ ತಾಣಗಳಿಂದಲೇ ನಮಗೆ ತೀರಾ ಅಗತ್ಯವಿರುವ ಆ್ಯಪ್‌ಗಳನ್ನು ಡೌನ್‌ಲೋಡ್ ಮಾಡಬೇಕು. ನಮ್ಮ ಮೊಬೈಲಿನಲ್ಲಿ ಆಧಾರ್ ಸಂಖ್ಯೆ, ಎಟಿಎಂ ಪಿನ್, ಜನ್ಮ ದಿನಾಂಕ, ಪಾಸ್‌ವರ್ಡ್ ಇತ್ಯಾದಿ ಯಾವುದೇ ಮಾಹಿತಿ ಇಡಬಾರದು. ಅನುಮಾನಾಸ್ಪದ ವೀಡಿಯೋ ಇತ್ಯಾದಿ ಲಿಂಕ್‌ಗಳನ್ನು ತೆರೆಯಲೇಬಾರದು.

ಯಾವ ಹುತ್ತದಲ್ಲಿ ಯಾವ ಹಾವೋ? ನಮ್ಮ ಎಚ್ಚರದಲ್ಲಿ ಇರಬೇಕು ನಾವು.

(ಕನ್ನಡ ಮಾಣಿಕ್ಯ, ಡಿಸೆಂಬರ್ 2019)

ಒಂದು ರೂಪಾಯಿ ಗಳಿಸಿ,
ನಾಲ್ಕಾಣೆ ಉಳಿಸಿ!

ಹೊಟ್ಟೆ ತುಂಬ ಊಟ ಮಾಡಬಾರದಂತೆ, ಗಳಿಸಿದ್ದೆಲ್ಲವನ್ನು ಖರ್ಚು ಮಾಡಬಾರದಂತೆ. ಊಟ ಮಾಡುವಾಗ ಹೊಟ್ಟೆಯನ್ನು ಕಾಲುಭಾಗ ಖಾಲಿ ಇಟ್ಟರೆ ತಿಂದಿರುವ ಆಹಾರ ಸರಿಯಾಗಿ ಜೀರ್ಣವಾಗುತ್ತದೆ. ಆದಾಯದಲ್ಲಿ ಕಾಲು ಭಾಗವನ್ನು ಉಳಿಸಿದರೆ ಆಪತ್ಕಾಲಕ್ಕೆ ನೆರವಿಗೆ ಬರುತ್ತದೆ.

ನಮ್ಮಲ್ಲಿ ಬಹಳಷ್ಟು ಜನ ಆರ್ಥಿಕವಾಗಿ ಅಭದ್ರತೆ ಎದುರಿಸಲು ಕಾರಣ, ಅರಿವಿನ ಕೊರತೆಯೇ ಆಗಿದೆ. ನಿಮ್ಮ ಆರ್ಥಿಕ ಆರೋಗ್ಯ ಚೆನ್ನಾಗಿರಬೇಕಾದರೆ ನೀವು ಕೆಲವೊಂದು ಅಂಶಗಳತ್ತ ಗಮನ ಹರಿಸಲೇಬೇಕಾಗುತ್ತದೆ. ಅವುಗಳನ್ನು ಇಲ್ಲಿ ನೋಡೋಣ.

ಮೊದಲಿಗೆ ನಿಮಗೆ ನಿಮ್ಮ ಆರ್ಥಿಕ ಚಿತ್ರಣದ ಪೂರ್ಣ ಪರಿಕಲ್ಪನೆ ಇರಲಿ. ಉಳಿತಾಯ, ಹೂಡಿಕೆ, ಆರ್ಥಿಕ ರಕ್ಷಣೆ, ತೆರಿಗೆ ಯೋಜನೆಗಳು ಮತ್ತು ನಿವೃತ್ತಿ ಯೋಜನೆಗಳು ಇದರಲ್ಲಿ ಪ್ರಮುಖವಾಗಿ ಒಳಗೊಳ್ಳಬೇಕು.

1. **ಉಳಿತಾಯ:** ತುರ್ತು ಹಣಕಾಸಿನ ಅಗತ್ಯಗಳನ್ನು ನೀಗಿಸಿಕೊಳ್ಳುವುದಕ್ಕಾಗಿ ನೀವು ಒಂದಿಷ್ಟು ಹಣವನ್ನು ಉಳಿತಾಯ ಮಾಡಿರಬೇಕಾಗುತ್ತದೆ. ಹಣದ ತುರ್ತು ಅಗತ್ಯ ಯಾವ ಸಂದರ್ಭದಲ್ಲಿ ಬೇಕಾದರೂ ಕಾಣಿಸಿಕೊಳ್ಳಬಹುದು. ನಿಮ್ಮ ಬೈಕು ಅಥವಾ ಕಾರು ಕೆಟ್ಟು ಹೋಗಬಹುದು, ನಿಮ್ಮ ಉದ್ಯೋಗ ನಷ್ಟವಾಗಬಹುದು, ನಿಮಗೆ ಅಥವಾ ಮನೆಯಲ್ಲಿ ಯಾರಿಗಾದರೂ ಆರೋಗ್ಯ ಸಮಸ್ಯೆ ಕಾಡಬಹುದು. ಅಂತಹ ಅಗತ್ಯಗಳನ್ನು ಈಡೇರಿಸಿಕೊಳ್ಳುವಷ್ಟು ಉಳಿತಾಯ ನಿಮ್ಮಲ್ಲಿ ಸದಾ ಇರಲೇಬೇಕು. ಉಳಿತಾಯ ಖಾತೆಯಲ್ಲಿ ಹಣವಿಡುವುದು, ನಿರಖು ಠೇವಣಿ, ಆರ್.ಡಿ., ವೇತನದಲ್ಲೇ ಕಡಿತವಾಗುವ ಪಿಎಫ್, ಕಿಸಾನ್ ವಿಕಾಸ ಪತ್ರ, ಕಡೆಗೆ ಸೀರೆ ನೆರಿಗೆಯಲ್ಲಿ ಅಥವಾ ಜೀರಿಗೆ ಡಬ್ಬದಲ್ಲಿ ಹೆಂಗಸರು ಇಡುವ ಹಣ–ಹೀಗೆ ಉಳಿತಾಯಕ್ಕೆ ನೂರೆಂಟು ದಾರಿಗಳಿವೆ.

ಹೀಗೆ ಉಳಿಸಿದ ಹಣ ಸುರಕ್ಷಿತವಾದ ಖಾತೆಗಳಲ್ಲಿರಬೇಕು ಮತ್ತು ತುರ್ತು ಅಗತ್ಯಗಳಲ್ಲಿ ಬೇಗನೆ ನಮ್ಮ ಕೈಗೆ ಬರುವಂತಿರಬೇಕು.

ನನ್ನೊಬ್ಬ ಹಿರಿಯ ಗೆಳೆಯರಿದ್ದಾರೆ. ಮೂವತ್ತೇಳು ವರ್ಷಗಳ ಸೇವೆಯ ಬಳಿಕ ಅವರೀಗ ಸ್ವಯಂ ನಿವೃತ್ತಿ ಪಡೆದಿದ್ದಾರೆ. ಅವರು ಕಾಲೇಜಿನಲ್ಲಿ ಕಲಿಯುತ್ತಿದ್ದಾಗ ಹಿರಿಯರೊಬ್ಬರು ಹೇಳಿದ್ದರಂತೆ. ಕೆಲಸಕ್ಕೆ ಸೇರಿದ ಮೇಲೆ ನಿನ್ನ ಆದಾಯ ಎಷ್ಟೇ ಇರಲಿ. ಅದರಲ್ಲಿ ಕನಿಷ್ಠ ಶೇ. 25ರಷ್ಟನ್ನು ನೀರು ಉಳಿಸಲೇಬೇಕು ಎಂದು. ಅದು ಹೇಗೆ? ಸಂಬಳ ಬಂದ ತಕ್ಷಣ ಅದರ ಕಾಲು ಭಾಗವನ್ನು ಒಂದೋ ಹೂಡಿಕೆ ಮಾಡಬೇಕು ಇಲ್ಲವೇ ಬ್ಯಾಂಕಿನಲ್ಲೇ ಠೇವಣಿ ಇಡಬೇಕು. ಯಾವ ಕಾರಣಕ್ಕೂ ಆ ಹಣವನ್ನು ಮುಟ್ಟಬಾರದು. ತುರ್ತು ಅಗತ್ಯ ಬಂದರೆ? ಖರ್ಚುಗಳು ಹೆಚ್ಚಾದರೆ? ಅದಕ್ಕಿರುವುದು ಒಂದೇ ಉಪಾಯ. ಒಂದೋ ನಿನ್ನ ಆದಾಯವನ್ನು ಹೆಚ್ಚು ಮಾಡಿಕೋ. ಇಲ್ಲವೇ ಖರ್ಚುಗಳಿಗೆ ಕತ್ತರಿ ಹಾಕು. ಕುಳಿತು ಯೋಚಿಸಿ ನೋಡಿದರೆ ಹತ್ತಾರು ಅನಗತ್ಯ ವೆಚ್ಚಗಳು ಕಾಣಿಸುತ್ತವೆ. ಜನರು ಜಿಪುಣ ಎಂದು ಲೇವಡಿ ಮಾಡಿದರೂ ಬೇಸರಿಸಿಕೊಳ್ಳದೆ ಅನಗತ್ಯ ಖರ್ಚುಗಳನ್ನು ನಿಯಂತ್ರಿಸಿದರೆ, ನಿನ್ನ ಜೀವನದ ಲೆಕ್ಕ, ತೂಕ ಎಂದಿಗೂ ತಪ್ಪುವುದಿಲ್ಲ ಎಂದು ಸಲಹೆ ನೀಡಿದ್ದರಂತೆ. ಕೆಲಸಕ್ಕೆ ಸೇರಿ ಮೊದಲ ತಿಂಗಳಿಂದಲೇ ಆ ನನ್ನ ಗೆಳೆಯರು ಈ ಸೂತ್ರವನ್ನು ಪಾಲಿಸಿದ್ದಾರೆ. ಹೀಗಾಗಿ, ಅವರೆಂದಿಗೂ ಸಾಲದ ಸುಳಿಗೆ ಸಿಲುಕಲಿಲ್ಲ, ತುರ್ತು ಆವಶ್ಯಕತೆಗಳಿಗೆ ಬೇರೆಯವರ ಬಳಿ ಕೈಚಾಚುವ ಪರಿಸ್ಥಿತಿ ಬಂದಿಲ್ಲ. ಹಾಗಂತ, ಕಷ್ಟ ಹೇಳಿಕೊಂಡು ಬಂದವರಿಗೆ ಸಹಾಯ ಮಾಡುವುದರಲ್ಲಿ ಎಂದಿಗೂ ಹಿಂದೆ ಬಿದ್ದಿಲ್ಲ.

ಒಂದು ವೈಯಕ್ತಿಕ ನಿದರ್ಶನ ನೀಡುತ್ತೇನೆ. ಒಂದು ವರ್ಷದಿಂದ ನಾನು ಎರಡು ಸಿಮ್ ಬಳಸುತ್ತಿದ್ದೆ. ಕಳೆದ ತಿಂಗಳು ಗಟ್ಟಿ ಮನಸ್ಸು ಮಾಡಿ ಒಂದನ್ನು ಸ್ಥಗಿತಗೊಳಿಸಿದೆ. ಇದರಿಂದ ನನ್ನ ತಿಂಗಳ ಖರ್ಚಿನಲ್ಲಿ 250 ರೂ. ಉಳಿತಾಯವಾಯಿತು. ಇತರ ಖರ್ಚುಗಳ ನಿಯಂತ್ರಣಕ್ಕೂ ಮುಂದಾಗಿದ್ದೇವೆ.

2. **ಹೂಡಿಕೆ:** ನಾವು ಯಾವಾಗಲೂ ಉಳಿತಾಯ ಮತ್ತು ಹೂಡಿಕೆಗಳನ್ನು ತಪ್ಪಾಗಿ ತಿಳಿದುಕೊಳ್ಳುತ್ತೇವೆ. ಮತ್ತು ಅವೆರಡೂ ಒಂದೇ ಎಂದು ಭಾವಿಸುತ್ತೇವೆ. ಹಣ ಬೆಳೆಯಬೇಕಾದರೆ ಹೂಡಿಕೆ ಅಗತ್ಯ. ಮ್ಯೂಚ್ಯುವಲ್ ಫಂಡ್, ವಾಹನ, ತೋಟ, ಸೈಟ್ ಅಥವಾ ಮನೆ ಖರೀದಿ, ಚಿನ್ನಾಭರಣ ಖರೀದಿ ಇತ್ಯಾದಿ. ನಮ್ಮ ಸಾಮರ್ಥ್ಯಕ್ಕೆ ತಕ್ಕಂತೆಯೇ ಹೂಡಿಕೆ ಇರಬೇಕು. ಎಲ್ಲಿಂದಲೋ ಸಾಲ ತೆಗೆದು ಹೂಡಿಕೆ ಮಾಡಿದರೆ ಲಾಭವಿಲ್ಲ. ರಿಸ್ಕ್

ತೆಗೆದುಕೊಳ್ಳಲು ಸಿದ್ಧರಿದ್ದರೆ ಅಥವಾ ಆ ಕ್ಷೇತ್ರದ ಜ್ಞಾನವಿದ್ದರೆ ಷೇರು ಮಾರುಕಟ್ಟೆ ಕೂಡ ಸೂಕ್ತವಾದ ಆಯ್ಕೆ.

3. **ಆರ್ಥಿಕ ರಕ್ಷಣೆ:** ನಿಮ್ಮ ಕನಸುಗಳನ್ನು ಈಡೇರಿಸಿಕೊಳ್ಳಬೇಕಿದ್ದರೆ ವಿಮೆಯಂತಹ ವಿಧಾನಗಳಿಂದ ಆರ್ಥಿಕ ರಕ್ಷಣೆಯನ್ನೂ ಪಡೆದುಕೊಳ್ಳಬೇಕಾಗುತ್ತದೆ. ಕಷ್ಟದ ಸನ್ನಿವೇಶಗಳಲ್ಲಿ ನಿಮಗೆ ಹಾಗೂ ನಿಮ್ಮ ಕುಟುಂಬಕ್ಕೆ ಪೂರ್ಣ ರಕ್ಷಣೆ ಇದರಿಂದ ಲಭಿಸುತ್ತದೆ. ವಿಮೆಯಲ್ಲಿ ನಾಲ್ಕು ವಿಧಗಳಿವೆ. ಜೀವವಿಮೆ, ಆರೋಗ್ಯ ವಿಮೆ, ಅಡಮಾನ ರಕ್ಷಣೆ ವಿಮೆ (ಮನೆ, ವಾಹನ ಸಾಲ ತೀರುವ ಪೂರ್ವದಲ್ಲೇ ವ್ಯಕ್ತಿ ಮೃತಪಟ್ಟರೆ ಆತನ ಕುಟುಂಬಕ್ಕೆ ಹೊರೆಯಾಗದಂತೆ) ಹಾಗೂ ವೈಯಕ್ತಿಕ ಅಪಘಾತ ವಿಮೆ. ವಿಮೆ ಮಾಡಿಸಿಕೊಳ್ಳುವುದನ್ನು ಎಂದಿಗೂ ಖರ್ಚೆಂದು ಭಾವಿಸಬಾರದು.

4. **ತೆರಿಗೆ ಉಳಿತಾಯ:** ಆದಾಯಕ್ಕೆ ತಕ್ಕನಾದ ತೆರಿಗೆ ಪಾವತಿಸುವುದು ನಮ್ಮ ಜವಾಬ್ದಾರಿ. ಆದರೆ, ಪರ್ಯಾಪ್ತ ಪ್ರಮಾಣದಲ್ಲಿ ಖರ್ಚು ಹಾಗೂ ಹೂಡಿಕೆಯನ್ನು ಮಾಡುತ್ತಿದ್ದರೆ ನಿಮ್ಮ ಆದಾಯದ ಮೇಲೆ ತೆರಿಗೆಯ ಹೊರೆಯನ್ನು ಗಣನೀಯವಾಗಿ ಇಳಿಸಬಹುದು. ಇದು ಪ್ರತಿ ವರ್ಷವೂ ನಿಮಗೆ ಹಣವನ್ನು ಉಳಿಸುತ್ತದೆ. ಪಿಪಿಎಫ್, ಕುಟುಂಬ ಆರೋಗ್ಯ ವಿಮೆ, ಸುಕನ್ಯಾ ಸಮೃದ್ಧಿ ಯೋಜನೆ, ಗೃಹಸಾಲ, ಮಕ್ಕಳ ಶಿಕ್ಷಣ, ರಾಷ್ಟ್ರೀಯ ಉಳಿತಾಯ ಪತ್ರಗಳಲ್ಲಿ ಹೂಡಿಕೆ, ಇತ್ಯಾದಿಗಳ ಮೂಲಕ ನೀವು ತೆರಿಗೆ ವಿನಾಯಿತಿಗಳನ್ನು ಪಡೆಯಬಹುದು. ಇದರಲ್ಲೇ ಸೆಕ್ಷನ್ 80ಸಿ ಹಾಗೂ ಸೆಕ್ಷನ್ 80ಡಿ ಅಡಿಯಲ್ಲಿ ಹಲವು ಆಯ್ಕೆಗಳನ್ನು ನೀಡಲಾಗಿದೆ.

5. **ನಿವೃತ್ತಿ ಯೋಜನೆ:** ಕೊನೆಗೆ, ಎಲ್ಲರೂ ದುಡಿಯುವುದು ಮುಪ್ಪಿನಲ್ಲಿ ಸುಖವಾಗಿ ಇರಬೇಕೆಂಬ ಕನಸಿನೊಂದಿಗೆ. ನಿವೃತ್ತಿಯ ಯೋಜನೆಗಳಿಂದ ಇದನ್ನು ಸಾಕಾರಗೊಳಿಸಿಕೊಳ್ಳಿ. ಗಣನೀಯ ಬ್ಯಾಂಕ್ ಬ್ಯಾಲೆನ್ಸ್, ಆರೋಗ್ಯ ವಿಮೆ, ಸ್ವಂತಕ್ಕೊಂದು ಮನೆ, ಸಣ್ಣ ಕೈತೋಟ, ಓಡಾಡಲು ಒಂದು ವಾಹನ–ಇಷ್ಟಾದರೂ ಇರುವಂತೆ ನೋಡಿಕೊಂಡು ಮುಪ್ಪಿನ ದಿನಗಳಲ್ಲಿ ಅವಲಂಬನೆಯಿಂದ ಪಾರಾಗಿ. ಸಾಮಾನ್ಯವಾಗಿ ಎಲ್ಲರೂ 58–60 ವರ್ಷಗಳಿಗೆ ನಿವೃತ್ತರಾಗುತ್ತಾರೆ. ಸುಮಾರು 85 ವರ್ಷಗಳ ವರೆಗೆ ಜೀವಿಸುತ್ತಾರೆ ಎಂದಿಟ್ಟುಕೊಳ್ಳಿ. ಆಗ, ನಿವೃತ್ತರಾಗಿ 25 ವರ್ಷಗಳ ತನಕ ಆದಾಯವಿಲ್ಲದೆ ಅಥವಾ ನಿಶ್ಚಿತ ಆದಾಯವಿಲ್ಲದೆ ಬದುಕುವುದು ಹೇಗೆ? ಈಗ ನಿಮ್ಮ ಖರ್ಚು ತಿಂಗಳಿಗೆ 20,000 ರೂ. ಇದ್ದರೆ, ಇನ್ನು 10 ವರ್ಷಗಳ ಬಳಿಕ ಅದು 30,000 ರೂ. ಆಗುವುದು. ಈ ನಡುವೆ ಕೈಕೊಡುವ ಆರೋಗ್ಯ, ಔಷಧ ವೆಚ್ಚ ಇತ್ಯಾದಿಗಳಿಗೂ ದುಡ್ಡು ಬೇಕಲ್ಲ?

ಹಣದುಬ್ಬರವನ್ನೂ ನಾವು ಪರಿಗಣಿಸಬೇಕು. ವಸ್ತು ಮತ್ತು ಸೇವೆಗಳ ಬೆಲೆ ದಿನವೂ ಏರಿಕೆಯಾಗುತ್ತಿರುವಾಗ ನಾವು ದುಡಿದು ಗಳಿಸಿಟ್ಟಿರುವ ದುಡ್ಡಿನ ಬೆಟ್ಟ ಕರಗಲು ಎಷ್ಟು ದಿನ ಸಾಕು? ಉಳಿತಾಯಕ್ಕೆ ಈಗಂತೂ ಬ್ಯಾಂಕುಗಳು ಕೊಡುವುದು ಬಿಡಿಗಾಸು ಬಡ್ಡಿ.

ನಿವೃತ್ತಿ ಯೋಜನೆಯಲ್ಲಿ ಎರಡು ಭಾಗಗಳಿವೆ. ಒಂದು, ನಿವೃತ್ತಿ ಜೀವನಕ್ಕಾಗಿ ಉಳಿತಾಯ, ಹೂಡಿಕೆಗಳನ್ನು ಮಾಡಿಕೊಳ್ಳುವುದು ಮತ್ತು ಎರಡನೆಯದಾಗಿ, ನಿವೃತ್ತಿಯ ಅವಧಿಯಲ್ಲಿ ನಮ್ಮ ಆಸ್ತಿಗಳೇ ನಮಗೆ ಆದಾಯವನ್ನು ತಂದುಕೊಡುವಂತೆ ಮಾಡುವುದು. ಆರೋಗ್ಯ ಹಾಗೂ ದೇಹಸ್ಥಿತಿ ಚೆನ್ನಾಗಿದ್ದಲ್ಲಿ ಅರೆಕಾಲಿಕ ಉದ್ಯೋಗ, ಮನೆಯಲ್ಲೇ ಕುಳಿತು ಮಾಡುವ ಕೆಲಸಗಳು, ಮನೆಪಾಠ ಇತ್ಯಾದಿಗಳನ್ನು ಮಾಡುತ್ತಿದ್ದರೆ ಹೊತ್ತೂ ಕಳೆಯುತ್ತದೆ, ಆದಾಯವೂ ಬರುತ್ತದೆ. ಈ ಕುರಿತೂ ನಿವೃತ್ತರು ಯೋಚಿಸುವುದು ಸೂಕ್ತ. ವೃತ್ತಿಜೀವನದಲ್ಲಿ ಎಷ್ಟು ಬೇಗನೆ ಉಳಿತಾಯ ಪ್ರಾರಂಭಿಸುತ್ತೀರೋ ಹಾಗೂ ಎಷ್ಟು ಜಾಸ್ತಿ ಉಳಿತಾಯ ಮಾಡುತ್ತೀರೋ–ನಿಮ್ಮ ನಿವೃತ್ತಿ ಜೀವನ ಅಷ್ಟು ಸುಖಕರವಾಗಿರುತ್ತದೆ. ಪೆನ್ಷನ್ ಇತ್ಯಾದಿ ಬರುವಂಥ ಉದ್ಯೋಗದಲ್ಲಿದ್ದವರಿಗೆ ಈ ನಿಟ್ಟಿನಲ್ಲಿ ಅಂಥ ಚಿಂತೆ ಇರುವುದಿಲ್ಲ. ಉಳಿದವರಂತೂ ಗಂಭೀರವಾಗಿ ಯೋಚಿಸಿ, ಕಾರ್ಯಪ್ರವೃತ್ತರಾಗಲೇಬೇಕು.

(ಕನ್ನಡ ಮಾಣಿಕ್ಯ, ಫೆಬ್ರವರಿ 2021)

ವೈಯಕ್ತಿಕ ಸಾಲ ಶೂಲವಲ್ಲ, ಆಪತ್ಬಾಂಧವ!

ವೈಯಕ್ತಿಕ ಸಾಲ ಕೆಟ್ಟ ಸಾಲಗಳ ಸಾಲಿನಲ್ಲಿ ಬರುವುದಾದರೂ ಜೀವನದ ಕೆಲವು ಸಂಕಷ್ಟ ಸಂದರ್ಭಗಳಲ್ಲಿ ಅದನ್ನೇ ಆಯ್ಕೆ ಮಾಡಿಕೊಳ್ಳಬೇಕಾದ ಪರಿಸ್ಥಿತಿ ಎದುರಾಗುತ್ತದೆ. ಆದರೆ, ತರಾತುರಿಯಲ್ಲಿ ಸಾಲದ ಸುಳಿಗೆ ಬೀಳದೆ ಎಚ್ಚರಿಕೆಯಿಂದ ಪರಿಶೀಲಿಸಿ, ಸೂಕ್ತವಾದ ಸಾಲಮೂಲವನ್ನು ಆಯ್ದುಕೊಳ್ಳುವುದೇ ಜಾಣತನ.

ವೈಯಕ್ತಿಕ ಸಾಲ ಸುಲಭವಾಗಿ ಸಿಗುತ್ತದೆ, ಅದೂ ತ್ವರಿತವಾಗಿ. ಹೆಚ್ಚಿನ ಭದ್ರತೆಯನ್ನು ಅಪೇಕ್ಷಿಸುವುದಿಲ್ಲ. ನಿಮ್ಮ ಯಾವುದೋ ಕನಸನ್ನು ನನಸಾಗಿಸಿ ಕೊಳ್ಳಲು ಅಥವಾ ಸದ್ಯದ ಅಗತ್ಯಗಳನ್ನು ಪೂರೈಸಲು ವೈಯುಕ್ತಿಕ ಸಾಲದ ಮೊರೆ ಹೋಗುತ್ತೀರಿ. ಇಂತಹ ಸಂದರ್ಭಗಳಲ್ಲಿ ನೀವು ಗಮನಿಸಬೇಕಾದ ಪ್ರಮುಖ ಅಂಶಗಳು ಇವು:

1. ನಿಮಗೆ ಹಣದ ಅಗತ್ಯ ನಿಜವಾಗಿಯೂ ಇದೆಯೇ? ಎಂದು ಪರಿಶೀಲಿಸಿ. ಸಾಲ ಪಡೆಯದೆ ನಿಮ್ಮ ಉಳಿತಾಯ ಇತ್ಯಾದಿಗಳನ್ನು ಬಳಸಿಕೊಂಡು ಆರ್ಥಿಕ ಮುಗ್ಗಟ್ಟನ್ನು ನಿವಾರಿಸಿಕೊಳ್ಳಬಹುದಿದ್ದರೆ ಖಂಡಿತ ಸಾಲ ಪಡೆಯಬೇಡಿ. ಕ್ರೆಡಿಟ್ ಕಾರ್ಡ್ ಇತ್ಯಾದಿಗಳ ಮೂಲಕ ನಿಮ್ಮ ಖರೀದಿಗಳನ್ನು ಮಾಡಿಕೊಳ್ಳಲು ಸಾಧ್ಯವಿದ್ದರೆ ಅದೇ ಆಯ್ಕೆ ಸೂಕ್ತ. ಅಲ್ಲೂ ಇಎಂಐಗಳ ಆಯ್ಕೆ ಲಭ್ಯವಿರುತ್ತದೆ.
2. ವೈಯುಕ್ತಿಕ ಸಾಲ ಪಡೆಯಲೇಬೇಕಾದ ಸಂದರ್ಭದಲ್ಲಿ ಎಲ್ಲಿ ಕಡಿಮೆ ಬಡ್ಡಿಯ ಸಾಲ ಸಿಗುತ್ತದೆ ಎಂದು ಹುಡುಕಿ. ವೈಯಕ್ತಿಕ ಸಾಲಗಳಿಗೆ ಸಾಮಾನ್ಯವಾಗಿ ಶೇ. 13 ರಿಂದ 18.5 ರಷ್ಟು ಬಡ್ಡಿ ವಿಧಿಸುತ್ತಾರೆ. ಕಡಿಮೆ ಬಡ್ಡಿ ದರ ವಿಧಿಸುವ ಬ್ಯಾಂಕನ್ನೇ ಆಯ್ದುಕೊಳ್ಳಿ. ಸಾಲ ಮರುಪಾವತಿ ಅವಧಿಯಲ್ಲೂ ಪೂರ್ಣ ಅಸಲಿನ ಮೇಲೆ ಬಡ್ಡಿ ವಿಧಿಸುವ (ಫ್ಲಾಟ್ ಇಂಟರೆಸ್ಟ್) ವಿಧಾನವಾಗಿದ್ದಲ್ಲಿ ಸಾಲದ ಅವಧಿ ಕಡಿಮೆಯಾಗಿದ್ದಷ್ಟೂ ಒಳ್ಳೆಯದು. ದೀರ್ಘಾವಧಿ ಸಾಲವಿದ್ದರೆ ಉಳಿಕೆ ಮೊತ್ತದ ಮೇಲೆ ಮಾತ್ರ ಬಡ್ಡಿ ವಿಧಿಸುವಂತಿರಬೇಕು. ಪ್ರೋಸೆಸಿಂಗ್ ಫೀ, ಪ್ರಿ–ಕ್ಲೋಜರ್

ಶುಲ್ಕಗಳು ಇಲ್ಲದಿದ್ದರೆ ಅಥವಾ ಸಾಧ್ಯವಾದಷ್ಟೂ ಕಡಿಮೆಯಿದ್ದರೆ ಸೂಕ್ತ. ಹಾಲಿ ಯಾವುದಾದರೂ ಸಾಲವಿದ್ದರೆ ಅದನ್ನೇ ಟಾಪ್–ಅಪ್ ಮಾಡಿಕೊಳ್ಳಬಹುದು. ಆಗ ನಿಮ್ಮ ಅಗತ್ಯಗಳನ್ನು ಪೂರೈಸುವಷ್ಟು ಹಣ ಕೈಗೆ ಬರುತ್ತದೆ. ಕ್ರೆಡಿಟ್ ಕಾರ್ಡ್ ಮೇಲೆ ಸಾಲ ಪಡೆಯುವುದು ಸುಲಭ. ಗ್ರಾಹಕ ಸೇವಾ ಕೇಂದ್ರಕ್ಕೆ ಕರೆ ಮಾಡಿ ತಿಳಿಸಿದರೆ ಎರಡು ದಿನಗಳ ಒಳಗಾಗಿ, ಕಡಿಮೆ ಬಡ್ಡಿಯಲ್ಲಿ ಒಂದೆರಡು ಲಕ್ಷ ಸಾಲ ಸಿಗುತ್ತದೆ. ಮರುಪಾವತಿಸುತ್ತಿದ್ದರೂ ಸಾಲದ ಒಟ್ಟು ಮೊತ್ತದ ಮೇಲೆಯೇ ಬಡ್ಡಿ ವಿಧಿಸುವುದರಿಂದ ವರ್ಷದೊಳಗೆ ತೀರಿಸಿದರೆ ಅನುಕೂಲ.

3. ನೀವು ಕೆಲಸ ಮಾಡುವ ಸಂಸ್ಥೆಯ ವಿಐಪಿ ಸ್ಟೇಟಸ್ ನೋಡಿಕೊಳ್ಳಿ. ಬ್ಯಾಂಕುಗಳು ತಮ್ಮ ನಿಯಮಾವಳಿಗಳ ಅನುಸಾರ ಕಂಪನಿಗಳನ್ನು ಎ, ಬಿ ಹಾಗೂ 'ಸಿ' ಎಂದು ವರ್ಗೀಕರಣ ಮಾಡಿರುತ್ತವೆ. ನೀವು ಕೆಲಸ ಮಾಡುವ ಕಂಪನಿ 'ಎ' ವರ್ಗದಲ್ಲಿದ್ದರೆ ಸಾಲ ಸಿಗುವ ಸಾಧ್ಯತೆ ಹೆಚ್ಚು. ಅಲ್ಲದೆ, ಬಡ್ಡಿ ದರ ಹಾಗೂ ಶುಲ್ಕಗಳಲ್ಲೂ ಒಂದಿಷ್ಟು ರಿಯಾಯಿತಿ ಕೇಳಬಹುದಾಗಿದೆ.
4. ವೈಯುಕ್ತಿಕ ಸಾಲಗಳ ಅವಧಿ ಸಾಮಾನ್ಯವಾಗಿ ಮೂರು ವರ್ಷಗಳಿರುತ್ತದೆ. ಒಂದೂವರೆ ಅಥವಾ ಎರಡು ವರ್ಷಗಳಲ್ಲಿ ಹಣದ ವ್ಯವಸ್ಥೆಯಾಗಿ, ಸುಮ್ಮನೆ ಬಡ್ಡಿ ಕಟ್ಟಬೇಕಲ್ಲ, ಸಾಲ ತೀರಿಸಿಬಿಡೋಣ–ಅಂತ ಅನ್ನಿಸೀತು. ಬ್ಯಾಂಕಿಗೆ ಹೋಗಿ ವಿಚಾರಿಸಿದರೆ, ಅವಧಿಪೂರ್ವ ಸಾಲ ತೀರುವಳಿಗೆ ಬಾಕಿ ಮೊತ್ತದ ಮೇಲೆ ಶೇ. 3 ರಷ್ಟು ಶುಲ್ಕ ವಿಧಿಸುತ್ತೇವೆ, ಅಥವಾ ಅವಧಿಪೂರ್ವ ಸಾಲ ಕೊನೆಗೊಳಿಸಲು ಅವಕಾಶವೇ ಇಲ್ಲ ಎನ್ನಬಹುದು. ಇಂಥ ಆಯ್ಕೆಗಳನ್ನು ಮೊದಲೇ ವಿಚಾರಿಸಿಕೊಂಡರೆ ಗೊಂದಲಗಳು ಇರುವುದಿಲ್ಲ. ರಾಷ್ಟ್ರೀಕೃತ ಬ್ಯಾಂಕುಗಳಲ್ಲಿ ಅವಧಿಪೂರ್ವ ತೀರುವಳಿಗೆ ಮುಕ್ತ ಅವಕಾಶಗಳಿವೆ.
5. ಯಾವ ಬ್ಯಾಂಕಿನಲ್ಲಿ ಸಾಲ ಪಡೆಯುವುದು ಸುಲಭ, ಸರಳ ಹಾಗೂ ಕಡಿಮೆ ವೆಚ್ಚದಾಯಕ ಎನ್ನುವುದನ್ನು ಮೊದಲೇ ಪರಿಶೀಲಿಸಿ. ಏಕಕಾಲಕ್ಕೆ ಹಲವು ಬ್ಯಾಂಕುಗಳಲ್ಲಿ ಸಾಲಕ್ಕೆ ಅರ್ಜಿ ಸಲ್ಲಿಸಿ, ಆಮೇಲೆ ಹೋಲಿಕೆಗೆ ಇಳಿಯುವುದು ಜಾಣ ನಡೆಯಲ್ಲ. ಸಾಲ ಬೇಗನೆ ಮಂಜೂರಾಗುತ್ತದೆಯೇ, ನೀವು ಸೂಚಿಸಿದ ಖಾತೆಗೆ ಆ ಮೊತ್ತ ತಕ್ಷಣಕ್ಕೆ ವರ್ಗಾವಣೆ ಆಗುತ್ತದೆಯೇ ಎನ್ನುವುದೂ ಗಮನಿಸಬೇಕಾದ ಅಂಶ.
6. ಇತ್ತೀಚೆಗಂತೂ ವೈಯುಕ್ತಿಕ ಸಾಲದ ಕಂತುಗಳ ಪಾವತಿ ಕ್ರೆಡಿಟ್ ಕಾರ್ಡ್‌ನ ಪಾವತಿಯಷ್ಟೇ ಸರಳ ಹಾಗೂ ಅನುಕೂಲಕರವಾಗಿದೆ. ಸಾಲದ ಮೊತ್ತ ಎಷ್ಟೇ ಇದ್ದರೂ ಪಡೆದಿರುವ ಹಣಕ್ಕೆ ಮಾತ್ರ ಬಡ್ಡಿ ವಿಧಿಸುವ ಹೊಸ

ವಿಧಾನ ಕೆಲವು ಬ್ಯಾಂಕ್‌ಗಳಲ್ಲಿ ಚಾಲ್ತಿಯಲ್ಲಿದೆ. ಉದಾಹರಣೆಗೆ, ನಿಮಗೆ ಮೂರು ಲಕ್ಷ ಸಾಲ ಮಂಜೂರಾಗಿದೆ. ನೀವು ಎರಡು ಲಕ್ಷವನ್ನು ಮಾತ್ರ ಪಡೆದಿದ್ದೀರಿ. ಮತ್ತೊಂದು ಲಕ್ಷವನ್ನು ಬೇಕಾದಾಗ ಪಡೆಯುತ್ತೇನೆ ಎಂದಿದ್ದೀರಿ. ಅದು ಸಾಲದ ಖಾತೆಯಲ್ಲೇ ಇರುತ್ತದೆ. ಮೂರು ಲಕ್ಷಗಳ ಬದಲಿಗೆ ಎರಡೇ ಲಕ್ಷಕ್ಕೆ ಬಡ್ಡಿ ವಿಧಿಸುವ ವಿಧಾನ ಗ್ರಾಹಕರ ಜೇಬಿಗೆ ಕತ್ತರಿ ಹಾಕದು. ಇದೇ ಮಾದರಿಯಲ್ಲಿ ಮರುಪಾವತಿಗೂ ಅವಕಾಶವಿದೆ. ಇದ್ದಾಗ ಒಂದಿಷ್ಟು ಹಣ ಮರುಪಾವತಿಸಿದರೆ, ಅದರ ಮೇಲೆ ಹೆಚ್ಚುವರಿ ಶುಲ್ಕ ವಿಧಿಸುವುದಿಲ್ಲ.

7. ಸಾಲ ಬೇಗನೆ ಸಿಗಬೇಕಿದ್ದರೆ ನಿಮ್ಮ ಕ್ರೆಡಿಟ್ ಸ್ಕೋರ್ ಚೆನ್ನಾಗಿರಬೇಕು (900 ರಲ್ಲಿ ಕನಿಷ್ಠ 750 ಇದ್ದರೆ ಚೆನ್ನ). 300 ರಿಂದ 900ರ ಮಧ್ಯೆ ಇರುವ ಕ್ರೆಡಿಟ್ ಸ್ಕೋರ್, ಸಾಲ ನೀಡಲು ಬ್ಯಾಂಕಿಗೆ ಮಾನದಂಡವಾಗಿರುತ್ತದೆ. ಹಣಕಾಸು ಸಂಸ್ಥೆಗಳು ಅಥವಾ ಏಜೆನ್ಸಿಗಳು ನಿಮ್ಮ ಆರ್ಥಿಕ ವ್ಯವಹಾರ, ಸ್ಥಿತಿಗತಿ, ನೀವು ಕೆಲಸ ಮಾಡುವ ಕಂಪನಿ, ಸಾಲದ ಮರುಪಾವತಿ ಸಾಮರ್ಥ್ಯ, ನಿಮ್ಮ ವೇತನ, ಉಳಿತಾಯ, ಆಸ್ತಿ–ಪಾಸ್ತಿ ಇತ್ಯಾದಿಗಳನ್ನು ಪರಿಶೀಲಿಸಿ ಕ್ರೆಡಿಟ್ ಸ್ಕೋರ್ ನೀಡುತ್ತವೆ. ಪ್ರತಿ ತಿಂಗಳೂ ಈ ವರದಿ ಅಪ್‌ಡೇಟ್ ಆಗುತ್ತಿರುತ್ತದೆ. ಕಂತನ್ನು ತಡವಾಗಿ ಪಾವತಿಸಿದರೆ ಅಥವಾ ಪಾವತಿ ತಪ್ಪಿಸಿದರೆ, ನಿಮ್ಮ ಚೆಕ್ ಬೌನ್ಸ್ ಆಗಿದ್ದರೆ, ಹಿಂದಿನ ಸಾಲಗಳನ್ನು ಬಾಕಿ ಉಳಿಸಿಕೊಂಡಿದ್ದರೆ ಕ್ರೆಡಿಟ್ ಸ್ಕೋರ್ ಬಿದ್ದುಹೋಗುತ್ತದೆ. ಇಂಥ ಸಂದರ್ಭಗಲ್ಲಿ ಗೃಹ ಹಾಗೂ ವಾಹನ ಸಾಲ ಸಿಗುವುದೂ ಕಷ್ಟ.

ವೈಯಕ್ತಿಕ ಸಾಲಕ್ಕೆ ಕೊಡಬೇಕಾದ ಪ್ರಮುಖ ದಾಖಲೆಗಳೇನು?

1. ಪ್ಯಾನ್ ಕಾರ್ಡ್
2. ಇತ್ತೀಚಿನ ಭಾವಚಿತ್ರಗಳು (ಎರಡು)
3. ಬ್ಯಾಂಕ್ ಖಾತೆಯ ಮೂರು ಅಥವಾ ಆರು ತಿಂಗಳ ಸ್ಟೇಟ್‌ಮೆಂಟ್
4. ಖಾಲಿ ಚೆಕ್‌ಗಳು
5. ಆದಾಯದ ದಾಖಲೆ (ಮೂರು ತಿಂಗಳ ಪೇ ಸ್ಲಿಪ್)
6. ಗುರುತಿನ ಚೀಟಿ ಹಾಗೂ ವಿಳಾಸದ ದಾಖಲೆ (ಮತದಾರರ ಗುರುತಿನ ಚೀಟಿ, ಆಧಾರ್ ಕಾರ್ಡ್, ಕಂಪನಿ ಐಡಿ–ಇತ್ಯಾದಿ)

ಉದ್ದಿಮೆ ನಡೆಸುತ್ತಿದ್ದರೆ, ಸ್ವ–ಉದ್ಯೋಗ ಮಾಡುತ್ತಿದ್ದರೆ ಸಂಸ್ಥೆಯ ಎರಡು ವರ್ಷಗಳ ಆಡಿಟ್ ವರದಿ, ಸಂಸ್ಥೆಯು ಮುನ್ನಡೆಯುತ್ತಿರುವ ಬಗ್ಗೆ ಪ್ರಮಾಣಪತ್ರ, ಕಚೇರಿಯ ವಿಳಾಸ ದಾಖಲೆ–ಇತ್ಯಾದಿಗಳನ್ನು ಲಗತ್ತಿಸಬೇಕು.

(ಕನ್ನಡ ಮಾಣಿಕ್ಯ. ಜನವರಿ 2017)

ಬಾಳ ಸಂಜೆ ಪಯಣಕ್ಕೆ ಬೇಕು ಸಿದ್ಧತೆ

ನಿವೃತ್ತಿ ಜೀವನ ಸುಖವಾಗಿ ಕಳೆಯಲು ನಿಮ್ಮ ಸಿದ್ಧತೆ ಏನು ಎಂದು 58 ಅಥವಾ 60ನೇ ವರ್ಷಕ್ಕೆ ಕೇಳಿದರೆ, ಅದು ಸಮಂಜಸ ಆಗಲಾರದು. ದುಡಿಮೆ ಆರಂಭಿಸುವ ಸಮಯದಲ್ಲೇ ನಿಮಗೇ ಗೊತ್ತಿಲ್ಲದಂತೆ ನಿವೃತ್ತ ಜೀವನಕ್ಕೂ ಸಿದ್ಧತೆ ಶುರುವಾಗಿರುತ್ತದೆ. ನಿಮ್ಮ ವೇತನದಿಂದ ಕಡಿತಗೊಳ್ಳುವ ಪಿಎಫ್, ನೀವು ಮಾಡುವ ಠೇವಣಿ, ಖರೀದಿಸುವ ಮನೆ, ಆಸ್ತಿ, ಒಡವೆ–ವಸ್ತುಗಳು, ನಿಮ್ಮ ಹೂಡಿಕೆ–ಎಲ್ಲವೂ 'ನೆಮ್ಮದಿಯ ನಾಳೆ'ಗೆ! ಹಾಗೆಂದರೆ, ನಿವೃತ್ತಿ ಜೀವನಕ್ಕೆ ಎಂದು ಪ್ರತ್ಯೇಕವಾಗಿ ಹೇಳಬೇಕಿಲ್ಲ.

ಇಂಗ್ಲಿಷ್‌ನಲ್ಲಿ 'ರಿಟೈರ್ ರಿಚ್' ಎಂಬ ಮಾತಿದೆ. ಅದಕ್ಕೆ ಕಾರಣವೂ ಇದೆ. ಮೊದಲಿನಂತೆ ಆದಾಯವಿಲ್ಲದೆ ಅಥವಾ ಆದಾಯವೇ ಇಲ್ಲದೆ ನಿವೃತ್ತಿ ಬದುಕು ಸಾಗಿಸುವುದು ಸುಲಭದ ಮಾತಲ್ಲ. ಕೈತುಂಬ ಸಂಪಾದನೆ ಇರುವಾಗಲೇ ನಿವೃತ್ತಿ ಜೀವನದ ಕುರಿತು ಯೋಚಿಸುವುದು, ಸೂಕ್ತ ಯೋಜನೆಗಳನ್ನು ರೂಪಿಸಿ ಮುಂದಡಿ ಇರಿಸುವುದು ಒಳ್ಳೆಯದು.

ಒಂದಿಷ್ಟು ವಿಚಾರಗಳನ್ನು ಗಮನಿಸಿ

ದೇಶದಲ್ಲಿ ಅಸಂಘಟಿತ ವಲಯದ ಕಾರ್ಮಿಕ ಸಂಖ್ಯೆಯೇ ದೊಡ್ಡದು. ದಿನಗೂಲಿ, ಕಟ್ಟಡ ಕಾರ್ಮಿಕರು, ಕೃಷಿ ಕಾರ್ಮಿಕರು, ಹಮಾಲಿಗಳು– ಇಂಥವರೆಲ್ಲ ಕೆಲಸ ಮಾಡಲು ಅವರು ಅಸಮರ್ಥರಾದಾಗ ಅವರಿಗೆ ಸರ್ಕಾರದಿಂದ ಸೌಲಭ್ಯಗಳು ಸಿಗುವುದಿಲ್ಲ. ನಿವೃತ್ತಿ ಯೋಜನೆಯ ಲಾಭಗಳೂ ಇಲ್ಲ. ಸ್ವ–ಉದ್ಯೋಗಿಗಳು, ಖಾಸಗಿ ನೌಕರರಿಗೂ ತಮ್ಮ ಆದಾಯವನ್ನೇ ನೆಚ್ಚಿಕೊಳ್ಳಬೇಕಾದ ಸ್ಥಿತಿ. ಇಂಥ ವರ್ಗದವರೆಲ್ಲ ತಾವೇ ನಿವೃತ್ತಿ ಯೋಜನೆ ರೂಪಿಸಿಕೊಳ್ಳಬೇಕಾಗುತ್ತದೆ.

ಒಂದು ಅಂದಾಜಿನ ಪ್ರಕಾರ, ನಿವೃತ್ತ ಜೀವನಕ್ಕೂ ಕಡಿಮೆ ಹಣವೇನೂ ಸಾಲುವುದಿಲ್ಲ. ಸ್ವಂತ ಮನೆ ಇಲ್ಲದಿದ್ದರೆ ಮನೆ ಬಾಡಿಗೆ, ಮಕ್ಕಳ ಶಿಕ್ಷಣ ವೆಚ್ಚ,

ವೈದ್ಯಕೀಯ ಖರ್ಚುಗಳು, ಇತರ ದೈನಂದಿನ ವೆಚ್ಚಗಳು, ಪ್ರವಾಸ–ಇತ್ಯಾದಿ ಎಲ್ಲ ಅಗತ್ಯಗಳನ್ನು ಪಟ್ಟಿ ಮಾಡಿಕೊಂಡು, ಹಣದುಬ್ಬರದ ಅಂಶಗಳನ್ನೂ ಗಮನಿಸಬೇಕಾಗುತ್ತದೆ. ಸ್ವಂತ ಮನೆ, ಒಂದಿಷ್ಟು ಆಸ್ತಿ, ಬಡ್ಡಿ ಬರುವ ಠೇವಣಿ ಇದ್ದರೆ ಕೊಂಚ ನಿಶ್ಚಿಂತೆಯಿಂದ ಜೀವಿಸಬಹುದು. ಆರೋಗ್ಯ ಸಮಸ್ಯೆ ಕಾಡಿದರಂತೂ ಎಷ್ಟು ದುಡ್ಡಿದ್ದರೂ ಖರ್ಚಾಗುತ್ತದೆ. ಈ ಕಾರಣಕ್ಕೆ, ಹಣಕಾಸಿನ ಸಮಸ್ಯೆ ತಲೆದೋರದೆ ನಿವೃತ್ತಿ ಜೀವನ ಸುಖಮಯವಾಗಿರಲು ಈಗಲೇ ದಿಟ್ಟ ಹೆಜ್ಜೆ ಇಡುವುದು ಸೂಕ್ತ.

ಒಬ್ಬ ವ್ಯಕ್ತಿ ತನ್ನ 30ನೇ ವಯಸ್ಸಿನಲ್ಲಿ ನಿವೃತ್ತಿ ಯೋಜನೆ ರೂಪಿಸಿಕೊಂಡು, ವರ್ಷಕ್ಕೆ ಒಂದು ಲಕ್ಷದಷ್ಟು ಹೂಡಿಕೆ ಅಥವಾ ಉಳಿತಾಯ ಮಾಡಲು ಸಾಧ್ಯವಾದರೆ, ನಿವೃತ್ತಿ ವೇಳೆಗೆ ಸುಮಾರು 1 ಕೋಟಿ ಉಳಿತಾಯ ಆತನ ಕೈಯಲ್ಲಿರುತ್ತದೆ. 50ನೇ ವಯಸ್ಸಿನಲ್ಲಿ ನಿವೃತ್ತಿ ಯೋಜನೆ ಆರಂಭಿಸಿದರೆ ವರ್ಷಕ್ಕೆ 5 ಲಕ್ಷಕ್ಕೂ ಹೆಚ್ಚು ಹೂಡಿಕೆ ಮಾಡಬೇಕಾಗುತ್ತದೆ. ಎಷ್ಟು ಬೇಗ ನಿವೃತ್ತಿ ಯೋಜನೆ ಆರಂಭಿಸುತ್ತೀರೋ, ಅಷ್ಟು ಉತ್ತಮ. ನಿಮ್ಮ ನಿವೃತ್ತಿ ಜೀವನದ ಅಗತ್ಯಗಳನ್ನು ಪೂರೈಸುವ ವಿಮಾ ಪಾಲಿಸಿಯೊಂದನ್ನು ಆಯ್ಕೆ ಮಾಡಿಕೊಳ್ಳಿ. ನಿರಂತರವಾಗಿ ನಿಗದಿತ ಮೊತ್ತದ ಪ್ರೀಮಿಯಂ ಭರಿಸಿ ಅದು ಊರ್ಜಿತ ಸ್ಥಿತಿಯಲ್ಲಿರುವಂತೆ ನೋಡಿಕೊಳ್ಳಿ. ಈ ನಿವೃತ್ತಿ ಯೋಜನೆ ಒಳ್ಳೆಯ ಲಾಭದ ಜತೆಗೆ ಹಣದುಬ್ಬರ ಮತ್ತಿತರ ಆರ್ಥಿಕ ಅನನುಕೂಲಗಳಿಂದ ನಮಗೆ ರಕ್ಷಣೆ ಒದಗಿಸುವಂತಿರಬೇಕು. ನಿವೃತ್ತಿ ಬಳಿಕವಷ್ಟೇ ಆ ಮೊತ್ತ ಬಳಕೆಗೆ ಸಿಗುವಂತಿರಬೇಕು. ಎಲ್‌ಐಸಿ ಮತ್ತಿತರ ಸಂಸ್ಥೆಗಳು ಜಾರಿಗೆ ತಂದಿರುವ ಪಿಂಚಣಿ ಯೋಜನೆಗಳು ನಿವೃತ್ತಿ ಜೀವನದ ನೆಮ್ಮದಿಗೆ ನಾಂದಿ ಹಾಡಬಲ್ಲವು.

ವಿಶ್ರಾಂತ ಜೀವನಕ್ಕೆ ಸಾಕಷ್ಟು ಮಾನಸಿಕ, ದೈಹಿಕ ಹಾಗೂ ಆರ್ಥಿಕ ತಯಾರಿ ಮುಖ್ಯವಾಗುತ್ತದೆ. ನಿವೃತ್ತರಾದ ಮೇಲೆ ಕಾಲ ಕಳೆಯುವುದು ಹೇಗಪ್ಪಾ ಎಂಬುದು ಬಹುತೇಕರ ಚಿಂತೆ. ಮಕ್ಕಳೊಂದಿಗೆ ಬದುಕುವ ಅವಕಾಶವಿದ್ದವರು ಮೊಮ್ಮಕ್ಕಳ ಆಟ–ಪಾಠಗಳನ್ನು ಆನಂದಿಸಬಹುದು. ಆದರೆ, ಮಕ್ಕಳು ವಿದೇಶದಲ್ಲಿ ಅಥವಾ ಉದ್ಯೋಗ ಮತ್ತಿತರ ಕಾರಣಗಳಿಂದ ಪರವೂರಲ್ಲಿದ್ದರೆ, ನಿವೃತ್ತರ ಪಾಡು ಹೇಳತೀರದು.

ಲವಲವಿಕೆ ಉಳಿಸಿಕೊಳ್ಳಿ

ಹೀಗಾಗಿ, ವೃತ್ತಿ ಜೀವನದ ಎಳೆಯನ್ನೇ ಹಿಡಿದು ಒಂದು ಪ್ರವೃತ್ತಿಯನ್ನು ರೂಢಿಸಿಕೊಂಡರೆ ಸಮಾಜಕ್ಕೆ ಇನ್ನಷ್ಟು ಕೊಡುಗೆ ನೀಡುವ ಸದವಕಾಶವೂ ಲಭಿಸುತ್ತದೆ. ಅಧ್ಯಾಪನ ವೃತ್ತಿಯಲ್ಲಿದ್ದವರು ಮನೆಪಾಠ ಹೇಳಲು ಆರಂಭಿಸಬಹುದು. ಭಾಷಣ, ಸಾಹಿತ್ಯ ಗೋಷ್ಠಿಗಳಲ್ಲಿ ಪಾಲ್ಗೊಳ್ಳಬಹುದು.

ಬ್ಯಾಂಕು ಮತ್ತಿತರ ಕಡೆಗಳಲ್ಲಿ ಕೆಲಸ ಮಾಡಿದವರು ಹಣಕಾಸು ಸಂಸ್ಥೆಗಳಲ್ಲಿ ಸಲಹೆಗಾರರಾಗಿ ತಮ್ಮ ಅನುಭವ ಧಾರೆ ಎರೆಯಬಹುದು. ನಿವೃತ್ತಿ ಬಳಿಕವೂ ಹಲವರು ಹೋಟೆಲ್, ವ್ಯಾಪಾರಿ ಮಳಿಗೆಗಳಲ್ಲಿ ಗುಮಾಸ್ತರಾಗಿ ಕೆಲಸ ಮಾಡುತ್ತ ಒಂದಿಷ್ಟು ಹಣ ಸಂಪಾದಿಸುತ್ತಾರೆ. ಸಾಹಿತ್ಯದ ರುಚಿ ಇದ್ದವರು ಓದು–ಬರೆಹಗಳಲ್ಲಿ ವೇಳೆ ಸದ್ಬಳಕೆ ಮಾಡಿಕೊಳ್ಳುತ್ತಾರೆ. ಎಂಜಿನಿಯರ್ ಆಗಿದ್ದವರು ತಮ್ಮ ನಗರ–ಪಟ್ಟಣಗಳಲ್ಲಿ ನಡೆಯುವ ನಿರ್ಮಾಣ ಕಾರ್ಯದಲ್ಲಿ ತಮ್ಮ ತಾಂತ್ರಿಕ ಕೌಶಲವನ್ನು ಧಾರೆ ಎರೆಯಬಹುದು. ಹಲವರು ಹಳ್ಳಿಗಳಿಗೆ ಮರಳಿ, ಅಲ್ಲೊಂದು ಸಣ್ಣ ತೋಟದ ಮನೆ ಕಟ್ಟಿಸಿಕೊಂಡು ಪರಿಸರದ ಮಡಿಲಲ್ಲಿ ಬೆರೆಯುತ್ತಾರೆ. ಕೃಷಿಕರು, ವೈದ್ಯರಿಗೆ ನಿವೃತ್ತಿ ಎಂಬುದಿಲ್ಲ. ಇಂಥ ಕ್ರಿಯಾಶೀಲ ಚಟುವಟಿಕೆಯಿಂದ ಜಂಜಡಗಳಿಂದ ಮನಸ್ಸು ಮುಕ್ತವಾಗಿ ಲವಲವಿಕೆ ಹೆಚ್ಚುತ್ತದೆ. ಮಹಿಳೆಯರಾದರೆ ಹೊಸರುಚಿ, ಕಸೂತಿ, ಕೈತೋಟ, ಮಹಿಳಾ ಮಂಡಲ, ಟ್ಯೂಷನ್ ಇತ್ಯಾದಿಗಳಲ್ಲಿ ತೊಡಗಿಕೊಳ್ಳತ್ತ ನಿವೃತ್ತಿ ಜೀವನವನ್ನು ಬೇಸರವಿಲ್ಲದಂತೆ ಕಳೆಯಬಹುದು.

ಡಿವಿಜಿ ಅವರೇ ಹೇಳಿದ್ದಾರಲ್ಲ, **‘ದಿವಸದಿಂ ದಿವಸಕ್ಕೆ, ನಿಮಿಷದಿಂ ನಿಮಿಷಕ್ಕೆ, ಭವಿಷ್ಯವ ಚಿಂತಿಸದೆ ಬದುಕು ನೂಕುತಿರು, ವಿವರಗಳ ಜೋಡಿಸುವ ಯಜಮಾನ ಬೇರಿಹನು, ಸವೆಸು ನೀಂ ಜನುಮವನು–ಮಂಕುತಿಮ್ಮ.’**

ನಿವೃತ್ತರಾದ ಪ್ರತಿಯೊಬ್ಬ ವ್ಯಕ್ತಿಯೂ ಸದಾ ಆರೋಗ್ಯವಂತರಾಗಿ ಮತ್ತು ಚಟುವಟಿಕೆಗಳಿಂದ ಇರಲು ಒಂದಲ್ಲ ಒಂದು ರೀತಿಯ ಅಭ್ಯಾಸ/ಪ್ರವೃತ್ತಿಗಳನ್ನು ರೂಢಿಸಿಕೊಳ್ಳುತ್ತಾರೆ:

- ಬೆಳಗಿನ ವಿಹಾರ/ವಾಕಿಂಗ್, ಯೋಗ, ಪ್ರಾಣಾಯಾಮ, ಧ್ಯಾನ, ಇತ್ಯಾದಿಗಳು ನಿಯಮಿತವಾಗಿರಲಿ.
- ಅವಕಾಶ ಸಿಕ್ಕಾಗೆಲ್ಲ ಸಾಹಿತ್ಯ, ಸಂಗೀತ, ಸತ್ಸಂಗದಲ್ಲಿ ತೊಡಗಿಸಿಕೊಳ್ಳಿ.
- ಪ್ರಕೃತಿಯ ಸೊಬಗನ್ನು ಸವಿಯಲು ಪ್ರವಾಸ ಮಾಡಿ, ಮನಸ್ಸು ಉಲ್ಲಸಿತವಾಗುತ್ತದೆ.
- ಸಮಾನ ಮನಸ್ಕ ಮತ್ತು ವಯಸ್ಕರೊಡನೆ ಸೇರಿ ಉತ್ತಮ ವಿಚಾರಗಳನ್ನು ಚಿಂತಿಸಿ, ಸಮಾಜ ಸೇವೆಗೂ ಒಂದಿಷ್ಟು ಸಮಯ ಮೀಸಲಿಡಿ.
- ಮಕ್ಕಳು–ಮೊಮ್ಮಕ್ಕಳೊಂದಿಗೆ ನೀವೂ ಮಕ್ಕಳಾಗಿ ಕಾಲ ಕಳೆಯಲು ನಿವೃತ್ತ ಜೀವನಕ್ಕಿಂತ ಉತ್ತಮ ಅವಕಾಶ ಇರಲಾರದು.

(ಕನ್ನಡ ಮಾಣಿಕ್ಯ, ಜುಲೈ 2016)

ತೆರಿಗೆ ಉಳಿಸಿ, ಬಡ್ಡಿ ಗಳಿಸಿ

ಇದು ವರ್ಷದ ತೆರಿಗೆ ಪಾವತಿ ಕಾಲ. ಹೂಡಿಕೆದಾರರಿಗೆ ತೆರಿಗೆ ರಿಯಾಯಿತಿ ಅಥವಾ ವಿನಾಯಿತಿ ನೀಡಬಲ್ಲ ಹೂಡಿಕೆಗಳ ಕುರಿತು ಯೋಚನೆ ಮಾಡಬೇಕಾದ ಸಂದರ್ಭ. ಷೇರು ಮಾರುಕಟ್ಟೆ ನಿರಂತರ ಪತನದ ಹಾದಿಯಲ್ಲಿರುವಾಗ, ಈಕ್ವಿಟಿ ಸಂಬಂಧಿತ ಉಳಿತಾಯಗಳ ಸಲಹೆಯನ್ನು ಕೊಡುವ ಧೈರ್ಯ ಯಾರಿಗೂ ಇದ್ದಂತಿಲ್ಲ. ಬಹುತೇಕ ಹೂಡಿಕೆದಾರರು ರಿಸ್ಕ್ ತೆಗೆದುಕೊಳ್ಳುವ ಸ್ಥಿತಿಯಲ್ಲಿ ಇರುವುದಿಲ್ಲ. ತೆರಿಗೆಯೂ ಉಳಿಯಬೇಕು, ನಿರಂತರ ಆದಾಯವೂ ಬರುತ್ತಿರಬೇಕು–ಅಂಥ ಒಂದು ಉಳಿತಾಯ ಯೋಜನೆಯಿದ್ದರೆ ಅನುಕೂಲ ಎಂದು ನಿರೀಕ್ಷಿಸುತ್ತಾರೆ.

ಭಾರತೀಯರು ತಮ್ಮ ಆದಾಯದ ಗಣನೀಯ ಮೊತ್ತವನ್ನು ತೆರಿಗೆ ರೂಪದಲ್ಲಿ ಪಾವತಿಸುವುದರಿಂದ ಮಾರ್ಚ್ 31 ಸಮೀಪಿಸುತ್ತಿದ್ದಂತೆಯೇ ತೆರಿಗೆ ಉಳಿಸುವ ಅಥವಾ 80ಸಿ ಅಡಿಯಲ್ಲಿ ತೆರಿಗೆ ವಿನಾಯ್ತಿ ನೀಡುವ ಹೂಡಿಕೆಗಳತ್ತ ಚಿತ್ತ ಹರಿಸುವುದು ಸಹಜವೇ. ಮಾರುಕಟ್ಟೆ ಏರಿಳಿತದಿಂದ ಹಾಗೂ ಬಡ್ಡಿ ದರಗಳ ವ್ಯತ್ಯಾಸದಿಂದ ಬಾಧಿತರಾಗದೆ ಹೂಡಿಕೆ ಅಥವಾ ಉಳಿತಾಯದ ಮೇಲೆ ನಿಶ್ಚಿತ ಆದಾಯ ಬಯಸುವ ವ್ಯಕ್ತಿಗಳಿಗೆ ಹಲವು ಯೋಜನೆಗಳನ್ನು ಸರ್ಕಾರ ರೂಪಿಸಿದೆ. ಅಂಥ ಐದು ಪ್ರಮುಖ ಯೋಜನೆಗಳ ಪರಿಚಯ ಇಲ್ಲಿದೆ.

1. **ನಿಶ್ಚಿತ ಆದಾಯದ ಜತೆಗೆ ತೆರಿಗೆ ವಿನಾಯಿತಿ** ನೀಡುವ ಯೋಜನೆಗಳ ಪೈಕಿ ಮೊದಲ ಸ್ಥಾನದಲ್ಲಿರುವುದು ಪಬ್ಲಿಕ್ ಪ್ರಾವಿಡೆಂಟ್ ಫಂಡ್ (ಪಿಪಿಎಫ್). ಪ್ರಸಕ್ತ ಆರ್ಥಿಕ ವರ್ಷದಲ್ಲಿ ಪಿಪಿಎಫ್ ಬಡ್ಡಿದರ ಶೇ. 8.7 ರಷ್ಟಿದೆ. ಪ್ರತಿ ವರ್ಷವೂ ಸರ್ಕಾರ ಪಿಪಿಎಫ್ ಬಡ್ಡಿದರ ಘೋಷಿಸುತ್ತದೆ. ಈ ಯೋಜನೆಯಲ್ಲಿ ಹೂಡಿಕೆಯನ್ನು ಉತ್ತೇಜಿಸಲು ಬಡ್ಡಿದರವನ್ನು ಶೇ. 9ಕ್ಕೇರಿಸಲು ಪ್ರಸ್ತಾವನೆಯೂ ಸರ್ಕಾರದ ಮುಂದಿದೆ. ಪ್ರತಿ ವರ್ಷ ಈ

ಹೂಡಿಕೆಯ ಮೇಲೆ ಎಷ್ಟು ಬಡ್ಡಿ ಬರುತ್ತದೋ ಅಷ್ಟು ಮೊತ್ತದ ತೆರಿಗೆ ವಿನಾಯ್ತಿಗೆ ಖಾತೆದಾರರು ಅರ್ಹರಿರುತ್ತಾರೆ. ಪಾವತಿ ಆರಂಭಿಸಿ ಮೂರು ವರ್ಷಗಳ ಬಳಿಕ ಉಳಿತಾಯದ ಹಣದ ಮೇಲೆ ಸಾಲ ಪಡೆಯಲು, ಐದು ವರ್ಷಗಳ ಬಳಿಕ ನಿಗದಿತ ಪ್ರಮಾಣದ ಹಣ ಡ್ರಾ ಮಾಡಲು ಅವಕಾಶ ಕಲ್ಪಿಸಲಾಗಿದೆ. ಅದಾಗಲೇ ವಯಸ್ಸು 40–45 ದಾಟಿದ ಹೂಡಿಕೆದಾರರು 15 ರಿಂದ 20 ವರ್ಷಗಳ ಈ ದೀರ್ಘಾವಧಿ ಯೋಜನೆಯಲ್ಲಿ ಹಣ ತೊಡಗಿಸಲು ಮುಂದಾಗುತ್ತಿಲ್ಲ.

3. **ಸಂಚಿತ ಠೇವಣಿ:** ತಮ್ಮ ಕಷ್ಟಾರ್ಜಿತ ಹಣವನ್ನು ಬ್ಯಾಂಕ್ ಅಥವಾ ಅಂಚೆ ಕಚೇರಿಯ ಸಂಚಿತ ಠೇವಣಿಯಲ್ಲಿ ಭದ್ರವಾಗಿಡಲು ಬಯಸುವ ಜನ ಜಾಸ್ತಿ ಇದ್ದಾರೆ. ಮ್ಯೂಚುವಲ್ ಫಂಡ್ ಹಾಗೂ ಷೇರುಗಳಲ್ಲಿ ಆದಾಯದ ಅವಕಾಶ ಜಾಸ್ತಿ ಇದ್ದರೂ ಮಾರುಕಟ್ಟೆಯ ತಲ್ಲಣಗಳಿಗೆ ಅಂಜುವ ಜನ, ನಮಗೇಕೆ ಆ ಗೊಡವೆ? ಕಷ್ಟಪಟ್ಟು ಗಳಿಸಿದ ಹಣ ಭದ್ರವಾಗಿದ್ದರೆ ಸಾಕೆಂದು ಎಫ್‌ಡಿ ಮೊರೆಹೋಗುತ್ತಾರೆ. ಶೇ. 8.25 ರಿಂದ ಶೇ. 8.75 ಬಡ್ಡಿದರ ವಿರುತ್ತದೆ. ಹಿರಿಯ ನಾಗರಿಕರಿದ್ದರೆ ಬಡ್ಡಿದರ ಶೇ. 0.5 ರಷ್ಟು ಜಾಸ್ತಿ.

3. **ರಾಷ್ಟ್ರೀಯ ಉಳಿತಾಯ ಪತ್ರಗಳು:** ಹೂಡಿಕೆಗೆ ಹೆಚ್ಚು ಹಣ ಇಲ್ಲದಿದ್ದರೂ ತೆರಿಗೆ ವಿನಾಯ್ತಿ ನೀಡುವ ರಾಷ್ಟ್ರೀಯ ಉಳಿತಾಯ ಪತ್ರ (ಎನ್‌ಎಸ್‌ಸಿ) ಗಳಲ್ಲಿ ಉಳಿತಾಯ ಮಾಡುವುದು ಹೆಚ್ಚು ಸುಲಭ ಹಾಗೂ ಸುರಕ್ಷಿತ. ಶೇ. 8.4 ಬಡ್ಡಿ ದರದಲ್ಲಿ ಐದು ವರ್ಷಗಳ ಉಳಿತಾಯ ಯೋಜನೆ ಲಭ್ಯವಿದೆ.

4. **ಹಿರಿಯ ನಾಗರಿಕರ ಉಳಿತಾಯ ಯೋಜನೆಗಳು (ಎಸ್‌ಸಿಎಸ್‌ಎಸ್):** ವಯಸ್ಸು 60 ದಾಟಿದ ಹಿರಿಯ ನಾಗರಿಕರಿಗೆ ಶೇ. 9.20 ಬಡ್ಡಿ ದರದ ವಿಶೇಷ ಉಳಿತಾಯ ಯೋಜನೆಯಿದು. ಬಡ್ಡಿ ಆದಾಯಲ್ಲಿ 10 ಸಾವಿರ ತನಕ ತೆರಿಗೆ ವಿನಾಯಿತಿಗೂ ಅರ್ಹತೆ ಇರುತ್ತದೆ.

5. **ಅಂಚೆ ಕಚೇರಿ ಉಳಿತಾಯಗಳು:** ಉಳಿತಾಯ ಖಾತೆ, ಪಿಪಿಎಫ್, ಆರ್‌ಡಿ ಇತ್ಯಾದಿಗಳ ಜತೆಯಲ್ಲಿ ಅಂಚೆ ಕಚೇರಿ ಐದು ವರ್ಷಗಳ ಉಳಿತಾಯ ಯೋಜನೆಗಳನ್ನು ಸಾಕಷ್ಟು ಹಿಂದೆಯೇ ಪರಿಚಯಿಸಿದೆ. ಶೇ. 8.40 ಬಡ್ಡಿ ದರದ ಈ ಯೋಜನೆಯ ಲಾಭವನ್ನು ಅಸಂಖ್ಯಾತ ಗ್ರಾಹಕರು ಅನುಭವಿಸುತ್ತಿದ್ದಾರೆ.

ಇತ್ತೀಚೆಗೆ ಹಣಕಾಸು ಸಚಿವ ಅರುಣ್ ಜೇಟ್ಲಿ ಅವರು ಬಿಡುಗಡೆ ಮಾಡಿರುವ ಹೊಸ ಕಿಸಾನ್ ವಿಕಾಸ ಪತ್ರದಲ್ಲಿ (ಕೆವಿಪಿ) 100 ತಿಂಗಳಿಗೆ (8 ವರ್ಷ ನಾಲ್ಕು ತಿಂಗಳಿಗೆ) ಹಣ ದ್ವಿಗುಣವಾಗುತ್ತದೆ. ಅಂದರೆ, ಈ ಯೋಜನೆಯಲ್ಲಿ ಬಡ್ಡಿದರ ಶೇ. 8.70 ರಷ್ಟು ಜಾಸ್ತಿ ಇದೆ. ಉಳಿತಾಯ ಪತ್ರ

ಖರೀದಿಸಿದಾಗ ಇರುವ ಬಡ್ಡಿದರವೇ ಸ್ಥಿರವಾಗಿರುತ್ತದೆ. ತುರ್ತು ಸಂದರ್ಭಗಳಲ್ಲಿ ಇವುಗಳ ಮೇಲೆ ಗರಿಷ್ಠ ಶೇ. 85 ರಷ್ಟು ಮೊತ್ತದ ಸಾಲ ಪಡೆಯಲು, ಹಣದ ವ್ಯವಸ್ಥೆಯಾದ ಮೇಲೆ ಸಾಲ ಮರುಪಾವತಿಸಲು ಅವಕಾಶವಿದೆ. ಕೇವಲ 1,000 ರೂಪಾಯಿಗಳಿಂದ ಆರಂಭಿಸಿ ಮಿತಿಯಿಲ್ಲದಷ್ಟು ಹೂಡಿಕೆಗೆ ಇದರಲ್ಲಿ ಅವಕಾಶವಿದೆ. 1,000, 5,000, 10,000 ಹಾಗೂ 50,000 ಮುಖಬೆಲೆಯ ಉಳಿತಾಯ ಪತ್ರಗಳನ್ನು ಅಂಚೆ ಕಚೇರಿ ವಿತರಿಸುತ್ತಿದೆ. ಎರಡು ವರ್ಷ ಆರು ತಿಂಗಳ ಲಾಕಿಂಗ್ ಅವಧಿ ಬಳಿಕ ಸಾಲ ಪಡೆಯುವ ಅಥವಾ ಪೂರ್ತಿ ಹಣ ಡ್ರಾ ಮಾಡುವ ಅವಕಾಶವಿದೆ. ವೈಯಕ್ತಿಕವಾಗಿ ಅಥವಾ ಜಂಟಿ ಖಾತೆಗಳಲ್ಲಿ ಉಳಿತಾಯ ಮಾಡಬಹುದು. ಬೇರೆಯವರ ಹೆಸರಿಗೆ ಎಷ್ಟು ಸಲ ಬೇಕಾದರೂ ವರ್ಗಾಯಿಸುವ ಸೌಲಭ್ಯವಿದೆ. ಈ ಯೋಜನೆಯನ್ನು ರಾಷ್ಟ್ರೀಕೃತ ಬ್ಯಾಂಕುಗಳಿಗೂ ವಿಸ್ತರಿಸುವ ಉದ್ದೇಶವಿದೆ. ಬಡ್ಡಿಯ ಮೇಲೂ ತೆರಿಗೆ ವಿಧಿಸಬಹುದಾದ ಈ ಹೂಡಿಕೆಗೆ ತೆರಿಗೆ ವಿನಾಯಿತಿಯೂ ಇಲ್ಲ. ಕೆವೈಸಿ ಕಡ್ಡಾಯವಾದರೂ ಪ್ಯಾನ್ ಕಾರ್ಡ್ ವಿವರ ಸಲ್ಲಿಸಬೇಕಿಲ್ಲ. ಪ್ಯಾನ್ ಕಾರ್ಡ್ ಅಥವಾ ಬ್ಯಾಂಕ್ ಖಾತೆ ಇಲ್ಲದ ಗ್ರಾಮೀಣ ಪ್ರದೇಶದ ಜನರಿಗೆ ಇದು ಹೆಚ್ಚು ಲಾಭದಾಯಕ ಹಾಗೂ ಹೆಚ್ಚು ಸುರಕ್ಷಿತ ಹೂಡಿಕೆ ಎಂದು ಮಾರುಕಟ್ಟೆ ತಜ್ಞರು ಪರಿಗಣಿಸಿದ್ದಾರೆ.

(ಕನ್ನಡ ಮಾಣಿಕ್ಯ, ಜನವರಿ 2017)

ಬ್ಯಾಂಕಿಂಗ್ ಕ್ಷೇತ್ರದಲ್ಲಿ ಇತಿಹಾಸ ಬರೆದ ಮಹಾವಿಲೀನ

ಸ್ಟೇಟ್ ಬ್ಯಾಂಕ್ ಸಮೂಹದ ಎಲ್ಲ ಬ್ಯಾಂಕುಗಳು ಏ. 1 ರಿಂದ ಸ್ಟೇಟ್ ಬ್ಯಾಂಕ್ ಆಫ್ ಇಂಡಿಯಾ ಎಂಬ ಮಹಾ ಸಾಗರವನ್ನು ಸೇರಿಕೊಂಡಿವೆ. ಈ ಮಹಾವಿಲೀನ ದೇಶದ ಆರ್ಥಿಕ ದೃಷ್ಟಿಯಿಂದ ಮಹತ್ವದ ಹೆಜ್ಜೆಯಾಗಿದ್ದು, ಎಸ್‌ಬಿಎಂ, ಎಸ್‌ಬಿಟಿ, ಎಸ್‌ಬಿಬಿಜೆ, ಎಸ್‌ಬಿಎಚ್ ಹಾಗೂ ಎಸ್‌ಬಿಪಿ ಶನಿವಾರದಿಂದ (ಏ. 1) ಸ್ಟೇಟ್ ಬ್ಯಾಂಕ್ ಆಫ್ ಇಂಡಿಯಾ ಹೆಸರಿನಲ್ಲೇ ಗ್ರಾಹಕರಿಗೆ ಸೇವೆ ಒದಗಿಸಲು ಆರಂಭಿಸಿವೆ. 2013 ರಲ್ಲಿ ಕಾರ್ಯಾರಂಭ ಮಾಡಿದ ಭಾರತೀಯ ಮಹಿಳಾ ಬ್ಯಾಂಕ್ ಕೂಡ ವಿಲೀನಗೊಳ್ಳುತ್ತಿದ್ದು, ಸಹವರ್ತಿ ಬ್ಯಾಂಕುಗಳ ಫಲಕಗಳಿದ್ದಲ್ಲಿ ಎಸ್‌ಬಿಐನ ಹೊಸ ಲೋಗೋ ರಾರಾಜಿಸುತ್ತಿದೆ. ವಿಶ್ವದ ಟಾಪ್ 50 ಬ್ಯಾಂಕುಗಳ ಪಟ್ಟಿಯಲ್ಲಿ 45ನೇ ಸ್ಥಾನಕ್ಕೇರಿದ ಎಸ್‌ಬಿಐ, ಅತಿ ಹೆಚ್ಚು ಶಾಖೆಗಳನ್ನು ಹೊಂದಿರುವ ಜಗತ್ತಿನ ಎರಡನೇ ಬ್ಯಾಂಕ್ ಎಂಬ ಖ್ಯಾತಿಗೂ ಪಾತ್ರವಾಯಿತು.

ವಿಲೀನದ ಮೂಲಕ ಬ್ಯಾಂಕಿನ ಒಟ್ಟು ಆಸ್ತಿ ಮೌಲ್ಯ 32 ಲಕ್ಷ ಕೋಟಿಯಿಂದ 40 ಲಕ್ಷ ಕೋಟಿಗೇರಿದೆ. ವಿಲೀನಗೊಂಡ ಐದು ಬ್ಯಾಂಕುಗಳ 20 ಕೋಟಿ ಗ್ರಾಹಕರೂ ಎಸ್‌ಬಿಐ ತೆಕ್ಕೆಗೆ ಬಂದಿದ್ದಾರೆ. ಈ ಮೂಲಕ ಬ್ಯಾಂಕಿನ ಗ್ರಾಹಕರ ಒಟ್ಟು ಸಂಖ್ಯೆಯನ್ನು 55 ಕೋಟಿಗೇರಿಸಿದ್ದಾರೆ.

ಇನ್ನಷ್ಟು ಶಕ್ತಿಯುತ

ಎಲ್ಲ ಸಹವರ್ತಿ ಬ್ಯಾಂಕುಗಳ ಗ್ರಾಹಕರು, ಶೇರುದಾರರು ಹಾಗೂ ಸಿಬ್ಬಂದಿಯನ್ನು ಮಾತೃ ಸಂಸ್ಥೆಯಾದ ಸ್ಟೇಟ್ ಬ್ಯಾಂಕ್ ಆಫ್ ಇಂಡಿಯಾ ತೆಕ್ಕೆಗೆ ನಾವು ಸ್ವಾಗತಿಸುತ್ತಿದ್ದೇವೆ. ವಿಲೀನ ಪ್ರಕ್ರಿಯೆಯನ್ನು ಮೂರು ತಿಂಗಳಲ್ಲಿ ಪೂರ್ಣಗೊಳಿಸಲು ಬ್ಯಾಂಕ್ ಶಕ್ತಿಮೀರಿ ಶ್ರಮಿಸಲಿದೆ. ಈ ಒಗ್ಗೂಡಿಕೆ ಉತ್ಪಾದಕತೆಯನ್ನು ವೃದ್ಧಿಸಲಿದೆ. ಪ್ರಾದೇಶಿಕವಾಗಿ ಇದ್ದ ಅಡ್ಡಿಗಳನ್ನು ನಿವಾರಿಸಲಿದೆ. ಹೆಚ್ಚು ಕೌಶಲಪೂರ್ಣ ಕರ್ತವ್ಯಪರತೆಯನ್ನು ನೀಡಲಿದೆ.

ಗ್ರಾಹಕರಿಗೆ ಉತ್ಕೃಷ್ಟ ಸೇವೆಯನ್ನು ನೀಡಿ ಸಂತೃಪ್ತಿಗೊಳಿಸುವುದು ಈ ಮೂಲಕ ಸಾಧ್ಯವಾಗಲಿದೆ-ಎಂದು ಸ್ಟೇಟ್ ಬ್ಯಾಂಕ್ ಆಫ್ ಇಂಡಿಯಾದ ಅಧ್ಯಕ್ಷರಾದ ಅರುಂಧತಿ ಭಟ್ಟಾಚಾರ್ಯ ಸ್ಫೂರ್ತಿಯುತವಾಗಿ ಹೇಳಿದ್ದು, ಹೊಸ ದಿಕ್ಕಿನತ್ತ ಬ್ಯಾಂಕಿನ ಪಯಣಕ್ಕೆ ದೀವಿಗೆಯಾಗಿದೆ. ನಾವೀಗ 11 ಕೋಟಿ ಜನಧನ ಖಾತೆಗಳನ್ನು ನಿರ್ವಹಿಸಬೇಕಿದ್ದು, ಅದು ದೊಡ್ಡ ಸವಾಲಾಗಲಿದೆ. ಹೀಗಾಗಿ, ಗ್ರಾಹಕರ ಮೇಲೆ ನಾವು ಕೆಲವೊಂದು ಶುಲ್ಕಗಳನ್ನು ಹಾಕಲೇ ಬೇಕಾಗಿದೆ ಎಂದು ಅರುಂಧತಿ ಸಮರ್ಥನೆಯನ್ನೂ ಕೊಟ್ಟುಕೊಂಡರು.

ಹೇಗೆ ನಡೆಯಿತು ಪ್ರಕ್ರಿಯೆ?

ಸ್ಟೇಟ್ ಬ್ಯಾಂಕ್ ಆಫ್ ಇಂಡಿಯಾದಲ್ಲಿ ಐದು ಸಹವರ್ತಿ ಬ್ಯಾಂಕುಗಳ ವಿಲೀನ ಬಜೆಟ್ ಘೋಷಣೆಯಾಗಿತ್ತು. ವಿಲೀನವಾಗುತ್ತಿರುವ ಐದು ಬ್ಯಾಂಕ್‌ಗಳ ನೌಕರರ ತೀವ್ರ ವಿರೋಧದ ನಡುವೆಯೂ 2016ರ ಜೂನ್ 15ಕ್ಕೆ ಕೇಂದ್ರ ಸಂಪುಟ ಸಭೆಯಲ್ಲೂ ಈ ನಿರ್ಧಾರಕ್ಕೆ ಹಸಿರು ನಿಶಾನೆ ಸಿಕ್ಕಿ, 2017ರ ಫೆಬ್ರವರಿ 22ರಂದು ಗೆಜೆಟ್ ನೋಟಿಫಿಕೇಶನ್ ಕೂಡ ಆಗಿದೆ. ಈ ವಿಲೀನ ಪ್ರಕ್ರಿಯೆಗಾಗಿ ನೀಲಿನಕ್ಷೆ ರೂಪಿಸಿ, ಅನುಷ್ಠಾನಗೊಳಿಸಲು 10 ಜನರ ಸಮಿತಿ ರಚಿಸಲಾಗಿತ್ತು. ಇದರ ಫಲಶ್ರುತಿ ಎಂಬಂತೆ ಸ್ಟೇಟ್ ಬ್ಯಾಂಕ್ ಆಫ್ ಮೈಸೂರು, ಸ್ಟೇಟ್ ಬ್ಯಾಂಕ್ ಆಫ್ ತಿರುವಾಂಕೂರು, ಸ್ಟೇಟ್ ಬ್ಯಾಂಕ್ ಆಫ್ ಹೈದರಾಬಾದ್, ಸ್ಟೇಟ್ ಬ್ಯಾಂಕ್ ಆಫ್ ಪಾಟಿಯಾಲಾ ಮತ್ತು ಸ್ಟೇಟ್ ಬ್ಯಾಂಕ್ ಆಫ್ ಬಿಕಾನೇರ್ ಹಾಗೂ ಜೈಪುರ-ಈ ಐದು ಬ್ಯಾಂಕುಗಳ ವಿಲೀನ ಪ್ರಕ್ರಿಯೆ 2017ರ ಏಪ್ರಿಲ್ 1ರಂದು ಆರಂಭವಾಗಿದೆ. ಭಾರತೀಯ ಮಹಿಳಾ ಬ್ಯಾಂಕ್ ಕೂಡ ಏ. 24ರಿಂದ ಸ್ಟೇಟ್ ಬ್ಯಾಂಕ್ ಆಫ್ ಇಂಡಿಯಾದ ತೆಕ್ಕೆಗೇ ಬರುತ್ತಿದೆ. ಒಟ್ಟು ಮೂರು ತಿಂಗಳಲ್ಲಿ ಎಲ್ಲ ಪ್ರಕ್ರಿಯೆ ಪೂರ್ಣಗೊಳ್ಳಲಿದೆ.

ಕಳೆದುಕೊಳ್ಳುವುದು ಏನೂ ಇಲ್ಲ

ಎಸ್‌ಬಿಐ ಮುಖ್ಯಸ್ಥೆ ಅರುಂಧತಿ ಭಟ್ಟಾಚಾರ್ಯ ಹೇಳಿದ್ದರು: 'ವಿಲೀನದಿಂದ ಗಳಿಸುವುದೇ ಹೆಚ್ಚು, ಕಳೆದುಕೊಳ್ಳುವುದು ಏನೂ ಇಲ್ಲ. ಹಾಗೆ ನೋಡಿದರೆ ಇದೊಂದು ವಿನ್-ವಿನ್ ಕಾಂಬಿನೇಷನ್. ಎಸ್‌ಬಿಐಗಿರುವ ಅತಿ ದೊಡ್ಡ ಜಾಲದ ಪ್ರಯೋಜನ ಸಹವರ್ತಿ ಬ್ಯಾಂಕುಗಳಿಗೂ ಸಿಗುತ್ತದೆ. ಉನ್ನತ ತಂತ್ರಜ್ಞಾನದ ಲಾಭವೂ ಲಭಿಸುತ್ತದೆ. ಜಾಗತಿಕ ಮಟ್ಟದ ಟಾಪ್ 50 ಬ್ಯಾಂಕುಗಳ ಪಟ್ಟಿಯಲ್ಲಿ ಭಾರತದ್ದು ಒಂದೂ ಇಲ್ಲ ಎನ್ನುವ ಕೊರಗು ನೀಗುತ್ತದೆ. ವಿಲೀನದಿಂದ ಜಾಗತಿಕ ಮಟ್ಟದಲ್ಲಿ ನಾವೂ ಸದ್ದು ಮಾಡಬಹುದು. ಇದರಿಂದ ವಿಲೀನಗೊಂಡ ಬ್ಯಾಂಕುಗಳು ಹಾಗೂ ಅವುಗಳ ಗ್ರಾಹಕರಿಗೂ

ಅನುಕೂಲ ಜಾಸ್ತಿ. ಲಭ್ಯ ಪ್ರತಿಭೆ, ಸಂಪನ್ಮೂಲಗಳನ್ನು ಬಳಸಿಕೊಂಡು ಗ್ರಾಹಕರಿಗೆ ಇನ್ನಷ್ಟು ಉತ್ತಮ ಸೇವೆ ಕೊಡಬಹುದು.'

ಬ್ಲೂಮ್ ಬರ್ಗ್ ವರದಿಯಂತೆ, ಸ್ಟೇಟ್ ಬ್ಯಾಂಕ್ ಇಂಡಿಯಾ 191 ವಿದೇಶಿ ಸೇರಿದಂತ 16,500 ಶಾಖೆಗಳೊಂದಿಗೆ, 36 ದೇಶಗಳಲ್ಲಿ ವಹಿವಾಟು ಜಾಲ ಹೊಂದಿದೆ. ಈ ಮೂಲಕ ಜಗತ್ತಿನ ಬ್ಯಾಂಕುಗಳ ಪಟ್ಟಿಯಲ್ಲಿ 52ನೇ ಸ್ಥಾನ ಪಡೆದಿತ್ತು. ಈ ವಿಲೀನದಿಂದ ಎಸ್‌ಬಿಐ ವಹಿವಾಟು 37 ಲಕ್ಷ ಕೋಟಿ ಮೀರುತ್ತದೆ. 55 ಕೋಟಿಗೂ ಹೆಚ್ಚು ಗ್ರಾಹಕರು ಇದರ ತೆಕ್ಕೆಗೆ ಬರುತ್ತಾರೆ. ಅಂದರೆ, ದೇಶದ ಜನಸಂಖ್ಯೆಯ ಶೇ. 40ಕ್ಕೂ ಹೆಚ್ಚು ಜನ ಎಸ್‌ಬಿಐ ಗ್ರಾಹಕರಾಗುತ್ತಾರೆ. ಸದ್ಯ ಶೇ. 23 ಮಾರುಕಟ್ಟೆ ಸ್ವಾಮ್ಯ ಹೊಂದಿರುವ ಬ್ಯಾಂಕಿನ ಪಾರುಪತ್ಯ ಇನ್ನಷ್ಟು ವೃದ್ಧಿಸಲಿದೆ. ಮಾ. 31ರ ಲೆಕ್ಕಾಚಾರದಂತೆ ಎಸ್‌ಬಿಐನಲ್ಲಿ 2.07 ಲಕ್ಷ ಉದ್ಯೋಗಿಗಳಿದ್ದು, ಸಹವರ್ತಿ ಬ್ಯಾಂಕುಗಳ ವಿಲೀನದ ಬಳಿಕ ಒಟ್ಟು ಉದ್ಯೋಗಿಗಳ ಸಂಖ್ಯೆ 2.77 ಲಕ್ಷ ಆಗಿದೆ. ವಿಲೀನ ಪ್ರಕ್ರಿಯೆಯಿಂದ 26 ಲಕ್ಷ ಕೋಟಿ ಠೇವಣಿ ಸೇರಿದಂತಾಗಿದೆ. ಒಟ್ಟು ಸಾಲದ ಮೊತ್ತ 18.76 ಲಕ್ಷ ಕೋಟಿ ಇದೆ. ಇದರ ಜತೆಗೆ 23,899 ಶಾಖೆಗಳು ಹಾಗೂ 58 ಸಾವಿರ ಎಟಿಎಂಗಳೂ ಈ ಜಾಲವನ್ನು ಇನ್ನಷ್ಟು ವಿಸ್ತಾರಗೊಳಿಸಲಿವೆ.

ಪ್ರಸ್ತಾಪವೇಕೆ?

ಜಾಗತಿಕ ಮಟ್ಟದಲ್ಲಿ ನಮ್ಮ ಅಸ್ತಿತ್ವ ತೋರ್ಪಡಿಸಲು, ಹಣಕಾಸು ವಿಷಯದಲ್ಲಿ ಇನ್ನಷ್ಟು ಬಲಿಷ್ಠರಾಗಲು ಈ ವಿಲೀನದ ಪ್ರಸ್ತಾಪ ಮುಂದಿಡಲಾಗಿತ್ತು. ವಿಲೀಕ ಪ್ರಕ್ರಿಯೆಯ ಎಲ್ಲ ಕಾರ್ಯಚಟುವಟಿಕೆಯನ್ನು ವಾರಾಂತ್ಯದಲ್ಲಿ ಮಾತ್ರ ಮಾಡಲು ಸಾಧ್ಯವಿದೆ. ಬ್ಯಾಂಕುಗಳಲ್ಲಿ ವಹಿವಾಟು ನಡೆಯುತ್ತಿರುವಾಗ ಮಾಡಲಾಗದು. ಸಹವರ್ತಿ ಬ್ಯಾಂಕುಗಳ ಹೂಡಿಕೆದಾರರ ಶೇರುಗಳನ್ನು ಎಸ್‌ಬಿಐಗೆ ಬದಲಾಯಿಸುವ ಪ್ರಕ್ರಿಯೆಗೆ ಸುಮಾರು 30 ದಿನಗಳ ಕಾಲಾವಕಾಶ ಬೇಕಾಗುವುದು. ಒಂದೆರಡು ತಿಂಗಳಲ್ಲಿ ಎಲ್ಲ ಶಾಖೆಗಳ 'ರೀ ಬ್ರ್ಯಾಂಡಿಂಗ್' ಪ್ರಕ್ರಿಯೆ ನಡೆಯಲಿದೆ ಎಂದೂ ಭಟ್ಟಾಚಾರ್ಯ ವಿವರಿಸಿದರು.

ಸ್ವಚ್ಛ ಬ್ಯಾಲೆನ್ಸ್ ಶೀಟ್

ಈ ಮಹಾ ವಿಲೀನಕ್ಕೆ ರಿಸರ್ವ್ ಬ್ಯಾಂಕ್ ಆಫ್ ಇಂಡಿಯಾದ ನಿಕಟಪೂರ್ವ ಗವರ್ನರ್ ರಘುರಾಮ ರಾಜನ್ ಕೂಡ ಕಾರಣ ಎನ್ನಲಡ್ಡಿಯಿಲ್ಲ. ಮೋದಿ ಸ್ವಚ್ಛ ಭಾರತ ಅಭಿಯಾನ ಶುರು ಮಾಡಿದರಲ್ಲ, ಅದೇ ರೀತಿ ಸ್ವಚ್ಛ ಬ್ಯಾಲೆನ್ಸ್ ಶೀಟ್ ಎಂಬ ಪರಿಕಲ್ಪನೆಯನ್ನು ರಘುರಾಮ ರಾಜನ್ ಮುಂದಿಟ್ಟರು. ವಸೂಲಾಗದೆ ಉಳಿದ ಸಾಲಗಳನ್ನು ಬ್ಯಾಂಕುಗಳು ಎನ್‌ಪಿಎ (ನಾನ್-ಪರ್ಫಾರ್ಮಿಂಗ್

ಅಸೆಟ್ಸ್) ಎಂದು ತೋರಿಸುತ್ತಿದ್ದವು. ವಾಸ್ತವದಲ್ಲಿ ಲಾಭ ಇಲ್ಲದಿದ್ದರೂ ಈ ವರ್ಷ ಇಷ್ಟು ಲಾಭ ಎಂದು ಬರೆದುಕೊಳ್ಳುತ್ತಿದ್ದವು. ಬ್ಯಾಂಕುಗಳು ಭರ್ಜರಿ ಲಾಭ ಮಾಡಿಕೊಳ್ಳುತ್ತಿವೆ ಎಂದೂ ಯಾರಾದರೂ ಭಾವಿಸುವಂತೆ ಕೃಷ್ಣನ ಲೆಕ್ಕ ಮಾಡಿ, ದೊಡ್ಡ ಜಾಹೀರಾತುಗಳನ್ನು ಕೊಟ್ಟು ಬೆನ್ನು ತಟ್ಟಿಕೊಳ್ಳುತ್ತಿದ್ದವು. ಬ್ಯಾಂಕುಗಳಲ್ಲಿ ವಸೂಲಾಗದ ಸಾಲವೂ (ಎನ್‌ಪಿಎ) ಸರಿಸುಮಾರು ಅದೇ ಪ್ರಮಾಣದಲ್ಲಿ ಏರುತ್ತಿತ್ತು. ಆದರೂ ತೋರಿಸುವುದು ಲಾಭವನ್ನೇ ಆಗಿತ್ತು.

ಆಗ ರಾಜನ್ ಹೇಳಿದರು: 'ಈ ರೀತಿ ನಮಗೆ ನಾವೇ ಮೋಸ ಮಾಡಿಕೊಳ್ಳುವ ಆಟ ಸಾಕು. ವಸೂಲಾಗದೆ ಉಳಿದ ಸಾಲವನ್ನು ಕೆಟ್ಟ ಸಾಲ ಎಂದು ವಿಂಗಡಿಸಿ ನಿಮ್ಮ ಲಾಭದಲ್ಲಿ ಕಳೆಯುತ್ತಾ ಬನ್ನಿ.' ಸರಳವಾಗಿ ಹೇಳಬೇಕೆಂದರೆ, ಒಂದು ಬ್ಯಾಂಕಿನ ಕಳೆದ ಮೂರು ವರ್ಷಗಳ ಲಾಭ 600 ಕೋಟಿ ಇದ್ದರೆ, ವಸೂಲಾಗದ ಸಾಲದ ಮೊತ್ತ 500 ಕೋಟಿ. ಲಾಭದಿಂದ ಅದನ್ನು ಕಳೆದರೆ ನಿವ್ವಳ ಲಾಭ ಕೇವಲ 100 ಕೋಟಿ ಆಗಿರುತ್ತದೆ.

ಭವಿಷ್ಯದ ದೃಷ್ಟಿಯಿಂದ ರಾಜನ್ ತೆಗೆದುಕೊಂಡಿದ್ದ ನಿರ್ಧಾರ ಅತ್ಯಂತ ಸೂಕ್ತವಾಗಿದ್ದರೂ, ಹೂಡಿಕೆದಾರರಿಗೆ ತಪ್ಪು ಸಂದೇಶ ಹೋಗಲಿಲ್ಲವೇ ಎಂದು ಕೇಳಬಹುದು. ವಾಸ್ತವದಲ್ಲಿ ಇಷ್ಟು ದಿನ ಬ್ಯಾಂಕುಗಳ ಆರ್ಥಿಕ ಸ್ಥಿತಿ ಆರೋಗ್ಯಪೂರ್ಣವಾಗಿದೆ ಎಂಬ ಭ್ರಮೆಯಲ್ಲಿದ್ದೆವು. ಅವೂ ಸಾರ್ವಜನಿಕ ಸ್ವಾಮ್ಯದ ಇತರ ಕೈಗಾರಿಕೆಗಳಂತೆ ರೋಗಗ್ರಸ್ತವಾಗಿವೆ ಎಂಬುದನ್ನು ಅವರು ಜಗಜ್ಜಾಹೀರು ಮಾಡಿದರಷ್ಟೇ. ಆದರೆ, ರಾಜನ್ ಅವರ ಈ ನಿರ್ಧಾರದಿಂದ ಬ್ಯಾಂಕುಗಳ ಸ್ಥಿತಿ ಬಿಗಡಾಯಿಸಿತು. ಸರ್ಕಾರ ವಿಧಿಯಿಲ್ಲದೆ ಬ್ಯಾಂಕ್‌ಗಳಲ್ಲಿ ಸಾವಿರಾರು ಕೋಟಿ ರೂಪಾಯಿ ಮರು ಹೂಡಿಕೆ ಮಾಡಿ ಕುಸಿತವನ್ನು ತಡೆಗಟ್ಟಿತು. ಈ ಕುಸಿತದ ನಂತರ ಬ್ಯಾಂಕಿಂಗ್ ಕ್ಷೇತ್ರದ ಸುಸ್ಥಿರ ಬೆಳವಣಿಗೆ, ಅಭಿವೃದ್ಧಿ ದೃಷ್ಟಿಯಿಂದ ಕೇಂದ್ರ ಸರ್ಕಾರ ಬ್ಯಾಂಕುಗಳ ವಿಲೀನ ಪ್ರಕ್ರಿಯೆಗೆ ಮುಂದಾಯಿತು.

ವಿಲೀನದ ಲಾಭಗಳೇನು?

ವಿಲೀನಗೊಳ್ಳುವ ಎಲ್ಲ ಬ್ಯಾಂಕುಗಳ ಠೇವಣಿ, ಸಾಲ, ಆಸ್ತಿಗಳು, ಸಂಪನ್ಮೂಲಗಳು, ತಂತ್ರಜ್ಞಾನಗಳು, ಸೌಲಭ್ಯ, ಸಿಬ್ಬಂದಿ ಎಲ್ಲವೂ ಒಂದೇ ತೆಕ್ಕೆಯಲ್ಲಿ ಬರುತ್ತವೆ. ಹೆಚ್ಚುವರಿ ಶಾಖೆಗಳನ್ನು ಮುಚ್ಚಿ ಅಥವಾ ವಿಲೀನೊಳಿಸಿ, ನಿರ್ವಹಣೆಯ ಖರ್ಚು ಕಡಿಮೆ ಮಾಡಿಕೊಳ್ಳಬಹುದು. ಸದ್ಯಕ್ಕೆ ಹೊಸ ನೇಮಕಾತಿ ಮಾಡಿಕೊಳ್ಳುವ ಅಗತ್ಯವಿಲ್ಲದೆ, ಇರುವ ಸಿಬ್ಬಂದಿ ಸಾಮರ್ಥ್ಯವನ್ನೇ ಹೆಚ್ಚು ಸದ್ಬಳಕೆ ಮಾಡಿಕೊಳ್ಳುವುದರಿಂದ ಆರ್ಥಿಕ ಹೊರೆಯೂ ತಗ್ಗುತ್ತದೆ. ಇನ್ನೊಂದು ಬ್ಯಾಂಕಿನಿಂದ ಎರವಲು ಪಡೆದು ವಹಿವಾಟು ನಡೆಸುವ ಕಷ್ಟ

ತಪ್ಪುತ್ತದೆ. ಇನ್ನೊಂದು ಬ್ಯಾಂಕಿಗೆ ಕೊಡುವ ಸಾಲದ ಮೇಲಿನ ಬಡ್ಡಿ ನೇರ ಉಳಿತಾಯಕ್ಕೆ ಸೇರುತ್ತದೆ. ಗ್ರಾಹಕರಿಗೆ ನೇರವಾಗಿ ಸಾಲ ಕೊಟ್ಟು, ಹೆಚ್ಚು ಬಡ್ಡಿ ಸಂಪಾದಿಸಬಹುದು. ಹೆಚ್ಚಿನ ಗ್ರಾಹಕರ ಸಂಖ್ಯೆ, ಅಧಿಕ ವಹಿವಾಟು, ಒಂದೇ ಸೂರಿನಡಿ ಹಲವು ಸೌಲಭ್ಯ ಒದಗಿಸುವ ಜತೆಗೆ ಸಾಲ ವಸೂಲಾತಿಯು ತ್ವರಿತವಾಗಿ ನಡೆದು ಬ್ಯಾಂಕು ಇನ್ನಷ್ಟು ಲಾಭ ಮಾಡಿಕೊಳ್ಳುವ ಅವಕಾಶಗಳಿವೆ.

ಅಪಸ್ವರವೇಕೆ?

ಈ ವಿಲೀನಕ್ಕೆ ದೊಡ್ಡ ಧ್ವನಿಯಲ್ಲಿ ಅಪಸ್ವರ ಎತ್ತಿದವರು ನೌಕರರು. ಏಕೆಂದರೆ, ಒಂದೇ ಪ್ರದೇಶದಲ್ಲಿರುವ ಹಲವು ಶಾಖೆಗಳಲ್ಲಿ ಕೆಲವನ್ನು ಮುಚ್ಚಲಾಗುತ್ತದೆ. ಇನ್ನೂ ಕೆಲವು ಸಮೀಪದ ಶಾಖೆಯಲ್ಲಿ ವಿಲೀನಗೊಳ್ಳುತ್ತವೆ. ಆಗ ಆ ಶಾಖೆಗಳಲ್ಲಿ ಕೆಲಸ ಮಾಡುವವರು ಒಂದೋ ವರ್ಗಾವಣೆಗೊಳ್ಳುವ ಇಲ್ಲವೇ ಸ್ವಯಂ ನಿವೃತ್ತಿ ಪಡೆಯುವ ಒತ್ತಡಕ್ಕೆ ಒಳಗಾಗುವ ಅಥವಾ ಕೆಲಸ ಕಳೆದುಕೊಳ್ಳುವ ಭೀತಿ ಎದುರಿಸುತ್ತಿದ್ದಾರೆ. ಆದರೆ, ಅಂಥ ಯಾವ ಆತಂಕವೂ ಬೇಡ. ಸಹವರ್ತಿ ಬ್ಯಾಂಕುಗಳ ಯಾವ ನೌಕರರಿಗೂ ಅನ್ಯಾಯವಾಗದು. ಅವರೆಲ್ಲರಿಗೂ ಪರ್ಯಾಪ್ತ ವೇತನವನ್ನೂ ನೀಡಲಾಗುವುದು ಎಂದು ಭಟ್ಟಾಚಾರ್ಯ ಧೈರ್ಯ ಹೇಳಿದ ಮೇಲೆ, ವಿಲೀನ ಪ್ರಕ್ರಿಯೆ ನಿರಾತಂಕವಾಗಿ ನಡೆದಿದೆ.

104 ವರ್ಷ ಹಳೆಯ ಎಸ್‌ಬಿಎಂ

ಕನ್ನಡಿಗರ ಹೆಮ್ಮೆಯ 'ಮೈಸೂರು ಬ್ಯಾಂಕ್' ಎಂದೇ ಮನೆ ಮಾತಾಗಿದ್ದ ಸ್ಟೇಟ್ ಬ್ಯಾಂಕ್ ಆಫ್ ಮೈಸೂರು 104 ವರ್ಷಗಳ ಅವಿರತ ಸೇವೆ ಬಳಿಕ ಸ್ಟೇಟ್ ಬ್ಯಾಂಕ್ ಆಫ್ ಇಂಡಿಯಾದಲ್ಲಿ ಅಧಿಕೃತವಾಗಿ ವಿಲೀನಗೊಳ್ಳುವ ಮೂಲಕ ಈಗ ಇತಿಹಾಸದ ಪುಟ ಸೇರಿದೆ. ಬ್ಯಾಂಕುಗಳ ಕೇಂದ್ರೀಕರಣ ನೀತಿಯಿಂದಾಗಿ ಐದು ಸಹವರ್ತಿ ಬ್ಯಾಂಕುಗಳು ಒಂದಾಗಿ ದೇಶದ ಅತಿದೊಡ್ಡ ಬ್ಯಾಂಕಿಂಗ್ ಜಾಲವಾಗಿ ರೂಪುಗೊಂಡಿವೆ. ಎಸ್‌ಬಿಟಿ 1945, ಎಸ್‌ಬಿಬಿಜೆ 1944, ಎಸ್‌ಬಿಪಿ 1917, ಎಸ್‌ಬಿಎಚ್ 1941 ರಲ್ಲಿ ಸ್ಥಾಪನೆಯಾಗಿದ್ದವು. ಸ್ಟೇಟ್ ಬ್ಯಾಂಕ್ ಆಫ್ ಮೈಸೂರು 1913ರ ಅಕ್ಟೋಬರ್ 2 ರಂದು ಬೆಂಗಳೂರಿನ ಅವೆನ್ಯೂ ರಸ್ತೆಯ ಸಣ್ಣ ಕಟ್ಟಡದಲ್ಲಿ ಅಸ್ತಿತ್ವಕ್ಕೆ ಬಂತು. ಕಾಲಯಾನದಲ್ಲಿ ಹೆಮ್ಮರವಾಗಿ ಬೆಳೆದು, ಕನ್ನಡಿಗರ ಹೆಮ್ಮೆಯೂ ಆಯಿತು. ಸರ್ ಎಂ. ವಿಶ್ವೇಶ್ವರಯ್ಯ ಅಧ್ಯಕ್ಷರಾಗಿದ್ದ ಸಮಿತಿಯ ಶಿಫಾರಸಿನಂತೆ ಬೆಂಗಳೂರಿನಲ್ಲಿ 1913 ಅಕ್ಟೋಬರ್ 2 ರಂದು ದಿ ಬ್ಯಾಂಕ್ ಆಫ್ ಮೈಸೂರು ಲಿ., ಸ್ಥಾಪಿಸಲಾಯಿತು. ಆರಂಭದಲ್ಲಿ ಶ್ರೀ ನಾಲ್ವಡಿ ಕೃಷ್ಣರಾಜ ಒಡೆಯರ್ 20 ಲಕ್ಷ ರೂ. ಬಂಡವಾಳ ಹೂಡಿಕೆ ಮಾಡಿದ್ದರು.

100 ವರ್ಷಕ್ಕಿಂತ ಹಳೆಯದಾಗಿರುವ ಎಸ್‌ಬಿಎಂ ಕೇಂದ್ರ ಕಚೇರಿ ಕಟ್ಟಡವನ್ನು ಪಾರಂಪರಿಕ ಕಟ್ಟಡವಾಗಿ ಸಂರಕ್ಷಿಸಲಾಗುತ್ತದೆ. ಅಲ್ಲಿ ಬ್ಯಾಂಕಿನ ಇತಿಹಾಸ, ಬೆಳವಣಿಗೆ ಕೊಡುಗೆ ಹಾಗೂ ಸಾಧನೆಗಳ ಪರಿಚಯ ಮಾಡಿಕೊಡುವ 'ನೆನಪು' ಸಾಕ್ಷ್ಯಚಿತ್ರಗಳ ಸಂಗ್ರಹವನ್ನು ಅನಾವರಣಗೊಳಿಸಲಾಗಿದೆ. ಕೊನೆಯ ದಿನ ಭಾವುಕರಾದ ಸಿಬ್ಬಂದಿ ದೀಪ ಬೆಳಗಿ ಎಸ್‌ಬಿಎಂಗೆ ವಿದಾಯ ಹೇಳಿದರು. ನಾಲ್ವಡಿ ಕೃಷ್ಣರಾಜ ಒಡೆಯರ್ ಹಾಗೂ ವಿಶ್ವೇಶ್ವರಯ್ಯ ಪ್ರತಿಮೆಗಳ ಜತೆಗೆ ಭಾವಚಿತ್ರಗಳನ್ನು ತೆಗೆಸಿಕೊಂಡರು. ಈ ಕಟ್ಟಡದ ಸಮೀಪದಲ್ಲೇ ಇರುವ ಎಸ್‌ಬಿಎಂ ವೃತ್ತ ಅದೇ ಹೆಸರಿನೊಂದಿಗೆ ಬ್ಯಾಂಕಿನ ಸೇವೆಯನ್ನು ಜನಮಾನಸದಲ್ಲಿ ಚಿರಸ್ಥಾಯಿ ಆಗಿಸಲಿದೆ. ಅಲ್ಲದೆ, ಬೆಂಗಳೂರಿನಲ್ಲಿರುವ ಎಸ್‌ಬಿಎಂನ 70 ಶಾಖೆಗಳನ್ನು ಉಳಿಸಿಕೊಳ್ಳಲೂ ಎಸ್‌ಬಿಐ ನಿರ್ಧರಿಸಿದೆ. ವಿಲೀನದ ಬಗ್ಗೆ ಎಸ್‌ಬಿಎಂನ ಒಂದು ಕೋಟಿ ಗ್ರಾಹಕರಿಗೆ ಬ್ಯಾಂಕು ಪತ್ರಗಳನ್ನೂ ಕಳುಹಿಸಲಿದೆ.

2008 ರಲ್ಲೇ ಆರಂಭ

ಸ್ಟೇಟ್ ಬ್ಯಾಂಕ್ ಆಫ್ ಸೌರಾಷ್ಟ್ರವನ್ನು 2008ರಲ್ಲೇ ಎಸ್‌ಬಿಐ ತನ್ನ ತೆಕ್ಕೆಗೆ ಪಡೆದಿತ್ತು. ಎರಡು ವರ್ಷಗಳ ಬಳಿಕ (2010ರಲ್ಲಿ) ಸ್ಟೇಟ್ ಬ್ಯಾಂಕ್ ಆಫ್ ಇಂದೋರ್ ವಿಲೀನವಾಯಿತು. ಈ ಸಲ ಎಸ್‌ಬಿಐ ಆಡಳಿತ ಮಂಡಳಿ ತನ್ನ ವಿಶೇಷ ಸಭೆಯಲ್ಲಿ ವಿಲೀನದ ಪ್ರಸ್ತಾಪವನ್ನು ಅಂಗೀಕರಿಸಿತ್ತು. ಅದರಂತೆ ಸ್ಟೇಟ್ ಬ್ಯಾಂಕ್ ಆಫ್ ಬಿಕಾನೇರ್ ಹಾಗೂ ಪಟಿಯಾಲಾದ ಪ್ರತಿ ಶೇರುದಾರರು ತಾವು ಹೊಂದಿರುವ 10 ಶೇರುಗಳಿಗೆ ಎಸ್‌ಬಿಐನ 28 ಶೇರುಗಳನ್ನು ಪಡೆಯಲಿದ್ದಾರೆ. ಅದೇ ರೀತಿ, ಎಸ್‌ಬಿಎಂ ಹಾಗೂ ಎಸ್‌ಬಿಟಿ ಶೇರುದಾರರು ತಾವು ಹೊಂದಿರುವ 22 ಶೇರುಗಳಿಗೆ ಎಸ್‌ಬಿಐನ 10 ಶೇರುಗಳನ್ನು ಪಡೆಯುವರು. ಎಸ್‌ಬಿಬಿಜೆದಲ್ಲಿ ಎಸ್‌ಬಿಐನ ಶೇ. 75ರಷ್ಟು, ಎಸ್‌ಬಿಎಂನಲ್ಲಿ ಶೇ. 90 ಹಾಗೂ ಎಸ್‌ಬಿಟಿಯಲ್ಲಿ ಶೇ. 79 ಪಾಲು ಹೊಂದಿತ್ತು. ಸ್ಟೇಟ್ ಬ್ಯಾಂಕ್ ಆಫ್ ಪಟಿಯಾಲಾ ಹಾಗೂ ಸ್ಟೇಟ್ ಬ್ಯಾಂಕ್ ಆಫ್ ಹೈದರಾಬಾದ್ ಎರಡೂ ಲಿಸ್ಟೆಡ್ ಆಗಿರಲಿಲ್ಲ. ಇವು ಎಸ್‌ಬಿಐ ಅಧೀನದಲ್ಲೇ ಇದ್ದು, ಹಣ ಹೊರಹರಿವು ಅಥವಾ ಶೇರುಗಳ ಅದಲಿ–ಬದಲಿ ಅಗತ್ಯವಿಲ್ಲ ಎಂಬ ಕಾರಣಕ್ಕೆ ಇವುಗಳ ವಿಲೀನಕ್ಕೆ ಎಸ್‌ಬಿಐ ಪ್ರತ್ಯೇಕ ಮಾರ್ಗಸೂಚಿಯನ್ನೇ ರೂಪಿಸಿತ್ತು.

ಶಾಖೆಗಳ ವಿಲೀನವೂ ಖಚಿತ

ಸ್ಟೇಟ್ ಬ್ಯಾಂಕ್ ಆಫ್ ಇಂಡಿಯಾದ ವ್ಯವಸ್ಥಾಪಕ ನಿರ್ದೇಶಕ ರಜನೀಶ್ ಕುಮಾರ್ ಹೇಳುವಂತೆ, ವಿಲೀನ ಪ್ರಕ್ರಿಯೆ ಪೂರ್ಣಗೊಳಿಸಲು

ರಿಸರ್ವ್ ಬ್ಯಾಂಕಿನಿಂದ ಮೂರು ತಿಂಗಳ ಕಾಲಾವಕಾಶ ಕೇಳಲಾಗಿದೆ. ಹೀಗಾಗಿ, ಇದು ತ್ವರಿತವಾಗಿ ನಡೆಯಬೇಕಿದೆ. ವಿಲೀನಗೊಂಡಿರುವ ಎಲ್ಲ ಬ್ಯಾಂಕುಗಳ ಡಾಟಾ ಕ್ರೋಡೀಕರಣವಾದ ಮೇಲೆ ಗ್ರಾಹಕರಿಗೆ ಹೊಸ ಪಾಸ್‌ಬುಕ್ ಹಾಗೂ ಹೊಸ ಚೆಕ್‌ಬುಕ್ ನೀಡಲಾಗುತ್ತದೆ. ವಿಲೀನ ಪ್ರಕ್ರಿಯೆ ಪೂರ್ಣಗೊಂಡ ಬಳಿಕ ಸುಮಾರು 1500ಕ್ಕೂ ಹೆಚ್ಚು ಶಾಖೆಗಳನ್ನು ಮುಚ್ಚುವುದು ಅನಿವಾರ್ಯವಾಗುತ್ತದೆ. ಒಂದೇ ಪ್ರದೇಶದಲ್ಲಿ ಈ ಬ್ಯಾಂಕುಗಳ ಪ್ರತ್ಯೇಕ ಶಾಖೆಗಳಿವೆ. ಅವುಗಳಲ್ಲಿ ಒಂದು ಶಾಖೆಯನ್ನು ಉಳಿಸಿಕೊಂಡು ಉಳಿದವುಗಳನ್ನು ಮುಚ್ಚಿ, ಎಲ್ಲ ಗ್ರಾಹಕರನ್ನು ಅದರ ತೆಕ್ಕೆಗೆ ತರುವುದು ಅಗತ್ಯ. ಯಾವ ಶಾಖೆಯನ್ನು ಮುಚ್ಚಬೇಕು ಎಂಬುದು ಅದರ ಗಾತ್ರ, ವಹಿವಾಟು ಹಾಗೂ ಇರುವ ಸ್ಥಳವನ್ನು ಅವಲಂಬಿಸಿರುತ್ತದೆ.

ಗಮನಿಸಬೇಕಾದ ಅಂಶಗಳೇನು?

ದೇಶದ ಅತಿ ದೊಡ್ಡ ಸಾಲದಾತ ಬ್ಯಾಂಕ್ ಆಗಿರುವ ಕಾರಣಕ್ಕೆ ಸ್ಟೇಟ್ ಬ್ಯಾಂಕ್ ಆಫ್ ಇಂಡಿಯಾದಲ್ಲಿ ಪಾವತಿಯಾಗದೇ ಇರುವ ಸಾಲದ ಲೆಕ್ಕಗಳೂ ದೊಡ್ಡ ಸಂಖ್ಯೆಯಲ್ಲಿವೆ. ವಿಲೀನಗೊಳ್ಳುತ್ತಿರುವ ಸಹವರ್ತಿ ಬ್ಯಾಂಕುಗಳಲ್ಲೂ ಅನುತ್ಪಾದಕ ಸಾಲಗಳ ಸಂಖ್ಯೆ ಜಾಸ್ತಿಯೇ ಇದೆ. ಇನ್ನು ಮುಂದೆ ಇವೆಲ್ಲವೂ ಒಂದೇ ಬ್ಯಾಂಕಿನ ಲೆಕ್ಕಕ್ಕೆ ಬರುತ್ತವೆ. ಒಬ್ಬನೇ ವ್ಯಕ್ತಿಯ ಹಲವು ಅನುತ್ಪಾದಕ ಸಾಲಗಳು ಈ ಸಹವರ್ತಿ ಬ್ಯಾಂಕುಗಳಲ್ಲಿ ಉಳಿದಿರುವ ಸಾಧ್ಯತೆಯೂ ಇರುವುದರಿಂದ ಇವುಗಳನ್ನೆಲ್ಲ ಹೇಗೆ ವಸೂಲಿ ಮಾಡಲಾಗುತ್ತದೆ ಎಂಬುದು ಗಮನಾರ್ಹ ಅಂಶ.

ಸಹವರ್ತಿ ಬ್ಯಾಂಕುಗಳಾದ ಸ್ಟೇಟ್ ಬ್ಯಾಂಕ್ ಆಫ್ ಮೈಸೂರು ಹಾಗೂ ತಿರುವಾಂಕೂರು ಇವು ಕಳೆದ ಡಿಸೆಂಬರ್‌ಗೆ ಮುಗಿದ ತ್ರೈಮಾಸಿಕದಲ್ಲಿ ನಷ್ಟ ಅನುಭವಿಸಿವೆ. ಸಾಲ ನೀಡಿಕೆಯೂ ಇತ್ತೀಚೆಗೆ ಆಶಾದಾಯಕವಾಗಿಲ್ಲ. ಬಡ್ಡಿ ಆದಾಯ ಕಡಿಮೆಯಾಗುತ್ತಿರುವುದು ಆತಂಕಕಾರಿ ಬೆಳವಣಿಗೆ. ಇವೆಲ್ಲವೂ ಸೇರಿ ಸ್ಟೇಟ್ ಬ್ಯಾಂಕ್ ಆಫ್ ಇಂಡಿಯಾದ ಲಾಭದ ಮೇಲೆ ಪರಿಣಾಮ ಬೀರುವ ಸಾಧ್ಯತೆಯನ್ನು ಅಲ್ಲಗಳೆಯುವಂತಿಲ್ಲ.

ತಂತ್ರಜ್ಞಾನದ ಸದ್ಬಳಕೆಯಲ್ಲಿ ಎಸ್‌ಬಿಐ ಸಾಕಷ್ಟು ಮುಂದಿದ್ದರೂ ಇತರ ಸಹವರ್ತಿ ಬ್ಯಾಂಕುಗಳು ತುಂಬ ಹಿಂದಿವೆ. ಸಹವರ್ತಿ ಬ್ಯಾಂಕುಗಳ ಡಾಟಾ ಹಂಚಿಕೊಳ್ಳುವಾಗ ಮಾಹಿತಿ ಸೋರಿಕೆ ಅಪಾಯವೂ ಇರುತ್ತದೆ. ತಂತ್ರಜ್ಞಾನದ ಸೇವೆಯನ್ನು ಎಲ್ಲ ಶಾಖೆಗಳಿಗೂ ವಿಸ್ತರಿಸುವ ಅಗತ್ಯವಿರುತ್ತದೆ. ಇದನ್ನೆಲ್ಲ ಹೇಗೆ ನಿಭಾಯಿಸುತ್ತದೆ, ಆಗಾಗ ಕಾಡುವ ಸರ್ವರ್ ಸಮಸ್ಯೆಗೆ ಏನು ಪರಿಹಾರ ಕಂಡುಕೊಳ್ಳುತ್ತದೆ ಎಂಬುದೂ ಕುತೂಹಲಕಾರಿ ಸಂಗತಿ.

ವಿಸ್ತರಣ ಚಟುವಟಿಕೆಯ ಭಾಗವಾಗಿ ಎಲ್ಲ ಬ್ಯಾಂಕುಗಳು ದೇಶಾದ್ಯಂತ ಸಾವಿರಾರು ಶಾಖೆಗಳನ್ನು ಆರಂಭಿಸಿವೆ. ವಿಲೀನದ ಬಳಿಕ ಅತಿ ಹೆಚ್ಚು ಶಾಖೆ ಹಾಗೂ ಎಟಿಎಂಗಳನ್ನು ಹೊಂದಿರುವ ಬ್ಯಾಂಕ್ ಎಂಬ ಖ್ಯಾತಿಗೆ ಎಸ್‌ಬಿಐ ಪಾತ್ರವಾಗಲಿದೆ. ಒಂದೇ ಪ್ರದೇಶದಲ್ಲಿ ಒಂದಕ್ಕಿಂತ ಹೆಚ್ಚು ಶಾಖೆಗಳು ಬರುವುದರಿಂದ ವೃಥಾ ಖರ್ಚು ಎಂಬುದು ಬ್ಯಾಂಕಿನ ತರ್ಕ. ಇವುಗಳಲ್ಲಿ ಯಾವುದನ್ನು ಮುಚ್ಚಬೇಕು, ಯಾವುದನ್ನು ಉಳಿಸಿಕೊಳ್ಳಬೇಕು ಎಂಬುದನ್ನು ನಿರ್ಧರಿಸುವುದೂ ಸವಾಲೇ ಸರಿ. ಒಂದು ನಿರೀಕ್ಷೆಯ ಪ್ರಕಾರ, ಮುಖ್ಯ ಶಾಖೆಯೊಂದಿಗೆ ಇತರ ಶಾಖೆಗಳ ವಿಲೀನವಾಗಲಿದ್ದು (ಎಸ್‌ಬಿಐ ಸೇವೆ ಇಲ್ಲದ ಪ್ರದೇಶಕ್ಕೆ ಶಾಖೆಗಳನ್ನು ಸ್ಥಳಾಂತರಿಸುವ ಯೋಚನೆಯೂ ಇದೆ), ಆಗ ಒಂದೇ ಶಾಖೆಯಲ್ಲಿ ಉಂಟಾಗುವ ಜನಸಂದಣಿಯನ್ನು ನಿಭಾಯಿಸಲು ಬ್ಯಾಂಕ್ ಏನು ಕ್ರಮ ಕೈಗೊಳ್ಳುತ್ತದೆ ಎಂಬುದು ಇನ್ನೂ ಪ್ರಶ್ನಾರ್ಹವೇ ಆಗಿದೆ. ಅದೂ ಅಲ್ಲದೆ, ನೌಕರರ ಸಂಘಗಳು ಶಾಖೆಗಳನ್ನು ಮುಚ್ಚುವುದನ್ನು ತೀವ್ರವಾಗಿ ವಿರೋಧಿಸುತ್ತಿವೆ. ಈ ಪ್ರತಿರೋಧವನ್ನು ಬ್ಯಾಂಕ್ ಹೇಗೆ ನಿಭಾಯಿಸುತ್ತದೆ ಎಂಬುದನ್ನೂ ಕಾದು ನೋಡಬೇಕಿದೆ.

ಶಾಖೆಗಳ ವಿಲೀನವೇನೋ ಸರಿ. ಆದರೆ, ಅವುಗಳಲ್ಲಿರುವ ಸಿಬ್ಬಂದಿಯ ಗತಿಯೇನು? ವಿಲೀನಗೊಂಡ ಶಾಖೆಗಳಿಗೆ ಈ ಸಿಬ್ಬಂದಿಯನ್ನೂ ನೇಮಿಸಿ, ಕೌಂಟರ್‌ಗಳನ್ನು ಹೆಚ್ಚಿಸಿದರೆ ಜನದಟ್ಟಣೆ ನಿಭಾಯಿಸಬಹುದು. ಆದರೆ, ಸಿಬ್ಬಂದಿಯನ್ನು ದೂರದ ಊರುಗಳಿಗೆ ವರ್ಗಾಯಿಸಿದರೆ, ಕಾರ್ಯಶೈಲಿ ಹಾಗೂ ವಿಧಾನದ ಪರಿಚಯವೇ ಇಲ್ಲದ ವಿಭಾಗಗಳಿಗೆ ವರ್ಗಾಯಿಸಿದರೆ ಸಮಸ್ಯೆಯಾದೀತು. ಅಲ್ಲದೆ, ಮಧ್ಯಮ ಹಂತದ ಸಿಬ್ಬಂದಿಗೆ ಸೇವಾ ಹಿರಿತನ, ಬಡ್ತಿ ಇತ್ಯಾದಿ ವಿಚಾರಗಳಲ್ಲಿ ಗೊಂದಲ ಮೂಡೀತು. ವಿಲೀನ ಪ್ರಕ್ರಿಯೆ ಪೂರ್ಣಗೊಳ್ಳುವವರೆಗಾದರೂ ಈ ಎಲ್ಲ ಗೊಂದಲಗಳು ಖಂಡಿತ ಮುಂದುವರಿಯಲಿವೆ ಎನ್ನಿಸುತ್ತದೆ.

ಏನೇನು ಬದಲಾವಣೆಗಳು ಆಗಲಿವೆ?

ಆನ್‌ಲೈನ್ ವ್ಯವಹಾರಗಳ ಲಾಗ್-ಇನ್, ಪಾಸ್‌ವರ್ಡ್ ಹಾಗೂ ಐಎಫ್‌ಎಸ್‌ಸಿ ಕೋಡ್‌ಗಳಲ್ಲಿ ಬದಲಾವಣೆ ಆಗದು. ವಿಲೀನಗೊಳ್ಳುತ್ತಿರುವ ಬ್ಯಾಂಕಿನ ಶಾಖೆಗಳಲ್ಲೇ ಸದ್ಯಕ್ಕೆ ಗ್ರಾಹಕರು ಈ ಮೊದಲಿನಂತೆಯೇ ವ್ಯವಹಾರ ನಡೆಸಬಹುದು. ಆದರೆ, ವೆಬ್‌ಸೈಟಿನಲ್ಲಿ ಒಂದು ಲಿಂಕ್ ಇದ್ದು, ಅದು ನಿಮ್ಮನ್ನು ಎಸ್‌ಬಿಐ ಆನ್‌ಲೈನ್‌ಗೆ ಒಯ್ಯುತ್ತದೆ. ಪಾಸ್‌ಬುಕ್, ಚೆಕ್ ಬುಕ್‌ಗಳ ಬದಲಾವಣೆಯೂ ಮೂರು ತಿಂಗಳಲ್ಲಿ ಆಗಲಿದೆ.

ಸಾಲ ಹಾಗೂ ಠೇವಣಿಗಳ ಮೇಲೆ ಸದ್ಯಕ್ಕೆ ಸಹವರ್ತಿ ಬ್ಯಾಂಕುಗಳು ಗ್ರಾಹಕರಿಗೆ ನೀಡುತ್ತಿದ್ದ ಲಾಭದಾಯಕ ಸೇವೆಗಳೂ ಮುಂದುವರಿಯಲಿವೆ. ಆದರೆ, ಎಸ್‌ಬಿಐನಲ್ಲಿ ಇಲ್ಲದ ಎಲ್ಲ ಸೇವೆಗಳು ಏ. 1ರಿಂದ ಸಂಪೂರ್ಣ ರದ್ದಾಗಿವೆ. ಹಾಲಿ ಲಾಭ ಪಡೆಯುತ್ತಿರುವ ಗ್ರಾಹಕರಿಗೆ ಆ ಸೇವೆಯ ಕಾಲಾವಧಿ ಮುಗಿಯುವ ವರೆಗೆ ಮುಂದುವರಿಸಲಾಗುತ್ತದೆ. ಸಾಲ ಹಾಗೂ ಠೇವಣಿ ಮೇಲಿನ ಬಡ್ಡಿದರವೂ ಎಸ್‌ಬಿಐ ರೀತಿಯಲ್ಲೇ ಇರಲಿದೆ. ಬಡ್ಡಿದರ ಹಾಗೂ ಇತರ ಸೇವೆಗಳ ಮಾಹಿತಿ ಏ. 20ರ ಬಳಿಕ ಸ್ಪಷ್ಟವಾಗುವ ನಿರೀಕ್ಷೆಯಿದೆ. ವಿಲೀನ ಪ್ರಕ್ರಿಯೆಯಿಂದ ಆಗಬಹುದಾದ ಒತ್ತಡವನ್ನು ನಿಭಾಯಿಸಲು ಎಸ್‌ಬಿಐ ತನ್ನ ಸರ್ವರ್ ಸಾಮರ್ಥ್ಯವನ್ನು ನೂತನ ತಂತ್ರಜ್ಞಾನದ ಮೂಲಕ ಅಭಿವೃದ್ಧಿಪಡಿಸಿದ್ದು, ಅದು 200 ಕೋಟಿ ಖಾತೆಗಳನ್ನು ಅದು ನಿರ್ವಹಿಸಬಲ್ಲದು.

25 ಸಾವಿರ ನೌಕರರ ನಿವೃತ್ತಿ?

ವಿಲೀನ ಪ್ರಕ್ರಿಯೆ ಪೂರ್ಣಗೊಳ್ಳುವ ತನಕ ಉದ್ಯೋಗಿಗಳಿಗೆ ಸ್ವಯಂ ನಿವೃತ್ತಿ ನೀಡುವ ಪ್ರಸ್ತಾವ ಬ್ಯಾಂಕಿನ ಮುಂದಿಲ್ಲ. ಮುಂದೆ ಅದನ್ನು ಪರಿಗಣಿಸುವ ಸಾಧ್ಯತೆ ಇದೆ. ಸಹವರ್ತಿ ಬ್ಯಾಂಕ್‌ಗಳಲ್ಲೂ 25 ವರ್ಷಗಳ ಸೇವೆ ಪೂರ್ಣಗೊಳಿಸಿದವರು ಸ್ವಯಂ ನಿವೃತ್ತಿಗೆ ಅರ್ಜಿ ಸಲ್ಲಿಸಲು ಅರ್ಹರಿರುತ್ತಾರೆ. ಈಗಿನ ಅಂದಾಜಿನಂತೆ ಸುಮಾರು 12,500 ಉದ್ಯೋಗಿಗಳು ವಿಆರ್‌ಎಸ್ ಪಡೆಯಲು ಅರ್ಹರಿದ್ದಾರೆ. ಅಲ್ಲದೆ, 13 ಸಾವಿರದಷ್ಟು ಉದ್ಯೋಗಿಗಳು ನಿವೃತ್ತಿ ಅಂಚಿನಲ್ಲಿದ್ದಾರೆ. ಈತನಕ ಎಸ್‌ಬಿಎಂನ 800 ಸೇರಿದಂತೆ ಒಟ್ಟು 2,800 ಉದ್ಯೋಗಿಗಳು ಸ್ವಯಂ ನಿವೃತ್ತಿಗಾಗಿ ಅರ್ಜಿ ಸಲ್ಲಿಸಿದ್ದಾರೆ. ಅರ್ಜಿ ಸಲ್ಲಿಸಲು ಏ. 15ರವರೆಗೆ ಅವಕಾಶ ಇರಲಿದೆ ಎಂದು ಅರುಂಧತಿ ಭಟ್ಟಾಚಾರ್ಯ ಹೇಳಿದ್ದಾರೆ.

ಬಡ್ಡಿದರ ಇಳಿಕೆ

ವಿಲೀನದ ಬಳಿಕ ಸ್ಟೇಟ್ ಬ್ಯಾಂಕ್ ಆಫ್ ಇಂಡಿಯಾ, ಏ. 1 ರಿಂದ ಪೂರ್ವಾನ್ವಯವಾಗುವಂತೆ ಸಾಲದ ಮೇಲಿನ ಬಡ್ಡಿ ದರವನ್ನು (ಮೂಲಾಂಶ) ಶೇ. 0.15 ರಷ್ಟು ಕಡಿಮೆ ಮಾಡಿದೆ. ಶೇ. 9.25 ರಷ್ಟಿದ್ದ ಬಡ್ಡಿ ಶೇ. 9.10ಕ್ಕೆ ಇಳಿಕೆಯಾಗಿದೆ. ಗೃಹ ಹಾಗೂ ವಾಹನ ಸಾಲ ಉಳ್ಳವರಿಗೆ ಇದರಿಂದ ಕೊಂಚ ಸಮಾಧಾನವಾಗಲಿದೆ. ಇದಲ್ಲದೆ, ಬೆಂಚ್‌ಮಾರ್ಕ್ ಪ್ರೈಮ್ ಲೆಂಡಿಂಗ್ ರೇಟ್ (ಬಿಪಿಎಲ್‌ಆರ್) ಕೂಡ ಹಾಲಿ ಶೇ. 14 ರಿಂದ ಶೇ. 13.85ಕ್ಕೆ ಇಳಿದಿದೆ.

–ಕೋಟ್–

"ವಿಲೀನ ಸರಿಯಾದ ನಿರ್ಧಾರ. ಸದ್ಯ (ವಿಲೀನಕ್ಕೆ ಮೊದಲಿನ ಸ್ಥಿತಿಯಲ್ಲಿ) ಇರುವ ಸಾರ್ವಜನಿಕ ಸ್ವಾಮ್ಯದ 24 ಬ್ಯಾಂಕುಗಳನ್ನು ಮೂರು ಅಥವಾ ನಾಲ್ಕು ಬ್ಯಾಂಕ್‌ಗಳಾಗಿ ವಿಲೀನಗೊಳಿಸುವುದು ದೇಶದ ಅಭಿವೃದ್ಧಿ ದೃಷ್ಟಿಯಿಂದ ಸೂಕ್ತವಾದೀತು."

–ಮೇಘನಾದ ದೇಸಾಯಿ

ಆರ್ಥಿಕ ತಜ್ಞ

(ಕನ್ನಡ ಮಾಣಿಕ್ಯ, ಮೇ 2017)

ಸುಂದರ, ಸುಖಮಯ ಸವಾರಿಗೆ ಇರಲಿ ವಿಮೆ

ಅಜಯ್ ತನ್ನ ಮೂವರು ಗೆಳೆಯರೊಂದಿಗೆ ಕೊಡಗು, ಮೈಸೂರು, ಹಾಸನ, ಚಿಕ್ಕಮಗಳೂರು ಜಿಲ್ಲೆಗಳ ರಮಣೀಯ ತಾಣಗಳಿಗೆ ಕಾರಿನಲ್ಲಿ ಪ್ರವಾಸ ಹೋಗಿದ್ದರು. ಮಳೆಗಾಲದ ದಿನಗಳೂ ಆಗಿದ್ದುದರಿಂದ ಅದು ರಮ್ಯಾದ್ಭುತ ಅನುಭವವೇ ಆಗಿತ್ತು. ಧೋ ಎಂದು ಸುರಿಯುವ ಮಳೆಯಲ್ಲಿ ಜಲಪಾತಗಳ ಸೊಬಗನ್ನು ಕಣ್ತುಂಬಿಕೊಂಡರು, ಕಾಡಿನ ಹಸಿರಿಗೆ ಬೆರಗಾದರು. ಆ ಅನುಭವವನ್ನು ಮೆಲುಕು ಹಾಕುತ್ತ ಎಲ್ಲರೂ ಮರಳಿ ಊರಿಗೆ ಬರುವಾಗ ದುರದೃಷ್ಟವಶಾತ್, ಅವರ ಕಾರು ಅಪಘಾತಕ್ಕೆ ಈಡಾಯಿತು. ಅಜಯ್ ಹಾಗೂ ಗೆಳೆಯರು ಸಣ್ಣಪುಟ್ಟ ಗಾಯಗಳೊಂದಿಗೆ ಪಾರಾದರೂ ಅವರ ಕಾರು ಮಾತ್ರ ನುಜ್ಜುಗುಜ್ಜಾಗಿತ್ತು. ದೇವರು ದೊಡ್ಡವನು, ನಾವು ಪಾರಾದೆವು. ಕಾರು ಜಖಂಗೊಂಡರೆ ಏನಂತೆ? ವಿಮೆ ಇದೆಯಲ್ಲ? ರಿಪೇರಿ ಖರ್ಚಿಗೆ ಸಾಕಷ್ಟು ದುಡ್ಡು ಬರುತ್ತದೆ ಎಂದು ಲೆಕ್ಕ ಹಾಕಿದರು. ವಿಮೆ ಕಂತು ಸಕಾಲದಲ್ಲಿ ಪಾವತಿಯಾಗಿತ್ತು. ಕಾರಿನ ದಾಖಲೆಗಳೂ ಪರ್ಯಾಪ್ತವಾಗಿವೆ. ಇನ್ನೇನು ಅಡ್ಡಿ ಎಂದು ವಿಮಾ ಕಂಪನಿ ಮೊರೆಹೋದರು.

ಆದರೆ, ಅವರ ಕ್ಲೇಮು ತಿರಸ್ಕೃತಗೊಂಡಿತು!

ಕಾರಣವೇನು ಗೊತ್ತೇ? ಕಾರು ಚಾಲನೆ ಮಾಡುತ್ತಿದ್ದ ಅಜಯ್ ಲೈಸನ್ಸ್ ಪರ್ಯಾಪ್ತವಾಗಿರಲಿಲ್ಲ!

ಯಾವುದೋ ಕ್ಷುಲ್ಲಕ ಕಾರಣ ನಮೂದಿಸಿ ವಿಮಾ ಕಂಪನಿ ತನಗೆ ಮೋಸ ಮಾಡಲು ಯತ್ನಿಸುತ್ತಿದೆ ಎಂದು ಅಜಯ್ ಕೂಗಾಡಿದ. ಆದರೆ, 'ಮೋಟರ್ ಸೈಕಲ್ ವಿತ್ ಗೇರ್' ಎಂದಷ್ಟೇ ಇರುವ ಲೈಸನ್ಸ್ ದ್ವಿಚಕ್ರ ವಾಹನ ಸವಾರಿಗೆ ಮಾತ್ರ, ಕಾರಿಗಾದರೆ 'ಎಲ್ಎಂವಿ' ಮಾಡಿಸಬೇಕಿತ್ತು ಎಂಬುದು ಅಜಯ್‌ಗೆ ಅರ್ಥವಾಗುವಷ್ಟರಲ್ಲಿ ಕಾಲ ಮಿಂಚಿತ್ತು. ಪ್ರವಾಸದ ಮೋಜು ನಷ್ಟದಲ್ಲಿ ಮರೆಯಾಯಿತು.

ವಾಹನ ವಿಮೆ ಪಡೆದಾಕ್ಷಣಕ್ಕೆ ನೀವು ಅಪಘಾತದಿಂದ ಆಗುವ ನಷ್ಟಗಳಿಂದ ಪಾರಾದಿರಿ ಎಂದು ಅರ್ಥವಲ್ಲ. ನಿಮ್ಮ ಕ್ಲೇಮು ತಿರಸ್ಕಾರಗೊಳ್ಳಲು ಹತ್ತಾರು ಕಾರಣಗಳಿವೆ. ಹೊಸ ವಾಹನ ವಿಮೆ ಹಾಗೂ ನವೀಕರಣದ ವೇಳೆ ಕಂಪನಿ ಆಯ್ಕೆ ಮಾಡಿಕೊಳ್ಳುವಾಗ ವಿಮಾ ಕಂಪನಿಯ ಕ್ಲೇಮು ತೀರುವಳಿ ಪ್ರಮಾಣವೇ ಆಧಾರ. ಸರಳವಾಗಿ ಹಾಗೂ ತ್ವರಿತವಾಗಿ ವಿಮೆ ಪರಿಹಾರ ನೀಡುವ ಕಂಪನಿಯಲ್ಲಿ ತಮ್ಮ ವಾಹನದ ವಿಮೆ ಮಾಡಿಸಲು ವಾಹನ ಮಾಲಕರು ಆಸಕ್ತಿ ವಹಿಸುತ್ತಾರೆ. ಕ್ಲೇಮ್ ವೇಳೆ ಕಿರಿಕಿರಿ ಮಾಡುವ ಕಂಪನಿಗಳತ್ತ ಕಣ್ಣೆತ್ತಿಯೂ ನೋಡುವುದಿಲ್ಲ.

ಅಲ್ಲದೆ, ಯಾವ ಅಂಶಗಳು ವಿಮೆ ವ್ಯಾಪ್ತಿಗೆ ಒಳಪಡುವುದಿಲ್ಲ, ವಾಹನದ ಯಾವ ಬಿಡಿಭಾಗ ಹಾನಿಯಾದರೆ ಎಷ್ಟು ಪ್ರಮಾಣದ ವಿಮೆ ಸಿಗುತ್ತದೆ, ವಿಮೆಯ ಮಿತಿಗಳು ಏನೇನು? ಎಂಬುದನ್ನು ವಾಹನ ಮಾಲಕರಿಗೆ ಮನವರಿಕೆ ಮಾಡಿಕೊಡುವುದು ಕಂಪನಿ ಪ್ರತಿನಿಧಿಗಳಿಗೆ ಸವಾಲಿನ ಕೆಲಸವೇ. ಕಾರಣ ಹಾಗೂ ಸನ್ನಿವೇಶಗಳು ಏನೇ ಇದ್ದರೂ ಪರಿಹಾರ ಬರುವುದು ವಿಳಂಬವಾದರೆ, ಕ್ಲೇಮು ತಿರಸ್ಕೃತವಾದರೆ ಕಂಪನಿ ಬೇಕೆಂದೇ ವಿಳಂಬ ಮಾಡುತ್ತಿದೆ ಎಂದೇ ದೂರುವುದು. ಈ ಹಿನ್ನೆಲೆಯಲ್ಲಿ ಕ್ಲೇಮು ಸುಸೂತ್ರವಾಗಿ, ನೀವು ವಿಮೆ ಮಾಡಿಸಿದ್ದು ಫಲಪ್ರದವಾಗಬೇಕಿದ್ದರೆ ಕೆಲವೊಂದು ಸಂಗತಿಗಳನ್ನು ಗಮನಿಸಬೇಕು.

1. **ಅಸಮರ್ಪಕ ಚಾಲನಾ ಪರವಾನಗಿ:** ಮೋಟಾರು ವಾಹನ ಕಾಯ್ದೆ ಹಾಗೂ ವಿಮಾ ಕಂಪನಿಗಳ ನಿಯಮಾನುಸಾರ ಯಾವುದೇ ವಾಹನ ಅಪಘಾತಕ್ಕೀಡಾದಲ್ಲಿ ವಿಮೆ ಪರಿಹಾರ ಕೇಳುವ ಸಂದರ್ಭದಲ್ಲಿ ಚಾಲಕನ ಚಾಲನಾ ಪರವಾನಿಗೆ ಸಮರ್ಪಕವಾಗಿರುವುದು ಅಪೇಕ್ಷಣೀಯ. ವಾಹನಕ್ಕೆ ವಿಮೆ ಮಾಡಿಸಿದ್ದರೂ ಅಪಘಾತದ ಸಂದರ್ಭದಲ್ಲಿ ಚಾಲಕ ಅಥವಾ ಸವಾರ ಚಾಲನಾ ಪರವಾನಿಗೆ ಹೊಂದಿರದಿದ್ದರೆ, ಅದು ನಿರ್ದಿಷ್ಟ ವಾಹನ ನಡೆಸಲು ಪರ್ಯಾಪ್ತವಾಗಿಲ್ಲದಿದ್ದರೆ ಅಥವಾ ನವೀಕರಣ ಮಾಡಿಸಿರದಿದ್ದರೆ ಪರಿಹಾರ ಕೇಳಲು ಅರ್ಹತೆ ಇರುವುದಿಲ್ಲ.
2. **ಹಳೆಯ ಕ್ಲೇಮು:** ವಿಮೆಯ ಪಾಲಿಸಿಯಲ್ಲಿ ನಮೂದಿಸಿದ ಅವಧಿಯಲ್ಲಷ್ಟೇ ಆಗಿರುವ ಅಪಘಾತ ಅಥವಾ ಹಾನಿಗೆ ಕಂಪನಿ ಪರಿಹಾರ ನೀಡುತ್ತದೆ. ಹಳೆಯ ಜಖಂಗಳಿಗೆ ಹೊಸ ಪಾಲಿಸಿ ಅಡಿಯಲ್ಲಿ ಪರಿಹಾರ ಕೇಳಲು ಬರುವುದಿಲ್ಲ. ಹಳೆಯ ಕ್ಲೇಮು ಬಾಕಿಗಳೂ ಹೊಸ ಪಾಲಿಸಿಯ ವ್ಯಾಪ್ತಿಗೆ ಒಳಪಡುವುದಿಲ್ಲ.
3. **ಮಾಹಿತಿ ವಿಳಂಬ:** ಅಪಘಾತವಾದೊಡನೆ ಪೊಲೀಸರಿಗೆ, ನಿಮ್ಮ ವಾಹನದ ಸೇವಾ ಕೇಂದ್ರ ಹಾಗೂ ವಿಮಾ ಕಂಪನಿಗೆ ಮಾಹಿತಿ ನೀಡಬೇಕು.

ಮಾಹಿತಿ ನೀಡುವುದು ವಿಳಂಬ ಮಾಡಬಾರದು. ಅಪಘಾತವಾದ ತಕ್ಷಣ ಕಂಪನಿಯ ಪ್ರತಿನಿಧಿ ಸ್ಥಳಕ್ಕೆ ಧಾವಿಸಿ ನಷ್ಟದ ಪ್ರಮಾಣವನ್ನು ಸ್ವತಃ ಅಂದಾಜಿಸುತ್ತಾರೆ. ವಾಹನ ಕಳ್ಳತನವಾದ ಸಂದರ್ಭದಲ್ಲಿ ತಕ್ಷಣ ಮಾಹಿತಿ ನೀಡಿದರೆ ಅದರ ಪತ್ತೆ ಸುಲಭವಾದೀತು, ಮರಳಿ ಸಿಗುವ ವಾಹನ ಸುಸ್ಥಿತಿಯಲ್ಲೂ ಇದ್ದೀತು. ಕಳ್ಳತನವಾಗಿದ್ದಲ್ಲಿ ಪೊಲೀಸರ ಪಂಚನಾಮೆ, ವಾಹನಕ್ಕೆ ಬೆಂಕಿ ಹತ್ತಿಕೊಂಡಿದ್ದಲ್ಲಿ ಅಗ್ನಿಶಾಮಕ ದಳ ನೀಡುವ ವರದಿ ಸಲ್ಲಿಸುವುದೂ ಕಡ್ಡಾಯ.

4. **ನೋ ಕ್ಲೇಮ್ ಬೋನಸ್:** ವಾಹನಕ್ಕೆ ಸಂಬಂಧಿಸಿ ಈ ಹಿಂದೆ ಯಾವುದಾದರೂ ವಿಮಾ ಕ್ಲೇಮುಗಳನ್ನು ಮಾಡಿದ್ದರೆ ಅವುಗಳನ್ನು ಕ್ಲೇಮ್ ಫಾರ್ಮ್‌ನಲ್ಲಿ ಸೂಕ್ತವಾಗಿ ನಮೂದಿಸುವುದು ವಾಹನ ಮಾಲಕರ ಕರ್ತವ್ಯ. ಈ ಹಿಂದೆ ಕ್ಲೇಮು ಮಾಡಿಲ್ಲವಾದರೆ ವಿಮೆ ನವೀಕರಣದ ವೇಳೆ ನೋ ಕ್ಲೇಮ್ ಬೋನಸ್ ಕೊಡಲಾಗುತ್ತದೆ. ಅಂದರೆ, ವಿಮೆಯ ಕಂತಿನಲ್ಲಿ ಒಂದಿಷ್ಟು ರಿಯಾಯಿತಿ ವಾಹನ ಮಾಲಕರಿಗೆ ಸಿಗುತ್ತದೆ. ಆದರೆ, ಈ ರಿಯಾಯಿತಿಯನ್ನು ಪಡೆಯುವುದಕ್ಕಾಗಿ ಈ ಹಿಂದೆ ಕ್ಲೇಮು ಮಾಡಿದ್ದರೂ ಇಲ್ಲವೆಂದು ನಮೂದಿಸುವುದು ತಪ್ಪಾಗುತ್ತದೆ.
5. **ಮಾಲಕರ ಹೆಸರಲ್ಲೇ ವಿಮೆ:** ವಾಹನದ ಮಾಲಕರ ಹೆಸರಿನಲ್ಲೇ ವಿಮೆ ಮಾಡಿಸುವುದು ಅಪೇಕ್ಷಣೀಯ. ಹಳೆಯ ವಾಹನ ಖರೀದಿಸಿದ್ದರೂ 14 ದಿನಗಳಲ್ಲಿ ವಾಹನದ ದಾಖಲೆಗಳನ್ನು ಹಾಗೂ ವಿಮೆಯನ್ನು ತನ್ನ ಹೆಸರಿಗೆ ವರ್ಗಾಯಿಸಿಕೊಳ್ಳುವುದು ಖರೀದಿದಾರನ ಕರ್ತವ್ಯ. ಹಳೆಯ ಮಾಲಕನ ಹೆಸರಿನಲ್ಲೇ ವಿಮೆ ಇದ್ದರೆ ನೀವು ನಷ್ಟಕ್ಕೆ ಪರಿಹಾರ ಕೇಳಲು ಬರುವುದಿಲ್ಲ.
6. **ನೋಂದಣಿ ಕಡ್ಡಾಯ:** ಮೋಟಾರು ವಾಹನ ಕಾಯ್ದೆ ಪ್ರಕಾರ ಯಾವುದೇ ವಾಹನ ಪ್ರಾದೇಶಿಕ ಸಾರಿಗೆ ಇಲಾಖೆಯಲ್ಲಿ ನೋಂದಣಿಯಾಗಿರಬೇಕು. ನೋಂದಣಿ ಆಗದಿರುವ ವಾಹನಗಳನ್ನು ರಸ್ತೆ ಅಥವಾ ಸಾರ್ವಜನಿಕ ಸ್ಥಳಗಳಲ್ಲಿ ಚಲಾಯಿಸುವಂತಿಲ್ಲ. ನೋಂದಣಿ ಸಂಖ್ಯೆಯನ್ನು ಪ್ರದರ್ಶಿವುದೂ ಕಡ್ಡಾಯ.
7. **ಮಾಹಿತಿ ಪರ್ಯಾಪ್ತವಾಗಿರಲಿ:** ವಾಹನ ಕಳ್ಳತನವಾದರೆ, ಸುಟ್ಟುಹೋದರೆ ಅಥವಾ ಅಪಘಾತಕ್ಕೀಡಾದರೆ ಘಟನೆಗೆ ಸಂಬಂಧಿಸಿದ ಎಲ್ಲ ಮಾಹಿತಿ ನೀಡುವುದು ಮಾಲಕನ ಕರ್ತವ್ಯ. ಅಪಘಾತದಿಂದ ಮೂರನೇ ಪಕ್ಷದವರಿಗೆ ಗಾಯ, ಸಾವು ಅಥವಾ ನಷ್ಟವಾಗಿದ್ದರೂ ನಮೂದಿಸಬೇಕು. ತಪ್ಪು ಮಾಹಿತಿ ಒದಗಿಸಿದರೆ, ಕಾರಣಗಳನ್ನು ಸರಿಯಾಗಿ ನಮೂದಿಸದಿದ್ದರೆ ಪರಿಹಾರ ಸಿಗದು.

8. **ಓವರ್ ಲೋಡ್:** ಪ್ರತಿಯೊಂದು ವಾಹನಕ್ಕೂ ಅದರ ಸಾಮರ್ಥ್ಯ ನಿಗದಿಯಾಗಿರುತ್ತದೆ. ಬೈಕು–ಕಾರು, ಆಟೋ, ಬಸ್ಸು ಇತ್ಯಾದಿಗಳಲ್ಲಿ ಇಷ್ಟೇ ಜನ ಪ್ರಯಾಣಿಸಬೇಕು ಎಂಬ ನಿಯಮವಿರುತ್ತದೆ. ಲಾರಿ–ಟೆಂಪೋಗಳಲ್ಲಿ ಇಷ್ಟೇ ಭಾರ ಹೇರಬೇಕೆಂದು ವಿಧಿಸಲಾಗುತ್ತದೆ. ಈ ಮಿತಿಯನ್ನು ಅನುಸರಿಸಿದರೆ ಸಾಮಾನ್ಯ ಸನ್ನಿವೇಶಗಳಲ್ಲಿ ಪ್ರಯಾಣಿಕರು, ವಾಹನ ಹಾಗೂ ಸಾರ್ವಜನಿಕರಿಗೆ ಯಾವುದೇ ಹಾನಿಯಾಗದು. ಮಿತಿಗಿಂತ ಜಾಸ್ತಿ ಭಾರ ಹೇರಿ ಅಥವಾ ಜನರನ್ನು ಕೂರಿಸಿಕೊಂಡು ವಾಹನ ಚಲಾಯಿಸುವುದು (ಓವರ್ ಲೋಡ್) ಅಪರಾಧ ಅಷ್ಟೇ ಅಲ್ಲ, ಅಪಘಾತ ಉಂಟಾದಲ್ಲಿ ಪರಿಹಾರ ಸಿಗದಿರಲೂ ಕಾರಣವಾಗುತ್ತದೆ. ಓವರ್ ಲೋಡ್ ಅಥವಾ ಓವರ್ ಸೀಟಿಂಗ್ ಕಾರಣಕ್ಕೆ ಚಾಲಕ ವಾಹನದ ಮೇಲೆ ನಿಯಂತ್ರಣ ಕಳೆದುಕೊಂಡು ಅಪಘಾತವಾಗುವ ಸಾಧ್ಯತೆ ಇರುತ್ತದೆ. ಇಂಥ ಸಂದರ್ಭಗಳಲ್ಲಿ ಪಾಲಿಸಿ ಮಾಡಿಸಿದ್ದರೂ ವಾಹನ ಮಾಲಕರಿಗೆ ಪರಿಹಾರ ಸಿಗದು.

9. **ವಿಮೆ ವ್ಯಾಪ್ತಿ:** ಯಾವುದೇ ವಾಹನ ವಿಮೆ ಪಾಲಿಸಿ 10 ಅಂಶಗಳಿಂದಾಗುವ ನಷ್ಟಗಳಿಗೆ ಮಾತ್ರ ಪರಿಹಾರ ಕೊಡುವುದಾಗಿ ಹೇಳುತ್ತದೆ. ಇವುಗಳಲ್ಲಿ ಸೇರದ ಕಾರಣಗಳಿಂದ ನಷ್ಟವಾದರೆ ಪರಿಹಾರ ಸಿಗದು. ವಾಹನವನ್ನು ಆಗಾಗ ದುರಸ್ತಿ ಮಾಡಿಸಿ, ಸುಸ್ಥಿತಿಯಲ್ಲಿ ಇಟ್ಟುಕೊಳ್ಳುವುದು ಮಾಲಕನ ಕರ್ತವ್ಯ. ವಾಹನ ಹಳೆಯದಾಗಿದ್ದು, ಮೆಕ್ಯಾನಿಕಲ್ ಮತ್ತು ಎಲೆಕ್ಟ್ರಿಕಲ್ ವೈಫಲ್ಯದಿಂದ ನಷ್ಟವಾದರೆ ಅದಕ್ಕೆ ಕಂಪನಿ ಹೇಗೆ ಹೊಣೆಯಾದೀತು?

10. **ಬಳಕೆಯ ಉದ್ದೇಶ ಬದಲಿಸಬೇಡಿ:** ವಾಹನವನ್ನು ನಿಗದಿತ ಉದ್ದೇಶಗಳಿಗೇ ಬಳಸಬೇಕು. ವಾಹನದ ಮ್ಯಾನ್ಯುವಲ್, ನೋಂದಣಿ ಪ್ರಮಾಣಪತ್ರ ಹಾಗೂ ವಿಮೆ ಪಾಲಿಸಿಗಳಲ್ಲಿ ಆ ವಾಹನದ ಬಳಕೆ ಉದ್ದೇಶವನ್ನು ಸ್ಪಷ್ಟವಾಗಿ ನಮೂದಿಸಿರುತ್ತಾರೆ. ಉದಾಹರಣೆಗೆ, ಖಾಸಗಿ ಬಳಕೆಗೆ ಎಂದಿರುವ ವಾಹನವನ್ನು ಬಾಡಿಗೆಗೆ ಓಡಿಸಿದರೆ ಅಪಘಾತವಾದಲ್ಲಿ ಪರಿಹಾರ ಸಿಗುವುದು ಕಷ್ಟ.

11. **ಕಡಿಮೆ ಪರಿಹಾರವೇಕೆ?:** ಅಪಘಾತದಲ್ಲಿ ವಾಹನ ಭಾಗಶಃ ಹಾನಿಗೀಡಾಗಿದ್ದಲ್ಲಿ, ಮಾಲಕರು ಕ್ಲೇಮ್ ಮಾಡಿದ್ದಕ್ಕಿಂತ ಕಡಿಮೆ ಮೊತ್ತದ ಪರಿಹಾರ ಬರಬಹುದು. ಬಿಡಿಭಾಗಗಳ ಸವಕಳಿ ಇದಕ್ಕೆ ಕಾರಣ. ಉದಾಹರಣೆಗೆ, ನಿಮ್ಮ ಕಾರಿನ ಗಾಜು ಅಪಘಾತದಲ್ಲಿ ಪುಡಿಯಾಯಿತು. ಹೊಸ ಗಾಜಿಗೆ 5,000 ರೂ. ಬೆಲೆ ಇದ್ದರೂ ವಿಮಾ ಕಂಪನಿ ಹೆಚ್ಚೆಂದರೆ 4,000 ರೂ. ಪರಿಹಾರ ನೀಡೀತು. ಬಳಕೆಯ ಅವಧಿಯಲ್ಲಾದ ಸವಕಳಿ

ಇದಕ್ಕೆ ಕಾರಣ. ಯಾವುದೇ ಬಿಡಿಭಾಗಕ್ಕಾದರೂ ಕಂಪನಿ ವರ್ಷಕ್ಕೆ ಗರಿಷ್ಠ ಶೇ. 25ರಷ್ಟು ಸವಕಳಿಯನ್ನು ಲೆಕ್ಕ ಹಾಕುತ್ತದೆ. ಫೈಬರ್ ಬಿಡಿಭಾಗಗಳಿದ್ದರೆ ಅವುಗಳ ಸವಕಳಿ ಪ್ರಮಾಣ ಇನ್ನೂ ಜಾಸ್ತಿ. ವಿಮಾ ಪಾಲಿಸಿ ನಿಮ್ಮ ವಾಹನದ ಪ್ರಸ್ತುತ ಮಾರುಕಟ್ಟೆ ಬೆಲೆಯನ್ನು ಮಾತ್ರ ಪರಿಗಣಿಸುತ್ತದೆ. ಹೊಸ ಬಿಡಿಭಾಗ ಅಳವಡಿಸಬೇಕಿದ್ದರೂ ವ್ಯತ್ಯಾಸದ ಮೊತ್ತವನ್ನು ನೀವೇ ಭರಿಸಬೇಕು. ಅಲ್ಲದೆ, ವಿಮಾ ಕಂಪನಿಯ ಗಮನಕ್ಕೆ ತಾರದೆ ವಾಹನದ ಯಾವುದೇ ದುರಸ್ತಿಯನ್ನು ಆರಂಭಿಸುವಂತಿಲ್ಲ, ಪೂರ್ಣಗೊಳಿಸುವಂತಿಲ್ಲ. ಅಪಘಾತದ ಸ್ಥಳದಲ್ಲಿ ಕಂಪನಿಯ ಪ್ರತಿನಿಧಿ ಸರ್ವೆ ಇತ್ಯಾದಿಗಳನ್ನು ಪೂರೈಸಿ, ನಷ್ಟವನ್ನು ಅಂದಾಜಿಸಿದ ಮೇಲೆಯೇ ವಾಹನದ ರಿಪೇರಿ ಆರಂಭಿಸಬೇಕು.

12. **ಪ್ರಮಾಣಪತ್ರಗಳು ಸರಿಯಾಗಿರಲಿ:** ಸರಕು ಸಾಗಣೆ ಅಥವಾ ಬೃಹತ್ ವಾಹನಗಳಾಗಿದ್ದಲ್ಲಿ ಸೂಕ್ತ ಪರವಾನಿಗೆ, ವಾಹನದ ಸುಸ್ಥಿತಿ ಪ್ರಮಾಣಪತ್ರ ಇತ್ಯಾದಿಗಳು ಇಲ್ಲದಿದ್ದರೆ ವಿಮೆ ಪರಿಹಾರ ಪಡೆಯಲು ಸಮಸ್ಯೆಯಾಗುವುದು. ಕಾರು ಇತ್ಯಾದಿ ವಾಹನಗಳಿಗೂ 15 ವರ್ಷಗಳ ಬಳಿಕ ಮತ್ತೆ ಫಿಟ್ನೆಸ್ ಪ್ರಮಾಣಪತ್ರ ಪಡೆಯಬೇಕು.
13. **ಮದ್ಯಪಾನ ಮಾಡಿ ಚಾಲನೆ ಬೇಡ:** ಚಾಲನೆಯ ವೇಳೆ ಮಾಲಕ ಅಥವಾ ಚಾಲಕ ಪಾನಮತ್ತನಾಗಿದ್ದುದು ಸಾಬೀತಾದರೆ ವಿಮೆ ಪರಿಹಾರ ಸಿಗಲ್ಲ.

ಪರಿಹಾರ ಸಿಗದಿದ್ದಾಗ ಏನು ಮಾಡಬೇಕು?

ವಿಮೆ ಕಂತು ಪಾವತಿಸಿ, ಎಲ್ಲ ದಾಖಲೆಗಳನ್ನು ಹಾಜರುಪಡಿಸಿದ ಮೇಲೂ ನಿಮ್ಮ ವಾಹನಕ್ಕೆ ಅಪಘಾತ ವಿಮೆ ಸಿಗದಿದ್ದರೆ ಅದು ದುಬಾರಿಯಾಗುತ್ತದೆ. ವಿಮಾ ಕಂಪನಿಯೂ ಸುಖಾಸುಮ್ಮನೆ ನಿಮ್ಮ ಕ್ಲೇಮು ತಿರಸ್ಕರಿಸಲು ಸಾಧ್ಯವಿಲ್ಲ. ಅದು ಸಕಾರಣವಿರಬೇಕು. ಯಾವ ಕಾರಣಕ್ಕೆ ಪರಿಹಾರ ನೀಡಲು ಸಾಧ್ಯವಿಲ್ಲ ಎಂಬುದನ್ನು ಕಂಪನಿ ಆಧಾರ ಸಹಿತ ನಿಮಗೆ ತಿಳಿಸಬೇಕು. ಹೀಗಾಗಿ, ವಿಮೆ ಪರಿಹಾರ ನೀಡಲು ನಿರಾಕರಿಸಿದರೆ ಅದೇ ಅಂತಿಮವಲ್ಲ. ಕಂಪನಿ ನಮೂದಿಸಿದ ಕಾರಣಗಳು ಸರಿಯಿಲ್ಲ ಎಂದು ನಿಮಗನ್ನಿಸಿದರೆ ಕಂಪನಿಯೊಂದಿಗೆ ಪತ್ರ ವ್ಯವಹಾರ ನಡೆಸಿ, ಪ್ರಶ್ನಿಸಬಹುದು. ಆಗ ಕಂಪನಿಯೇ ನಿಮ್ಮೊಂದಿಗೆ ಚೌಕಾಸಿಗಿಳಿದು ಒಂದು ನಿರ್ದಿಷ್ಟ ಮೊತ್ತವನ್ನು ಪರಿಹಾರ ರೂಪದಲ್ಲಿ ನೀಡಲು ಸಮ್ಮತಿಸಬಹುದು. ಇಲ್ಲದಿದ್ದರೆ ನೀವು ವಿಮಾ ಆಯುಕ್ತರಿಗೆ ದೂರು ಸಲ್ಲಿಸಿ, ನ್ಯಾಯ ಕೇಳಬಹುದು. ಅಥವಾ ನ್ಯಾಯಾಲಯ ಅಥವಾ ಗ್ರಾಹಕರ ವೇದಿಕೆ ಮೊರೆ ಹೋಗಬಹುದು.

ಕೊನೆಯ ಮಾತು

ನಿಮ್ಮ ವಾಹನವನ್ನು ಸುಸ್ಥಿತಿಯಲ್ಲಿ ಇಟ್ಟುಕೊಳ್ಳಿ. ಕಾಲಕಾಲಕ್ಕೆ ಸರ್ವೀಸ್ ಹಾಗೂ ದುರಸ್ತಿ ಮಾಡಿಸಿ, ಅದರ ದಾಖಲೆಗಳನ್ನು ಇಟ್ಟುಕೊಳ್ಳಿ. ವಾಹನ ಚಾಲನೆ ವೇಳೆ ಎಲ್ಲ ಸುರಕ್ಷಾ ಕ್ರಮಗಳನ್ನು ಪಾಲಿಸಿ. ಸಂಚಾರ ನಿಯಮ ಉಲ್ಲಂಘನೆ ಮಾಡಬೇಡಿ. ಮದ್ಯಪಾನ ಮಾಡಿ ವಾಹನ ಓಡಿಸಬೇಡಿ. ರಸ್ತೆ ಹಾಗೂ ವಾಹನದ ಮೇಲೆ ಗಮನವಿರಲಿ. ಸೂಕ್ತ ಸಂಸ್ಥೆಯಿಂದ ವಿಮಾ ಪಾಲಿಸಿಯನ್ನು ಖರೀದಿಸಿ. ಅವಧಿ ಮುಗಿಯುವ ಮೊದಲೇ ಅದನ್ನು ನವೀಕರಿಸಿ, ನಿಮ್ಮ ವಾಹನದ ಕಾಗದ ಪತ್ರಗಳು ಸರಿಯಾಗಿರಲಿ. ಅವುಗಳ ಒಂದು ಪ್ರತಿ ಸದಾ ವಾಹನದ ಜತೆಗಿರಲಿ. ಸುಂದರ ಸವಾರಿಯ ಅನುಭವ ನಿಮ್ಮದಾಗಲಿ.

(ಕನ್ನಡ ಮಾಣಿಕ್ಯ, ಏಪ್ರಿಲ್ 2016)

ವ್ಯಾಲೆಟ್: ಆರ್ಥಿಕ ಜಗತ್ತಿನ ಹೊಸ ವ್ಯಾಲೆಂಟೈನ್

ಸ್ಮಾರ್ಟ್ ಫೋನ್ ನಮಗೆ ಒದಗಿಸಿರುವ ಅನುಕೂಲತೆಗಳಲ್ಲಿ ಎಂ-ವ್ಯಾಲೆಟ್ ಕೂಡ ಒಂದು. ಅಂತರ್ಜಾಲದಲ್ಲಿ ಬಳಸುವ ಸೇವೆಗಳು ಹಾಗೂ ಖರೀದಿಗಳಿಗೆ ಅಲ್ಲೇ ಹಣ ಪಾವತಿಸುವ ವ್ಯವಸ್ಥೆ ಇದು.

ಮೊಬೈಲ್-ಡಿಟಿಎಚ್ ಸಂಪರ್ಕಗಳನ್ನು ರೀಚಾರ್ಜ್ ಮಾಡಲು, ನೀರು, ವಿದ್ಯುತ್, ಗ್ಯಾಸ್ ಅಥವಾ ಇಂಟರ್ನೆಟ್ ಬಿಲ್ ಪಾವತಿಸಲು, ಹಣ ವರ್ಗಾವಣೆ, ಶಾಪಿಂಗ್, ಬಸ್-ಸಿನಿಮಾ ಟಿಕೆಟ್ ಖರೀದಿಸಲು, ಹೋಟೆಲ್ ಕೊಠಡಿ ಬುಕ್ ಮಾಡಲು ಅಥವಾ ಹಾಲಿಡೇ ಪ್ಯಾಕೇಜಿಗೆ ವ್ಯಾಲೆಟ್ ಬಳಕೆಯಾಗುತ್ತಿದೆ. ಸರಳವಾಗಿ ಹೇಳಬೇಕೆಂದರೆ, ನಮ್ಮ ದೈನಂದಿನ ಖರ್ಚುಗಳನ್ನೆಲ್ಲ ಈ ಸೇವೆಯ ಮೂಲಕವೇ ನಿಭಾಯಿಸಬಹುದು.

ವ್ಯಾಲೆಟ್ ಎಂದರೇನು?

ಗ್ರಾಹಕರಿಂದ ಮುಂಚಿತವಾಗಿಯೇ ಹಣ ಪಡೆದು ಅದು ಖರ್ಚಾಗುವ ತನಕ ನಿರ್ದಿಷ್ಟ ಸೇವೆಗಳನ್ನು ಒದಗಿಸುವ ವ್ಯವಸ್ಥೆಯೇ ವ್ಯಾಲೆಟ್. ಹಾಲಿನವನಿಗೆ ಹಣ ಕೊಟ್ಟು ತಿಂಗಳಿಗೆ ಬೇಕಾದಷ್ಟು ಕೂಪನ್ ಪಡೆಯುವಂತೆ, ಜೇಬು ಅಥವಾ ಬ್ಯಾಗಿನಲ್ಲಿ ಇಟ್ಟುಕೊಳ್ಳುವ ಪರ್ಸಿನಂತೆ ಇದೂ ಉಪಯೋಗವಾಗುತ್ತದೆ. ಮೊಬೈಲ್ ವ್ಯಾಲೆಟ್ ಸೇವಾದಾತರ ಆ್ಯಪ್‌ನಲ್ಲಿ ರಚಿಸಿದ ಖಾತೆಯಲ್ಲಿ ನಮ್ಮ ಕಾರ್ಡ್ ಅಥವಾ ನೆಟ್ ಬ್ಯಾಂಕಿಂಗ್ ಬಳಸಿ ಒಂದಷ್ಟು ಹಣವನ್ನು ವ್ಯಾಲೆಟ್‌ಗೆ ಸೇರಿಸಿಟ್ಟಿದ್ದರೆ ಪಾವತಿಗಳು ಸುಲಭ. ಟ್ಯಾಕ್ಸಿಯಲ್ಲಿ ಹೋದಾಗ ಚಿಲ್ಲರೆ ಹುಡುಕುವ ಪ್ರಮೇಯ ಬಾರದು.

ಮೂರು ಬಗೆಯ ವ್ಯಾಲೆಟ್

ಇಂತಹ ವ್ಯಾಲೆಟ್‌ಗಳಲ್ಲಿ ಮುಚ್ಚಿದ (ಕ್ಲೋಸ್ಡ್), ಅರೆಮುಚ್ಚಿದ (ಸೆಮಿ-ಕ್ಲೋಸ್ಡ್) ಹಾಗೂ ತೆರೆದ (ಓಪನ್) ವ್ಯಾಲೆಟ್ಟುಗಳೆಂದು ಮೂರು ವಿಧ.

ವ್ಯಾಲೆಟ್‌ಗೆ ಸೇರಿಸಿದ ಹಣವನ್ನು ನಾವು ಆ ಸಂಸ್ಥೆಯ ಸೇವೆಗೆ ಮಾತ್ರ ಬಳಸಬಹುದಿದ್ದರೆ ಅದು ಮುಚ್ಚಿದ ವ್ಯಾಲೆಟ್ (ಉದಾ: ಓಲಾ ಮನಿ, ಬುಕ್ ಮೈ ಶೋ, ಮೇಕ್ ಮೈ ಟ್ರಿಪ್, ಫ್ಲಿಪ್‌ಕಾರ್ಟ್). ಬೇರೆ ಖರೀದಿ ಅಥವಾ ಸೇವೆಗೆ ಈ ಹಣ ಬಳಸುವಂತಿಲ್ಲ. ಇ–ಕಾಮರ್ಸ್ ಕಂಪನಿಗಳಲ್ಲಿ ಮುಚ್ಚಿದ ವ್ಯಾಲೆಟ್‌ಗಳು ಪ್ರಚಲಿತದಲ್ಲಿವೆ. ಖರೀದಿ ರದ್ದುಗೊಳಿಸಿದರೆ, ಮರಳಿಸಿದರೆ ಆ ಹಣ ಲಾಕ್ ಆಗಿರುತ್ತದೆ. ಮುಂದಿನ ಖರೀದಿಯ ವೇಳೆಗಷ್ಟೇ ಅದನ್ನು ಬಳಸಬಹುದು.

ಆದರೆ, ಟ್ಯಾಕ್ಸಿ ಸಂಸ್ಥೆಗಳು, ಶಾಪಿಂಗ್ ತಾಣಗಳು, ಬಸ್–ವಿಮಾನದ ಟಿಕೆಟ್ ಖರೀದಿ, ರೀಚಾರ್ಜ್–ಹೀಗೆ ಪ್ರತ್ಯೇಕ ವ್ಯಾಲೆಟ್‌ಗಳನ್ನು ನಿಭಾಯಿಸುವುದು ಕಷ್ಟ. ಒಂದು ಸಂಸ್ಥೆ ಒದಗಿಸುವ ಸೇವೆ ನಮಗೆ ಇಷ್ಟವಾಗಲಿಲ್ಲ ಎಂದರೆ ಆ ವ್ಯಾಲೆಟ್‌ನಲ್ಲಿ ನಾವಿಟ್ಟ ಹಣದ ಗತಿಯೇನು?

ಇಂಥ ಸಮಸ್ಯೆ ನಿವಾರಿಸಲು ಅರೆಮುಚ್ಚಿದ ವ್ಯಾಲೆಟ್‌ಗಳು (ಉದಾ: ಪೇಟಿಎಂ, ಮೊಬಿಕ್ವಿಕ್, ಫ್ರೀಚಾರ್ಜ್, ಎಂ–ಪೆಸಾ) ಬಳಕೆಗೆ ಬಂದವು. ಇವುಗಳಲ್ಲಿ ಜಮೆ ಮಾಡುವ ಹಣವನ್ನು ಆ ಸಂಸ್ಥೆಯೊಡನೆ ಒಪ್ಪಂದ ಮಾಡಿಕೊಂಡಿರುವ ಎಲ್ಲ ಸೇವೆಗಳಲ್ಲೂ ಬಳಸಬಹುದು.

ಅರೆಮುಚ್ಚಿದ ವ್ಯಾಲೆಟ್‌ಗಳು ನೀಡುವ ಸೇವೆಯ ಜತೆಗೆ ಹಣ ಹಿಂದಕ್ಕೆ ಪಡೆಯುವ ಆಯ್ಕೆಯೂ ಸೇರಿದರೆ ಅದು ತೆರೆದ (ಓಪನ್) ವ್ಯಾಲೆಟ್ ಆಗುತ್ತದೆ. ಸದ್ಯ ಇಂತಹ ಸೇವೆಯನ್ನು ಬ್ಯಾಂಕುಗಳು ಮಾತ್ರವೇ ಒದಗಿಸುತ್ತಿವೆ. (ಉದಾ: ಐಸಿಐಸಿಐ ಬ್ಯಾಂಕ್ ಪಾಕೆಟ್ಸ್, ಎಚ್‌ಡಿಎಫ್‌ಸಿ ಪೇಝಾಪ್, ಎಸ್‌ಬಿಐ ಬ್ಯಾಂಕ್ ಬಡ್ಡಿ) ಅರೆ ಮುಚ್ಚಿದ ವ್ಯಾಲೆಟ್‌ಗಳು ಭವಿಷ್ಯದಲ್ಲಿ ತಮ್ಮ ವ್ಯಾಪ್ತಿ ವಿಸ್ತರಿಸಿಕೊಂಡು ಓಪನ್ ವ್ಯಾಲೆಟ್‌ಗಳಾಗಿ ಬದಲಾಗುವ ಇಂಗಿತ ವ್ಯಕ್ತಪಡಿಸಿವೆ.

ಮೊದಲು ನಗದು, ಚೆಕ್, ಡಿಡಿ ಇತ್ಯಾದಿಗಳನ್ನು ಒಯ್ಯುವಾಗ ಕಳ್ಳಕಾಕರ ಭಯವಿತ್ತು. ಡೆಬಿಟ್, ಕ್ರೆಡಿಟ್ ಕಾರ್ಡ್ ಹಾಗೂ ನೆಟ್ ಬ್ಯಾಂಕಿಂಗ್ ಪರಿಚಯವಾದ ಮೇಲೆ ಅದು ಕೊಂಚ ಕಮ್ಮಿಯಾಯಿತಾದರೂ ನಮ್ಮ ಖಾತೆ ಮಾಹಿತಿಯನ್ನು ಕದ್ದು ಹಣ ದೋಚುವ ಹೊಸ ತಂತ್ರ ಇನ್ನಷ್ಟು ಅಪಾಯಕಾರಿಯಾಗಿ ಬೆಳೆಯಿತು. ಹೀಗಾಗಿ, ಆನ್‌ಲೈನ್ ವ್ಯವಹಾರಕ್ಕೆ ಈಗಲೂ ಜನ ಹಿಂಜರಿಯುತ್ತಾರೆ. ಅಂಥವರಿಗೆ ವ್ಯಾಲೆಟ್ ಸಾಕಷ್ಟು ಅನುಕೂಲ ಒದಗಿಸಿದೆ.

12ಕ್ಕೂ ಹೆಚ್ಚು ವ್ಯಾಲೆಟ್‌ಗಳು

ಭಾರತದಲ್ಲಿ ಸದ್ಯ 12ಕ್ಕೂ ಹೆಚ್ಚು ಮೊಬೈಲ್ ವ್ಯಾಲೆಟ್ ಕಂಪನಿಗಳಿವೆ. ಇವುಗಳ ವಾರ್ಷಿಕ ವಹಿವಾಟು 350 ಕೋಟಿ ಇದ್ದು, 2019ರ ಸುಮಾರಿಗೆ

ಅದು 1,210 ಕೋಟಿಗೇರಲಿದೆ. ಸ್ಮಾರ್ಟ್ ಫೋನ್ ಬಳಕೆ ಹೆಚ್ಚಳದಿಂದ ಇ–ವ್ಯಾಲೆಟ್‌ಗಳ ವ್ಯವಹಾರ ವೃದ್ಧಿಸುತ್ತಿದೆ. ವ್ಯಾಲೆಟ್ ಬಳಕೆದಾರರ ಸಂಖ್ಯೆ 13.5 ಕೋಟಿ.

ಟಾಪ್ 6 ಮೊಬೈಲ್ ವ್ಯಾಲೆಟ್‌ಗಳು

ಪೇಟಿಎಂ, ಮೊಬಿಕ್ವಿಕ್, ಆಕ್ಸಿಜನ್, ಸಿಟ್ರಸ್ ಪೇ, ಎಂ–ರುಪೇ, ಫ್ರೀಚಾರ್ಜ್.

ಬಳಕೆ ಹೇಗೆ?

ಆ್ಯಪ್ ಡೌನ್ ಲೋಡ್ ಮಾಡಿಕೊಳ್ಳಿ. ನಿಮ್ಮ ಇ–ಮೇಲ್ ಐಡಿ ಅಥವಾ ಮೊಬೈಲ್ ಸಂಖ್ಯೆಯ ಮೂಲಕ ವ್ಯಾಲೆಟ್ ಖಾತೆ ತೆರೆಯಿರಿ. ಡೆಬಿಟ್–ಕ್ರೆಡಿಟ್ ಕಾರ್ಡ್ ಅಥವಾ ನೆಟ್ ಬ್ಯಾಂಕಿಂಗ್ ಮೂಲಕ ಅದಕ್ಕೆ ನಿರ್ದಿಷ್ಟ ಹಣ ವರ್ಗಾಯಿಸಿ. ವಸ್ತು ಹಾಗೂ ಸೇವೆಗಳ ಖರೀದಿ ವೇಳೆ ಪಿನ್ ಹಾಗೂ ಒನ್ ಟೈಮ್ ಪಾಸ್‌ವರ್ಡ್ ಬಳಸಿದರೆ ಮಾತ್ರ ಹಣ ಪಾವತಿ ಆಗುವುದರಿಂದ ಸುರಕ್ಷತೆಯ ಚಿಂತೆಯಿಲ್ಲ. ಚಿಲ್ಲರೆ ಸಮಸ್ಯೆಗೂ ಅತ್ಯುತ್ತಮ ಪರಿಹಾರ. ಒಂದೇ ಆಪ್‌ನಲ್ಲಿ ಹಲವು ಸೇವೆಗಳು ಲಭ್ಯ. ಪ್ರತಿ ಸಲ ಕಾರ್ಡ್ ಸಂಖ್ಯೆ, ಪಾಸ್‌ವರ್ಡ್ ನಮೂದಿಸುವ ಕಿರಿಕಿರಿ ಇಲ್ಲದೆ ಒಂದೇ ಕ್ಲಿಕ್‌ನಲ್ಲಿ ಹಣ ಪಾವತಿಗೆ ಅವಕಾಶ. ಒಂದೊಮ್ಮೆ ಸೇವೆ ಅಥವಾ ಖರೀದಿ ವಿಫಲವಾದರೆ ಹಣ ನಿಮ್ಮ ವ್ಯಾಲೆಟ್‌ಗೆ ರಿಫಂಡ್ ಆಗುತ್ತದೆ.

ರಿಯಾಯಿತಿ ಹಾಗೂ ಕ್ಯಾಶ್‌ಬ್ಯಾಕ್ ಕೊಡುಗೆಗಳು ವ್ಯಾಲೆಟ್ ಬಳಕೆದಾರರಿಗೆ ವರದಾನ. ನೀವು ಕ್ರೆಡಿಟ್ ಅಥವಾ ಡಿಬಿಟ್ ಕಾರ್ಡ್ ಸ್ವೈಪ್ ಮಾಡಿದರೆ ನಿಮ್ಮ ಖಾತೆಯ ಗೌಪ್ಯ ಮಾಹಿತಿ ವ್ಯಾಪಾರಿಗಳಿಗೆ ಅಥವಾ ವಂಚಕರಿಗೆ ಸಿಕ್ಕು ಸಮಸ್ಯೆಯಾದೀತು. ಈ ದೃಷ್ಟಿಯಿಂದ ವ್ಯಾಲೆಟ್ ಹೆಚ್ಚು ಸುರಕ್ಷಿತ.

ವ್ಯಾಲೆಟ್ ಬಳಕೆ ಮಿತಿ ಮಾಸಿಕ 10 ಸಾವಿರ ರೂ.ಗಳು ಮಾತ್ರ. ದೊಡ್ಡ ಮೊತ್ತದ ಪಾವತಿಗಳನ್ನು ಮಾಡುವುದಿದ್ದರೆ ಕೆವೈಸಿ ಸಲ್ಲಿಸಿ, ಮಿತಿಯನ್ನು ಹೆಚ್ಚಿಸಿಕೊಳ್ಳಬೇಕು. ವ್ಯಾಲೆಟ್ ಬಳಕೆಗೆ ಉತ್ತಮ ಗುಣಮಟ್ಟದ ಸ್ಮಾರ್ಟ್ ಫೋನ್ ಹಾಗೂ ಉತ್ತಮ ಕನೆಕ್ಟಿವಿಟಿ ಹೊಂದಿರುವುದು ಅಪೇಕ್ಷಣೀಯ. ವ್ಯಾಲೆಟ್‌ಗೆ ಒಳಪಟ್ಟ ವ್ಯಾಪಾರಿ ಸಂಸ್ಥೆಗಳ ಸಂಖ್ಯೆ ಸದ್ಯಕ್ಕೆ ಜಾಸ್ತಿ ಇಲ್ಲದ ಕಾರಣ ಎಲ್ಲ ಕಡೆ ಉಪಯೋಗಕ್ಕೆ ಬಾರದು. ನಿಮ್ಮ ಸ್ಮಾರ್ಟ್ ಫೋನ್ ಕದ್ದು ಅಥವಾ ಕಳೆದು ಹೋಗದಂತೆ ಎಚ್ಚರ ವಹಿಸುವುದೂ ಮುಖ್ಯ.

(ಕನ್ನಡ ಮಾಣಿಕ್ಯ, ಮೇ 2016)

ಉರಿವ ಚಿತೆಯಲ್ಲಿ ಚಳಿ ಕಾಯಿಸಿಕೊಳ್ಳುವ ಚಾಳಿ

ಬಾನಂಗಳದಲ್ಲಿ ವಿಹರಿಸುತ್ತಿದ್ದ ಬಿಳಿ ಪಾರಿವಾಳದ ರೆಕ್ಕೆಗಳು ರಕ್ತಸಿಕ್ತವಾಗಿವೆ. ರಷ್ಯಾ ಮತ್ತು ಉಕ್ರೇನ್ ದೇಶಗಳ ನಡುವಿನ ಯುದ್ಧವೊಂದು ನೆಪಮಾತ್ರವಾಗಿ ಇಡೀ ಜಗತ್ತು ಎರಡು ಬದಿಗಳಲ್ಲಿ ನಿಂತು ಹೋರಾಡುವ ಲಕ್ಷಣಗಳು ಗೋಚರಿಸುತ್ತಿವೆ. ಇದು ಮೂರನೇ ಮಹಾಯುದ್ಧಕ್ಕೆ ಮುನ್ನುಡಿ ಬರೆದಿದೆಯೇ? ಈಗಲೇ ಹೇಳುವುದು ಕಷ್ಟವಾದರೂ ಆ ಆತಂಕವಂತೂ ಗಾಢವಾಗಿದೆ.

ಕೇವಲ 4 ಮಿಲಿಯನ್ ಚದರ ಕಿ.ಮೀ. ವಿಸ್ತೀರ್ಣ ಹಾಗೂ 43.7 ಮಿಲಿಯನ್ ಜನಸಂಖ್ಯೆ ಹೊಂದಿರುವ ಪುಟ್ಟ ರಾಷ್ಟ್ರವೊಂದರ ಮೇಲಿನ ತನ್ನ ಹಳೆಯ ದ್ವೇಷ ಸಾಧಿಸಲು ರಣಾಂಗಣಕ್ಕೆ ನುಗ್ಗಿರುವ ರಷ್ಯಾ ತನ್ನ ಬತ್ತಳಿಕೆಯಲ್ಲಿರುವ ಶಸ್ತ್ರಾಸ್ತ್ರಗಳ ಪ್ರದರ್ಶನಕ್ಕೆ ನಿಂತಂತೆ ಕಾಣುತ್ತಿದೆ. ಹೋರಾಟದ ಮೊದಲ ಐದು ದಿನಗಳಲ್ಲೇ ಸಾಕಷ್ಟು ಸಾವು–ನೋವುಗಳು ಎರಡೂ ಕಡೆಗಳಲ್ಲಿ ವರದಿಯಾಗಿವೆ. ದಾಳಿಯಿಂದ ಚರ್ನೋಬಿಲ್ ಅಣು ಸ್ಥಾವರದಲ್ಲಿ (1986ರಲ್ಲಿ ವಿಕಿರಣ ಸೋರಿಕೆಯಿಂದಾದ ದುರಂತಗಳ ಸರಣಿಯನ್ನು ನೆನಪಿಸಿಕೊಳ್ಳಿ) ವಿಕಿರಣದ ಪ್ರಮಾಣ ಹೆಚ್ಚುತ್ತಿದೆ ಎಂದು ಉಕ್ರೇನ್ ಆತಂಕಕಾರಿ ಹೇಳಿಕೆ ನೀಡಿರುವ ಬೆನ್ನಲ್ಲೇ ರಷ್ಯಾ ಅಣ್ವಸ್ತ್ರಗಳ ಪ್ರಯೋಗಕ್ಕೆ ಮುಂದಾಗಿರುವುದು ದಿಗಿಲು ಹುಟ್ಟಿಸುತ್ತಿದೆ.

ಗುಬ್ಬಿಯ ಮೇಲೇಕೆ ಬ್ರಹ್ಮಾಸ್ತ್ರ?

ವೈದ್ಯಕೀಯ ಶಿಕ್ಷಣ, ಕೃಷಿ ('ಆಹಾರದ ಬುಟ್ಟಿ' ಎಂಬ ಅನ್ವರ್ಥವೂ ಇದೆ), ಗಣಿಗಾರಿಕೆ ಹಾಗೂ ಪ್ರವಾಸೋದ್ಯಮಕ್ಕೆ ಜಗದ್ವಿಖ್ಯಾತವಾಗಿರುವ ಉಕ್ರೇನ್ ನ್ಯಾಟೋ ಸದಸ್ಯತ್ವ ಪಡೆದರೆ ಅದಕ್ಕೆ ಸದಸ್ಯ ರಾಷ್ಟ್ರಗಳ ಬೆಂಬಲ ಸಿಗುತ್ತದೆ. ತನ್ನ ಸಾರ್ವಭೌಮತ್ವಕ್ಕೆ ಧಕ್ಕೆಯಾಗುತ್ತದೆ–ಎನ್ನುವುದು ರಷ್ಯಾದ ಚಿಂತೆ. ಸೋವಿಯತ್ ಒಕ್ಕೂಟ ಅಖಂಡವಾಗಿದ್ದಾಗ ತನ್ನದೇ ಭಾಗವಾಗಿದ್ದ

ಉಕ್ರೇನ್ ಶೀತಲ ಯುದ್ಧದ ಬಳಿಕ ಸ್ವತಂತ್ರ ರಾಷ್ಟ್ರವಾಗಿ ರಷ್ಯಾಕ್ಕೆ ಮಗ್ಗುಲ ಮುಳ್ಳಾಗಿದೆಯೇ? ಗಾತ್ರದಲ್ಲೂ, ಶಕ್ತಿಯಲ್ಲೂ ತನಗೆ ಸಮಬಲಕ್ಕಿಲ್ಲದ ಉಕ್ರೇನ್ ಮೇಲೆ ರಷ್ಯಾ ಮುಗಿಬಿದ್ದಿರುವುದೇಕೆ? ಸೋವಿಯತ್ ಒಕ್ಕೂಟದ ಪತನವು ಈ ಎಲ್ಲ ಸಂಘರ್ಷದ ಆರಂಭ ಬಿಂದು. ಇದು ರಷ್ಯಾದ ಅಧ್ಯಕ್ಷ ವ್ಲಾದಿಮಿರ್ ಪುಟಿನ್ ಅವರಿಗೆ ಎಂದಿಗೂ ಸ್ವೀಕಾರಾರ್ಹ ಆಗಿರಲಿಲ್ಲ. "ಯಾವುದೇ ಇತಿಹಾಸ, ಗುರುತು ಅಥವಾ 'ನೈಜ ರಾಜ್ಯತ್ವದ ಸ್ಥಿರ ಸಂಪ್ರದಾಯಗಳು' ಇಲ್ಲದ ನಕಲಿ ದೇಶ" ಎಂದು ಉಕ್ರೇನ್ ಅನ್ನು ಪುಟಿನ್ ಲೇವಡಿ ಮಾಡಿರುವುದನ್ನು ಈ ಹಿನ್ನೆಲೆಯಲ್ಲಿ ಗಮನಿಸಬಹುದು.

ಸರ್ವಾಧಿಕಾರಿಗಳ ದಾಹ

ಹಾಗೆ ನೋಡಿದರೆ ರಕ್ತಪಾತಗಳಿಂದಲೇ ಇತಿಹಾಸ ನಿರ್ಮಾಣವಾಗಿದೆ. ಆ ಕಾಲದ ಸರ್ವಾಧಿಕಾರಿಗಳಾದ ಹಿಟ್ಲರ್, ಮುಸಲೋನಿಯಿಂದ ಆರಂಭಿಸಿ, ಸದ್ದಾಂ ಹುಸೇನ್, ಈಗ ಜಗತ್ತನ್ನೇ ಆಳಲು ತವಕಿಸುತ್ತಿರುವ ಪುಟಿನ್, ಕ್ಸಿ-ಜಿಂಗ್‌ಪಿನ್, ಕಿಮ್ ಜಾಂಗ್ ಉನ್, ಡೊನಾಲ್ಡ್ ಟ್ರಂಪ್, ಜೋ ಬಿಡೆನ್-ಯಾರೂ ಹೊರತಲ್ಲ. ಹೆಣಗಳ ರಾಶಿಯ ಮೇಲೆ ಸಾಮ್ರಾಜ್ಯ ಕಟ್ಟುವ ಖಯಾಲಿ ಇವರದು. ಧನದಾಹ, ಅಧಿಕಾರದ ಮೋಹ, ಸರ್ವಾಧಿಕಾರಿ ಮನೋಭಾವ ಇವರನ್ನು ಸಮರಕ್ಕೆ ಪ್ರೇರೇಪಿಸುತ್ತವೆ.

ಗುಂಡು, ಬಾಂಬ್, ಕ್ಷಿಪಣಿ, ಯುದ್ಧ ವಿಮಾನಗಳು, ಟ್ಯಾಂಕರ್‌ಗಳ ಅಬ್ಬರದ ನಡುವೆ ಭಾರತವು ಜಪಿಸುತ್ತಿರುವ ಶಾಂತಿ ಮಂತ್ರ ಯಾರ ಕಿವಿಗೂ ಕೇಳಿಸುತ್ತಿಲ್ಲ. ಯುದ್ಧಭೂಮಿಗೆ ಹೋಗಿ, ಅಲ್ಲಿ ಸಿಲುಕಿರುವ ವಿದ್ಯಾರ್ಥಿಗಳನ್ನು ಕರೆ ತರುವಲ್ಲಿ ಭಾರತವು ತೋರಿದ ಧೈರ್ಯವನ್ನು ಜಗತ್ತೇ ಶ್ಲಾಘಿಸಿದೆ. ಒಬ್ಬರಿಗೆ ಹೆಣಗಳನ್ನು ಉರುಳಿಸುವ ಆತುರವಾದರೆ, ಮತ್ತೊಬ್ಬರಿಗೆ ಜೀವ ಉಳಿಸುವ ಕಾಳಜಿ.

ಜಗತ್ತಿನಲ್ಲಿರುವ ಅರ್ಧಕ್ಕಿಂತಲೂ ಹೆಚ್ಚಿನ ಶ್ರಮಿಕ ವರ್ಗದ ನೆಮ್ಮದಿಯ ನಿದ್ದೆಯನ್ನೂ ಯುದ್ಧವು ಕಸಿದುಕೊಂಡಿವೆ, ಗೆದ್ದವನು ಸೋತ, ಸೋತವನು ಸತ್ತ-ಅನ್ನುತ್ತಾರಲ್ಲವೇ? ಹಾಗಿದೆ ಸ್ಥಿತಿ.

ಮೂರನೇ ಮಹಾಯುದ್ಧದ ಭೀತಿ

ಮೊದಲ ಎರಡು ಮಹಾಯುದ್ಧಗಳು ಮಾತ್ರವಲ್ಲ, ಜಗತ್ತಿನೆಲ್ಲೆಡೆ ಅಂತಹ ಘೋರ ಯುದ್ಧಗಳು ಆಗಾಗ ನಡೆಯುತ್ತಲೇ ಇವೆ. ಈಗ ನಡೆಯುತ್ತಿರುವ ರಷ್ಯಾ-ಉಕ್ರೇನ್ ಯುದ್ಧವು ಮೂರನೇ ಮಹಾಯುದ್ಧಕ್ಕೆ ದಾರಿ ಮಾಡಿಕೊಡಬಹುದು ಎನ್ನುವ ಭೀತಿಗೂ ಕಾರಣವಿದೆ. ನ್ಯಾಟೋ,

ಯುರೋಪಿಯನ್ ಯೂನಿಯನ್ (ಇಯು), ಅಮೆರಿಕ, ಯುಕೆ, ಫ್ರಾನ್ಸ್, ಕೆನಡಾ, ಆಸ್ಟ್ರೇಲಿಯಾಗಳು ಉಕ್ರೇನ್ ಪರ ನಿಂತಿದ್ದರೆ, ಚೀನಾದಂತಹ ಕೆಲವೇ ದೇಶಗಳು ರಷ್ಯಾದ ಜತೆಗಿವೆ. ಇಂಗ್ಲೆಂಡ್ ರಷ್ಯಾದ ಐದು ಬ್ಯಾಂಕ್‌ಗಳ ಆಸ್ತಿಗಳನ್ನು ಜಪ್ತಿ ಮಾಡಿಕೊಂಡರೆ, ಜರ್ಮನಿ ಪೈಪ್‌ಲೈನ್ ಯೋಜನೆ ಸ್ಥಗಿತಗೊಳಿಸಿ ರಷ್ಯಾಗೆ ಶಾಕ್ ನೀಡಿದೆ. ಇಂತಹ ನಿರ್ಬಂಧ-ನಿಷೇಧಗಳಿಗೆ ಸೆಡ್ಡು ಹೊಡೆದಿರುವ ರಷ್ಯಾ ತನ್ನ ದಾರಿಯಲ್ಲಿ ಮುನ್ನಡೆದಿದೆ. ಶಾಂತಿ ಸ್ಥಾಪನೆಗಾಗಿ ಎರಡು ಸುತ್ತಿನ ಮಾತುಕತೆಗಳೂ ಫಲಪ್ರದವಾಗಿಲ್ಲ.

ಈಗ ರಷ್ಯಾ ಅಥವಾ ಉಕ್ರೇನ್ ಬೆಂಬಲಕ್ಕೆ ನಿಂತವರಿಗೆ ಆಯಾ ದೇಶಗಳ ಹಾಗೂ ಅಲ್ಲಿನ ಜನರ ಮೇಲೆ ಪ್ರೀತಿಯಿದೆಯೇ? ಸರ್ವಥಾ ಇಲ್ಲ. ಉರಿವ ಬೆಂಕಿಯಲ್ಲಿ ಸಿಗರೇಟು ಹೊತ್ತಿಸಿಕೊಳ್ಳುವ ಯತ್ನ ಇವರದು. ಅಮೆರಿಕಕ್ಕೆ ಚೀನವನ್ನು ಕಂಡರಾಗದು. ಚೀನಾ ಹಾಗೂ ರಷ್ಯಾದ ಸಖ್ಯ ಬೆಳೆಸದಿದ್ದರೆ ಪಾಕಿಸ್ತಾನಕ್ಕೆ ಗತಿಯಿಲ್ಲ... ಹೀಗೆ ಪಟ್ಟಿ ಮುಂದುವರಿಯುತ್ತದೆ.

ಮಗ್ಗುಲ ಮುಳ್ಳುಗಳು

ಬಹುತೇಕ ಎಲ್ಲ ದೇಶಗಳಿಗೂ ತಮ್ಮ ನೆರೆಯ ರಾಷ್ಟ್ರಗಳಿಂದ ಕಾಟ ತಪ್ಪಿದ್ದಲ್ಲ. ಭಾರತಕ್ಕೆ ಪಾಕಿಸ್ತಾನ, ಚೀನಾ ಎರಡೂ ಸಾಂಪ್ರದಾಯಿಕ ವೈರಿಗಳೇ. ನೇರ ಯುದ್ಧಗಳಲ್ಲಿ ಗೆಲ್ಲಲಾರದ ಕುತಂತ್ರಿ ಪಾಕಿಸ್ತಾನ ಭಯೋತ್ಪಾದಕರ ಮೂಲಕ ಭಾರತದ ಮೇಲೆ ಸಮರ ಸಾರುತ್ತಿದೆ. ಚೀನಾ ಗಡಿ ತಂಟೆಯಲ್ಲಿ ಸದಾ ಮುಂದೆ. ಪೂರ್ವ ಲಡಾಖ್‌ನ ಗಾಲ್ವನ್ ಕಣಿವೆ, ಪ್ಯಾಂಗಾಂಗ್ ಸರೋವರ, ದೋಕ್ಲಾ ಮುಖಾಮುಖಿಗಳು ಈಚೆಗೆ ಭಾರೀ ಆತಂಕವನ್ನು ಸೃಷ್ಟಿಸಿದ್ದವು. ಆದರೆ, ಭಾರತದ ದಿಟ್ಟತನ ಹಾಗೂ ಸಹನೆಯಿಂದ ವಿಚಲಿತವಾದ ಚೀನಾ ಸದ್ಯಕ್ಕೆ ಹಿಂದೆ ಸರಿದಿದೆ. ಕೆಲವು ವರ್ಷಗಳ ಹಿಂದೆ ಶ್ರೀಲಂಕಾದಲ್ಲಿ ಪ್ರಬಲವಾಗಿದ್ದ ಎಲ್‌ಟಿಟಿಇ ಭಾರತಕ್ಕೂ ಸವಾಲಾಗಿತ್ತು. ಇರಾನ್-ಇರಾಕ್ ಯುದ್ಧ ಎಂಟು ವರ್ಷಗಳಿಗೂ ಹೆಚ್ಚು ಅವಧಿಗೆ ನಡೆದಿತ್ತು. ಇಸ್ರೇಲ್-ಪ್ಯಾಲೆಸ್ತೀನ್ ನಡುವಿನ ಸಂಘರ್ಷವೂ ಮುಗಿಯದ ಕಥೆ. ಉತ್ತರ ಕೊರಿಯಾ-ದಕ್ಷಿಣ ಕೊರಿಯಾಗಳೂ ಹೀಗೇ ಹೊಡೆದಾಡಿಕೊಳ್ಳುತ್ತಿದ್ದವು. ಕೊಲ್ಲಿ ರಾಷ್ಟ್ರಗಳಲ್ಲಿ ನಡೆದಿರುವ ಯುದ್ಧಗಳಿಗೆ ತೈಲ ಸಂಪತ್ತೇ ಕಾರಣವಾಗಿತ್ತು.

ಮನುಷ್ಯ ಅತ್ಯಂತ ವಿಕಸಿತ ಜೀವಿ. ಆತನಿಗೆ ಹೃದಯವಿದೆ, ಮನಸ್ಸಿದೆ, ಬುದ್ಧಿಶಕ್ತಿ ಇದೆ, ಯೋಚನಾ ಸಾಮರ್ಥ್ಯವಿದೆ. ಪ್ರಾಣಿಗಳೇನೋ ಹಸಿದಾಗ ಅಥವಾ ಕೆಣಕಿದಾಗ ಕಾದಾಡಿಕೊಳ್ಳುತ್ತವೆ. ಆದರೆ, ಇಂತಹ ಯುದ್ಧೋನ್ಮಾದ, ರಕ್ತ ದಾಹ, ಇನ್ನೊಬ್ಬರ ಮನೆಗೆ ಬೆಂಕಿ ಹಚ್ಚಿ ಚಳಿ ಕಾಯಿಸಿಕೊಳ್ಳುವ ತವಕ ಮನುಷ್ಯನಿಗೇಕಿದೆ? ಯಾರ ಮೇಲೋ ಆಕ್ರಮಣ ಮಾಡಿದರೆ, ಕೊಂದರೆ,

ಸಂಪತ್ತನ್ನು ಕಸಿದರೆ, ಹೆಂಗಸರನ್ನು ಎಳೆದು ತಂದರೆ, ಮಕ್ಕಳನ್ನು ನೋಯಿಸಿದರೆ ಏನು ಸಿಗುತ್ತದೆ? ಒಂದು ವಿಕೃತ ಆನಂದ! ಅಷ್ಟು ಮಾತ್ರಕ್ಕೆ ಮನುಷ್ಯ ಎಂತಹ ವಿಧ್ವಂಸಕ ಕೃತ್ಯಗಳಿಗೂ ಸಿದ್ಧ. ಇದು ಜಗತ್ತಿನ ದುರಂತ ಕಥನ.

ಮನೆ-ಮನಗಳನ್ನು ಬೆಳಗುವ ವಿದ್ಯುತ್ ಕೊಡುವ ಪರಮಾಣುವನ್ನು ಮನುಕುಲವನ್ನೇ ಸುಡುವ ಬಾಂಬ್ ತಯಾರಿಕೆಗೂ ಬಳಸಲಾಗುತ್ತದೆ. ಕತ್ತಿಯನ್ನು ಕೃಷಿಗೂ ಬಳಸಬಹುದು, ಅದರಿಂದ ಯಾರ ಕತ್ತನ್ನಾದರೂ ಕತ್ತರಿಸಬಹುದು. ವಸ್ತು-ವಿಷಯಗಳನ್ನು ನಾವು ಹೇಗೆ ಬಳಸುತ್ತೇವೋ ಅದರ ಫಲವೂ ಹಾಗೇ ಇರುತ್ತದೆ. ಬೇವು ಬಿತ್ತಿ ಮಾವು ಬೆಳೆಯಲು ಸಾಧ್ಯವಿಲ್ಲ ಅಲ್ಲವೇ?

ನೆನಪಾಯಿತು ಐನ್‌ಸ್ಟೀನ್ ಮಾತು

ಕುಂಬಾರನಿಗೆ ವರುಷ, ದೊಣ್ಣೆಗೆ ನಿಮಿಷ ಎನ್ನುವ ಗಾದೆಯಂತೆ ಹಲವು ವರ್ಷಗಳ ಕಾಲ ಶ್ರಮಿಸಿ ನಿರ್ಮಿಸಿದ ರಸ್ತೆ, ಸೇತುವೆ, ಕಟ್ಟಡ, ಕಾರ್ಖಾನೆ, ಜಲಾಶಯ, ವಿದ್ಯುತ್ ಸ್ಥಾವರ-ಇವೆಲ್ಲವೂ ಯುದ್ಧಗಳಿಂದ ಕ್ಷಣಾರ್ಧದಲ್ಲಿ ನೆಲಸಮವಾಗುತ್ತವೆ. ಈ ವಿನಾಶದಿಂದ ನೋವು, ಕಣ್ಣೀರೇ ಶಾಶ್ವತವಾಗುತ್ತದೆ. 1945ರಲ್ಲಿ ಹಿರೋಶಿಮಾ-ನಾಗಾಸಾಕಿ ನಗರಗಳ ಮೇಲೆ ಅಮೆರಿಕ ಬೀಳಿಸಿದ ಬಾಂಬ್‌ಗಳ ದುಷ್ಪರಿಣಾಮಗಳು ಬರಿಯ ಜಪಾನ್ ಮಾತ್ರವಲ್ಲ, ಇಡೀ ಜಗತ್ತನ್ನೇ ಇಂದಿಗೂ ಕಾಡುತ್ತಿವೆ. ಇನ್ನು, ಈ ಬಾರಿ ಮೂರನೇ ಮಹಾಯುದ್ಧ ನಡೆದರೆ ಅದರ ಪರಿಣಾಮ ಘೋರವಾಗುತ್ತದೆ. ಅಳುವುದಕ್ಕಾದರೂ ಜನರು ಉಳಿದಾರೆಂಬ ನಿರೀಕ್ಷೆ ಇಲ್ಲ. 'ನನಗೆ ಮೂರನೇ ಮಹಾಯುದ್ಧ ಯಾವ ಆಯುಧಗಳಿಂದ ನಡೆಯುತ್ತದೆ ಎನ್ನುವುದಕ್ಕಿಂತ ನಾಲ್ಕನೇ ಮಹಾಯುದ್ಧ ಮಾತ್ರ ಕಲ್ಲು ಮತ್ತು ಕೋಲಿನಿಂದ ನಡೆಯುತ್ತದೆ ಎಂಬುದು ತಿಳಿದಿದೆ' ಎಂದು ಭೌತ ವಿಜ್ಞಾನಿ ಐನ್‌ಸ್ಟೀನ್ ಅರ್ಧ ಶತಮಾನಕ್ಕಿಂತಲೂ ಹೆಚ್ಚು ಹಿಂದೆಯೇ ಹೇಳಿರುವುದು ಎಷ್ಟೊಂದು ಮಾರ್ಮಿಕವಾಗಿದೆ! ಈಗ ಅಣು, ಮುಂದೆ ರೇಣು, ತೃಣ ಹಾಗೂ ಕಾಷ್ಟ!

ಯುದ್ಧವೊಂದು ನೆಪಮಾತ್ರ; ಎಲ್ಲರಿಗೂ ಒಂದೊಂದು ತೆವಲು, ಅಧಿಕಾರದ ಅಮಲು! ಯುದ್ಧವೋ? ಶಾಂತಿಯೋ? ರಷ್ಯಾ ಮಾಡಿಕೊಂಡಿರುವ ಆಯ್ಕೆಯನ್ನು ನೋಡಿ ಲಿಯೋ ಟಾಲ್‌ಸ್ಟಾಯ್‌ಯಂತಹ ಸಾಹಿತಿಗಳು, ದಾರ್ಶನಿಕರು, ಗಾಂಧಿಯಂತಹ ಶಾಂತಿಪ್ರಿಯರು ಮೌನವಾಗಿ ರೋದಿಸುತ್ತಿರಬಹುದು. ಆ ಕಣ್ಣೀರಾದರೂ ಈ ಕಿಡಿಯನ್ನು ಆರಿಸಲಿ ಎನ್ನುವ ನಿರೀಕ್ಷೆ ಜಗತ್ತಿಗಿದೆ.

(ಕನ್ನಡ ಮಾಣಿಕ್ಯ, ಮಾರ್ಚ್ 2022)

ದುಡ್ಡಿದ್ದವರಷ್ಟೇ ಉಳಿತಾಯ ಮಾಡಬೇಕೇ?

ಮಧ್ಯೆ ಯಾರೂ ಮಾತನಾಡಿಸದಿದ್ದರೆ, ನಗಿಸದಿದ್ದರೆ ಎರಡು ನಿಮಿಷಗಳಲ್ಲಿ ಒಂದು ಸಹಿ ಮಾಡುವಷ್ಟು ಅಕ್ಷರಸ್ಥೆ ನಮ್ಮತ್ತೆ. ಸಿಹಿ ತಿಂಡಿ ತಯಾರಕ ಸಂಸ್ಥೆಯೊಂದರಲ್ಲಿ ದಿನಗೂಲಿ ಕೆಲಸ ಮಾಡುತ್ತಾರೆ. ಇರಲು ಸ್ವಂತ ಮನೆಯೂ ಇಲ್ಲ. ನಮ್ಮ ಮಾವ ಗುಡಿಯಲ್ಲಿ ಪೂಜೆ ಮಾಡುವುದರಿಂದ ಎರಡು ಖೋಲಿಗಳ ಹಳೆಯ ಮನೆಯೊಂದನ್ನು ದೇವಸ್ಥಾನ ಸಮಿತಿಯವರೇ ಕೊಟ್ಟಿದ್ದಾರೆ. ಎರಡೂ ಕಡೆ ಹೇಳಿಕೊಳ್ಳುವಂಥ ಆದಾಯವಿಲ್ಲ. ಹೂವಿನ ವರ್ತಕರಿಂದ ಮಲ್ಲಿಗೆ ಮೊಗ್ಗು ತಂದು, ರಾತ್ರಿಯಲ್ಲಿ ಕೂತು ಮಾಲೆ ಪೋಣಿಸಿ ಕೊಡುತ್ತಾರೆ.

ಅವರಿಗೆ ನಾಲ್ವರು ಹೆಣ್ಣು ಮಕ್ಕಳು. ಎಲ್ಲರಿಗೂ ಮದುವೆ ಮಾಡಿಸಿದ್ದಾರೆ (ಎರಡನೆಯವಳು ನನ್ನಾಕೆ). ಹಬ್ಬ-ಹರಿದಿನಗಳಲ್ಲಿ ಮಕ್ಕಳು, ಅಳಿಯಂದಿರನ್ನು ಮನೆಗೆ ಕರೆದು ಸಂಭ್ರಮಿಸುತ್ತಾರೆ. ಅವರ ಕೆಸಲಕ್ಕೆ ರಂಗ ಪಂಚಮಿಯ (ಹೋಳಿ ಹಬ್ಬ) ದಿನವಷ್ಟೇ ರಜೆ. ನಮ್ಮಷ್ಟು ವಿದ್ಯೆ, ಆದಾಯವಿಲ್ಲ ನಿಜ. ಆದರೆ, ಹಣಕಾಸಿನ ವಿಚಾರದಲ್ಲಿ ಅವರಷ್ಟು ಜಾಣತನ ಬಹುಶಃ ನಮಗಂತೂ ಇಲ್ಲ. ಏಕೆಂದರೆ, ವಯಸ್ಸು 50 ದಾಟಿತು. ಇನ್ನೆಷ್ಟು ವರ್ಷ ದುಡಿದೇನು? ಮುಪ್ಪಿನ ಕಾಲಕ್ಕೆ ಏನಾದರೂ ಬೇಕಲ್ಲ? ಎಂಬ ಯೋಚನೆಯಲ್ಲಿ ತಿಂಗಳಿಗೆ ಇಂತಿಷ್ಟು ಅಂತ ಉಳಿತಾಯ ಮಾಡುತ್ತಾರೆ. ಐದೋ ಹತ್ತೋ ಸಾವಿರ ಕೂಡಿದರೆ ನನಗೆ ಕರೆ ಬರುತ್ತದೆ. ಕಾರಣ-ಬ್ಯಾಂಕಿಗೋ, ಅಂಚೆ ಕಚೇರಿಗೋ ಹೋಗಿ 'ಹಣ ಇಡಬೇಕು!' ಅಲ್ಲಿ ಅರ್ಜಿ ಭರ್ತಿ ಮಾಡಲು, ಹಣ ಎಣಿಸಲು ಬಾರದು. ಅದಕ್ಕೆ ನಮ್ಮ ಸಹಾಯ ಬೇಕು. ಹೆಚ್ಚು ಬಡ್ಡಿ ಯಾವುದರಲ್ಲಿ ಬರುತ್ತದೆ, ಕಷ್ಟ ಕಾಲದಲ್ಲಿ ಹಣ ವಾಪಸ್ ಪಡೆಯಲು ಅವಕಾಶವಿದೆಯೇ? ಇತ್ಯಾದಿಗಳನ್ನೆಲ್ಲ ಕೇಳಿ ಅವರಿಗೆ ವಿವರಿಸಿದ ಮೇಲೆ ಯಾವುದೋ ಒಂದನ್ನು ಉಳಿತಾಯಕ್ಕೆ ಆಯ್ಕೆ ಮಾಡಿಕೊಳ್ಳುತ್ತಾರೆ. ವರ್ಷ ಕಳೆದ ಮೇಲೆ ಮತ್ತೆ ನಾವೇ ಅದನ್ನು ರಿನೀವಲ್ ಮಾಡಿಸಬೇಕು.

ಪ್ಯಾನ್ ಕಾರ್ಡ್ ಇಲ್ಲದೆ...

ಮೊನ್ನೆ ಅವರ ನಾಲ್ಕು ಹಳೆಯ ಕೆವಿಪಿಗಳು ಮೆಚ್ಯೂರ್ ಆಗಿದ್ದವು. ಅವುಗಳಿಂದ 33 ಸಾವಿರ ಬಂತು. ಮತ್ತೆ ಎಫ್‌ಡಿ ಮಾಡಬೇಕು ಅಂತ ನಿರ್ಧರಿಸಿದರು. ಇನ್ನೆರಡು ಸಾವಿರ ಕೂಡಿಸಿ 35 ಸಾವಿರ ಠೇವಣಿ ಇಡುತ್ತಾರೆ ಎಂದು ನಿರೀಕ್ಷಿಸಿದ್ದೆ. ಅವರು, 20 ಸಾವಿರ ಕೂಡಿಸಿದ್ದರು! ಆದರೆ, ಪ್ಯಾನ್ ಕಾರ್ಡ್ ಇಲ್ಲದ್ದರಿಂದ 45 ಸಾವಿರದ ಕೆವಿಪಿ ಮಾತ್ರ ಮಾಡಿಸಬಹುದು ಎಂದರು. ಇದೇನು ಹೊಸ ತಲೆನೋವು ಎಂದು ಒಂದೆರಡು ಕ್ಷಣ ಗಲಿಬಿಲಿಗೆ ಒಳಗಾದರು. ಪ್ಯಾನ್ ಕಾರ್ಡ್ ಇಲ್ಲದಿದ್ದರೆ ಬಡ್ಡಿಯ ಮೇಲೆ ತೆರಿಗೆ ಹಾಕುತ್ತಾರೆ ಎಂದು ವಿವರಿಸಿದೆ. ಅಲ್ಲಿ 45 ಸಾವಿರ ರೂ.ಗಳ ಕೆವಿಪಿ ಪಡೆದರು. ಉಳಿದ ಹಣವನ್ನು ಬ್ಯಾಂಕಿನಲ್ಲಿ ಮತ್ತೆ ಒಂದು ವರ್ಷದ ಎಫ್‌ಡಿ ಮಾಡಿದರು. ಅಲ್ಲೂ ಅವರ ಹಳೆಯ ಮೂರು ಎಫ್‌ಡಿಗಳನ್ನು ರಿನ್ಯೂ ಮಾಡಿಸುವುದಿತ್ತು. ಒಂದರಲ್ಲಿ 67 ಸಾವಿರ ಹೂಡಿಕೆ ಮಾಡಿದ್ದರು. ಆದರೆ, ಅಷ್ಟು ಹಣದ ಹೂಡಿಕೆ ಮಾಡಿಕೊಳ್ಳುವಾಗ ಬ್ಯಾಂಕಿನವರು ಪ್ಯಾನ್ ಕಾರ್ಡ್ ಬಗ್ಗೆ ಮಾಹಿತಿ ನೀಡಿರಲಿಲ್ಲ. ಬಡ್ಡಿಯಲ್ಲಿ ಎರಡುವರೆ ಸಾವಿರಕ್ಕಿಂತ ಸ್ವಲ್ಪ ಜಾಸ್ತಿಯೇ ಹಣ ಮುರಿದುಕೊಂಡಿದ್ದರು. ಪ್ಯಾನ್ ಕಾರ್ಡ್ ಒಂದು ಮಾಡಿಸಿದ್ದರೆ ಆ ಹಣ ಉಳಿಯುತ್ತಿತ್ತು, ಕಷ್ಟಕ್ಕಾಗುತ್ತಿತ್ತು ಎಂದು ಹಲುಬಿದರು. ಏಪ್ರಿಲ್ ಮೊದಲ ವಾರದಲ್ಲಿ ಪ್ಯಾನ್ ನಂಬರ್ ಸಲ್ಲಿಸದಿದ್ದರೆ ಬಡ್ಡಿಯ ಆದಾಯಕ್ಕೆ ಮತ್ತೆ ಕತ್ತರಿ ಬೀಳುತ್ತದೆ ಎಂದು ಎಚ್ಚರಿಸಿದ ಮೇಲೆ ಕೂಡಲೇ ಪ್ಯಾನ್ ಕಾರ್ಡ್‌ಗೆ ಅರ್ಜಿ ಸಲ್ಲಿಸಿದ್ದಾರೆ!

ಆದಾಯ ಇದ್ದವರು ಮಾತ್ರ ಉಳಿತಾಯ ಮಾಡಬೇಕೆಂದಿಲ್ಲ. ಹಾಗೆ ನೋಡಿದರೆ, ಉಳಿತಾಯದ ಅಗತ್ಯ ಇರುವುದು ಕಡಿಮೆ ಆದಾಯ ಇರುವವರಿಗೇ!

ತೆರಿಗೆ ಸಮಯ...

ಮಾರ್ಚ್ 31 ಸಮೀಪಿಸುತ್ತಿದೆ. ಇದು ಆರ್ಥಿಕ ವರ್ಷಾಂತ್ಯ. ಆದಾಯ ತೆರಿಗೆ ಪಾವತಿಯ ಕಾಲ. ಹೂಡಿಕೆದಾರರಿಗೆ ತೆರಿಗೆ ರಿಯಾಯಿತಿ ಅಥವಾ ವಿನಾಯಿತಿ ನೀಡಬಲ್ಲ ಉಳಿತಾಯ ಯೋಜನೆಗಳ ಕುರಿತು ಯೋಚನೆ ಮಾಡಬೇಕಾದ ಸಂದರ್ಭ. ಆರ್ಥಿಕ ಹಿಂಜರಿತದ ಕಾರಣ ಷೇರು ಮಾರುಕಟ್ಟೆ ನಿರಂತರ ಪತನದ ಹಾದಿಯಲ್ಲಿರುವಾಗ, ಈಕ್ವಿಟಿ ಸಂಬಂಧಿತ ಉಳಿತಾಯಗಳ ಸಲಹೆಯನ್ನು ಕೊಡುವ ಧೈರ್ಯ ಯಾರಿಗೂ ಇದ್ದಂತಿಲ್ಲ. ಬಹುತೇಕ ಹೂಡಿಕೆದಾರರು ರಿಸ್ಕ್ ತೆಗೆದುಕೊಳ್ಳುವ ಸ್ಥಿತಿಯಲ್ಲಿ ಇರುವುದಿಲ್ಲ. ತೆರಿಗೆಯೂ ಉಳಿಯಬೇಕು, ನಿರಂತರ ಆದಾಯವೂ ಬರುತ್ತಿರಬೇಕು–ಅಂಥ ಒಂದು ಉಳಿತಾಯ ಯೋಜನೆಯಿದ್ದರೆ ಅನುಕೂಲ ಎಂದು ನಿರೀಕ್ಷಿಸುತ್ತಾರೆ.

ಭಾರತೀಯರು ತಮ್ಮ ಆದಾಯದ ಗಣನೀಯ ಮೊತ್ತವನ್ನು ತೆರಿಗೆ ರೂಪದಲ್ಲಿ ಸರ್ಕಾರಕ್ಕೆ ಪಾವತಿಸುವುದರಿಂದ ಮಾರ್ಚ್ 31 ಸಮೀಪಿಸುತ್ತಿದ್ದಂತೆಯೇ ತೆರಿಗೆ ಉಳಿಸುವ ಅಥವಾ 80ಸಿ ಅಡಿಯಲ್ಲಿ ತೆರಿಗೆ ವಿನಾಯ್ತಿ ನೀಡುವ ಹೂಡಿಕೆಗಳತ್ತ ಚಿತ್ತ ಹರಿಸುತ್ತಾರೆ. ಮಾರುಕಟ್ಟೆ ಏರಿಳಿತದಿಂದ ಹಾಗೂ ಬಡ್ಡಿ ದರಗಳ ವ್ಯತ್ಯಾಸದಿಂದ ಬಾಧಿತರಾಗದೆ ಹೂಡಿಕೆ ಅಥವಾ ಉಳಿತಾಯದ ಮೇಲೆ ನಿಶ್ಚಿತ ಆದಾಯ ಬಯಸುವ ವ್ಯಕ್ತಿಗಳಿಗೆ ಹಲವು ಯೋಜನೆಗಳನ್ನು ಸರ್ಕಾರವೇ ರೂಪಿಸಿದೆ. ಅಂಥ ಐದು ಪ್ರಮುಖ ಯೋಜನೆಗಳ ಪರಿಚಯ ಇಲ್ಲಿದೆ.

1. **ಪಿಪಿಎಫ್:** ನಿಶ್ಚಿತ ಆದಾಯದ ಜತೆಗೆ ತೆರಿಗೆ ವಿನಾಯಿತಿ ನೀಡುವ ಯೋಜನೆಗಳ ಪೈಕಿ ಮೊದಲ ಸ್ಥಾನದಲ್ಲಿರುವುದು ಪಬ್ಲಿಕ್ ಪ್ರಾವಿಡೆಂಟ್ ಫಂಡ್ (ಪಿಪಿಎಫ್). ಪ್ರಸಕ್ತ ಆರ್ಥಿಕ ವರ್ಷದಲ್ಲಿ ಪಿಪಿಎಫ್ ಬಡ್ಡಿದರ ಶೇ. 8.7ರಷ್ಟಿದೆ. ಪ್ರತಿ ವರ್ಷವೂ ಸರ್ಕಾರ ಪಿಪಿಎಫ್ ಬಡ್ಡಿದರ ಘೋಷಿಸುತ್ತದೆ. ಈ ಯೋಜನೆಯಲ್ಲಿ ಹೂಡಿಕೆಯನ್ನು ಉತ್ತೇಜಿಸಲು ಬಡ್ಡಿದರವನ್ನು ಶೇ. 9ಕ್ಕೇರಿಸುವ ಪ್ರಸ್ತಾವನೆಯೂ ಸರ್ಕಾರದ ಮುಂದಿದೆ. ಪ್ರತಿ ವರ್ಷ ಈ ಹೂಡಿಕೆಯ ಮೇಲೆ ಬರುವ ಬಡ್ಡಿಯಷ್ಟು ಮೊತ್ತದ ತೆರಿಗೆ ವಿನಾಯ್ತಿಗೆ ಖಾತೆದಾರರು ಅರ್ಹರಿರುತ್ತಾರೆ. ಪಾವತಿ ಆರಂಭಿಸಿ ಮೂರು ವರ್ಷಗಳ ಬಳಿಕ ಉಳಿತಾಯದ ಹಣದ ಮೇಲೆ ಸಾಲ ಪಡೆಯಬಹುದು, ಐದು ವರ್ಷಗಳ ಬಳಿಕ ನಿಗದಿತ ಪ್ರಮಾಣದ ಹಣ ಡ್ರಾ ಮಾಡಬಹುದು. ಆದರೆ, ಅದಾಗಲೇ ವಯಸ್ಸು 40–45 ದಾಟಿದ ಹೂಡಿಕೆದಾರರು 15ರಿಂದ 20 ವರ್ಷಗಳ ಈ ದೀರ್ಘಾವಧಿ ಯೋಜನೆಯಲ್ಲಿ ಹಣ ತೊಡಗಿಸಲು ಮನಸ್ಸು ಮಾಡುವುದು ಕಡಿಮೆ.
2. **ಸಂಚಿತ ಠೇವಣಿ:** ತಮ್ಮ ಕಷ್ಟಾರ್ಜಿತ ಹಣವನ್ನು ಬ್ಯಾಂಕ್ ಅಥವಾ ಅಂಚೆ ಕಚೇರಿಯ ಸಂಚಿತ ಠೇವಣಿಯಲ್ಲಿ ಭದ್ರವಾಗಿಡಲು ಬಯಸುವ ಜನ ಜಾಸ್ತಿ ಇದ್ದಾರೆ. ಮ್ಯೂಚುವಲ್ ಫಂಡ್ ಹಾಗೂ ಷೇರುಗಳಲ್ಲಿ ಆದಾಯದ ಅವಕಾಶ ಜಾಸ್ತಿ ಇದ್ದರೂ ಮಾರುಕಟ್ಟೆಯ ತಲ್ಲಣಗಳಿಗೆ ಅಂಜುವ ಜನ, 'ನಮಗೇಕೆ ಆ ಗೊಡವೆ? ಕಷ್ಟಪಟ್ಟು ಗಳಿಸಿದ ಹಣ ಭದ್ರವಾಗಿದ್ದರೆ ಸಾಕು' ಎಂದು ಎಫ್‌ಡಿ ಮೊರೆಹೋಗುತ್ತಾರೆ. ಶೇ. 8.25ರಿಂದ ಶೇ. 8.75 ಬಡ್ಡಿ ದರವಿರುತ್ತದೆ. ಹಿರಿಯ ನಾಗರಿಕರಿಗೆ ಕೊಂಚ (ಶೇ. 0.5) ಜಾಸ್ತಿಯೇ ಬಡ್ಡಿ ಸಿಗುತ್ತದೆ.
3. **ರಾಷ್ಟ್ರೀಯ ಉಳಿತಾಯ ಪತ್ರಗಳು:** ಹೂಡಿಕೆಗೆ ಹೆಚ್ಚು ಹಣ ಇಲ್ಲದಿದ್ದರೂ ತೆರಿಗೆ ವಿನಾಯ್ತಿ ನೀಡುವ ರಾಷ್ಟ್ರೀಯ ಉಳಿತಾಯ ಪತ್ರ (ಎನ್‌ಎಸ್‌ಸಿ)

ಗಳಲ್ಲಿ ಹೂಡಿಕೆ ಹೆಚ್ಚು ಸುಲಭ ಹಾಗೂ ಸುರಕ್ಷಿತ. ಶೇ. 8.4 ಬಡ್ಡಿ ದರದಲ್ಲಿ ಐದು ವರ್ಷಗಳ ಉಳಿತಾಯ ಯೋಜನೆ ಲಭ್ಯವಿದೆ. ಬ್ಯಾಂಕ್ ಹಾಗೂ ಅಂಚೆ ಕಚೇರಿಗಳಲ್ಲಿ ಎನ್‌ಎಸ್‌ಸಿಗಳು ಲಭ್ಯ.

4. **ಹಿರಿಯ ನಾಗರಿಕರ ಉಳಿತಾಯ ಯೋಜನೆಗಳು (ಎಸ್‌ಸಿಎಸ್‌ಎಸ್):** ವಯಸ್ಸು 60 ದಾಟಿದ ಹಿರಿಯ ನಾಗರಿಕರಿಗೆ ಶೇ. 9.30 ಬಡ್ಡಿದರದ ವಿಶೇಷ ಉಳಿತಾಯ ಯೋಜನೆಯಿದು. ವಿಆರ್‌ಎಸ್ ಪಡೆದವರೂ 55 ವರ್ಷ ಮೀರಿದ್ದರೆ ಈ ಯೋಜನೆ ಲಾಭ ಪಡೆಯಲು ಅರ್ಹರು. ಮೆಚ್ಯುರಿಟಿ ಅವಧಿ ಐದು ವರ್ಷ. ಮೂರು ತಿಂಗಳಿಗೊಮ್ಮೆ ಬಡ್ಡಿ ಹಣವನ್ನು ಉಳಿತಾಯ ಖಾತೆಗೆ ಜಮೆ ಮಾಡುವ ಸೌಲಭ್ಯವಿದೆ. ಬಡ್ಡಿ 10 ಸಾವಿರ ದಾಟಿದರೆ ಮಾತ್ರ ಟಿಡಿಎಸ್ ಕಡಿತವಾಗುತ್ತದೆ.
5. **ಅಂಚೆ ಕಚೇರಿ ಉಳಿತಾಯಗಳು:** ಉಳಿತಾಯ ಖಾತೆ, ಪಿಪಿಎಫ್, ಆರ್‌ಡಿ ಇತ್ಯಾದಿಗಳ ಜತೆಯಲ್ಲಿ ಅಂಚೆ ಕಚೇರಿ ಐದು ವರ್ಷಗಳ ಉಳಿತಾಯ ಯೋಜನೆಗಳನ್ನು ಸಾಕಷ್ಟು ಹಿಂದೆಯೇ ಪರಿಚಯಿಸಿದೆ. ಶೇ. 8.40 ಬಡ್ಡಿದರದ ಈ ಯೋಜನೆಯ ಲಾಭವನ್ನು ಅಸಂಖ್ಯಾತ ಗ್ರಾಹಕರು ಅನುಭವಿಸುತ್ತಿದ್ದಾರೆ.

ಇತ್ತೀಚೆಗೆ ಹಣಕಾಸು ಸಚಿವ ಅರುಣ್ ಜೇಟ್ಲಿ ಅವರು ಬಿಡುಗಡೆ ಮಾಡಿರುವ ಹೊಸ ಕಿಸಾನ್ ವಿಕಾಸ ಪತ್ರದಲ್ಲಿ (ಕೆವಿಪಿ) 100 ತಿಂಗಳಿಗೆ (8 ವರ್ಷ ನಾಲ್ಕು ತಿಂಗಳು) ಹಣ ದ್ವಿಗುಣವಾಗುತ್ತದೆ. ಈ ಯೋಜನೆಯಲ್ಲಿ ಬಡ್ಡಿದರ ಶೇ. 8.70 ಇದೆ. ಉಳಿತಾಯಪತ್ರ ಖರೀದಿಸಿದಾಗ ಇರುವ ಬಡ್ಡಿದರವೇ ಸ್ಥಿರವಾಗಿರುತ್ತದೆ. ತುರ್ತು ಸಂದರ್ಭಗಳಲ್ಲಿ ಇವುಗಳ ಮೇಲೆ ಗರಿಷ್ಠ ಶೇ. 85ರಷ್ಟು ಮೊತ್ತದ ಸಾಲ ಪಡೆಯಲು, ಹಣದ ವ್ಯವಸ್ಥೆಯಾದ ಮೇಲೆ ಮರುಪಾವತಿಸಲು ಅವಕಾಶವಿದೆ. ಕೇವಲ 1,000 ರೂ. ಗಳಿಂದ ಆರಂಭಿಸಿ ಮಿತಿಯಿಲ್ಲದಷ್ಟು ಹೂಡಿಕೆಗೆ ಇದರಲ್ಲಿ ಅವಕಾಶವಿದೆ. 1,000, 5,000, 10,000 ಹಾಗೂ 50,000 ಮುಖಬೆಲೆಯ ಬಾಂಡ್‌ಗಳನ್ನು ಅಂಚೆ ಕಚೇರಿ ವಿತರಿಸುತ್ತಿದೆ. ಎರಡು ವರ್ಷ ಆರು ತಿಂಗಳ ಲಾಕಿಂಗ್ ಅವಧಿ ಬಳಿಕ ಸಾಲ ಪಡೆಯುವ ಅಥವಾ ಪೂರ್ತಿ ಹಣ ಹಿಂಪಡೆಯುವ ಅವಕಾಶವಿದೆ. ವೈಯಕ್ತಿಕವಾಗಿ ಅಥವಾ ಜಂಟಿ ಖಾತೆಗಳಲ್ಲಿ ಉಳಿತಾಯ ಮಾಡಬಹುದು. ಠೇವಣಿಯನ್ನು ಬೇರೆಯವರ ಹೆಸರಿಗೆ ಎಷ್ಟು ಸಲ ಬೇಕಾದರೂ ವರ್ಗಾಯಿಸಬಹುದು. ಈ ಯೋಜನೆಯನ್ನು ರಾಷ್ಟ್ರೀಕೃತ ಬ್ಯಾಂಕುಗಳಿಗೂ ವಿಸ್ತರಿಸುವ ಉದ್ದೇಶವಿದೆ. ಬಡ್ಡಿಯ ಮೇಲೆ ತೆರಿಗೆ ವಿಧಿಸಬಹುದಾದ ಈ ಹೂಡಿಕೆಗೆ ತೆರಿಗೆ ವಿನಾಯಿತಿ ಇಲ್ಲ. ಕೆವೈಸಿ ಕಡ್ಡಾಯವಾದರೂ ಪ್ಯಾನ್ ಕಾರ್ಡ್ ವಿವರ ಸಲ್ಲಿಸಬೇಕಿಲ್ಲ. ಪ್ಯಾನ್ ಕಾರ್ಡ್

ಅಥವಾ ಬ್ಯಾಂಕ್ ಖಾತೆ ಇಲ್ಲದ ಗ್ರಾಮೀಣ ಪ್ರದೇಶದ ಜನರಿಗೆ ಇದು ಹೆಚ್ಚು ಲಾಭದಾಯಕ ಹಾಗೂ ಹೆಚ್ಚು ಸುರಕ್ಷಿತ ಹೂಡಿಕೆ ಎಂದು ಮಾರುಕಟ್ಟೆ ತಜ್ಞರು ಪರಿಗಣಿಸಿದ್ದಾರೆ.

ಹಣ ಉಳಿಸಬೇಕು, ಉಳಿಸಿದ ಹಣ ಬೆಳೆಯಬೇಕು, ಬದುಕಿಗೆ ಆಧಾರವಾಗಬೇಕು ಎಂದು ನಿರೀಕ್ಷಿಸುವ ಮಧ್ಯಮ ವರ್ಗದ ಜನರು ಇಂಥ ಹೂಡಿಕೆಗಳತ್ತ ಮನಸ್ಸು ಮಾಡಬಹುದು.

(ಕನ್ನಡ ಮಾಣಿಕ್ಯ, ಮಾರ್ಚ್ 2016)

'ಜೋನಿ' ಎಂಬ ಸಿಹಿಜೇನು

ಸೀಮಂತ ಕಾರ್ಯ ಮುಗಿದ ಮೇಲೆ ಸೊಸೆಯನ್ನು ಅವಳ ತವರು ಮನೆಗೆ ಬಿಡಬೇಕಿತ್ತು. ನಾವೂ ಹುಬ್ಬಳ್ಳಿಗೆ ಮರಳಬೇಕಿತ್ತು. ಸ್ವಾಮಿಕಾರ್ಯ, ಸ್ವಕಾರ್ಯ ಎರಡೂ ಒಟ್ಟಿಗೇ ಆಗುತ್ತೆ ಅಂತ ಅವಳನ್ನು ಕರೆದುಕೊಂಡು ಹೊಸ ವರ್ಷದ ಮೊದಲ ದಿನ ಊರಿಂದ ಹೊರಟೆವು.

ಚಂದ್ರಗುತ್ತಿ ಸಮೀಪದ ಕಾನುಗೋಡು (ಸಿದ್ಧಾಪುರ ತಾಲೂಕು) ಸ್ವಾತಿಯ ತವರುಮನೆ. ಮಧ್ಯಾಹ್ನದ ಹೊತ್ತಿಗೆ ಮನೆ ತಲುಪುತ್ತೇವೆ. ಸಂತೋಷ (ಸ್ವಾತಿಯ ತಮ್ಮ) ಅಡುಗೆ ಮಾಡುತ್ತಾನೆ, ನಾವು ಹೋಗಿ ಉಣ್ಣುವುದು ಎಂದು ಅವಳ ತಂದೆ ಘೋಷಿಸಿ, ಮೊದಲೇ ನಡುಕ ಹುಟ್ಟಿಸಿದ್ದರು. 'ಅವನಿಗೆ ಅಡುಗೆ ಬರಲ್ಲ, ಮಾಡಿದ್ರೆ ತಿನ್ನೋ ಹಾಗಿರಲ್ಲ'–ಅಂತ ನಕ್ಕಿದ್ದರು. ಹೋ 'ನಳ' ಪಾಕವೇ? (ಎಲ್ಲವೂ ನೀರು ನೀರು) ಅಂತ ನಾನೂ ಕಿಚಾಯಿಸಿದ್ದೆ. ಮುನ್ನೆಚ್ಚರಿಕೆ ಕ್ರಮವಾಗಿ ಆಗುಂಬೆ ಘಾಟಿ ಬುಡದಲ್ಲಿ ಸೋಮೇಶ್ವರದಲ್ಲಿರುವ ಪರಿಚಿತರ ಹೋಟೆಲ್‌ನಲ್ಲಿ ಭರ್ಜರಿಯಾಗಿ ಬ್ಯಾಟಿಂಗ್ ಮಾಡಿದ್ದೆವು. ಆದರೆ, ಮಧ್ಯಾಹ್ನ ಮೂರುಗಂಟೆ ಹೊತ್ತಿಗೆ ಅವರ ಮನೆ ತಲುಪುವಷ್ಟರಲ್ಲಿ ಮತ್ತೆ ಹೊಟ್ಟೆ ತಾಳ ಹಾಕತೊಡಗಿತು. ಅಯ್ಯೋ ಗ್ರಹಚಾರವೇ ಎಂದುಕೊಂಡು ಕೈಕಾಲು ತೊಳೆದೆವು. ಪೂರ್ವಜನ್ಮದ ಸುಕೃತವೋ ಎಂಬಂತೆ ಅವರ ಬಂಧುವೊಬ್ಬರು ರುಚಿಕಟ್ಟಾಗಿ ಅಡುಗೆ ಮಾಡಿದ್ದರು. 'ಸಂತೋಷ'ದಿಂದಲೇ ಹೊಟ್ಟೆಗಿಳಿಸಿದೆವು. ಅಂತೂ ನಿಮ್ಮ ಮಗನಿಗೆ ಅಡುಗೆ ಮಾಡಲು ಬರಲ್ಲ ಎಂದು ನೀವೇ ಒಪ್ಪಿಕೊಂಡಂತಾಯಿತು– ಎಂದು ಹೇಳಿ ಊಟದ ಮಧ್ಯೆ ಮತ್ತೆ ನಗುವಿನ ಅಲೆ ಮೂಡಿಸಿದೆ.

ಆಲೆಮನೆಯ ಆಸೆ

ಊಟವಾದ ಮೇಲೆ ಸ್ವಲ್ಪ ಹೊತ್ತು ವಿಶ್ರಮಿಸಿ ಹೊರಡುವುದು ನಮ್ಮ ಎಣಿಕೆಯಾಗಿತ್ತು. ಆದರೆ, 'ಸಮೀಪದಲ್ಲೇ ಒಂದು ಆಲೆಮನೆ ಇದೆ ಮಾವಾ. ಸಂಜೆ ಐದು ಗಂಟೆ ಸುಮಾರಿಗೆ ಹೋಗಿ ಬರೋಣ' ಎಂದು ಸಂತೋಷ

ಆಸೆ ಹುಟ್ಟಿಸಿದ. ಮಂಡ್ಯ ಭಾಗದಲ್ಲಿ ಯಥೇಚ್ಛವಾಗಿರುವ ಆಲೆಮನೆಗಳು ಉತ್ತರಕನ್ನಡ–ಶಿವಮೊಗ್ಗ ಜಿಲ್ಲೆಗಳ ಮಲೆನಾಡು ಭಾಗದಲ್ಲೂ ಸಾಕಷ್ಟಿವೆ. ಆದರೆ, ಇಲ್ಲಿ ಜೋನಿ ಬೆಲ್ಲ ತಯಾರಿಸುತ್ತಾರೆ. ಇಂತಹ ಆಲೆಮನೆ ನೋಡದೆ ಬಹಳ ಸಮಯವಾಗಿತ್ತು. ಹರ್ಷಿತಾ ಅಂತೂ ನೋಡಿಯೇ ಇಲ್ಲ. ಹೋಗೋಣ ಎಂದೆ. ಸ್ವಾತಿಗೋ ಆಲೆಮನೆ ಎಂದರೆ ಬಹಳ ಪ್ರೀತಿ. ನಾನೂ ಬರುತ್ತೇನೆ ಎಂದು ಹಠ ಹಿಡಿದಳು. ಆದರೆ, ತುಂಬು ಬಸುರಿಯಾಗಿದ್ದು, ಆ ದಿನ ಅದಾಗಲೇ ಸಾಕಷ್ಟು ಪ್ರಯಾಣ ಮಾಡಿದ್ದರಿಂದ ಬೇಡವೆಂದೆವು. ನಿರಾಶೆಯಿಂದ ಅವಳ ಮುಖ ಜೋನಿ ಬೆಲ್ಲದ ಬಣ್ಣವನ್ನೇ ತಾಳಿತು.

ಸಂಜೆ ಐದರ ಹೊತ್ತು

ನಿಸಾರ್ ಅಹಮ್ಮದರ ಕವಿತೆಯಂತಿದ್ದ ಸಂಜೆ ಐದರ ಹೊತ್ತಿಗೆ ಹೊರಟು ಸಿದ್ಧಾಪುರ–ಚಂದ್ರಗುತ್ತಿ ರಸ್ತೆಯಲ್ಲಿರುವ ಮಂಕೋಡ ಎಂಬ ಸಣ್ಣ ಹಳ್ಳಿಗೆ ಹೋದೆವು. ಅಲ್ಲಿ ಆಸುಪಾಸಿನ ರೈತರೆಲ್ಲ ಸೇರಿಕೊಂಡು ಹೊಲದ ಮಧ್ಯೆ ಆಲೆಮನೆ ಮಾಡಿದ್ದಾರೆ. ಮೊದಲೆಲ್ಲ ಕಬ್ಬು ಅರೆಯುವ ಕಣೆ ಯಂತ್ರಕ್ಕೆ ಕೋಣಗಳು ಅಥವಾ ಎತ್ತುಗಳ ಜೋಡಿಯನ್ನು ಕಟ್ಟುತ್ತಿದ್ದರು. ಕೋಣಗಳನ್ನು ಕಣೆಗೆ ಕಟ್ಟಿದರೆ, ಅವು ದೊಡ್ಡ ವೃತ್ತಾಕಾರದಲ್ಲಿ ಎಡೆಬಿಡದೆ ಸುತ್ತುತ್ತಿದ್ದವು. ಮುಂಜಾನೆಯ ಚುಮುಚುಮು ಚಳಿಯಲ್ಲೇ ಅವುಗಳ ದುಡಿಮೆ ಆರಂಭವಾಗುತ್ತದೆ. ಬಿಸಿಲೇರುವ ಮೊದಲು ಕೊಪ್ಪರಿಗೆಯಷ್ಟು ಹಾಲು ಸಿದ್ಧವಾಗುತ್ತದೆ. ಏಳೆಂಟು ವರ್ಷಗಳಿಂದ ಈಚೆಗೆ ಕಣೆ ಯಂತ್ರವನ್ನು ಟಿಲ್ಲರ್‌ಗೆ ಜೋಡಿಸುತ್ತಿದ್ದಾರೆ. ಇದು ರೈತರು ಹಾಗೂ ಎತ್ತು–ಕೋಣಗಳ ಶ್ರಮವನ್ನು ಉಳಿಸಿದೆ. ಕಬ್ಬನ್ನು ನುರಿಸಿ, ಹಾಲನ್ನೂ ಬೇಗನೆ ಹಿಂಡಲು ಸಾಧ್ಯವಾಗುತ್ತಿದೆ.

ಆಲೆಮನೆಯಲ್ಲಿ ಐದಾರು ರೈತರು ಬಿಡುವಿಲ್ಲದೆ ಓಡಾಡುತ್ತಿದ್ದರು. ಬೆಳಗ್ಗೆ ಕುದಿಯಲು ಇರಿಸಿದ್ದ ಹಾಲು ಆವಿಯೇಳುತ್ತ ಸಂಜೆ ಸೂರ್ಯ ಮುಳುಗುವ, ಬಾನು ಕೆಂಪೇರುವ ಸಮಯಕ್ಕೆ ಗೋಲ್ಡನ್ ಬ್ರೌನ್ ಬಣ್ಣವನ್ನು ತಾಳಿತ್ತು. ಅದನ್ನು ಒಲೆಯಿಂದ ಇಳಿಸಿ, ಮತ್ತೊಂದು ಕೊಪ್ಪರಿಗೆ ಹಾಲನ್ನು ಕುದಿಯಲು ಇಡಬೇಕಿತ್ತು. ಅದಕ್ಕಾಗಿ ಕಬ್ಬನ್ನು ಕಣೆಗೆ ಕೊಡುವ ಕೆಲಸವೂ ಭರದಿಂದ ಸಾಗಿತ್ತು.

ಬೆಲ್ಲದ ಘಮ

ಕುದಿಯುತ್ತಿರುವ ಬೆಲ್ಲದ ಪರಿಮಳ ಸುತ್ತೆಲ್ಲ ಅವರಿಸಿ, ನಮ್ಮ ಮೂಗು ಅರಳಿಸುವಂತೆ ಮಾಡುತ್ತಿತ್ತು. ಅಡಿಕೆ ಹಾಳೆಯಲ್ಲಿ ಸ್ವಲ್ಪ ನೀರು ತೆಗೆದುಕೊಂಡು ಬೆಲ್ಲದ ಪಾಕ ಹದವಾಗಿ ಸಿದ್ಧವಾಗಿದೆಯೇ ಎಂದು ಅದನ್ನು ಎರಡು

ಬೆರಳುಗಳ ನಡುವೆ ಹಿಡಿದು ಹಿರಿಯರೊಬ್ಬರು ನೋಡಿ, 'ಸರಿಯಾಗಿದೆ' ಎಂದ ಮೇಲೆ ಕೊಪ್ಪರಿಗೆಯ ಹಿಡಿಕೆಗಳ ನಡುವೆ ಬಿದಿರಿನ ಗಳವನ್ನು ತೂರಿಸಿ ನಾಲ್ಕು ಜನ ಅದನ್ನು ಹಿಡಿದೆತ್ತಿ ಇಳಿಸಿದರು, ಬಿಳಿಯ ಬಟ್ಟೆಯಲ್ಲಿ ಸೋಸುತ್ತ ದೊಡ್ಡ ಪಾತ್ರೆಯೊಂದಕ್ಕೆ ಸುರಿದು ಆರಲು ಬಿಟ್ಟರು. ಮತ್ತೊಂದೆಡೆ ಕಣ್ಸೆಳೆಯುವ ಕೆಂಬಣ್ಣ ಹಾಗೂ ನಾಸಿಕಾಗ್ರಗಳನ್ನು ಅರಳಿಸುವ ಕಂಪಿನ ಜೋನಿ ಬೆಲ್ಲವನ್ನು ಪ್ಲಾಸ್ಟಿಕ್ ಕ್ಯಾನ್‌ಗಳಲ್ಲಿ ತುಂಬಿದ್ದರು.

ಪ್ರೀತಿಯ ಧಾರೆ

ಹದಿನೈದಕ್ಕೂ ಹೆಚ್ಚು ವರ್ಷಗಳಿಂದ ಆಲೆಮನೆ ಮಾಡುತ್ತಿರುವ ಈ ರೈತರು ಮೂರು ವರ್ಷಗಳ ಹಿಂದಿನವರೆಗೂ ಕಣೆ ಯಂತ್ರಕ್ಕೆ ಕೋಣಗಳನ್ನೇ ಕಟ್ಟುತ್ತಿದ್ದರಂತೆ. ಈಗ ಟಿಲ್ಲರ್ ಬಳಸುತ್ತಿದ್ದಾರೆ. ಸುಮಾರು ಒಂದು ಗಂಟೆ ಅವಧಿಯಲ್ಲಿ ಒಂದು ಕೊಪ್ಪರಿಗೆ ಹಾಲು ಸಿದ್ಧವಾಗುತ್ತದೆ. ಕಣೆ ಯಂತ್ರವನ್ನು ನೆಲ ಮಟ್ಟದಲ್ಲಿ ಜೋಡಿಸಿದ್ದಾರೆ. ಪಕ್ಕದಲ್ಲೇ ಹೊಂಡ ತೋಡಿ ಬ್ಯಾರೆಲ್ ಇಳಿಸಿದ್ದಾರೆ. ಕಣೆ ಯಂತ್ರದಿಂದ ಹಿಂಡುವ ಕಬ್ಬಿನ ಹಾಲು ಅದರಲ್ಲಿ ಬೀಳುತ್ತದೆ. ಹಾಲು ಕುಡಿಯಲು ಬರುವ ಸ್ಥಳೀಯರಿಗೆ, ಮಕ್ಕಳಿಗೆ ಆ ಧಾರೆಯಿಂದಲೇ ಹಿಡಿದು ಯಥೇಚ್ಛವಾಗಿ ಕೊಡುತ್ತಾರೆ. ಹಾಲು ಕುಡಿಯಲು ತುಂಬ ಜನ ಬಂದರೆ ಎಷ್ಟು ಕಬ್ಬು ಹಿಂಡಿದರೂ ಡ್ರಮ್ ತುಂಬುವುದೇ ಇಲ್ಲ. ಆಗೆಲ್ಲ ಈ 'ಆಲೆಮಾಂವ' ಹುಸಿ ಮುನಿಸು ತೋರುವುದುಂಟು. ಆದರೆ, ರೈತರ ಮನಸ್ಸು ಅವುಗಳ ಹೊಲಗಳಿಗಿಂತಲೂ ವಿಶಾಲವಾಗಿರುತ್ತದೆ. ಎಷ್ಟು ಜನ ಬಂದರೂ ಬೇಸರ ಮಾಡಿಕೊಳ್ಳದೆ ಇನ್ನಷ್ಟು ಮತ್ತಷ್ಟು ಹಾಲನ್ನು ಮೊಗೆದು ಕೊಡುತ್ತಾರೆ. ತುಟಿಗಳ ಮೇಲೆ ಮೂಡುವ ಹಾಲಿನ ಮೀಸೆಯನ್ನು ಸಂತೃಪ್ತಿಯಿಂದ ಒರೆಸಿಕೊಳ್ಳುವುದನ್ನು ನೋಡಿ, ತಾವೂ ಖುಷಿ ಪಡುತ್ತಾರೆ. ಮನೆಗೆ ಒಯ್ಯಲೆಂದು ಬಾಟಲಿಗಳಲ್ಲೂ ತುಂಬಿ ಕೊಡುತ್ತಾರೆ. ತಿನ್ನಲು ಕಬ್ಬು ತೆಗೆದುಕೊಳ್ಳಿ ಎಂದು ಒತ್ತಾಯಿಸುತ್ತಾರೆ. ಮತ್ತೆ ಬನ್ನಿ, ನಿಮ್ಮ ಸ್ನೇಹಿತರನ್ನು, ಮನೆಯವರನ್ನು ಕರೆತನ್ನಿ ಎಂದು ಪ್ರೀತಿಯಿಂದ ಆಹ್ವಾನಿಸುತ್ತಾರೆ. 'ಅನ್ನದಾತ' ಎಂಬ ಪದ ಪ್ರತಿ ಹಳ್ಳಿಯಲ್ಲೂ ಸಾರ್ಥಕ್ಯ ಪಡೆಯುವುದು ಹೀಗೆಯೇ.

ಜೋನಿ ಬೆಲ್ಲವೇ ಲೇಸು

ಪ್ರತಿ ವರ್ಷವೂ ಡಿಸೆಂಬರ್‌ನಿಂದ ಫೆಬ್ರವರಿ ತನಕ ಸುಮಾರು ಎರಡು–ಮೂರು ತಿಂಗಳ ಅವಧಿಗೆ ಈ ಆಲೆಮನೆ (ಕಬ್ಬು ಅರೆದು ಬೆಲ್ಲ ಮಾಡುವ ತಾಣ) ನಡೆಯುತ್ತದೆ. ಅಂದಾಜು 40 ರೈತರು ಕಬ್ಬು ತರುತ್ತಾರೆ. ತುಂಬ ಸಿಹಿಯಾಗಿಯೂ, ಕಂದು ಬಣ್ಣದ್ದಾಗಿಯೂ ಇರುವ ಇಲ್ಲಿನ ಕಬ್ಬು ಸಕ್ಕರೆ

ಅಥವಾ ಪೆಂಟೆ ಬೆಲ್ಲ ಮಾಡುವುದಕ್ಕೆ ಸೂಕ್ತವಲ್ಲ. ಹೀಗಾಗಿ, ಜೋನಿ ಬೆಲ್ಲಕ್ಕೆ ಹೇಳಿ ಮಾಡಿಸಿದಂತಿದೆ. 25 ರಿಂದ 40 ಟನ್ ಜೋನಿ ಬೆಲ್ಲ ತಯಾರಾಗುತ್ತದೆ. ಸ್ಥಳೀಯರೂ, ವ್ಯಾಪಾರಿಗಳೂ ಆಲೆಮನೆಗೇ ಬಂದು ಖರೀದಿಸುತ್ತಾರೆ. ಯಾವುದೇ ರಾಸಾಯನಿಕ ಬಳಸುವುದಿಲ್ಲವಾದ್ದರಿಂದ ಉತ್ತಮ ಬೇಡಿಕೆಯೂ ಇದೆ. ಸಾಕಷ್ಟು ಶ್ರಮ ವಹಿಸುವ ಅಗತ್ಯವಿದ್ದರೂ ಕಬ್ಬು ಮಾರುವುದಕ್ಕಿಂತ ಜೋನಿ ಬೆಲ್ಲ ತಯಾರಿಸಿದರೆ ಹೆಚ್ಚು ಲಾಭ ಎಂದು ರೈತರ ಪೈಕಿ ಒಬ್ಬರಾದ ರಂಗನಾಥ್ ವಿವರಿಸಿದರು.

ಹೊಲದ ಮಧ್ಯದಲ್ಲಿ ಐದಾರು ರೈತರೇ ಈ ಆಲೆಮನೆಯನ್ನು ನಿರ್ವಹಿಸುತ್ತಿದ್ದಾರೆ. ಕಬ್ಬಿನ ಸಿಪ್ಪೆ ಕೊಪ್ಪರಿಗೆಯ ಉರಿಗೂ, ಮನೆಯಲ್ಲಿ ಬಚ್ಚಲಿನ ಒಲೆಗೂ ಉರುವಲಾಗಿ ಬಳಕೆಯಾಗುತ್ತದೆ. ಹೀಗಾಗಿ, ಕಟ್ಟಿಗೆಯ ಬಳಕೆಯೂ ಕಮ್ಮಿಯಾಗಿ ಪರಿಸರ ಸ್ನೇಹಿಯಾಗಿದೆ. ದೀರ್ಘಕಾಲ (ಸುಮಾರು 6 ರಿಂದ 8 ತಾಸು) ಹದವಾಗಿ ಉರಿಯಬೇಕಾದ ಕಾರಣ ಕೊಪ್ಪರಿಗೆಯ ಬೆಂಕಿಗೆ ಮಾತ್ರ ದಪ್ಪನಾದ ಒಂದೆರಡು ಮರದ ತುಂಡುಗಳು ಬೇಕಾಗುತ್ತವೆ.

ಸ್ವಾತಿಗೆ ಅಂತ ಆಲೆಮನೆಯ ಹುಡುಗರು ಒಂದು ಬಾಟಲಿ ನೊರೆಹಾಲನ್ನು ಸುರಿದು ಕೊಟ್ಟಿದ್ದರು. ಮನೆಗೆ ಬಂದು ಕೈಗಿತ್ತಾಗ, ಅವಳ ಮುಖವೂ ಕೊಪ್ಪರಿಗೆಯಷ್ಟೇ ಅಗಲವಾಗಿತ್ತು.

ಸಿಹಿ ಹಂಚುವವರ ಬಾಳಲ್ಲಿ ಕಹಿ

ಕೆಲವು ವರ್ಷಗಳ ಹಿಂದೆ ಹುಬ್ಬಳ್ಳಿಯ ಉಣಕಲ್ ಕ್ರಾಸ್ ಬಳಿ ಅಪ್ಪ–ಮಗ ಕಬ್ಬಿನ ಹಾಲು ಮಾರುತ್ತಿದ್ದರು. ಹಾಲು ತುಂಬ ಶುಚಿಯಾಗಿಯೂ, ರುಚಿಯಾಗಿಯೂ ಇರುತ್ತಿತ್ತು. ಲೋಟಕ್ಕೆ 10 ರೂ. ದರವಿದ್ದರೂ ಅವರು ಉದಾರವಾಗಿ ಇನ್ನೂ ಅರ್ಧ ಲೋಟ ಹಾಲು ಸುರಿಯುತ್ತಿದ್ದರು. ಗ್ರಾಹಕರು ಕುಡಿದು ಖುಷಿಪಟ್ಟರೆ ಅವರಿಗದೇ ಸಂಭ್ರಮ. ಕಬ್ಬಿಗೆ, ಡೀಸೆಲ್‌ಗೆ ಇಷ್ಟೊಂದು ಹಣ ಕೊಟ್ಟು, ಒಂದು ಲೋಟದ ಕ್ರಯಕ್ಕೆ ಒಂದೂವರೆ ಲೋಟ ಹಾಲು ಕುಡಿಯಲು ಕೊಟ್ಟರೆ ನಿಮಗೇನು ಉಳಿಯುತ್ತದೆ? ಎಂದು ಕೇಳಿದರೆ, ನಮಗೆಷ್ಟು ಬೇಕೆಂದು ಅಲ್ಲಾಹುವಿಗೆ ಗೊತ್ತು ಎನ್ನುತ್ತಿದ್ದರು. ಹೆದ್ದಾರಿ ವಿಸ್ತರಣೆ ಅವರನ್ನು ಅಲ್ಲಿಂದ ಎತ್ತಂಗಡಿ ಮಾಡಿದೆ. ಆಮೇಲೆ ಅವರ ವ್ಯಾಪಾರಕ್ಕೆ ಸರಿಯಾದ ಜಾಗವೇ ಹೊಂದಿಕೆಯಾಗಿಲ್ಲ. ಊರಿಗೆಲ್ಲ ಸಿಹಿ ಹಂಚಿದ ಅವರ ಬದುಕಿಗೆ ಕಹಿಯೇ ಉಳಿಯಿತಲ್ಲ ಎನ್ನುವ ಹಳಹಳಿಕೆ ಈಗಲೂ ಇದೆ.

(ಕನ್ನಡ ಮಾಣಿಕ್ಯ, ಫೆಬ್ರವರಿ 2022)

ಮುಗಿಯದ ಚಿಂತೆ ಬಿಟ್ಟು ಮುಗಿಲಿಗೆ ಹಾರೋಣ!

ಹೊಸೂರು! ಬಾಗಲಕೋಟೆ ಜಿಲ್ಲೆಯ ಬಾದಾಮಿ ಸಮೀಪದ ಈ ಪುಟ್ಟ ಊರು ಹದವಾದ ಮಳೆಯಲ್ಲಿ ಚಿಗುರಿದ ಹಸಿರನ್ನು ಹೊದ್ದು ತಣ್ಣಗೆ ಮಲಗಿದೆ. ಗುಡ್ಡಗಳ ನಡುವಿರುವ ಶ್ರೀ ರೇವಣ ಸಿದ್ದೇಶ್ವರ ದೇವಾಲಯದ ಪರಿಸರ ಎಷ್ಟು ರಮ್ಯವಾಗಿದೆ ಎಂದರೆ, ಈ ಊರನ್ನು ಹೊಸೂರು ಅನ್ನುವುದಕ್ಕಿಂತ 'ಹಸುರು' ಎನ್ನುವುದೇ ಹೆಚ್ಚು ಸೂಕ್ತ. ಪ್ರಾಕೃತಿಕವಾಗಿ ಅಷ್ಟು ಸಮೃದ್ಧವಾಗಿದೆ.

ತುಸು ಉತ್ಪ್ರೇಕ್ಷೆ ಎನಿಸಿದರೂ, ದೇಗುಲದ ಪರಿಸರದಲ್ಲಿ ಮರಗಳ ಎಲೆಗಳಿಗಿಂತ ಹೆಚ್ಚು ಸಂಖ್ಯೆಯಲ್ಲಿ ಹಸುರು ಗಿಳಿಗಳೇ ಕಣ್ಣಿಗೆ ಬಿದ್ದವು. ಜತೆಗೆ, ಬುಲ್‌ಬುಲ್, ಮರಕುಟಿಗ, ಗುಬ್ಬಿ, ಮೈನಾ, ರತ್ನಪಕ್ಷಿ, ಡ್ರಾಂಗೋ, ಹರಟೆಮಲ್ಲ–ಹೀಗೆ ಹತ್ತಾರು ಜಾತಿಯ ಹಕ್ಕಿಗಳ ಆಡುಂಬೊಲವಾಗಿತ್ತದು.

ನನ್ನ ಜತೆಗೆ ಬಂದವರನ್ನೆಲ್ಲ ಗುಡಿಗೆ ಕಳುಹಿಸಿ, ನಾನು ಹಕ್ಕಿಗಳ ಹಾಡು ಕೇಳುತ್ತ, ಚಿನ್ನಾಟವನ್ನು ಆನಂದಿಸುತ್ತ ಗುಡಿಯ ಆವರಣದಲ್ಲಿ ಸುತ್ತಾಡಿದೆ. ನಾನು ಕಾರು ನಿಲ್ಲಿಸಿದ ಪಕ್ಕದಲ್ಲಿ ಒಂದು ದೊಡ್ಡ ಹುಣಸೆ ಮರದಲ್ಲಿ ಸಾಕಷ್ಟು ಸಂಖ್ಯೆಯ ಜೇನುಗೂಡುಗಳಿದ್ದವು. ಕೋತಿಗಳು ಮರದಿಂದ ಮರಕ್ಕೆ ಜಿಗಿಯುತ್ತಿದ್ದರೂ ಜೇನುಗೂಡುಗಳ ಹತ್ತಿರಕ್ಕೂ ಸುಳಿಯುವ ಧೈರ್ಯ ತೋರುತ್ತಿರಲಿಲ್ಲ. ಎಂದಾದರೂ ಏಟು ತಿಂದಿರಬೇಕು ಅಂದುಕೊಂಡೆ.

ದೇಗುಲದ ಪಕ್ಕದಲ್ಲಿರುವ ಹಳೆಯ ತೋಪಿನಲ್ಲಿರುವ ತೆಂಗಿನ ಮರಗಳಲ್ಲಿ ಪ್ರತಿಯೊಂದರಲ್ಲೂ ಐದಾರು ಪೊಟರೆಗಳಿದ್ದವು. ಇದು ಮರಕುಟಿಗನ ಕೆಲಸ ಎಂದು ಯಾರಾದರೂ ಹೇಳಬಹುದು. ಆದರೆ. ಗಿಳಿ–ಮೈನಾಗಳಂತಹ ಹಕ್ಕಿಗಳೂ ಆ ಪೊಟರೆಗಳ ಒಳಗೆ ನುಸುಳಿ ಸಾಕೆನಿಸುವಷ್ಟು ಹೊತ್ತು ವಿಶ್ರಾಂತಿ ಪಡೆಯುತ್ತಿದ್ದವು. ಈ ಮನೆ ಕಟ್ಟಿದ್ದು ನಾನು. ಯಾರನ್ನು ಕೇಳಿ ಒಳನುಗ್ಗಿದೆ? ಎಂದು ಮರಕುಟಿಗ ತಕರಾರು ತೆಗೆಯಲಿಲ್ಲ, ಬಾಡಿಗೆಯನ್ನೂ ಕೇಳಲಿಲ್ಲ.

ಹಕ್ಕಿಗಳು ಯಾರಿಗೂ ಭಾರವಾಗಲಾರವು. ಭಾರವಾದರೆ ಹಾರಲಾರವು. ಬಾನಂಗಳದಲ್ಲಿ ತೇಲಾಡಿ ದಣಿದ ರೆಕ್ಕೆಗಳಿಗೆ ಕೊಂಚ ವಿಶ್ರಾಂತಿ ಬೇಕೆನಿಸಿದಾಗ ಸೂಕ್ತವೆನಿಸಿದ ಜಾಗದಲ್ಲಿ ಕ್ಷಣಕಾಲ ಕುಳಿತಿದ್ದು, ಪುರ್ರನೆ ಹಾರಿ ಹೋಗುತ್ತವೆ. ಗಿಳಿಗಳಿಗಂತೂ ಎರಡೇ ಕೆಲಸ. ಪಕ್ಕದ ತೋಟಕ್ಕೆ ನುಗ್ಗಿ ಮಾಗಿದ ಹಣ್ಣು

ಮೆಲ್ಲುವುದು, ಮರಳಿ ಬಂದು ಈ ತೆಂಗಿನ ಮರಗಳ ಮೇಲೆ ಕುಳಿತು ಗುಲ್ಲೆಬ್ಬಿಸುತ್ತ ಆಟವಾಡುವುದು. ಒಂದು ಮೈನಾ, ಕೆಲವು ಗಿಳಿಗಳು ಈ ಪೊಟರೆಗಳಲ್ಲಿ ಕುಳಿತಿದ್ದು ತಮ್ಮ ತಲೆಯನ್ನಷ್ಟೇ ಹೊರಗೆ ಹಾಕಿ ಹೊರ ಜಗತ್ತನ್ನು ಅವಲೋಕಿಸುತ್ತಿದ್ದವು.

ಸುತ್ತ ಹಸುರು ಕಾಡು, ನೀರಾವರಿ ಪ್ರದೇಶವಾಗಿರುವ ಕಾರಣ ಸಮೃದ್ಧವಾದ ತೋಟಗಳು, ದೇಗುಲದ ನಿರಾತಂಕ ಪರಿಸರ–ಈ ಕಾರಣಗಳಿಂದಾಗಿಯೇ ಇಲ್ಲಿ ಅಷ್ಟೊಂದು ಹಕ್ಕಿಗಳು ನೆಲೆಯೂರಿವೆ. ದೇಗುಲಕ್ಕೆ ಹೋದವರು ನನ್ನನ್ನು ಹುಡುಕುತ್ತ ಬಂದಾಗ ನಾನು ನನ್ನ ಬಳಿ ಇರುವ ಸಾಧಾರಣ ಗುಣಮಟ್ಟದ ಲೆನ್ಸ್‌ನಿಂದ ಹಕ್ಕಿಗಳ ಫೋಟೋ ತೆಗೆಯಲು ಪ್ರಯತ್ನಿಸುತ್ತ ತೆಂಗಿನ ತೋಪಿನ ನಡುವಿದ್ದೆ. 'ಗುಡಿಗೆ ಬರಬೇಕಿಲ್ಲ ಅಣ್ಣ' ಅಂತ ಸವಿತಾ ಕರೆದಾಗ, 'ದೇವರು ಇಲ್ಲೇ ಓಡಾಡುತ್ತಿದ್ದಾರೆ ನೋಡು. ಈ ಪರಿಸರ ನೋಡಿ ನನಗೆ ತುಂಬ ಖುಷಿಯಾಯಿತು' ಎಂದೆ. ಬಳಿಕ ಅವಳೊಂದಿಗೆ ಹೋಗಿ ಈ ಹಕ್ಕಿಗಳ ಸುಪ್ರಭಾತ ಕೇಳುತ್ತ ಗುಡಿಯೊಳಗೆ ಕುಳಿತಿದ್ದ ರೇವಣ ಸಿದ್ಧೇಶ್ವರನ ದರ್ಶನವನ್ನೂ ಮಾಡಿದೆ.

ಚಕ್ರಪಾಣಿ ಚಿಕ್ಕಪ್ಪನ ನೆನಪು

ಈ ಪರಿಸರದಲ್ಲಿ ನನ್ನ ಮನಸ್ಸು ಎರಡು ಹಿನ್ನೋಟಗಳತ್ತ ಜಾರಿತು. ಒಂದು ನನ್ನ ಚಿಕ್ಕಪ್ಪ, ಖ್ಯಾತ ಕತೆಗಾರರಾಗಿದ್ದ ಎಂ.ವಿ. ಚಕ್ರಪಾಣಿ. ಅವರು ತೀರಿಕೊಂಡು ಸುದೀರ್ಘ ಹದಿನೆಂಟು ವರ್ಷಗಳೇ ಕಳೆದಿವೆ. ನನ್ನ ಚಿಕ್ಕಮ್ಮ ಅಪಾರ ದೈವಭಕ್ತೆ. ಆದರೆ, ಚಿಕ್ಕಪ್ಪ ಪ್ರಕೃತಿಯಲ್ಲೇ ದೇವರನ್ನು ಕಂಡ ಪುಣ್ಯಾತ್ಮ. ಚಿಕ್ಕಮ್ಮನ ನಂಬಿಕೆಯನ್ನು ಎಂದಿಗೂ ಪ್ರಶ್ನಿಸಲಿಲ್ಲ. ತಮ್ಮ ನಂಬಿಕೆಗಳನ್ನು ಯಾರ ಮೇಲೂ ಹೇರಲಿಲ್ಲ. ಆದರೆ, ಬರವಣಿಗೆ, ಉಪನ್ಯಾಸಗಳಲ್ಲಿ ದೇವರ ಕುರಿತಾಗಿ ಚಕ್ರಪಾಣಿಯವರು ಮಾಡುತ್ತಿದ್ದ ಜಿಜ್ಞಾಸೆಗಳನ್ನು ಬನ್ನಂಜೆ ಗೋವಿಂದಾಚಾರ್ಯರೂ ಮೆಚ್ಚಿಕೊಂಡಿದ್ದರು. ಅವರ ಮನಸ್ಸಿನಲ್ಲಿದ್ದ ದೇವರ ಕಲ್ಪನೆ ವಿಶಿಷ್ಟವಾಗಿತ್ತು. ಗರ್ಭಗುಡಿಯ ಹೊರಗೇ ದೇವರನ್ನು ಕಾಣಲು ಅವರು ಬಯಸುತ್ತಿದ್ದರು. ಗುಡಿಯ ಆವರಣದವರೆಗೂ ಜತೆಗೇ ಹೋಗುತ್ತಿದ್ದ ಚಕ್ರಪಾಣಿಯವರು ಮಡದಿಯನ್ನು ದೇವಸ್ಥಾನದ ಒಳಗೆ ಕಳುಹಿಸಿ, ತಾವು ಅಲ್ಲೇ ಹೊರಗಡೆ ಸುತ್ತಾಡುತ್ತಿದ್ದರು. ಹೂವು–ಹಣ್ಣುಗಳನ್ನು ಹೊತ್ತ ಮರ–ಗಿಡಗಳು, ಹಕ್ಕಿಗಳು, ಹಾರುವ ಚಿಟ್ಟೆಗಳನ್ನು ಕಂಡು ಆನಂದಿಸುತ್ತಿದ್ದರು. ದೇವರ ಕೆರೆಯ ದಂಡೆಯಲ್ಲಿ ಕುಳಿತು ಮೀನುಗಳಿಗೆ ಮಂಡಕ್ಕಿ ಹಾಕುತ್ತ, ಅವು ವಿಹರಿಸುವುದನ್ನು ಕಂಡು ಪುಳಕಗೊಳ್ಳುತ್ತಿದ್ದರು. ಇಲ್ಲವೇ ದನ–ಕರುಗಳ ಮೈಮೇಲೆ ಕೈಯಾಡಿಸುತ್ತ ಕಾಲ ಕಳೆಯುತ್ತಿದ್ದರು.

ಎಳವೆಯಿಂದಲೂ ನನ್ನ ವ್ಯಕ್ತಿತ್ವದ ಮೇಲೆ ಗಾಢವಾಗಿ ಪರಿಣಾಮ ಬೀರಿರುವ, ನನ್ನ ಬರವಣಿಗೆಯ ಶಕ್ತಿಯೂ ಆಗಿರುವ ಚಿಕ್ಕಪ್ಪ ಈ ಕ್ಷಣ ನನ್ನಲ್ಲಿ ಪರಕಾಯ ಪ್ರವೇಶ ಮಾಡಿದರೇ? ಅಥವಾ ನಾನೇ ಅವರನ್ನು ಆವಾಹಿಸಿಕೊಂಡೆನೇ? ಉತ್ತರ ಸುಲಭದಲ್ಲಿ ಹೊಳೆದೀತೇ?

ದೇಗುಲಗಳಿಗೆ ಭೇಟಿ ನೀಡುವುದು ನನ್ನ ತುಂಬ ಇಷ್ಟದ ಹವ್ಯಾಸಗಳಲ್ಲಿ ಒಂದು, ಆದರೆ, ಜನಸಂದಣಿ, ಗದ್ದಲವಿರುವ ದೇವಸ್ಥಾನಗಳಿಂದ ನಾನು ಸದಾ ದೂರ. ಶೃಂಗೇರಿ, ಹೊರನಾಡು, ಕುಕ್ಕೆ ಸುಬ್ರಹ್ಮಣ್ಯ, ಸೌತೆಡ್ಕ, ಕಮಲಶಿಲೆ ಮುಂತಾದ ದೇವಸ್ಥಾನಗಳನ್ನು ಅವುಗಳ ಪರಿಸರದ ಕಾರಣಕ್ಕಾಗಿ ನಾನು ಹೆಚ್ಚು ಇಷ್ಟಪಡುತ್ತೇನೆ. ಧರ್ಮಸ್ಥಳಕ್ಕೆ ನಾನು ಹೆಚ್ಚಾಗಿ ಹೋಗುವುದು ಮಳೆಗಾಲದಲ್ಲೇ.

ನೀರಿಲ್ಲದ ಊರುಗಳಲ್ಲಿ...

ಹೊಸೂರಿನ ಪರಿಸರವೂ ಆಪ್ಯಾಯಮಾನವಾಗಿತ್ತು. ಅದು ನನಗೆ ನನ್ನ ಬಾಲ್ಯವನ್ನು ನೆನಪಿಸಿತು. ನಮ್ಮ ಮನೆ ಇದ್ದುದು ಕುಗ್ರಾಮದಲ್ಲಿ. ಸುತ್ತ ಪಶ್ಚಿಮ ಘಟ್ಟಗಳು ಎದೆಯುಬ್ಬಿಸಿ ನಿಂತಿರುವ ಇಂತಹದೇ ಪರಿಸರದಲ್ಲಿ. ನಮ್ಮ ಮನೆ, ತೋಟ ದಾಟಿದರೆ ದಟ್ಟ ಕಾಡು. ಊರಿನಲ್ಲಿ ಹರಿಯುವ ಹೊಳೆಗೆ ನಮ್ಮದೇ ಮೊದಲ ಕಟ್ಟ. ಹೀಗಾಗಿ ತೋಟಕ್ಕೆ, ಬಳಕೆಗೆ ಯಥೇಚ್ಛ ನೀರು. ಅಡಿಕೆ ದಬ್ಬೆಯನ್ನು ಸೀಳಿ ಮಾಡಿದ ಪೈಪಿನಂತಹ ರಚನೆಯಲ್ಲಿ (ತುಳುವಿನಲ್ಲಿ 'ದಂಬೆ' ಎನ್ನುತ್ತಾರೆ) ಬಂದು ಬಿದ್ದು ಹರಿದು ಹೋಗುವ ನೀರಿಗೆ ಮಿತಿಯೇ ಇಲ್ಲ. ಬೇಸಗೆಯಲ್ಲಿ ಸ್ನಾನಕ್ಕೆ ಕನಿಷ್ಠ 50 ಕೊಡ ನೀರು ತಲೆಯ ಮೇಲೆ ಸುರಿದುಕೊಳ್ಳುವ ಅಭ್ಯಾಸ. ಅಧ್ಯಾಪನಕ್ಕಾಗಿ ಬಳ್ಳಾರಿ ಜಿಲ್ಲೆಯ ಹಗರಿಬೊಮ್ಮನಹಳ್ಳಿಯಲ್ಲಿ ನೆಲೆಸಿದ್ದ ಚಿಕ್ಕಪ್ಪ-ಚಿಕ್ಕಮ್ಮನಿಗೆ ಅಲ್ಲಿ ತುಂಬ ಸಮಸ್ಯೆಯಾಗಿ ಕಾಡಿದ್ದು ಇದೇ ನೀರು. ಒಂದು ಟ್ಯಾಂಕ್ ನೀರಿನಲ್ಲಿ ವಾರವೋ ಹತ್ತು ದಿನವೋ ಕಳೆಯುವ ಸ್ಥಿತಿಯನ್ನು ನಾನು ಮೊದಲ ಬಾರಿಗೆ ನೋಡಿದ್ದು ಅಲ್ಲಿಯೇ. ಉದ್ಯೋಗ ನಿಮಿತ್ತ ನಾನು ಹುಬ್ಬಳ್ಳಿಗೆ ಬಂದಾಗ ಇಲ್ಲಿಯೂ ಊರಿನಷ್ಟು ಯಥೇಚ್ಛ ನೀರೇನೂ ಇರಲಿಲ್ಲ. ಕಷ್ಟಪಟ್ಟು ಹೊಂದಿಕೊಂಡೆ (ಈಗ ನೀರು ಪೂರೈಕೆ ಸಾಕಷ್ಟು ಸುಧಾರಿಸಿದೆ). ಜತೆಗೆ, ಊರಲ್ಲಿ ಅದೆಷ್ಟು ನೀರು ಪೋಲು ಮಾಡುತ್ತೇವೆ ಎಂಬ ಸತ್ಯ ದರ್ಶನವೂ ಆಯಿತು.

ನೀರಿದ್ದಲ್ಲಿ ನಾಗರಿಕತೆ

ನೀರಿದ್ದಲ್ಲಿ ನಾಗರಿಕತೆ ಎನ್ನುವುದು ಸೃಷ್ಟಿಯ ಆದಿಯಿಂದಲೂ ನಡೆದು ಬಂದಿರುವಂಥದ್ದು. ಪ್ರಾಣವಾಯು ಮತ್ತು ಜೀವಜಲ ಸಮೃದ್ಧವಾಗಿ ಸಿಗುವಲ್ಲಿ ಜೀವಸಂಕುಲ, ಜನವಸತಿ ನೆಲೆ ಕಂಡುಕೊಂಡಿದ್ದು ಎಲ್ಲರಿಗೂ ಗೊತ್ತಿರುವ ಸತ್ಯ.

ವನದ ಫಲಗಳನ್ನು ಕಿತ್ತು ತಿಂದು ಅಥವಾ ಬೇಟೆಯಾಡಿ ಹಸಿವು ನೀಗಿಸಿಕೊಳ್ಳುತ್ತಿದ್ದ ಮನುಷ್ಯ ನಿಧಾನವಾಗಿ ಬೇಯಿಸಿ ತಿನ್ನುವುದನ್ನು, ತನ್ನ ಆಹಾರವನ್ನು ತಾನೇ ಬೆಳೆಯುವುದನ್ನು ಕಲಿತುಕೊಂಡ. ಬಟ್ಟೆಗಳನ್ನು ಧರಿಸಿದ, ಮನೆಗಳನ್ನು ಕಟ್ಟಿಸಿದ. ವಾಹನಗಳನ್ನು ತಯಾರಿಸಿದ. ಆತನೊಂದಿಗೆ ಒಂದಷ್ಟು ಪ್ರಾಣಿಗಳೂ ನೆಲೆಯೂರಿದವು, ಹೈನುಗಾರಿಕೆ ಹಾಗೂ ಕೃಷಿಗೆ ಹಸು, ಎಮ್ಮೆಗಳು, ನೇಗಿಲು ಹಾಗೂ ಬಂಡಿಗಳಿಗೆ ಹೆಗಲು ಕೊಡಲು ಎತ್ತುಗಳು, ಕೋಣಗಳು, ಕಾವಲಿಗೆ ನಾಯಿಗಳು, ಸಾಕುಪ್ರಾಣಿಗಳಾಗಿ ಕುರಿ, ಕೋಳಿ, ನಾಯಿ, ಬೆಕ್ಕು ಇತ್ಯಾದಿಗಳು ಮನುಷ್ಯ ಜೀವನದ ಅವಿಭಾಜ್ಯ ಅಂಗಗಳಾದವು. ಜಲಾಶ್ರಯವಿದ್ದಲ್ಲಿ ಸೂರು ಕಟ್ಟಿಕೊಂಡು, ಬೆಳೆ ಬೆಳೆಯುತ್ತ ಜೀವನ ಆರಂಭಿಸಿದ ಮಾನವ ಕೃಷಿ ಸಂಸ್ಕೃತಿಯನ್ನು ತನ್ನದಾಗಿಸಿಕೊಂಡ. ಪಶುಪಾಲನೆ ಅದರ ಭಾಗವಾಯಿತು.

ಪ್ರಾಣಿಗಳಿಗೆ ನೀರು, ಆಹಾರ, ಇರಲೊಂದು ಗೂಡು, ಪೊಟರೆ ಅಥವಾ ಗುಹೆಯಿದ್ದರೆ ಸಾಕು. ಆದರೆ, ಮನುಷ್ಯನ ಆಸೆಗಳಿಗೆ, ಆವಶ್ಯಕತೆಗಳಿಗೆ ಮಿತಿಯೇ ಇಲ್ಲ. ಹೊಟ್ಟೆ ತುಂಬಿತೆಂದು ಸುಮ್ಮನಿರುವ ಪೈಕಿ ಅವನಲ್ಲ. ಮಾನವ ಮಹತ್ವಾಕಾಂಕ್ಷಿ. ಅದನ್ನು ದುರಾಸೆ ಎಂದರೂ ತಪ್ಪಿಲ್ಲ. ತನ್ನ ನೆಲೆಗಳನ್ನು ವಿಸ್ತರಿಸುತ್ತಾ ಪ್ರಕೃತಿಯನ್ನು ಬಗೆದು ಮುಕ್ಕುವುದರಲ್ಲಿ ಒಂದು ವಿಚಿತ್ರ ಖುಷಿ ಆತನಿಗೆ. ಹಣ, ಆಸ್ತಿ, ವಾಹನ, ಚಿನ್ನ–ಹೀಗೆ ಸಂಪತ್ತಿನ ಸಂಗ್ರಹದ ದಾಹ ಇಂಗುವುದೇ ಇಲ್ಲ.

ರೆಕ್ಕೆಯ ಬಲ

ಆದರೆ, ಹಕ್ಕಿಯನ್ನು ನೋಡಿ. ಮರದ ಟೊಂಗೆ ಗಟ್ಟಿ ಇದೆಯೇ ಎಂದು ನೋಡಿ ಅಥವಾ ಆಸರೆಯನ್ನು ನಂಬಿ ಅದು ಎಂದಿಗೂ ಕುಳಿತುಕೊಳ್ಳುವುದಿಲ್ಲ. ಅದು ವಿಶ್ವಾಸವಿಡುವುದು ತನ್ನ ರೆಕ್ಕೆಗಳ ಬಲದ ಮೇಲೆ. ಇಂತಹ ಆತ್ಮಶಕ್ತಿಯ ಜಾಗೃತಿಯೇ ನಮ್ಮಲ್ಲಿಯೂ ಆಗಬೇಕಿರುವುದು. ನಮ್ಮ ಶಕ್ತಿಯ ಮೇಲೆ ನಾವು ನಂಬಿಕೆ ಇರಿಸಿದರೆ, ಆ ಶಕ್ತಿಯನ್ನು ಸದ್ಬಳಕೆ ಮಾಡಿಕೊಂಡರೆ ಸೋಲಿನ ಸೊಲ್ಲು ಇರುವುದಿಲ್ಲ. ಈ ಪುಟ್ಟ ಹಕ್ಕಿಗಳೇ ನಿಜಕ್ಕೂ ನಮಗೆ ಸ್ಫೂರ್ತಿಯಾಗಬೇಕು.

ಶಿವಯೋಗ ಮಂದಿರಕ್ಕೆ ಹೋಗುವ ದಾರಿಯಲ್ಲಿ ಹೊಳೆಯ ಮಧ್ಯೆ ಕಲ್ಲಿನ ಮೇಲೆ ಕುಳಿತು ಗರಿಗಳನ್ನು ಒಣಗಿಸಿಕೊಳ್ಳುತ್ತಿದ್ದ ಒಂದು ಪೆಲಿಕನ್ ಹಕ್ಕಿ ಕಣ್ಣಿಗೆ ಬಿತ್ತು. ಎಷ್ಟು ಸಾವಿರ ಮೈಲಿ ದೂರವನ್ನು ಹಾರಿ ಅದು ಇಲ್ಲಿಗೆ ಬಂತೋ? ಜಗದ ಜಂಜಾಟಗಳನ್ನೆಲ್ಲ ಮೈ–ಮನಸ್ಸುಗಳಿಗೆ ಎಳೆದುಕೊಂಡು ಒದ್ದಾಡುತ್ತಿರುವ ನಾವು ಎಲ್ಲ ಚಿಂತೆಗಳನ್ನು ಕಳೆದು ಹಕ್ಕಿಗಳಂತೆ ಹಗುರಾಗುವುದು, ಗರಿ ಬಿಚ್ಚಿ ಸ್ವಚ್ಛಂದವಾಗಿ ಹಾರುತ್ತ ಮುಗಿಲಿಗೇರುವುದು, ನಾಳೆಯ ಚಿಂತೆಯಿಲ್ಲದೆ ಬದುಕನ್ನು ಆನಂದಿಸುವುದು ನಮಗೆ ಸಾಧ್ಯವೇ ಇಲ್ಲವೇ?

(ಕನ್ನಡ ಮಾಣಿಕ್ಯ, ಸೆಪ್ಟೆಂಬರ್ 2021)

ಇದು 'ಸದಾನಂದ' ನೀಡುವ ದೇವಗಿರಿ!

ಹೊರಗಡೆ ಪುಷ್ಯಾ ನಕ್ಷತ್ರದ ಮಳೆ ತಲೆ ಹೊರಗೆ ಹಾಕಲೂ ಆಸ್ಪದವಿಲ್ಲದೆ, ಆಕಾಶವೇ ಕಳಚಿ ಬಿದ್ದಂತೆ 'ಧೋ' ಎಂದು ಸುರಿಯುತ್ತಿದೆ. ರಾಷ್ಟ್ರೀಯ ಹೆದ್ದಾರಿಗೆ ಕೇವಲ ಒಂದೂವರೆ ಕಿ.ಮೀ. ದೂರವಿದ್ದರೂ ಊರ ಹೊರಗೆ ಹನುಮಪ್ಪನ ಗುಡಿಯಂತಹ ಒಂಟಿ ಮನೆ. ಅದರಲ್ಲೊಂದು ಅವಿಭಕ್ತ ಕುಟುಂಬ. ಅಪ್ಪ-ಅಮ್ಮ, ಮೂವರು ಗಂಡು ಮಕ್ಕಳು (ಮತ್ತೊಬ್ಬಳು ಮಗಳು, ಮದುವೆಯಾಗಿದೆ), ಅವರ ಪತ್ನಿಯರು, ಒಟ್ಟು ಐದು ಮಕ್ಕಳು. ಜೇನುಗೂಡಿನಂತಹ ಸಂಸಾರ. ವಿಶಾಲವಾದ ಆ ಹೆಂಚಿನ ಮನೆಯಲ್ಲಿ ಸಂಭ್ರಮಕ್ಕೇನೂ ಕೊರತೆಯಿಲ್ಲ.

ಯಾವುದೇ ದೆವ್ವದ ಕಥೆಗೆ ಪೀಠಿಕೆ ಇದಲ್ಲ. ಇದು ದೇವಗಿರಿ. ಬೆಳಗಾವಿ ತಾಲೂಕು ಹೊನಗಾ ಸಮೀಪದ 'ಗಾಂಧಿಘರ'ದಲ್ಲಿ ನನ್ನ ನಾದಿನಿಯ ಮನೆಯಿದೆ. ಆಷಾಢದಲ್ಲಿ ತವರಿಗೆ ಬಂದಿದ್ದ ಆಕೆಯನ್ನು ಮಕ್ಕಳೊಂದಿಗೆ ಕಳುಹಿಸಲು ನಾನು, ನನ್ನ ಪತ್ನಿ, ಆಕೆಯ ಮತ್ತೊಬ್ಬಳು ತಂಗಿ ಮತ್ತು ಮೂವರು ಮಕ್ಕಳು ಕಾರಿನಲ್ಲಿ ಹೋಗಿದ್ದೆವು. ಹದಿಮೂರಿದ್ದ ಅವರ ಮನೆಯ ಸದಸ್ಯರ ಸಂಖ್ಯೆಯನ್ನು ನಾವು ತಾತ್ಕಾಲಿಕವಾಗಿ 19ಕ್ಕೇರಿಸಿದೆವು.

ಗಾಂಧೀವಾದಿಯ ತಾಣ

ಗಾಂಧೀಜಿಯವರ ಅನುಯಾಯಿ ಸದಾಶಿವರಾವ್ ಭೋಸಲೆ ಕ್ವಿಟ್ ಇಂಡಿಯಾ ಚಳವಳಿಯಲ್ಲಿ ಪಾಲ್ಗೊಂಡು ಯರವಾಡ ಜೈಲಿನಲ್ಲಿದ್ದವರು. ಮುಂಬೈ ಸರ್ಕಾರದಲ್ಲಿ ಎರಡು ಬಾರಿ ಶಾಸಕರಾಗಿದ್ದ ಅವರು ಗಾಂಧಿ ತತ್ತ್ವಗಳನ್ನು ಪ್ರಚಾರ ಮಾಡುವ ಉದ್ದೇಶದಿಂದ ವಿನೋಬಾ ಭಾವೆ ಅವರ ಸಲಹೆಯಂತೆ ಶಾಸಕ ಸ್ಥಾನಕ್ಕೆ ರಾಜೀನಾಮೆ ಕೊಟ್ಟವರು. ಹಾಳು ಕೊಂಪೆಯಂತಿದ್ದ ದೇವಗಿರಿಯಲ್ಲೇ ಗಾಂಧೀಜಿಯವರ ಗ್ರಾಮ ಸ್ವರಾಜ್ಯದ ಕಲ್ಪನೆಯೇ ಮೈವೆತ್ತ ಕಲ್ಲಿನ ಕಟ್ಟಡದಲ್ಲಿ ಗಾಂಧಿಘರ ಸ್ಥಾಪಿಸಿ, ಸಾವಯವ

ಕೃಷಿ, ಖಾದಿ, ಸ್ವದೇಶಿ ವಸ್ತುಗಳ ಪ್ರಚಾರ ಮಾಡುತ್ತ ಆಹ್ಲಾದಕರ ವಾತಾವರಣವನ್ನು ಸೃಷ್ಟಿಸಿದರು. ಶತಾಯುಷಿಯಾಗಿದ್ದ ಅವರು ಈ ವರ್ಷದ (2021) ಏ. 15 ರಂದು ತೀರಿಕೊಂಡರು. ಭೋಸಲೆಯವರ ಕರೆಗೆ ಓಗೊಟ್ಟು ಎರಡು ಕುಟುಂಬಗಳು 50 ವರ್ಷಗಳಷ್ಟು ಹಿಂದೆ ಇಲ್ಲಿಗೆ ವಲಸೆ ಬಂದಿದ್ದವು. ಸದಾನಂದಯ್ಯ ಸ್ವಾಮಿ ಹಿರೇಮಠ–ಕಮಲಾ ದಂಪತಿಯ ಕುಟುಂಬ ಮಾತ್ರ ಈಗಲೂ ಅಲ್ಲೇ ನೆಲೆಸಿದೆ.

ಮಾತಿನ ಮಧ್ಯೆ ಸದಾನಂದ ಸ್ವಾಮಿ ಅವರು ಆ ದಿನಗಳ ಕಥೆಗಳನ್ನು ಹೇಳಿದರು.

ಬದುಕು ಕೊಟ್ಟ ಖಾದಿ

ಗಾಂಧಿಘರದ ಸುತ್ತೆಲ್ಲ ಬಯಲು. ಮಳೆಗಾಲ ಬಂತೆಂದರೆ ಕೆಸರು ಗದ್ದೆಯಂತಾಗುವುದು. ಸಾರಿಗೆ ಸೌಕರ್ಯಗಳಿಲ್ಲದೆ ನಾಲ್ಕು ತಿಂಗಳು ಮನೆಯಲ್ಲೇ ಕಳೆಯುವ ಅನಿವಾರ್ಯ. ಬೇಕಾದ ವಸ್ತುಗಳನ್ನೆಲ್ಲ ಸಂಗ್ರಹಿಸಿ ಇಟ್ಟುಕೊಂಡು ಈ ದಂಪತಿ ಮಗ್ಗದಲ್ಲಿ ಖಾದಿ ಬಟ್ಟೆ ನೇಯುತ್ತಿದ್ದರು. ಸಿದ್ಧವಾದ ಬಟ್ಟೆಗಳನ್ನು ಮಾರಾಟದಿಂದ ಬಂದ ಹಣದಲ್ಲಿ ತಮ್ಮ ಅಗತ್ಯಗಳನ್ನು ಪೂರೈಸಿಕೊಳ್ಳುತ್ತಿದ್ದರು. ಆದರೆ, ಕೆಸರು ಮಣ್ಣಿನಲ್ಲಿರುವ ಯಾವುದೋ ಶಿಲೀಂಧ್ರ ಅಥವಾ ಬ್ಯಾಕ್ಟೀರಿಯಾಗಳ ಕಾರಣದಿಂದ ಅಂಗಾಲಿನಲ್ಲಿ ಗುಳ್ಳೆಗಳು ಏಳುತ್ತಿದ್ದವಂತೆ. ಹಾಗೆ ಗುಳ್ಳೆ ಎದ್ದರೆ ಎರಡು–ಮೂರು ತಿಂಗಳ ಕಾಲ ನೆಲಕ್ಕೆ ಕಾಲಿಡಲೂ ಆಗದಷ್ಟು ನೋವಿರುತ್ತಿತ್ತಂತೆ. ಔಷಧವೂ ಸಿಗುತ್ತಿರಲಿಲ್ಲ. ಆಮೇಲೆ ಯಾವುದೋ ಮುಲಾಮು ಬಂತು. ಹಚ್ಚಿಕೊಂಡರೆ ಒಂದೆರಡು ದಿನಗಳಲ್ಲಿ ವಾಸಿಯಾಗುತ್ತಿತ್ತಂತೆ.

ಮಾಸದ ನಗು

ಅವರಿಗೀಗ 78 ವರ್ಷ. ಹಾಗೆಂದು ಹೇಳಿದರೆ ಮಾತ್ರ ತಿಳಿದೀತು. ಸದಾ ಖಾದಿ ವಸ್ತ್ರ ಧರಿಸುವ ಅವರು ಇಂದಿಗೂ ಸೈಕಲ್ ತುಳಿಯುತ್ತಾರೆ. ದನಗಳ ಸೆಗಣಿ ಬಾಚಿ, ನೀರು ಕುಡಿಸುತ್ತಾರೆ. ಹುಲ್ಲು ಹಾಕುತ್ತಾರೆ. ಮನೆ ಬಳಕೆಗೆ ಬೇಕಾಗುವ ನೀರನ್ನೂ ಹೊತ್ತು ತರುತ್ತಾರೆ. ದೇಹ ದಣಿದರೂ ಮುಖದ ಮೇಲಿನ ನಗು ಮಾಸುವುದಿಲ್ಲ. ಮಕ್ಕಳ ಸೈನ್ಯದ ಜತೆಗೆ ಹಿಗ್ಗಿನಿಂದ ಬೆರೆತು ತಾವೂ ಮಗುವಾಗಿ ಆಡಿದ ಪರಿಯನ್ನು ನಾನಂತೂ ಬಣ್ಣಿಸಲಾರೆ. ಹೆಸರಿಗೆ ತಕ್ಕಂತೆ, ಅವರು ಸದಾನಂದ!

ನನ್ನ ನಾದಿನಿಯ ಅತ್ತೆಯಂತೂ ಮನೆಗೆ ಇನ್ನೂ ಹತ್ತು ಜನ ಬರಲಿ, ಬಗೆ ಬಗೆಯ ಅಡುಗೆ ಮಾಡಿ ಹೊಟ್ಟೆ ತುಂಬ ಉಣಬಡಿಸಲು ತಾನು ತಯಾರು

ಎನ್ನುವಷ್ಟು ಉತ್ಸಾಹಿ. ನಾವು ಹೊರಡುತ್ತೇವೆಂದು ತಿಳಿದಾಗ ಹೋಳಿಗೆ-ಮಾವಿನ ಹಣ್ಣಿನ ಸೀಕರಣೆಗೆ ಸಿದ್ಧತೆ ಮಾಡಿ, ಉಪಾಯವಾಗಿ ಮತ್ತೊಂದು ದಿನ ಉಳಿಸಿಕೊಂಡರು. ಹೆಣಿಕೆ, ಕಸೂತಿಯಲ್ಲಿ ಎತ್ತಿದ ಕೈ ಅವರು.

ಅಡುಗೆ ಮನೆಯ ಪಕ್ಕದಲ್ಲೇ ಒಂದು ದೊಡ್ಡ ಕೋಣೆ ಇದೆ. ಅಲ್ಲಿ ಹಿರಿಕಿರಿಯರೆಂಬ ಭೇದವಿಲ್ಲದೆ ಎಲ್ಲರೂ ವೃತ್ತಾಕಾರದಲ್ಲಿ ಕುಳಿತು ಲೋಕಾಭಿರಾಮ ಹರಟುತ್ತಾ, ನಗುತ್ತಾ ಊಟ ಮಾಡುತ್ತಾರೆ. ಒಲೆಯ ಮೇಲಿಂದ ತಟ್ಟೆಗೆ ನೇರವಾಗಿ ಬೀಳುವ ರೊಟ್ಟಿ-ಚಪಾತಿಗಳಿಗೆ ಲೆಕ್ಕವೇ ಇರುತ್ತಿರಲಿಲ್ಲ.

ಸೂಪ್ ಪ್ರಸಂಗ

ಒಂದು ರಾತ್ರಿ ತುಂಬ ಮಳೆಯಿದ್ದ ಕಾರಣ ನಾನು ಎಲ್ಲರಿಗೂ ಸೂಪ್ ತಯಾರಿಸಿ ಕೊಟ್ಟೆ. ಕುಡಿಯುವ ಹೊತ್ತಿಗೆ ವಿದ್ಯುತ್ ಕೈಕೊಟ್ಟಿತು. ಪ್ರಥಮ್ ಒಂದು ಬಟ್ಟಲಿಗೆ ಕಾಳುಮೆಣಸಿನ ಪುಡಿ ಸುರಿದುಕೊಂಡಿದ್ದ. ಕತ್ತಲಲ್ಲಿ ಸರಿಯಾಗಿ ಕಾಣದೆ ಸ್ವಲ್ಪ ಜಾಸ್ತಿಯೇ ಬಿತ್ತು. ಆ ಬಟ್ಟಲು ತಪ್ಪಿ ಮನೆಯ ಯಜಮಾನನ ಕೈಸೇರಿತು. ಖಾರ ಜಾಸ್ತಿಯಾಗಿ ಕಣ್ಣು-ಮೂಗಿನಲ್ಲಿ ನೀರು ಸುರಿಸುತ್ತ ತಿಂದರು. ಹುಡುಗರ ಚೇಷ್ಟೆಗೆ ಒಂದಿನಿತೂ ಬೇಸರಿಸಿಕೊಳ್ಳಲಿಲ್ಲ. ಕರೆಂಟ್ ಬಂದ ಮೇಲೆ ಮತ್ತೆ ಒಂದು ಬಟ್ಟಲು ಸೂಪ್ ಹಾಕಿಸಿಕೊಂಡು, ಆರಾಮವಾಗಿ ಕುಡಿದು, 'ತುಂಬ ಚೆನ್ನಾಗಿತ್ತು. ಈ ಥಂಡಿ ಹವೆಯಲ್ಲಿ ವಾರಕ್ಕೊಮ್ಮೆ ಸೂಪ್ ಕುಡಿದರೆ ಒಳ್ಳೆಯದು ಅಲ್ಲವೇ?' ಎಂದು ಪ್ರಶ್ನಿಸಿದರು.

ಎಷ್ಟೊಂದು ಕನಸು, ಕಲ್ಪನೆಗಳು!

ಮಕ್ಕಳು ಕೆಸರು ಮಣ್ಣಿನಲ್ಲಿ ಆಡಿ, ನಲಿದರು. ಗಾಂಧಿಘರದ ಬಾಲವಾಡಿಯಲ್ಲಿ ಕುಳಿತು ತಮಗಿಷ್ಟ ಬಂದ ಚಿತ್ರಗಳನ್ನು ಬಿಡಿಸಿದರು. ಪಿಂಕಿ ಎರಡು ಮನುಷ್ಯಾಕೃತಿಗಳನ್ನು ಬಿಡಿಸಿದ್ದಳು. ಒಂದು ದೊಡ್ಡ ಗೋಲ, ಮತ್ತೊಂದು ಸಣ್ಣ ಗೋಲ. 'ಇದು ಯಾರ‍್ಯಾರು?' ಎಂದು ಪ್ರಶ್ನಿಸಿದಾಗ, 'ಇದು ದೊಡ್ಡಪ್ಪ-ದೊಡ್ಡಮ್ಮ' ಎಂದು ವಿವರಿಸಿ ತುಂಟನಗೆ ನಕ್ಕಳು. ಅವಳ ಮುದ್ದಾದ ಮಾತುಗಳನ್ನು ಕೇಳಿ ಎಲ್ಲರೂ ಘೊಳ್ಳೆಂದು ನಕ್ಕೆವು. ನಾನಂತೂ ಗುಳಿ ಬೀಳುವ ಆಕೆಯ ಕೆನ್ನೆಗಳನ್ನು ಕಚ್ಚಿ ಮುದ್ದಿಸಿದೆ. ಕೆಲವರು ಗಾಂಧಿಘರದ ಮನೆಯನ್ನೇ ಚಿತ್ರದಲ್ಲಿ ಕಾಣಿಸಿದ್ದರು. ಆ ಚಿತ್ರಗಳಲ್ಲಿ ಎಷ್ಟೊಂದು ಬಣ್ಣಗಳಿದ್ದವು, ಕನಸುಗಳಿದ್ದವು, ಕಲ್ಪನೆಗಳಿದ್ದವು!

ಕೆರೆ-ದಡ, ಹಾಡಿನ ಬಂಡಿ, ಮೂಕಾಭಿನಯ-ಹೀಗೆ ಹಲವು ಆಟಗಳನ್ನು ವಯಸ್ಸಿನ ಭೇದವಿಲ್ಲದೆ ಎಲ್ಲರೂ ಆಡಿದೆವು.

ಸಾಕ್ಷಿಯ ರಹಸ್ಯ ಕೋಣೆ

ಇನ್ನು, ಆ ಮನೆಯಲ್ಲಿ ಒಂದು ರಹಸ್ಯ ಕೋಣೆಯಿದೆ. ಆ ಮನೆಯ ಸಣ್ಣ ಹುಡುಗಿ ಸಾಕ್ಷಿಯ ಕೊಠಡಿ ಅದು, ಅಲ್ಲಿಗೆ ಯಾರಿಗೂ ಪ್ರವೇಶವಿಲ್ಲ. 'ಅಲ್ಲೇನು ಬಂಗಾರ ಮುಚ್ಚಿಟ್ಟಿದ್ದೀಯಾ? ಅಲ್ಲ, ನಿನ್ನ ಗಂಡ ಇದ್ದಾನಾ?' ಅಂತ ಅವಳನ್ನು ಕಾಡಿದ್ದೇ ಕಾಡಿದ್ದು. ಆದರೂ, ನಮಗೆ ಯಾರಿಗೂ ಆ ಕೋಣೆಯನ್ನು ನೋಡುವ ಅವಕಾಶವನ್ನು ಅವಳು ಕೊಡಲಿಲ್ಲ! ನಮ್ಮೊಂದಿಗೆ ಆಟವಾಡುವಾಗಲೂ ಕೋಣೆಯ ಬಾಗಿಲು ಹಾಕಿಯೇ ಇರುತ್ತಿದ್ದಳು. ನಾವು ಕೋಣೆಯೊಳಗೆ ಹೋಗುತ್ತೇವೆ ಎಂದರೆ ಬಾಗಿಲಿಗೆ ಅಡ್ಡ ನಿಂತುಬಿಡುತ್ತಿದ್ದಳು! ಅದನ್ನು ನಾವು 'ಬಿಗ್ ಬಾಸ್ ಕೋಣೆ' ಎನ್ನುತ್ತಿದ್ದೆವು.

ನಾಲ್ಕು ದಿನ ಇದ್ದು ಬರುವ ನಮಗೆ ಆ ಬದುಕು ಖುಷಿ ಕೊಡುತ್ತದೆ. ಆದರೆ, ಅದಕ್ಕಾಗಿ ಇಷ್ಟು ವರ್ಷಗಳಲ್ಲಿ ಅವರು ಪಟ್ಟ ಶ್ರಮಕ್ಕೆ ಲೆಕ್ಕವಿಲ್ಲ. ಕೆಲಸಗಳನ್ನು ಹಂಚಿಕೊಳ್ಳುತ್ತಾರೆ, ಸೊಸೆಯಂದಿರೂ ಪಾಳಿ ಪ್ರಕಾರ ತವರು ಮನೆಗೆ ಹೋಗಿ ಬರುತ್ತಾರೆ. ಬಟ್ಟೆ-ಬರೆ, ಬಂಗಾರ ಖರೀದಿಯೂ ಎಲ್ಲರಿಗೂ ಸಮನಾಗಿರುತ್ತದೆ.

ನಮ್ಮ ನಡುವೆ ಅಲ್ಲೊಬ್ಬರು, ಇಲ್ಲೊಬ್ಬರು ಗಾಂಧೀಜಿ ಇನ್ನೂ ಇರುವ ಕಾರಣದಿಂದಲೇ ಗ್ರಾಮೀಣ ಭಾರತ ಉಸಿರಾಡುತ್ತಿದೆ.

ಟೀವಿಯಿಲ್ಲದ ಮನೆ!

ಅಲ್ಲಿದ್ದ ನಾಲ್ಕು ದಿನಗಳಲ್ಲಿ ನಾವು ಹೊರ ಪ್ರಪಂಚವನ್ನೇ ಮರೆತು ಬಿಟ್ಟಿದ್ದೆವು. ಇದಕ್ಕೆ ಮುಖ್ಯ ಕಾರಣ-ಆ ಮನೆಯಲ್ಲಿ ಟೀವಿ ಇಲ್ಲ! ನೀವು ಸಂಜೆ ವೇಳೆಯಲ್ಲಿ ಯಾರ ಮನೆಗಾದರೂ ಹೋಗಿ. ಅವರಿಗೆ ನಿಮ್ಮ ಬಳಿ ಮಾತನಾಡಲು ಒಂದಿಷ್ಟಾದರೂ ಸಮಯವಿದ್ದರೆ ಹೇಳಿ. ಮನೆ ಮಂದಿಯೆಲ್ಲ ಟೀವಿ ಪರದೆಗೆ ಕಣ್ಣು ಕೀಲಿಸಿ ಎಂದಿಗೂ ಮುಗಿಯದ ಧಾರಾವಾಹಿಗಳಲ್ಲಿ ಮುಳುಗಿರುತ್ತಾರೆ. ಆದರೆ, ಇಲ್ಲಿ ಮನೆಹಾಳು ಮಾಡುವ ಧಾರಾವಾಹಿಗಳಿಲ್ಲ. ದಿನವಿಡೀ ಅರಚುತ್ತ, ತೋರಿಸಿದ್ದನ್ನೇ ತೋರಿಸುತ್ತ, ತೋರಿಸಬಾರದ್ದನ್ನೂ ತೋರಿಸುತ್ತ ನೆಮ್ಮದಿ ಕೆಡಿಸುವ ವಾರ್ತಾವಾಹಿನಿಗಳಿಲ್ಲ. ಹೀಗಾಗಿ, ಮಾತು-ಚಟುವಟಿಕೆಗೆ ಸಾಕಷ್ಟು ಸಮಯ ಸಿಗುತ್ತದೆ. ಹಳ್ಳಿಯಾದ್ದರಿಂದ ದಿನಪತ್ರಿಕೆ ತಂದು ಹಾಕುವವರಿಲ್ಲ. ಮಾಸಪತ್ರಿಕೆಗಳು ಮಾತ್ರ ಬರುತ್ತಿವೆ. ಬೇಸರವಾದರೆ ಓದಲು ಗಾಂಧಿಘರದಲ್ಲಿ ಸಾಕಷ್ಟು ಉತ್ತಮವಾದ ಪುಸ್ತಕಗಳಿವೆ. ಗಾಂಧಿಘರದ ಆವರಣದಲ್ಲಿ ಹಲವು ಬಗೆಯ ಕೃಷಿ ಮಾಡಿದ್ದಾರೆ. ಮೂರು ದನಗಳಿವೆ. ಅವುಗಳ ಇನಿದನಿ, ಕೊರಳ ಗಂಟೆಯ ನಾದ, ಹಣ್ಣುಗಳನ್ನು ತಿನ್ನಲು ಬರುವ ಹಕ್ಕಿಗಳ ಕಲರವ-ಹೊತ್ತು ಕಳೆದಿದ್ದೇ ತಿಳಿಯುವುದಿಲ್ಲ.

(ಕನ್ನಡ ಮಾಣಿಕ್ಯ, ಆಗಸ್ಟ್ 2021)

ನಮ್ಮ ಸಾಮರ್ಥ್ಯ ಅರಿಯೋಣ

ಆನೆ ಶಿಬಿರಕ್ಕೆ ಪ್ರವಾಸಿಯೊಬ್ಬ ತೆರಳಿದ್ದ. ಅಲ್ಲಿ ಆನೆಗಳನ್ನು ಹಗ್ಗ ಅಥವಾ ಸರಪಳಿಯಿಂದ ಮರಗಳಿಗೆ ಕಟ್ಟಿ ಹಾಕಿದ್ದನ್ನು ನೋಡಿ ಚಕಿತನಾದ. ಆತನಿಗೊಂದು ಯೋಚನೆ ಬಂತು. ಆನೆ ಬಲಿಷ್ಠ ಪ್ರಾಣಿ. ಮನಸ್ಸು ಮಾಡಿದರೆ ಈಗ ತನ್ನನ್ನು ಕಟ್ಟಿರುವ ಮರವನ್ನೇ ಎತ್ತಿ ಹಾಕಬಲ್ಲದು. ಇನ್ನು, ಈ ಸರಪಳಿ, ಹಗ್ಗ ಯಾವ ಲೆಕ್ಕ? ಒಂದು ಚೂರು ಬಲ ಪ್ರಯೋಗಿಸಿದರೂ ಬಂಧನ ಮುರಿದು ಹೋಗುತ್ತದೆ. ಆದರೂ ಆನೆ ತಪ್ಪಿಸಿಕೊಳ್ಳುತ್ತಿಲ್ಲವೇಕೆ? ಎಂದು.

ಇದಕ್ಕೆ ಉತ್ತರ ತಿಳಿಯಲು ಆತ ಮಾವುತನನ್ನೇ ಕೇಳಿದ.

'ಈ ಆನೆಗಳು ಪುಟ್ಟ ಮರಿಯಾಗಿದ್ದ ಸಂದರ್ಭದಲ್ಲಿ ನಾವು ಅವುಗಳನ್ನು ಹಗ್ಗ ಅಥವಾ ಸರಪಳಿಯಿಂದಲೇ ಕಟ್ಟುತ್ತೇವೆ. ಆಗ ಅವುಗಳು ಹಗ್ಗವನ್ನು ಕಿತ್ತುಕೊಂಡು ಹೋಗುವಷ್ಟು ಶಕ್ತವಾಗಿರುವುದಿಲ್ಲ. ಕಾಲಿನಿಂದ ಎಳೆಯಲು ಪ್ರಯತ್ನಿಸುತ್ತವೆ. ಆದರೆ, ಮುಗ್ಗರಿಸುತ್ತವೆ. ಈ ಹಗ್ಗ ಅಥವಾ ಸರಪಳಿ ಕಿತ್ತುಕೊಂಡು ಹೋಗಲು ನನ್ನಿಂದ ಸಾಧ್ಯವಿಲ್ಲ ಎನ್ನುವ ಮನಃಸ್ಥಿತಿಯಲ್ಲೇ ಆನೆಗಳು ಬೆಳೆಯುತ್ತವೆ. ಸಾಕಷ್ಟು ಶಕ್ತಿ ಸಂಪಾದಿಸಿದ ಮೇಲೂ ಈ ಬಂಧನದಿಂದ ಪಾರಾಗುವುದು ತಮ್ಮಿಂದ ಸಾಧ್ಯವಿಲ್ಲ ಎಂದೇ ನಂಬಿರುತ್ತವೆ. ಹೀಗಾಗಿ, ಅವು ಕಟ್ಟಿ ಹಾಕಿದಲ್ಲೇ ಇರುತ್ತವೆ. ಅಷ್ಟೇ ಏಕೆ ಸ್ವಾಮಿ? ಈ ಹಗ್ಗ ಅಥವಾ ಸರಪಳಿ ಅವುಗಳ ಕಾಲಲ್ಲಿದ್ದರೂ ಸಾಕು. ಮತ್ತೊಂದು ತುದಿಯನ್ನು ಕಟ್ಟಬೇಕೆಂದೂ ಇಲ್ಲ' ಎಂದು ಮಾವುತ ಉತ್ತರಿಸಿದ.

ಮರಿಯಿದ್ದಾಗ ಆನೆಗೂ ಶಕ್ತಿ ಇರುವುದಿಲ್ಲ. ಕಟ್ಟಿ ಹಾಕಿದರೆ ಬಿಚ್ಚಿಕೊಂಡು ಹೋಗುವುದು ಕಷ್ಟ. ಆದರೆ, ಆನೆ ಬೆಳೆದಿದೆ. ಅದರ ಶಕ್ತಿಯ ಮುಂದೆ ಈಗ ಯಾವ ಬಂಧನವೂ ಲೆಕ್ಕಕ್ಕಿಲ್ಲ. ಆದರೂ ಆನೆ ಹಗ್ಗ ಅಥವಾ ಸರಪಳಿಯ ಪರಿಧಿಯಿಂದ ಆಚೆಗೆ ಹೋಗಲು ಪ್ರಯತ್ನಿಸುವುದೇ ಇಲ್ಲ. ಆನೆಯನ್ನು ನಿಜವಾಗಿ ಕಟ್ಟಿಹಾಕಿದ್ದು ಹಗ್ಗ ಅಥವಾ ಸರಪಳಿ ಅಲ್ಲ. ಆನೆ, ತನ್ನನ್ನು ತಾನೇ ಕಟ್ಟಿಕೊಂಡಿದೆ!

ನಮ್ಮ ಕಥೆಯೂ ಆನೆಗಿಂತ ಭಿನ್ನವಾಗೇನೂ ಇಲ್ಲ. ನಮ್ಮ ಶಕ್ತಿಯ ಅರಿವೂ ನಮಗಿರುವುದಿಲ್ಲ. ಇದು ನನ್ನಿಂದ ಆದೀತೇ ಎಂಬ ಹಿಂಜರಿಕೆಯೇ

ನಮ್ಮೆಲ್ಲ ಸಾಧನೆಗೆ ಅಡ್ಡಿಯಾಗಿದೆ. ಆಗುವುದಿಲ್ಲ ಎಂದು ಕೈಕಟ್ಟಿ ಕುಳಿತಿದ್ದರೆ ಕೊಲಂಬಸ್ ಅಮೆರಿಕವನ್ನು ಪತ್ತೆ ಮಾಡುತ್ತಿದ್ದನೇ? ವಾಸ್ಕೋ-ಡ-ಗಾಮ ಭಾರತಕ್ಕೆ ಬರುತ್ತಿದ್ದನೇ? ತಾನೊಬ್ಬ ಗೃಹಿಣಿ. ಮನೆ-ಮಕ್ಕಳನ್ನು ನೋಡಿಕೊಂಡರೆ ಸಾಕೆಂದು ಸುಮ್ಮನಿದ್ದರೆ ಮೇರಿ ಕೋಮ್ ಎಂಟು ಬಾರಿ ಬಾಕ್ಸಿಂಗ್ ವಿಶ್ವ ಚಾಂಪಿಯನ್ ಆಗುತ್ತಿದ್ದರೇ? ಸುನೀತಾ ವಿಲಿಯಮ್ಸ್ ಹಾಗೂ ಕಲ್ಪನಾ ಚಾವ್ಲಾ ಬಾಹ್ಯಾಕಾಶಕ್ಕೆ ನೆಗೆಯುತ್ತಿದ್ದರೇ? ಪಿ.ಟಿ. ಉಷಾ ಜಗತ್ಪ್ರಸಿದ್ಧ ಓಟಗಾರ್ತಿಯಾಗುತ್ತಿದ್ದರೇ? ಇಂಥ ಎಷ್ಟು ನಿದರ್ಶನಗಳು ನಮ್ಮ ಕಣ್ಣ ಮುಂದಿಲ್ಲ? ನಮ್ಮ ಶಕ್ತಿಯನ್ನು ಮೊದಲು ಅರಿಯಬೇಕು. 'ಇದು ನನ್ನಿಂದ ಸಾಧ್ಯ. ಈಗ ಅಲ್ಲದಿದ್ದರೆ ಇನ್ನೆಂದಿಗೂ ಇಲ್ಲ' ಎಂಬ ಭಾವನೆಯಿಂದ ಮುಂದಡಿಯಿಟ್ಟರೆ ಯಶಸ್ಸು ನಿಶ್ಚಿತ.

ದಾರಿಯಲ್ಲಿ ಕಲ್ಲು-ಮುಳ್ಳು

ರಾಜನೊಬ್ಬ ದಾರಿಯಲ್ಲಿ ದೊಡ್ಡ ಕಲ್ಲನ್ನು ಅಡ್ಡ ಇಟ್ಟು, ಅದರ ಮೇಲೊಂದಿಷ್ಟು ಮುಳ್ಳಿನ ರಾಶಿ ಪೇರಿಸಿಟ್ಟು ಮರೆಯಲ್ಲಿ ಕುಳಿತಿದ್ದ. ದಾರಿಹೋಕರೆಲ್ಲ ಈ ಕಲ್ಲನ್ನು ಕಂಡು ಗೊಣಗುತ್ತ ಸುತ್ತಿ ಬಳಸಿ ಸಾಗಿದರು. ಕೆಲವರು ರಸ್ತೆ ಸರಿಯಾಗಿ ಇಟ್ಟುಕೊಳ್ಳದ ರಾಜನನ್ನೇ ದೊಡ್ಡದಾಗಿ ಬಯ್ಯುತ್ತ ಹೋದರು. ಆದರೂ ರಾಜ ಸುಮ್ಮನಿದ್ದ.

ಒಬ್ಬ ರೈತ ತಲೆ ಮೇಲೆ ಹುಲ್ಲಿನ ಹೊರೆ ಹೊತ್ತುಕೊಂಡು ಹೊಲದಿಂದ ಮರಳುತ್ತಿದ್ದ. ಬಂದ. ದಾರಿಯಲ್ಲಿರುವ ಕಲ್ಲನ್ನು ಕಂಡ. ಅಯ್ಯೋ, ಇದರಿಂದ ಎಷ್ಟು ಜನರಿಗೆ ತೊಂದರೆ ಆಗುತ್ತದೆಯೋ ಏನೋ ಎಂದು ಭಾವಿಸಿ, ಹುಲ್ಲಿನ ಹೊರೆ ಇಳಿಸಿ, ತುಂಬ ಪರಿಶ್ರಮ ಪಟ್ಟು ಆ ಕಲ್ಲನ್ನು ಬದಿಗೆ ಸರಿಸಿದ.

ಅಂಗವಸ್ತ್ರಕ್ಕೆ ಬೆವರು ಒರೆಸಿಕೊಳ್ಳುತ್ತ ಆ ರೈತ ವಾಪಸ್ ಬಂದು ನೋಡುತ್ತಾನೆ, ಕಲ್ಲಿದ್ದ ಜಾಗದಲ್ಲಿ ಚಿನ್ನದ ನಾಣ್ಯಗಳ ಥೈಲಿಯಿತ್ತು. ಜತೆಗೆ, ಕಲ್ಲನ್ನು ಬದಿಗೆ ಸರಿಸಿದವರಿಗೇ ಈ ನಾಣ್ಯಗಳು ಸೇರಬೇಕೆಂಬ ಒಕ್ಕಣಿಕೆಯಿದ್ದ ರಾಜನ ಪತ್ರವೂ ಇತ್ತು!

ನಮ್ಮ ಸಾಧನೆಯ ಹಾದಿಯಲ್ಲಿ ಬರುವ ಪ್ರತಿಯೊಂದು ಅಡ್ಡಿಯೂ ನಮ್ಮ ಸಾಮರ್ಥ್ಯಕ್ಕೆ ಒಂದು ಪರೀಕ್ಷೆ, ನಮ್ಮ ಕೌಶಲಗಳನ್ನು ಬೆಳೆಸಿಕೊಳ್ಳುವ ಸದವಕಾಶ ಎಂದು ಭಾವಿಸಬೇಕು. ಸೋಮಾರಿಗಳು ಸಮಸ್ಯೆಯನ್ನು ಹಾಗೂ ಅದಕ್ಕೆ ಕಾರಣರೆಂದು ಯಾರನ್ನೋ ದೂರುತ್ತಾರೆ. ಉಳಿದವರು ಆ ಪರೀಕ್ಷೆಯನ್ನು ಗೆದ್ದು ಯಶಸ್ವಿಯಾಗುತ್ತಾರೆ.

ಮನಸ್ಸು, ದೇಹಗಳ ಬಂಧನವನ್ನು ಬಿಚ್ಚಿಕೊಂಡರೆ ಮುಂದಿದೆ ನಂದನವನ, ಆನಂದವನ. ಅನುಭವಿಸೋಣ.

(ಉದಯವಾಣಿ, 11 ನವೆಂಬರ್ 2019)

ದೂಧ್ ಸಾಗರ: ಹರನ ಜಡೆಯಿಂದ ಇಳಿದ ಹಾಲ್ನೊರೆ ಬೆಡಗಿ!

ಅದೃಷ್ಟ ನೆಟ್ಟಗಿದ್ದರೆ ಒಮ್ಮೊಮ್ಮೆ ಪವಾಡದಂತಹ ಘಟನೆಗಳು ಸಂಭವಿಸುತ್ತವೆ.

ಅದೊಂದು ದಿನ ಮಣಿಪಾಲದಿಂದ ಅಭಿ ಫೋನ್ ಮಾಡಿ, 'ದೂಧ್ ಸಾಗರ್ ಜಲಪಾತ' ನೋಡುವುದು ನನ್ನ ಕನಸು. ಕರೆದುಕೊಂಡು ಹೋಗಿ ಅಂತ ಆದೇಶ ಮಾಡಿದ್ದ!

ಇಕ್ಕಟ್ಟಿಗೆ ಸಿಲುಕಿಸುವುದು ಅಂದರೆ ಇದೇ. ತಲೆಯ ಮೇಲೆ ಕೈ ಹೊತ್ತು ಕುಳಿತೆ. ಶಿವನ ಜಟೆಯಂತಿರುವ ಪಶ್ಚಿಮ ಘಟ್ಟದ ಬೆಟ್ಟವೊಂದರ ತುದಿಯಿಂದ ಹಲವು ಹಂತಗಳಲ್ಲಿ ಹಾಲ್ನೊರೆಯಂತೆ ಧುಮುಕುವ ಆ ಸುಂದರಿಯ ಆಕರ್ಷಣೆ ಯಾರಿಗಿಲ್ಲ ಹೇಳಿ? ಆದರೆ, ಹುಬ್ಬಳ್ಳಿ–ವಾಸ್ಕೋ ಮಧ್ಯೆ ರೈಲಿನಲ್ಲಿ ಸಂಚರಿಸಿದರೆ ಮಾತ್ರ ಆ ಜಲಪಾತ ಸುಲಭವಾಗಿ ಕಣ್ಣಿಗೆ ಬೀಳುವುದು. ಇಲ್ಲದಿದ್ದರೆ ಅತ್ಯಂತ ದುರ್ಗಮ. ರಸ್ತೆ ಸಂಪರ್ಕ ಇಲ್ಲ. ಕೋವಿಡ್–19 ಪರಿಣಾಮವಾಗಿ ನಿರ್ಬಂಧಗಳೂ ಇರುವಾಗ ರಕ್ಷಿತಾರಣ್ಯದ ನಡುವಿರುವ ಜಲಪಾತಕ್ಕೆ ಪ್ರವೇಶಾವಕಾಶವೂ ಇಲ್ಲ. ಮೊದಲೊಮ್ಮೆ ಹನ್ನೆರಡು ವರ್ಷ ಹುಬ್ಬಳ್ಳಿಯಲ್ಲೇ ಇದ್ದರೂ ದೂಧ್ ಸಾಗರ ನೋಡುವ ಅವಕಾಶ ಲಭಿಸಿರಲಿಲ್ಲ. ಸರಿಯಾದ ಮಾಹಿತಿಗಾಗಿ ಇತ್ತೀಚೆಗೆ ಹೋಗಿದ್ದವರು ಯಾರಾದರೂ ಇದ್ದಾರೆಯೇ ಎಂದು ಹಲವರನ್ನು ವಿಚಾರಿಸಿದೆ. ಇಂಟರ್ನೆಟ್‌ನಲ್ಲಿ ಜಾಲಾಡಿದೆ. ಊಹೂಂ!

ಉದಯವಾಣಿಯಲ್ಲಿದ್ದಾಗ ನಾನು, ಅಭಿ ಹಾಗೂ ಕಾರ್ತಿಕ್ 'ತ್ರಿಮೂರ್ತಿ'ಗಳೆಂದೇ ಪ್ರಖ್ಯಾತರು. ಎಲ್ಲ ಪ್ರವಾಸಗಳು, ಸಾಹಸಗಳು ನಾವಿಲ್ಲದೆ ಪೂರ್ಣಗೊಳ್ಳುತ್ತಿರಲಿಲ್ಲ.

ಟ್ರ್ಯಾಕಿಂಗ್ ಮಾಡುವವರು ಅರಣ್ಯ ಇಲಾಖೆ ಸಿಬ್ಬಂದಿಯೊಂದಿಗೆ ಕಿತ್ತಾಡಿದ್ದ ವೀಡಿಯೋ ಒಂದು ಕಾರ್ತಿಕನ ವಾಟ್ಸಪ್‌ಗೆ ಬಂದಿತ್ತು. ಆತನಿಗೆ ಒಳಗೊಳಗೇ ಪುಕುಪುಕು. ನನಗೆ ಮತ್ತು ಅಭಿಗೆ ಹುಂಬ ಧೈರ್ಯ.

ಅಭಿ ರೈಲಿನಲ್ಲಿ ಕಾರವಾರಕ್ಕೆ ಬಂದು, ಸಂಜೆಯವರೆಗೂ ಬೀಚಿನಲ್ಲಿ ಬಿಸಿಲುಂಡು, ಅಲ್ಲಿಂದ ಕಾರ್ತಿಕನ ಬೈಕಿನಲ್ಲಿ ಹುಬ್ಬಳ್ಳಿಗೆ ಬಂದಾಗ ನಟ್ಟಿರುಳು ಕಳೆದಿತ್ತು. ಬೆಳಗಿನ ಜಾವ ನಾಲ್ಕು ಗಂಟೆಗೆ ಹೊರಡೋದು, ಹಿಂದೆ ಯಾವತ್ತೋ ದೂಧ್ ಸಾಗರ ನೋಡಲೆಂದು ಹೋಗಿ, ಹಸಿವಾಯಿತೆಂದು ತಿಂಡಿ ಖರೀದಿಸಲು ಹೋಗಿ ರೈಲು ತಪ್ಪಿಸಿಕೊಂಡಿದ್ದ ಹಾಗೂ ಉಳಿದವರೆಲ್ಲ ಮರಳಿ ಬರುವ ತನಕ ಕ್ಯಾಸಲ್‌ರಾಕ್ ರೈಲ್ವೆ ನಿಲ್ದಾಣದಲ್ಲೇ ಸಂಜೆವರೆಗೂ ಕಾಲ ಕಳೆದಿದ್ದ ನನ್ನ ಬಂಧು ವಿಶ್ವನಾಥ್ ಅವರೂ ಈ ಸಲ ನಮ್ಮೊಂದಿಗೆ ಬರುತ್ತಾರೆ ಎಂದೆ.

ಅಂದುಕೊಂಡಷ್ಟು ಸುಲಭವಲ್ಲ!

ಕಾರ್ತಿಕನಿಗೆ ತೀರಾ ಆಯಾಸವಾಗಿತ್ತು. 'ನಾಲ್ಕಕ್ಕೆ ಬೇಡ ಸರ್, ಐದಕ್ಕೆ ಹೊರಡೋಣ' ಎಂದ. ಅಂತೂ ಮುಂಜಾನೆ 5.15ಕ್ಕೆ ಹೊರಟೆವು. ಗೋವಾ ಗಡಿಯಲ್ಲಿ ಮೋಳೆಂ ಚೆಕ್‌ಪೋಸ್ಟ್ ಸಮೀಪ ನಮ್ಮೂರಿನವರ ಒಂದು ಸಣ್ಣ ಹೋಟೆಲ್ ಇದೆ. ಅವರಿಗೆ ಕರೆ ಮಾಡಿ, ದೂಧ್ ಸಾಗರಕ್ಕೆ ಹೇಗೆ ಹೋಗೋದು ಅಂತ ಕೇಳಿಕೊಂಡಿದ್ದೆ. ಅವರ ಹೋಟೆಲ್ ದಾಟಿ ಕೂಳೆಂ ಎಂಬಲ್ಲಿಗೆ ಹೋದರೆ, ಅಲ್ಲಿಂದ ಜೀಪ್ ವ್ಯವಸ್ಥೆ ಇರುತ್ತದೆ. ನಿಗದಿತ ಶುಲ್ಕ ಪಾವತಿಸಿದರೆ ಕರೆದೊಯ್ಯುತ್ತಾರೆ ಎಂದರು. ಎಷ್ಟು ಸುಲಭ! ಅಂದುಕೊಂಡೆ.

ಅಪರಿಚಿತರ ಸಹಾಯ

ದೂಧ್ ಸಾಗರಕ್ಕೆ ಹೋಗುವವರಿದ್ದರೆ ತಮ್ಮನ್ನು ಸಂಪರ್ಕಿಸುವಂತೆ ಇನ್‌ಸ್ಟಾಗ್ರಾಂನಲ್ಲಿ ಒಬ್ಬರು ನಂಬರ್ ಹಾಕಿದ್ದರು. ಅಭಿ ಅದನ್ನು ನನಗೆ ತೋರಿಸಿದ. ಅಳ್ನಾವರ ದಾಟಿ ರಾಮನಗರಕ್ಕೆ ಹತ್ತಿರ ಬಂದಾಗ ಅವರಿಗೆ ಕರೆ ಮಾಡಿದೆ. ಕೂಳೆಂನಿಂದ ಜೀಪ್ ವ್ಯವಸ್ಥೆ ಇದೆ. ಟ್ರ್ಯಾಕಿಂಗ್ (ರೈಲ್ವೆ ಹಳಿಗಳ ಮೇಲೆ 11 ಕಿ.ಮೀ. ನಡೆದು ಹೋಗುವುದು) ಕರೆದೊಯ್ಯುವವರೂ ಇದ್ದಾರೆ. ಜೀಪಿಗಾದರೆ ಒಬ್ಬರಿಗೆ 850 ರೂ. (ಇದರಲ್ಲಿ ಅರಣ್ಯ ಇಲಾಖೆ–ಸ್ಥಳೀಯ ಗ್ರಾ.ಪಂ. ಅನುಮತಿ, ಲೈಫ್ ಜಾಕೆಟ್ ಶುಲ್ಕಗಳೂ ಸೇರಿವೆ), ಮೊದಲೇ ಆನ್‌ಲೈನ್ ಬುಕಿಂಗ್ ಮಾಡಬೇಕು. ಅದು ಇವತ್ತಿಗೆ ಸಾಧ್ಯವಿಲ್ಲ. ನಿಮ್ಮಲ್ಲಿ ತಾಕತ್ತಿದೆ, ಟ್ರ್ಯಾಕಿಂಗ್ ಹೋಗುವುದಿದ್ದರೆ ಒಬ್ಬರಿಗೆ 500 ರೂ. ಆದರೆ, ಟ್ರ್ಯಾಕಿಂಗ್ ಹೋಗುವವರೆಲ್ಲ ಆಗಲೇ ಹೊರಟಿದ್ದಾರೆ ಎಂದು ಹೇಳಿ, ನಮ್ಮ ಉತ್ಸಾಹಕ್ಕೆ ಒಂದೇ ಬಾರಿಗೆ ತಣ್ಣೀರೆರಚಿದರು.

ನನಗೆ ನಿರಾಸೆಯಾಯಿತು. ಆದರೂ ತೋರಿಸಿಕೊಳ್ಳದೆ ಕ್ಯಾಸಲ್‌ರಾಕ್‌ನಿಂದ ಏನಾದರೂ ಅವಕಾಶವಿದೆಯೇ ಎಂದು ಕೇಳಿದೆ. ಇಲ್ಲ, ಅಲ್ಲಿಂದಲೂ ನಮ್ಮವರು

ಹೊರಟಿದ್ದಾರೆ ಎಂದರು. ಅವರು ಏಜೆಂಟ್ ಆದರೂ ಪೂರ್ಣವಾಗಿ ವ್ಯಾಪಾರಿ ಮನೋಭಾವದವನೇನೂ ಆಗಿರಲಿಲ್ಲ. ಕ್ಯಾಸೆಲ್‌ರಾಕ್‌ನಲ್ಲಿ ಬೆಳಗ್ಗೆ 9 ಗಂಟೆಗೆ ಒಂದು ರೈಲು ಬರುತ್ತದೆ. ಅದನ್ನು ಹತ್ತಿಕೊಂಡು ಹೋಗಿ. ಸಂಜೆ ರೈಲಿಗೆ ವಾಪಸ್ ಬನ್ನಿ ಎಂದರು.

ಸಮಯ ನೋಡಿದೆ, ಆಗಲೇ 8.45. ಇನ್ನೂ ಸುಮಾರು 16 ಕಿ.ಮೀ. ಇದೆ. ಅದರಲ್ಲಿ 8 ಕಿ.ಮೀ. ರಸ್ತೆ ದುರಸ್ತಿಯಲ್ಲಿದ್ದು, ಕಾರಿನಲ್ಲಿ ಹೋಗುವುದು ಕಷ್ಟ ಎನ್ನುವ ಸ್ಥಿತಿ. ಏನಿಲ್ಲವೆಂದರೂ 45 ನಿಮಿಷ ಬೇಕು. ರೈಲು ಹೋದರೆ 14 ಕಿ.ಮೀ. ಟ್ರ್ಯಾಕ್ ಮೇಲೆ ನಡೆದು ಹೋಗಬೇಕಷ್ಟೇ. ಅನ್ಯ ಮಾರ್ಗವಿಲ್ಲ. ಅದಕ್ಕೆ ಹಳಿ ದುರಸ್ತಿ ಮಾಡುವ ಸಿಬ್ಬಂದಿ, ಅರಣ್ಯ ಇಲಾಖೆಯವರು ತಕರಾರು ಮಾಡುತ್ತಾರೆ. ಅವರಿಗೆ ಐವತ್ತೋ, ನೂರೋ ಕೊಟ್ಟು ಸಾಕಷ್ಟು ಜನ ಹಾಗೇ ಹೋಗುತ್ತಾರೆ. ಅಥವಾ ಜನ ಹಣ ಕೊಡುತ್ತಾರೆಂದೇ ಅವರೂ ನಿಲ್ಲಿಸುತ್ತಾರೋ? ಎಂಬ ಪ್ರಶ್ನೆಯನ್ನು ಕೇಳಬೇಡಿ.

ರೈಲಿದೆ, ಟಿಕೆಟ್ ಇಲ್ಲ!

ಕೂಳೆಂ ತನಕ ಹೋಗುವುದು ವ್ಯರ್ಥ. ಒಂದು ಚಾನ್ಸ್ ತೆಗೆದುಕೊಂಡೇ ಬಿಡೋಣ ಎಂದು ಕಾರನ್ನು ಕ್ಯಾಸೆಲ್‌ರಾಕ್ ಕಡೆ ಹೊರಳಿಸಿದೆ. ಕಾಡಿನ ಹಸಿರನ್ನು ಸೀಳಿಕೊಂಡು ರಸ್ತೆಗೆ ಜಿಗಿದ ಜಿಂಕೆಯ ಮರಿಯೊಂದು ಹೊಂಬೆಳಕಿನಲ್ಲಿ ಮಿನುಗುತ್ತಾ ಬಾಣದಂತೆ ಮತ್ತೊಂದು ಬದಿಯ ಪೊದೆಯೊಳಗೆ ನುಗ್ಗಿದ್ದನ್ನು ಕಂಡು ಪುಳಕಗೊಂಡೆವು. ಕಾರಿನ ಮೇಲೆ ಪ್ರೀತಿಯಿದ್ದವರು ಹೋಗಬಾರದ ರಸ್ತೆಯಲ್ಲಿ ಅವಸರದಲ್ಲೇ ಸಾಗಿ ಕ್ಯಾಸೆಲ್‌ರಾಕ್ ರೈಲು ನಿಲ್ದಾಣದ ಮುಂದೆಯೇ ಗಾಡಿ ನಿಲ್ಲಿಸಿದೆ. ರೈಲು ಇನ್ನೂ ಹೋಗಿಲ್ಲ ಎಂದು ಖಚಿತಪಡಿಸಿಕೊಳ್ಳುವಂತೆ ಅಭಿಗೆ ಹೇಳಿದೆ. ಆತ ಒಳಗೋಡಿ ಟಿಸಿಗೆ ಕೇಳಿದರೆ, ರೈಲು ಇನ್ನೂ ಬಂದಿಲ್ಲ. ಆದರೆ, ಟಿಕೆಟ್ ಕೊಡಲು ಅವಕಾಶವಿಲ್ಲ ಎಂದ. ಮತ್ತೆ ನಿರಾಸೆಯಾಯಿತು.

ಕ್ಯಾಸೆಲ್‌ರಾಕ್, ದೂಧ್ ಸಾಗರ್–ಎರಡೂ ಕಡೆ ರೈಲಿಗೆ ನಿಲುಗಡೆ ಇದೆ. ಆದರೂ ಟಿಕೆಟ್ ಕೊಡುವುದಿಲ್ಲ ಎನ್ನುವುದೇಕೆ? ಪಕ್ಕದ ಗೋವಾ ರಾಜ್ಯದಲ್ಲಿ ಪ್ರವಾಸೋದ್ಯಮಕ್ಕೆ ಎಷ್ಟೊಂದು ಆದ್ಯತೆ ಕೊಟ್ಟಿದ್ದಾರೆ! ಇಲ್ಲೇಕೆ ಹೀಗೆ? ಎಂದು ಪ್ರಶ್ನೆ ಮೂಡಿತು. ರೈಲಿಗೆ ಟಿಕೆಟ್ ಹಾಗೂ ಇಳಿದು–ಹತ್ತಲು ಸಾಕಷ್ಟು ಸಮಯಾವಕಾಶ ಕೊಟ್ಟರೆ ಸಾವಿರಾರು ಜನ ಈ ಜಲರಾಶಿಯನ್ನು ನೋಡಿ ಆನಂದಿಸುವುದಿಲ್ಲವೇ? ದೂಧ್ ಸಾಗರ ರೈಲು ನಿಲ್ದಾಣದಲ್ಲಿ ಹೋಟೆಲ್ ಇತ್ಯಾದಿಗೆ ಅವಕಾಶ ನೀಡಿದರೆ ರೈಲ್ವೆ ಇಲಾಖೆಗೂ ಆದಾಯ ಬರುತ್ತದಲ್ಲ–ಎಂದು ಮಾತನಾಡಿಕೊಂಡೆವು. ನಾನು ಪ್ರವಾಸೋದ್ಯಮ

ಸಚಿವನಾದರೆ ಮೊದಲು ಮಾಡುವ ಕೆಲಸ ಇದೇ ಎಂದು ಪ್ಲಾಟ್‌ಫಾರಂನಲ್ಲಿ ನಿಂತು ಅಭಿ ಘೋಷಿಸಿದ!

ಎಲ್ಲರ ಕಣ್ಣಲ್ಲೂ ಕನಸು

ದೂಧ್ ಸಾಗರದ ಕನಸನ್ನು ಕಣ್ಣಲ್ಲಿ ತುಂಬಿಕೊಂಡ ಅದೆಷ್ಟೋ ಜನರು ನಿಲ್ದಾಣದಲ್ಲಿದ್ದರು. ಯಾರ ಬಳಿಯೂ ಟಿಕೆಟ್ ಇಲ್ಲ. ಟಿಸಿ ಬಂದರೆ ದಂಡ ಕಟ್ಟುವುದು–ಇದಿಷ್ಟೇ ಎಲ್ಲರಿಗೂ ಗೊತ್ತಿದ್ದುದು. ಅಂತೂ ರೈಲು ಬಂತು. ಹಳಿಯ ಬದಿಯಲ್ಲಿ ನಡೆದು ಬರುತ್ತಿದ್ದ ಅರಣ್ಯ ಇಲಾಖೆ ಅಧಿಕಾರಿಯೊಬ್ಬರು 'ಜಲ್ದಿ ಪಕಡೋ' ಎಂದರು. ಅವರೇ ಹೇಳಿದ ಮೇಲೆ ನಮಗೇನು ಅಂತ ರೈಲೇರಿದೆವು. ರೈಲಿನಲ್ಲಿ ತಿಂಡಿ ಮಾರಲು ಬಂದವನ ಬಳಿ ಪಕೋಡಾ ಖರೀದಿಸಿದೆವು. ನಿತ್ಯ ಸಂಚಾರಿಯಾದ್ದರಿಂದ ಆತನ ಬಳಿಯೇ ಮಾಹಿತಿ ಕೇಳಿದೆವು. 'ಇಲ್ಲಿಂದ ಎರಡನೇ ನಿಲ್ದಾಣದಲ್ಲಿ ಇಳಿಯಿರಿ. ಮುಂದಕ್ಕೆ ಟ್ರ್ಯಾಕ್ ಮೇಲೆ 1 ಕಿ.ಮೀ. ನಡೆದು ಹೋಗಿ' ಎಂದ.

ಬೆಟ್ಟದ ಸಾಲನ್ನು ಸೀಳಿಕೊಂಡು ಹಲವು ಸೇತುವೆಗಳು ಮತ್ತು ಸುರಂಗಗಳಲ್ಲಿ ಸಾಗುವ ರೈಲಿನಲ್ಲಿ ಆ 14 ಕಿ.ಮೀ.ಗಳ ಪಯಣವೇ ಒಂದು ದೃಶ್ಯಕಾವ್ಯದಂತಿದೆ. ಅಂತೂ ದೂಧ್ ಸಾಗರ್ ನಿಲ್ದಾಣದಲ್ಲಿ ಇಳಿದೆವು.

ಗೋವಾ ಗಡಿಯಲ್ಲಿ 'ಜೈ ತುಳುನಾಡು' ಘೋಷಣೆ!

ಟ್ರ್ಯಾಕ್ ಮೇಲೆ ಎಡವುತ್ತಾ ಮುಂದುವರಿಯುತ್ತಿರುವಾಗ ರೈಲಿನಲ್ಲಿ ಕುಳಿತು ಸಾಗುತ್ತಿದ್ದ ಹುಡುಗನೊಬ್ಬ, ನನ್ನತ್ತ ನೋಡಿ, 'ತುಳು?' ಎಂದು ಕೇಳಿದ. ನಾನು ತಲೆ ಅಲ್ಲಾಡಿಸುತ್ತ, 'ಅಂದ್' (ಹೌದು) ಎಂದುತ್ತರಿಸಿದೆ. ಆತ 'ಜೈ ತುಳುನಾಡು' ಎಂದು ಹೇಳಿ ಮುಗುಳ್ನಕ್ಕು ರೈಲಿನೊಂದಿಗೆ ಮರೆಯಾದ. ಅಷ್ಟೊಂದು ಜನರ ನಡುವೆ, ಅದೂ ಒಂದೆರಡು ಕ್ಷಣಗಳಲ್ಲಿ ನಾನು ತುಳುನಾಡಿನವನು ಎಂದು ಸುಲಭವಾಗಿ ಗುರುತಿಸುವಂತಹ ವ್ಯಕ್ತಿತ್ವ ಹಾಗೂ ಚಹರೆ ನನ್ನಲ್ಲಿದೆ ಎಂಬ ಸಂಗತಿಯೇ ರೋಮಾಂಚನ ಮೂಡಿಸಿತು!

ಶ್ವೇತ ಸುಂದರಿಯ ದರ್ಶನ

ಹಳಿಯ ಮೇಲೆ ಸಾಗುತ್ತಿದ್ದ ನಮಗೆ ಆ ಶ್ವೇತ ಸುಂದರಿಯ ಒಂದಿಷ್ಟೇ ದರ್ಶನ ಕೊಟ್ಟಳು. ಆಕೆಯ ಪದತಲಕ್ಕೆ ತೆರಳಲು ಆರ್‌ಪಿಎಫ್ ಸಿಬ್ಬಂದಿ ಅಡ್ಡಿ ಪಡಿಸಿದ. ಹಿಂದಿಯಲ್ಲಿ, 'ಅನುಮತಿ ಇಲ್ಲ. ಟ್ರೆಸ್‌ಪಾಸಿಂಗ್ ಮಾಡಿದ್ದೀರಿ, ದಂಡ ಪಾವತಿಸಬೇಕಾಗುತ್ತದೆ' ಎಂದ. ಎಷ್ಟು ಎಂದು ಕೇಳಿದರೆ, 'ಐನೂರು. ಸಾಹೇಬರ ಜತೆಗೆ ಮಾತನಾಡಿ. ಇನ್ನೂರು–ಮುನ್ನೂರಕ್ಕೂ ಒಪ್ಪಿಕೊಳ್ಳಬಹುದು' ಎಂದ.

ಪ್ರೀತಿ ತೋರಿಸಿದ ಅಧಿಕಾರಿ

ಅಂದು ಜಲಪಾತಕ್ಕೆ ಸಚಿವರೊಬ್ಬರ ಭೇಟಿಯಿತ್ತು. ಹೀಗಾಗಿ, ಬೇಗನೆ ಜಾಗ ಖಾಲಿ ಮಾಡುವಂತೆ ಪ್ರವಾಸಿಗರಿಗೆ ತಾಕೀತು ಮಾಡುತ್ತಿದ್ದರು. ನಾವು ಆ ಅಧಿಕಾರಿಯನ್ನು ಮಾತನಾಡಿಸಿದೆವು. ಅವರು ಮಂಗಳೂರು ವಿಶ್ವವಿದ್ಯಾಲಯದಲ್ಲಿ ಓದಿದವರು. ನನ್ನ ಸೀನಿಯರ್‌ಗಳ ಸಹಪಾಠಿ. ಎಬಿವಿಪಿ ಇತ್ಯಾದಿಗಳಲ್ಲಿ ಸಕ್ರಿಯರಾಗಿದ್ದವರು. ಬಹಳ ಪ್ರೀತಿಯಿಂದ ಮಾತನಾಡಿಸಿ, ಜಲಪಾತ ವೀಕ್ಷಣೆಗೆ ಮುಕ್ತ ಅವಕಾಶವನ್ನು ನೀಡಿದರು. ಟ್ರೈನ್ ಬರೋದು ಸಂಜೆ ಐದಕ್ಕೆ. ಅಲ್ಲಿಯವರೆಗೂ ಎಂಜಾಯ್ ಮಾಡಿ. ಮುಂದಿನ ಸಲ ಬರುವಾಗ ನನಗೆ ಮೊದಲೇ ತಿಳಿಸಿ ಎಂದೂ ಹೇಳಿ, ಪ್ರೀತಿ ತೋರಿಸಿದರು. ಅಪರಿಚಿತ ಸ್ಥಳದಲ್ಲಿ ಇಂತಹ ಸಮ್ಮಿಲನಗಳು ಕೊಡುವ ಖುಷಿ ವರ್ಣನಾತೀತ. ಸಚಿವರು ಗೂಡ್ಸ್ ರೈಲಿನ ಕೊನೆಯ ಬೋಗಿಯಲ್ಲಿ ಕುಟುಂಬ ಸಮೇತ ನಿಂತು ಕೈಬೀಸುತ್ತಾ ಮುಂದೆ ಸಾಗಿದರು. ಆಮೇಲೆ ಗೂಡ್ಸ್ ರೈಲುಗಳ ಓಡಾಟ ಮಾತ್ರ ಇರುತ್ತದೆ.

ಆಹಾರ ಸಿಗಲ್ಲ

ಗೋವಾ ಕಡೆಯಿಂದ ಬಂದರೆ ಜಲಪಾತದ ಬುಡಕ್ಕೆ ಕರೆದೊಯ್ಯುತ್ತಾರೆ. ಅಲ್ಲಿ ಜಲಕ್ರೀಡೆಗೂ ಅವಕಾಶ ಇರುತ್ತದೆ. ಕ್ಯಾಸೆಲ್‌ರಾಕ್‌ನಿಂದ ಟ್ರ್ಯಾಕ್ ಮೇಲೆ ಹೋಗುತ್ತೇವೆ. ಎರಡೂ ಕಡೆಯಿಂದ ಜಲಪಾತ ಅದ್ಭುತವಾಗಿ ಕಾಣುತ್ತದೆ. ಮಳೆಗಾಲದಲ್ಲಿ ಅದರ ಸೌಂದರ್ಯ ವರ್ಣನಾತೀತ. ಅಷ್ಟೇ ಅಪಾಯಕಾರಿಯೂ ಆಗಿದ್ದರಿಂದ ಎಚ್ಚರಿಕೆ ವಹಿಸಬೇಕು. ಅಕ್ಕ-ಪಕ್ಕದ ಎರಡು ರೈಲು ನಿಲ್ದಾಣಗಳೂ ಕ್ರಮವಾಗಿ 12 ಹಾಗೂ 14 ಕಿ.ಮೀ. ದೂರ ಇರುವುದರಿಂದ ಜಲಪಾತ ವೀಕ್ಷಣೆಗೆ ಬಂದವರಿಗೆ ಆರೋಗ್ಯ ಸಮಸ್ಯೆ ಉಂಟಾದರೆ, ಬಿದ್ದು ಗಾಯಗೊಂಡರೆ ತಕ್ಷಣಕ್ಕೆ ವೈದ್ಯಕೀಯ ಸೌಲಭ್ಯ ಸಿಗದು (ಮರಳಿ ಬರುವ ರೈಲಿಗಾಗಿ ಕಾಯುತ್ತಾ ಕುಳಿತಿದ್ದಾಗ ಬೆಳಗಾವಿಯಿಂದ ಬಂದ ವೈದ್ಯ ವಿದ್ಯಾರ್ಥಿನಿಯೊಬ್ಬಳು ಈ ಕುರಿತಾಗಿಯೇ ನನ್ನೊಂದಿಗೆ ಸಾಕಷ್ಟು ಚರ್ಚಿಸಿದಳು). ಶುದ್ಧ ನೀರು ಸಾಕಷ್ಟಿದೆ. ಹೋಟೆಲ್, ಮನೆ ಮುಂತಾದ ಯಾವುವೂ ಇಲ್ಲದ ಕಾರಣ ಊಟ-ಉಪಾಹಾರವನ್ನು ನೀವೇ ಒಯ್ಯಬೇಕು. ಆದರೆ, ಜಲಪಾತ ವೀಕ್ಷಿಸುತ್ತಾ ಮೈಮರೆತಿರೋ, ಕೋತಿಗಳು ನಿಮ್ಮ ಚೀಲಗಳಲ್ಲಿರುವ ಆಹಾರವನ್ನೆಲ್ಲ ಧ್ವಂಸ ಮಾಡಿ ಹಲ್ಲು ಕಿರಿಯುತ್ತವೆ.

ಪ್ರಕೃತಿಯ ಮಡಿಲಲ್ಲಿ...

ಜಲಪಾತನನ್ನು ನೋಡುತ್ತ ಕಲ್ಲಿನ ಮೇಲೊರಗಿದರೆ, ಸಿಳ್ಳೆ ಹಾಕುತ್ತಾ, ಛಂದೋಬದ್ಧವಾಗಿ ಚುಕುಬುಕು ಎನ್ನುತ್ತಾ ಸಾಗುವ ರೈಲು, ಹಾಲ್ನೊರೆಯಂತೆ

ಧುಮುಕುವ ನೀರು, ಹಕ್ಕಿಗಳ ಇಂಚರವನ್ನು ಕೇಳುತ್ತ, ಕನಿಷ್ಠ ಅಲ್ಲಿ ಇರುವಷ್ಟು ಹೊತ್ತು ಹೊರ ಪ್ರಪಂಚದ ಎಲ್ಲವನ್ನೂ, ಮರೆಯಬಹುದು.

ಮೊದಲೇ ಯೋಜನೆ ರೂಪಿಸಿಕೊಂಡು ಕೂಳೆಂ ಮೂಲಕ ಅಥವಾ ರೈಲಿನ ಟಿಕೆಟ್ ಬುಕ್ ಮಾಡಿಕೊಂಡು ಹೋದರೆ ಯಾವುದೇ ಸಮಸ್ಯೆಯಿಲ್ಲದೆ ಈ ಜಲರಾಶಿಯ ದರ್ಶನ ಮಾಡಬಹುದು. ಆದರೆ, ಅನಿರೀಕ್ಷಿತ ಅಚ್ಚರಿಗಳು ಕೊಡುವ ಮಜಾ ಎಲ್ಲಿರುತ್ತದೆ? ವಾಪಸ್ ಬರುವ ರೈಲಿನ ನೂಕುನುಗ್ಗಲಿನಲ್ಲೇ ನಾವೂ ಒಂದಾಗಿ, ಟಿಕೆಟಿಲ್ಲದೆ ಜೀವನದಲ್ಲಿ ಕೇವಲ ಎರಡನೇ ಸಲ (ಅದೂ ಒಂದೇ ದಿನದಲ್ಲಿ) ಪ್ರಯಾಣಿಸಿದ ಸಣ್ಣದೊಂದು ಅಪರಾಧಿ ಭಾವ ಕಾಣುತ್ತಿದ್ದರೂ ಈ ಅಪೂರ್ವ ಅನುಭವದ ಮುಂದೆ ಅದು ಗೌಣವಾಯಿತು. ಕ್ಯಾಸೆಲ್‌ರಾಕ್ ನಿಲ್ದಾಣದಲ್ಲಿಳಿದಾಗ, ದೇಹ ದಣಿದಿದ್ದರೂ ಮನಸ್ಸು ಸಂತೃಪ್ತವಾಗಿತ್ತು.

ಮಾಂಡೋವಿ ನದಿಯ ಮೂಲದಲ್ಲಿರುವ ದೂಧ್ ಸಾಗರ ಜಲಪಾತನವನ್ನು ಕಾಣುವ ಕೇವಲ 15 ದಿನ ಮೊದಲು ಆ ನದಿ ಸಮುದ್ರ ಸೇರುವ ಜಾಗದಲ್ಲಿರುವ ಹಿನ್ನೀರಿನಲ್ಲಿ ಒಂದಿಡೀ ಇರುಳನ್ನು ಕಳೆದಿದ್ದೆ. ಅದರ ಅನುಭವ ಮತ್ತೊಂದು ಲೋಕವೇ ಆಗಿದೆ. ಮುಂದಿನ ಸಲ ಅದನ್ನೇ ಬರೆಯುತ್ತೇನೆ.

(ಕನ್ನಡ ಮಾಣಿಕ್ಯ, ನವೆಂಬರ್ 2021)

ಹಣದ ಮದದಲ್ಲಿ 'ತೇಲಾಡುವ' ಕ್ಯಾಸಿನೊ!

ಹಣವನ್ನು ನೀರಿನ ಹಾಗೆ ಖರ್ಚು ಮಾಡುವುದು, ಹಣದ ಹೊಳೆ ಹರಿಸುವುದು, ಹೊಳೆಯಲ್ಲಿ ಹುಣಸೆ ಹಣ್ಣು ತೊಳೆಯುವುದು, ಸಮುದ್ರಕ್ಕೆ ನೀರು ಸುರಿಯುವುದು, ನೀರಿನಲ್ಲಿ ಹೋಮ ಮಾಡುವುದು... ಹೀಗೆ ನಿಮಗೆ ನೆನಪಾಗುವ ಎಲ್ಲ ಗಾದೆ–ನುಡಿಗಟ್ಟುಗಳಿಗೆ ಒಂದು ಅನ್ವರ್ಥ ಇಲ್ಲಿದೆ!

ಪ್ರವಾಸಿಗರ ಸ್ವರ್ಗ ಗೋವಾದಲ್ಲಿ ಮೋಜು–ಮಸ್ತಿಗೆ ಬೇಕಾದ್ದೆಲ್ಲವೂ ದಂಡಿಯಾಗಿ ಸಿಗುತ್ತದೆ. ಸಣ್ಣ ರಾಜ್ಯವಾಗಿರುವ ಕಾರಣ ಅಲ್ಲಿ ಪ್ರವಾಸೋದ್ಯಮವೇ ಆರ್ಥಿಕತೆಯ ಜೀವಾಳವೂ ಆಗಿದೆ. ರಮಣೀಯ ಬೀಚ್‌ಗಳು, ಅಗ್ಗದ ದರಕ್ಕೆ ಸಿಗುವ ಮದ್ಯ ಮುಂತಾದ ಆಕರ್ಷಣೆಗಳಿವೆ. ನಿಷೇಧವಿದ್ದರೂ ಮಾದಕ ವಸ್ತುಗಳ ನಶೆಯಲ್ಲಿ ಕೆಲವು ಪ್ರವಾಸಿಗರು ತೇಲುತ್ತಿರುತ್ತಾರೆ. ಕರ್ನಾಟಕದಲ್ಲಿ ಎಂಟು–ಹತ್ತು ಕಿ.ಮೀ.ಗೆ ಒಂದರಂತೆ ಕಾಣಸಿಗುವ ಟೋಲ್‌ಗಳು ಗೋವಾದಲ್ಲಿಲ್ಲ (ಆದರೆ, ಪಾರ್ಕಿಂಗ್ ಹೆಸರಿನಲ್ಲಿ ಅನಧಿಕೃತವಾಗಿ 150 ರೂ. ಪೀಕುತ್ತಾರೆ). ಗೋವಾ ಗಡಿಯನ್ನು ಪ್ರವೇಶಿಸಿದ ಮೇಲೆ ಘಾಟಿಯಲ್ಲಿ ಜೋರಾದ ಮಳೆ ನಿರಂತರವಾಗಿ ಸುರಿಯುತ್ತಿದ್ದರೂ, ಕತ್ತಲಿನಲ್ಲಿ ರಸ್ತೆ ಸರಿಯಾಗಿ ಕಾಣದಿದ್ದರೂ ಯಾವುದೇ ಹೊಂಡ ಹಾರಿಸದೆ ಪಣಜಿಯವರೆಗೂ ಕಾರು ಓಡಿಸಲು ಸಾಧ್ಯವಾಗಿದ್ದು ಅಲ್ಲಿನ ರಸ್ತೆಗಳ ಗುಣಮಟ್ಟಕ್ಕೆ ಸಾಕ್ಷಿ.

ಇರಲಿ, ಈ ಪಣಜಿಗೆ ಇರುಳೆಂಬುದೇ ಇಲ್ಲ. ರಾತ್ರಿಯಾಯಿತೆಂದರೆ ಝಗಮಗಿಸುವ ದೀಪಗಳು ಇಡೀ ನಗರವನ್ನು ಬೆಳಗುತ್ತವೆ. ಒಂದು ಸಲ ಕುಸಿದ ಮೇಲೆ ಮತ್ತೆ ಅದ್ಭುತ ವಿನ್ಯಾಸದಲ್ಲಿ ನಿರ್ಮಿಸಿರುವ ಎರಡು ಹಂತಗಳ ಮಾಂಡೋವಿ ಸೇತುವೆ ಕಣ್ಸೆಳೆಯುತ್ತದೆ. ಪಣಜಿ ನಗರದ ಒಳಗೆ ಪ್ರವೇಶಿಸುವಲ್ಲಿ ಸ್ವಲ್ಪ ಗೊಂದಲವಾಗಿದ್ದರಿಂದ ಆ ಸೇತುವೆ ಮೇಲೆ ಕಾರಲ್ಲಿ ಹೋಗಿ, ಮರಳಿ ಬಂದು ಖುಷಿಪಟ್ಟೆ. ಸಣ್ಣ ನದಿಯಾದರೂ ಅತಿ ಹೆಚ್ಚು ಪ್ರಮಾಣದ ನೀರು ಸಾಗಿಸುವ ಮಾಂಡೋವಿ ನದಿ ಇಲ್ಲಿ ಸಮುದ್ರ ಸೇರುವ ಹಿನ್ನೀರಿನ ಮೇಲೊಂದು ಮಾದಕ ಲೋಕವೇ ತೇಲುತ್ತದೆ!

ಕ್ಯಾಸಿನೊ!

ಹೌದು, ಇದೇ ಆ ಮಾಯಾಬಜಾರು. ದೇಶದ ಬೇರೆಲ್ಲೂ ಅನುಮತಿಯೇ ಇಲ್ಲದ (ಬೆಂಗಳೂರಿನಲ್ಲಿ ಪ್ರಭಾವಿ ರಾಜಕಾರಣಿಯೊಬ್ಬರು ಅನಧಿಕೃತವಾಗಿ ಕ್ಯಾಸಿನೊ ಒಂದನ್ನು ನಡೆಸುತ್ತಿದ್ದಾರೆ ಎಂಬ ಗುಸುಗುಸು ಇದೆ) ಜೂಜಿನ ಅಡ್ಡೆ ಇದು. ಶ್ರೀಲಂಕಾ, ಸಿಂಗಾಪುರದ ಕ್ಯಾಸಿನೊಗಳಿಗೂ ಶ್ರೀಮಂತರು ದಾಂಗುಡಿ ಇಡುತ್ತಾರೆ. ಇಂತಹ ಹಲವು ಕ್ಯಾಸಿನೊಗಳು (ಬಿಗ್ ಡ್ಯಾಡಿ, ಕ್ಯಾಸಿನೊ ಪ್ರೈಡ್ 1, 2, ಡೆಲ್ಫಿನ್ ಜ್ಯಾಕ್ 1, 2, ಡೆಲ್ಫಿನ್ ರಾಯಲ್, ಕಿಂಗ್ಸ್ ಕ್ಯಾಸಿನೊ, ಮೆಜೆಸ್ಟಿಕ್ ಪ್ರೈಡ್) ಪಣಜಿಯಲ್ಲಿವೆ. ಪ್ರತಿಯೊಂದಕ್ಕೂ ಸಾವಿರಗಳ ಲೆಕ್ಕದಲ್ಲಿ ಪ್ರವೇಶ ಶುಲ್ಕವಿದೆ. ವಾರಾಂತ್ಯಗಳಲ್ಲಿ ಇನ್ನೂ ಜಾಸ್ತಿ. ಆಹ್ವಾನದ ಮೇರೆಗೆ ತೆರಳಿದರೆ ಉಚಿತ ಪ್ರವೇಶ. ಕೈಗೊಂದು ಬ್ಯಾಂಡ್ ಹಾಕಿದರೆ ಹೊರಬರುವ ತನಕ ಅದನ್ನು ಬಿಚ್ಚುವಂತಿಲ್ಲ. ಕ್ಯಾಸಿನೊಗೆ ಕರೆದೊಯ್ಯಲು ಬೋಟ್‌ಗಳು ಸಂಚರಿಸುತ್ತಲೇ ಇರುತ್ತವೆ. ಒಳ ಹೊಕ್ಕಲ್ಲಿಂದ ಹೊರ ಬರುವವರೆಗೂ ಏನು ತಿನ್ನುತ್ತೀರಿ, ಎಷ್ಟು ಕುಡಿಯುತ್ತೀರಿ–ಎಲ್ಲವೂ ಉಚಿತ!

ಇಲ್ಲಿ ಕ್ಯಾಸಿನೊ, ಪೋಕರ್, ಮೂರೆಲೆ ಆಟ ಇಂತಹ ಜೂಜು ಬಿಡುವಿಲ್ಲದೆ ನಡೆಯುತ್ತಿರುತ್ತದೆ. ಕ್ಯಾಶ್ ಕೌಂಟರ್‌ಗಳಿವೆ. ಅವುಗಳಲ್ಲಿ ನಗದು ಪಾವತಿಸಿ ಟೋಕನ್‌ಗಳನ್ನು ಪಡೆಯಬಹುದು, ಆಟದ ಕೌಂಟರ್‌ಗಳಲ್ಲೂ ನೋಟುಗಳ ವಿನಿಮಯಕ್ಕೆ ಅವಕಾಶವಿದೆ. ಹಲವು ಎಟಿಎಂಗಳು 24x7 ಕಾರ್ಯ ನಿರ್ವಹಿಸುತ್ತವೆ. ಒಂದು ಪೈಸೆಯ ಲೆಕ್ಕವೂ ಅತ್ತಿತ್ತ ಆಗದಂತೆ ಅಚ್ಚುಕಟ್ಟಾಗಿ ನಿಭಾಯಿಸುತ್ತಾರೆ. ಮೂರು ಅಂತಸ್ತುಗಳ ವಿನ್ಯಾಸದಲ್ಲಿರುವ ಇಡೀ ಕ್ಯಾಸಿನೊ ಸ್ವಚ್ಛವಾಗಿ, ಆಕರ್ಷಕವಾಗಿ ಝಗಮಗಿಸುತ್ತಿರುತ್ತದೆ. ಆಹಾರ, ಪಾನೀಯ ಎಲ್ಲವೂ ದುಬಾರಿ ಸರಕುಗಳೇ. ಖಾದ್ಯ ವೈವಿಧ್ಯವೂ ಸಮೃದ್ಧವಾಗಿರುತ್ತದೆ. ಇಷ್ಟು ತಿನ್ನಿಸಿ, ಕುಡಿಸಿ, ತೆರಿಗೆ ಪಾವತಿಸಿ (ಕೃಷ್ಣನ ಲೆಕ್ಕವೂ ಇದ್ದೀತು) ಪ್ರತಿ ಕ್ಯಾಸಿನೊ ದಿನಕ್ಕೆ ಸರಾಸರಿ 10 ಕೋಟಿ ರೂ. ಲಾಭ ಮಾಡಿಕೊಳ್ಳುತ್ತದೆ ಎಂದರೆ ಎಂತಹ ಭ್ರಮಾಲೋಕ ಅದಾಗಿದ್ದೀತು ಎಂಬುದು ಊಹೆಗೂ ನಿಲುಕದ್ದು!

ಕಕ್ಕಿಸುವ ಕಲೆ

ಕ್ಯಾಸಿನೊಗೆ ಬರುವವರೆಲ್ಲರೂ ಶ್ರೀಮಂತರೇ. ಅಥವಾ ಹೊಲ–ಮನೆ ಅಡವಿಟ್ಟು, ಬೆಳೆ ಮಾರಿ ಹಣ ತಂದು ತಾವೂ ಶ್ರೀಮಂತರೆಂದು ತೋರಿಸಿಕೊಳ್ಳುವವರು. ರಂಗಿನ ದೀಪಗಳು, ಈಶಾನ್ಯ ರಾಜ್ಯದ ಹುಡುಗಿಯರ ಮಾದಕತೆಯಲ್ಲಿ ನಿಮ್ಮನ್ನು ತೇಲಿಸಿ, ಪುಕ್ಕಟೆಯಾಗಿ ತಿನ್ನಿಸಿ, ನಿದ್ದೆಗಣ್ಣಲ್ಲಿದ್ದವರನ್ನು ಎಬ್ಬಿಸಿ, ಆಟಕ್ಕೆ ಕೂರಿಸಿ, ಅದರ ಹತ್ತು ಪಾಲು ಕಕ್ಕಿಸುವ ಕಲೆ ಈ ಕ್ಯಾಸಿನೊಗಳಿಗೆ ಸಿದ್ಧಿಸಿದೆ.

ಒಂದೇ ಕ್ಷಣದಲ್ಲಿ ಬರಿದಾಗುತ್ತೆ...

ಊರಲ್ಲಿ ಅಣ್ಣ-ತಮ್ಮಂದಿರು ಸಮಾರಂಭಗಳಲ್ಲಿ ಸೇರಿದಾಗ ವರ್ಷದಲ್ಲಿ ಒಂದೆರಡು ಬಾರಿ ಇಸ್ಪೀಟ್ ಆಡುವುದೇ ಮಹಾಪರಾಧ ಎಂದು ಭಾವಿಸುವ ನನಗೆ ಈ ಕ್ಯಾಸಿನೊ ಬಗ್ಗೆ ಯಾವುದೇ ಆಕರ್ಷಣೆ ಇಲ್ಲ. ಆದರೆ, ಜೀವನದಲ್ಲಿ ಅದನ್ನೂ ಒಮ್ಮೆ ನೋಡಬೇಕು ಎಂದು ಹೇಳಿದ್ದ ಸ್ನೇಹಿತರೊಂದಿಗೆ ಹೋಗಿದ್ದೆ. ನಾವು ಧರಿಸುವ ಬಟ್ಟೆ, ಚಪ್ಪಲಿ, ಕನ್ನಡಕ, ವಾಚು ಎಲ್ಲವೂ ಬ್ರಾಂಡೆಡ್ ಆಗಿರಬೇಕು ಎಂಬ ಅಘೋಷಿತ ನಿಯಮವಿದೆ. ಅಲ್ಲಿಗೆ, ಅದು ಶ್ರೀಮಂತರ ಕೂಟ ಎಂದು ಪ್ರತ್ಯೇಕವಾಗಿ ಹೇಳಬೇಕಿಲ್ಲ. ಆಡಲು ಬರುವವರ ಜೇಬು, ಚೀಲಗಳ ತುಂಬ ದುಡ್ಡೇ ಇರುತ್ತದೆ!

ಜೀವನಪೂರ್ತಿ ಗಳಿಸಿದ್ದನ್ನು ಹೇಗೆ ಖರ್ಚು ಮಾಡುವುದು ಎಂಬ ಚಿಂತೆ ಇದ್ದವರು ಒಂದು ಸಲ ಕ್ಯಾಸಿನೊಗೆ ಹೋಗಲಿ. ಒಂದು ದಿನವೇಕೆ, ಒಂದೇ ಕ್ಷಣದಲ್ಲಿ ಬರಿಗೈ ದಾಸರಾಗಲು ಅಲ್ಲಿ ಅವಕಾಶವಿದೆ!

ದುಡ್ಡು ಕಳೆದುಕೊಳ್ಳುತ್ತೇನೆ ಎಂದು ಗೊತ್ತಿದ್ದೂ ಜನರು ಹಠಕ್ಕೆ ಬಿದ್ದವರಂತೆ ಮತ್ತೆ ಮತ್ತೆ ತಮ್ಮ ಅದೃಷ್ಟ ಪರೀಕ್ಷೆಗೆ ಇಳಿಯುವುದೇಕೆ? ಅರ್ಥವಾಗುತ್ತಿಲ್ಲ. ಅಲ್ಲೊಬ್ಬ ಬಂದಿದ್ದ. ರೌಟೆಲ್ಲಾದಲ್ಲಿ ಒಂದೇ ಏಟಿಗೆ 1.50 ಲಕ್ಷ ರೂ. ಗೆದ್ದ. ಆತನ ಹೆಂಡತಿ, 'ಸಾಕು ಬಾ' ಎಂದಳು. ಆತ, 'ಇನ್ನೂ ಸಿಗುತ್ತೆ ತಡಿ' ಎಂದು ಆಕೆಯನ್ನೂ ಕೂರಿಸಿಕೊಂಡ. ಇನ್ನೂ ಹತ್ತು ನಿಮಿಷ ಬಿಟ್ಟು ಆತನನ್ನು ನೋಡಿದಾಗ ಹೆಂಡತಿ ಕಡೆಯಿಂದ ಬೈಸಿಕೊಳ್ಳುತ್ತಾ ಪೆಚ್ಚು ಮೋರೆ ಹಾಕಿಕೊಂಡು ಕುಳಿತಿದ್ದ.

ಬಂದಿದ್ದರ ಜತೆ ಇದ್ದದ್ದೂ ಹೋಯ್ತು!

ನನ್ನ ಸ್ನೇಹಿತರು ಹೇಳಿದರು, ಸ್ವಲ್ಪ ದುಡ್ಡು ಸಿಕ್ಕಿತೋ, ಇಲ್ಲಿಂದ ಎದ್ದು ಬಿಡಬೇಕು. ಮತ್ತೆ ಕುಳಿತರೆ ಮನೆಗೆ ವಾಪಸ್ ಹೋಗಲಿಕ್ಕೂ ಬೇರೆಯವರ ಬಳಿ ಕೈಯೊಡ್ಡಬೇಕಾದ ಸ್ಥಿತಿ ಬರುತ್ತೆ ಅಂತ. ನಿಜ. ಅವರು ಕುಡಿಸುವ ಪಾನೀಯದಲ್ಲಿ ಅದೇನು ಬೆರೆಸಿರುತ್ತಾರೋ, ದೇವರೇ ಬಲ್ಲ! ಮತ್ತೊಬ್ಬ ಒಂದಷ್ಟು ಕಾಸು ಗೆದ್ದುಕೊಂಡಿದ್ದ. 'ಇನ್ನು ಸಾಕು, ಒಂದು ನೈಂಟಿ ಹೊಡೆದು ಹೋಗಿಬಿಡೋಣ' ಅಂತ ತನ್ನ ಜತೆಗಾರರಿಗೆ ಹೇಳಿ ಕುಡಿಯಲು ಕುಳಿತ. ಅದೇನಾಯಿತೋ! ಎಣ್ಣೆ ಒಳಗೆ ಹೋಗಿದ್ದೇ ತಡ, ಮತ್ತೆ ಅಂದರ್ ಬಾಹರ್ ಟೇಬಲ್ ಮುಂದೆ ಕುಳಿತ. ಗೆದ್ದಿದ್ದು, ತಂದಿದ್ದು ಎಲ್ಲದಕ್ಕೂ ಉಂಡೆನಾಮ ಬಳಿಸಿಕೊಂಡ.

ಇಲ್ಲಿ ನನಗೊಂದು ವಿಚಿತ್ರ ಅನುಭವವಾಯಿತು. ನಾನು ಆಡಲಿಕ್ಕಲ್ಲ, ನೋಡಲು ಹೋದವನು. ಮದ್ಯಪಾನ, ಸಿಗರೇಟಿನ ವಾಸನೆಗೇ ವಾಕರಿಕೆ ಬರುತ್ತದೆ. ಆದರೂ ಕಷ್ಟಪಟ್ಟು ಸಹಿಸಿಕೊಂಡಿದ್ದರಿಂದ ತಲೆನೋವು ಶುರುವಾಗಿತ್ತು. ಒಂದು ಕಪ್ ಬಿಸಿ ಕಾಫಿ ಅಥವಾ ಟೀ ಸಿಗುತ್ತಾ ಅಂತ ಕೇಳಿದೆ.

ಎಷ್ಟು ಹೊತ್ತಾದರೂ ತಂದುಕೊಡಲಿಲ್ಲ. ಕೊನೆಗೆ ನನ್ನ ಅವಸ್ಥೆ ನೋಡಲಾರದೆ ನನ್ನ ಸ್ನೇಹಿತರೇ ಕೌಂಟರ್‌ಗೆ ಹೋಗಿ, ನಿಂತು ಕಾಫಿ ಮಾಡಿಸಿಕೊಂಡು ಬಂದರು. ಮದ್ಯ, ಸಿಗರೇಟ್ ಕೇಳಿದವರಿಗೆ ಒಡನೆಯೇ ಪೂರೈಕೆ ಆಗುತ್ತಿತ್ತು. ಕಾಫಿ–ಟೀ ಮಾತ್ರ ಇಲ್ಲ. ಇದೇಕೆ? ಅಲ್ಲಿ ಮದ್ಯ ಕುಡಿದವರು, ಸಿಗರೇಟು ಸೇದಿದವರು ಮೋಡಿಗೆ ಒಳಗಾದವರಂತೆ ಮನಸ್ಸು ಬದಲಿಸಿ ಮತ್ತೆ ಆಟಕ್ಕೆ ಕೂತು ಎಲ್ಲವನ್ನೂ ಕಳೆದುಕೊಳ್ಳುತ್ತಾರೆ ಎಂದರೆ, ಏನರ್ಥ? ಮತ್ತೇರಿಸಿ ಕಿತ್ತುಕೊಳ್ಳುವುದು, ಅಷ್ಟೇ! ಅಲ್ಪ ಸ್ವಲ್ಪ ಹಣ ಗೆದ್ದ ಬೆರಳೆಣಿಕೆಯಷ್ಟು ಜನರು ಡಂಗೂರ ಸಾರುತ್ತಾರೆ, ಮೋಜಿನ ಜಗತ್ತಿನಲ್ಲಿ ತೇಲಾಡುತ್ತಾ ಲಕ್ಷಗಟ್ಟಲೆ ಕಳೆದುಕೊಂಡವರು ಬಾಯಿ ಬಿಡುವುದಿಲ್ಲ. ಅಷ್ಟು ಬಂತು, ಇಷ್ಟು ಬಂತು ಎನ್ನುವುದಕ್ಕಿಂತ ಎಷ್ಟು ಹೋಯ್ತು ಎಂದು ನೋಡಿದರೆ ಈ ಆಟದಲ್ಲಿರುವ ಮೋಸ ಅರ್ಥವಾಗುತ್ತದೆ. ಇಲ್ಲದಿದ್ದರೆ, ಕಳೆದುಕೊಂಡಿದ್ದನ್ನು ಮತ್ತೆ ಗಳಿಸುವ ಹಠದಿಂದ ಬಂದು ಪುನಃ ಬರಿಗೈಯಲ್ಲಿ ಮರಳಬೇಕಾಗುತ್ತದೆ.

ಎಲ್ಲಿದೆ ಬಡತನ?

ಇಲ್ಲಿ ಒಂದು ಕ್ಷಣದ, ಒಂದು ದಿನದ ಮೋಜಿಗೆ ಇಷ್ಟೆಲ್ಲ ಹಣ ಸುರಿಯುವವರು ತಮ್ಮೂರಿನಲ್ಲಿ ಬಡ ವಿದ್ಯಾರ್ಥಿ ಓದನ್ನು ಮುಂದುವರಿಸಲು ಪುಸ್ತಕ, ಪಾಟಿಚೀಲ, ಪೆನ್ನು, ಮೊಬೈಲ್, ಲ್ಯಾಪ್‌ಟಾಪ್, ಬಸ್ ಪಾಸ್–ಹೀಗೆ ಒಂದು ಸಹಾಯವನ್ನಾದರೂ ಮಾಡಿದ್ದಾರೋ? ನನಗೇಕೋ ಅನುಮಾನ. ಇಲ್ಲಿ ಒಂದೊಂದು ರಾತ್ರಿಯಲ್ಲಿ ಖರ್ಚು ಮಾಡುವ ಹಣದಲ್ಲಿ ಒಂದೊಂದು ಊರಿನ ಬಡತನ ನೀಗಿಸಬಹುದು. ಊರಿನ ಎಲ್ಲ ಹೆಣ್ಣು ಮಕ್ಕಳಿಗೂ ಅದ್ದೂರಿಯಾಗಿ ಮದುವೆ ಮಾಡಿಸಬಹುದು. ಸೂರಿಲ್ಲದವರಿಗೆ ಮನೆ ಕಟ್ಟಿಸಿಕೊಡಬಹುದು.

ಊಹೂಂ! ಬಡತನ ಎಲ್ಲಿದೆ? ಯಾರಿಗಿದೆ? ಈ ದೇಶದಲ್ಲಿ ಜನರಿಗೆ ದುಂದುವೆಚ್ಚ ಮಾಡಲು ಹಣದ ಕೊರತೆ ಇಲ್ಲವೇ ಇಲ್ಲ. ಯಾರಾದರೂ ಬಂದು ಕಷ್ಟ ಇದೆ, ದೇಹಿ ಎಂದರೆ ಮಾತ್ರ ತಾವು ಅವರಿಗಿಂತಲೂ ದೈನೇಸಿಗಳಂತೆ ಪೋಸು ಕೊಡುತ್ತಾರೆ. ಬಡತನ ಇಂಥವರ ಮನಸ್ಸಿನಲ್ಲಿದೆ, ಭಾವನೆಗಳಲ್ಲಿದೆ; ಅಷ್ಟೇ!

ಸಭ್ಯತೆಯ ಎಲ್ಲೆ ಮೀರುವಂತಿಲ್ಲ!

ಎಷ್ಟೇ ಕುಡಿದರೂ, ಹಣ ಕಳೆದುಕೊಂಡರೂ ನೀವು ಇಲ್ಲಿ ಕೂಗಾಡುವಂತಿಲ್ಲ, ಅಸಭ್ಯವಾಗಿ ವರ್ತಿಸುವಂತಿಲ್ಲ, ಮೋಸದಾಟ ಆಡುವಂತಿಲ್ಲ. ಹಾಗೇನಾದರೂ ಮಾಡಿದಿರೋ ಬೌನ್ಸರ್‌ಗಳು ನಿಮ್ಮನ್ನು ಮುಲಾಜಿಲ್ಲದೆ ಹೊರದಬ್ಬುತ್ತಾರೆ.

(ಕನ್ನಡ ಮಾಣಿಕ್ಯ, ಡಿಸೆಂಬರ್ 2021)

ಗಂಡನ ಮನೆಯಂಗಳದಲ್ಲಿ ಬಾಡುತ್ತಿದೆ ಮಲ್ಲಿಗೆ ಬಳ್ಳಿ!

ತನ್ನ ಹೆತ್ತವರಿಗೆ ಅಮಿತಾ ಒಬ್ಬಳೇ ಮಗಳು. ಆಕೆಗೊಬ್ಬ ತಮ್ಮನೂ ಇದ್ದ. ಆತ ಪದವಿ ಓದುತ್ತಿದ್ದ. ತೀರಾ ಸಾಮಾನ್ಯ ಕುಟುಂಬವದು. ಹೆತ್ತವರೂ ಹೆಚ್ಚು ಕಲಿತವರಲ್ಲ, ಹೀಗಾಗಿ, ಅಮಿತಾ ತನ್ನ ಪದವಿ ಮುಗಿದ ಮೇಲೆ ಖಾಸಗಿ ಸಂಸ್ಥೆಯೊಂದರ ಲೆಕ್ಕಪತ್ರಗಳನ್ನು ನೋಡಿಕೊಳ್ಳುವ ಕೆಲಸಕ್ಕೆ ಸೇರಿಕೊಂಡು, ಒಂದೆರಡು ವರ್ಷಗಳಿಂದ ದುಡಿಯುತ್ತಿದ್ದಳು. ಕೈಗೆ ಬಂದ ಸಂಬಳವನ್ನು ಅಪ್ಪನ ಕೈಗೆ ಕೊಟ್ಟುಬಿಡುತ್ತಿದ್ದಳು. ಆ ಹಣದಲ್ಲಿ ಮನೆ ನಿರ್ವಹಣೆ, ತಮ್ಮನ ಓದು ನಡೆಯುತ್ತಿತ್ತು. ತೀರಾ ಸರಳ ಸ್ವಭಾವದ ಹುಡುಗಿಯಾಗಿದ್ದ ಅಮಿತಾಗೆ ಹೆಚ್ಚಿನ ಖರ್ಚು-ವೆಚ್ಚಗಳೇನೂ ಇರಲಿಲ್ಲ. ಹೆಚ್ಚು ತೊಂದರೆಗಳಿಲ್ಲದೆ ಹೇಗೋ ಜೀವನ ನಡೆಯುತ್ತಿತ್ತು. ಎಲ್ಲರೂ ಖುಷಿಯಾಗಿದ್ದರು.

ಮನೆಯಲ್ಲಿ ಮಗಳು ಬೆಳೆದು ನಿಂತಿರುವಾಗ ಹೆತ್ತವರಿಗೆ ಒಂದೇ ಚಿಂತೆ. ಆಕೆಗೆ ಒಬ್ಬ ಒಳ್ಳೆಯ ವರನನ್ನು ನೋಡಿ ಮದುವೆ ಮಾಡಬೇಕು. ತಮ್ಮ ಭಾರ ಕಳೆದುಕೊಳ್ಳಬೇಕು. ಗಂಡನ ಮನೆಯಲ್ಲಿ ಆಕೆ ಸುಖದಲ್ಲಿರುವುದನ್ನು ಕಂಡು ತಾವು ನಿಶ್ಚಿಂತರಾಗಬೇಕು. ಅಮಿತಾಳ ಹೆತ್ತವರೂ ಆಕೆಗೆ ಗಂಡು ಹುಡುಕುವುದರಲ್ಲೇ ವ್ಯಸ್ತರಾಗಿದ್ದರು. ಕುಟುಂಬದ ಪುರೋಹಿತರೂ ಸಾಕಷ್ಟು ಗಂಡುಗಳನ್ನು ತೋರಿಸಿದ್ದರು.

ಕೊನೆಗೊಂದು ಸಂಬಂಧ ಕೂಡಿಬಂತು. ಆಗರ್ಭ ಶ್ರೀಮಂತರವರು. ವಿದ್ಯಾವಂತರು. ಊರಿನಲ್ಲಿ ಒಳ್ಳೆಯ 'ಕುಳ' ಅಂತ ಹೆಸರು ಬೇರೆ ಇತ್ತು. ವರನಿಗೆ ಸರ್ಕಾರಿ ಕೆಲಸವಿತ್ತು. ಹುದ್ದೆಯೂ ಸ್ವಲ್ಪ ಮೇಲಿನದಿತ್ತು. ನೋಡಲೂ ಆಕರ್ಷಕವಾಗಿದ್ದ. ಅಮಿತಾಳ ಹೆತ್ತವರಿಗೆ ಮನೆತನ ಇಷ್ಟವಾಯಿತು. ಅಪ್ಪ-ಅಮ್ಮ 'ಹೂಂ' ಅಂದರೆ ಸಾಕು ಎಂಬ ಭಾವನೆಯಿದ್ದ ಅಮಿತಾಳೂ ಹೆಚ್ಚು ವಿಚಾರಿಸುವ ಗೋಜಿಗೆ ಹೋಗದೆ ತಲೆ ಅಲ್ಲಾಡಿಸಿದಳು.

ನಾವೋ ಬಡವರು. ಅವರು ಶ್ರೀಮಂತರು. ನಮ್ಮ ಹುಡುಗಿಯನ್ನು ಒಪ್ಪಿಕೊಂಡಿದ್ದೇ ಹೆಚ್ಚು. ಮದುವೆಯನ್ನು ಅವರ ಅಂತಸ್ತಿಗೆ ತಕ್ಕಂತೆ ಮಾಡಿಕೊಡಬೇಕು ಅಂತ ಅಮಿತಾಳ ತಂದೆಗೆ ಆಸೆ. ಅಮಿತಾ ದುಡಿದು

ತರುತ್ತಿದ್ದ ಹಣದಲ್ಲಿ ಉಳಿದುದನ್ನೂ ಮದುವೆಗೆ ಅಂತ ಬ್ಯಾಂಕಿನಲ್ಲಿ ಇರಿಸಿದ್ದರು. ಅದನ್ನು ತೆಗೆಸಿದರು. ಎಲ್ಐಸಿ ಪಾಲಿಸಿಯನ್ನೂ ಮುರಿಸಿದರು. ಬಂಧು–ಮಿತ್ರರಿಂದ ಒಂದಷ್ಟು ಕೈಸಾಲವನ್ನೂ ಪಡೆದರು.

ಕೆಲಸಕ್ಕೆ ಹೋಗೋದು ಬೇಡ!:

ವರನ ಮನೆಯವರು ಸಂಪ್ರದಾಯಸ್ಥರಾಗಿದ್ದರು. ನಮ್ಮ ಮನೆಯಲ್ಲಿ ಸಾಕಷ್ಟು ಸಂಪತ್ತು ರಾಶಿ ಬಿದ್ದಿದೆ. ಮೂರು ತಲೆಮಾರು ಕುಳಿತು ತಿಂದರೂ ಕರಗುವುದಿಲ್ಲ. ಮದುವೆಯಾದ ಮೇಲೆ ಅಮಿತಾ ಕೆಲಸಕ್ಕೇನೂ ಹೋಗುವುದು ಬೇಡ. ಮನೆಯಲ್ಲಿ ನಮ್ಮೊಂದಿಗೆ ಆರಾಮವಾಗಿ ಕಾಲ ಕಳೆಯಲಿ. ಅವಳಿಗೇನು ಬೇಕೋ ಎಲ್ಲ ಸೌಕರ್ಯ ನಾವು ಮಾಡಿಸಿಕೊಡುತ್ತೇವೆ. ಅವಳು ನಮ್ಮ ಬಂಗಲೆಯಲ್ಲಿ ರಾಣಿಯ ಹಾಗಿರುತ್ತಾಳೆ ಎಂದರು. ಬೀಗರ ಮಾತಿಗೆ ಅಮಿತಾಳ ಹೆತ್ತವರೂ ಒಪ್ಪಿಕೊಂಡರು.

ಅಮಿತಾ ಹೋಗುತ್ತಿದ್ದುದು ಖಾಸಗಿ ನೌಕರಿ. ಸಂಬಳ ಅಷ್ಟಕ್ಕಷ್ಟೇ. ಪಿಎಫ್, ಗ್ರ್ಯಾಚ್ಯುಟಿ ಇತ್ಯಾದಿ ಯಾವುದೂ ಇಲ್ಲ. ಬಂದ ಸಂಬಳದಲ್ಲೂ ಅಮಿತಾ ಎಫ್‌ಡಿ, ಆರ್‌ಡಿ, ಮ್ಯೂಚ್ಯುವಲ್ ಫಂಡ್ ಹೀಗೆ ಉಳಿತಾಯಕ್ಕೆ ಮನಸ್ಸು ಮಾಡಿದವಳಲ್ಲ. ಎಲ್ಲವನ್ನೂ ಅಪ್ಪನ ಕೈಗಿಡುತ್ತಿದ್ದಳು. ಅಪ್ಪ–ಅಮ್ಮ ಉಳಿಸಿದ್ದ ಹಣವೆಲ್ಲ ಅದ್ದೂರಿ ಮದುವೆಗೆ ಖರ್ಚಾಯಿತು. ಸ್ವಲ್ಪ ಸಾಲವೂ ಉಳಿಯಿತು.

ನಮ್ಮ ಸಮಾಜದಲ್ಲಿ ಒಂದು ವಿಚಿತ್ರ ಪದ್ಧತಿ ಇದೆ. ಮಗಳ ಭವಿಷ್ಯಕ್ಕಿಂತ ಆಕೆಯ ಮದುವೆಗೇ ಹೆತ್ತವರು ಹೆಚ್ಚು ಆದ್ಯತೆ ಕೊಡುತ್ತಾರೆ. ಮದುವೆ ಮಾಡಿಕೊಟ್ಟರೆ ಆಕೆಯ ಭವಿಷ್ಯ ಬೆಳಗಿದಂತೆಯೇ, ಗಂಡನ ಮನೆಯಲ್ಲಿ ಆಕೆ ರಾಣಿಯಂತೆ ಬದುಕುತ್ತಾಳೆ ಎಂಬ ನಿರೀಕ್ಷೆಯಲ್ಲಿ ಜೀವ ತೇಯುವ ಹೆತ್ತವರು ತಮ್ಮೆಲ್ಲ ಗಳಿಕೆ, ಉಳಿಕೆಗಳನ್ನು ಮಗಳ ಮದುವೆಗೇ ವಿನಿಯೋಗಿಸಿ ಬಿಡುತ್ತಾರೆ. ಮದುವೆ ಮಂಟಪದಲ್ಲಿ ರಾಜಕುಮಾರಿಯಂತೆ ಕಂಗೊಳಿಸುವ ಮಗಳು ವರನ ಕೈಯಿಂದ ಮಾಲೆ ಹಾಕಿಸಿಕೊಳ್ಳುವಾಗ, ತಾಳಿ ಕಟ್ಟಿಸಿಕೊಳ್ಳುವಾಗ ಎಷ್ಟೋ ಹೆತ್ತವರು ತಮ್ಮ ಜವಾಬ್ದಾರಿ ಕಳೆಯಿತು. ಇನ್ನು ಆಕೆ ಗಂಡನ ಮನೆಗೆ ಸೇರಿದವಳು ಎಂದು ನಿರಾಳವಾಗುವುದುಂಟು. ಅವರ ನಿರೀಕ್ಷೆಗೆ ತಕ್ಕಂತೆ ಗಂಡ, ಆತನ ಮನೆಯವರು ಒಳ್ಳೆಯವರಿದ್ದು ಸಂಸಾರ ಸುಸೂತ್ರವಾಗಿ ಸಾಗಿದರೆ ಅಡ್ಡಿಯಿಲ್ಲ. ಅದಲ್ಲದೆ, ಸ್ವಲ್ಪ ದಿನಕ್ಕೆ ಕಣ್ಣೀರು ಹಾಕುತ್ತ ಮಗಳು ತವರು ಮನೆಯ ಹೊಸ್ತಿಲಲ್ಲಿ ನಿಲ್ಲುವಂತಾದರೆ?

ಅದ್ದೂರಿ ಮದುವೆ, ವರದಕ್ಷಿಣೆ, ವರೋಪಚಾರ ಅಂತ ಅಮಿತಾಳ ಹೆತ್ತವರು ಕೈ ಖಾಲಿ ಮಾಡಿಕೊಂಡರು. ಏನೇ ಆದರೂ ಒಳ್ಳೆಯ ಮನೆತನಕ್ಕೆ ಆಕೆಯನ್ನು ಮದುವೆ ಮಾಡಿಕೊಟ್ಟೆವೆಂದು ಸಮಾಧಾನ ಪಟ್ಟುಕೊಂಡರು. ಬಲಗಾಲಿಂದ ಅಕ್ಕಿ ಸೇರು ತಳ್ಳಿ ಸೇರಿದ ಮನೆ ಸಮೃದ್ಧವಾಗಲೆಂದು

ಮನಸ್ಸಿನಲ್ಲೇ ಪ್ರಾರ್ಥಿಸುತ್ತಾ ಅಮಿತಾ ಗಂಡನ ಕೈ ಹಿಡಿದು ಮನೆಯೊಳಗೆ ಕಾಲಿಟ್ಟಳು. ಅರಮನೆಯಂಥ ಬಂಗಲೆ, ಕೈ-ಕಾಲಿಗೆ ಆಳು-ಕಾಳುಗಳು, ಅಪ್ಪ-ಅಮ್ಮನಿಂತಲೂ ಒಂದು ಕೈ ಹೆಚ್ಚು ಎಂಬಂತೆ ಮಮತೆ ತೋರಿಸುವ ಅತ್ತೆ-ಮಾವ, ಮುದ್ದಿಸುವ ಗಂಡ, ಯಾವುದಕ್ಕೂ ಕೊರತೆಯಿಲ್ಲ. ಇನ್ನೇನು ಬೇಕು ತನ್ನ ಭಾಗ್ಯಕ್ಕೆ ಎಂದು ಅಮಿತಾ ಖುಷಿಯಾದಳು.

ಹುಣ್ಣಿಮೆಯ ಚಂದ್ರ ಕರಗಿದ

ಮಧುಚಂದ್ರದ ದಿನ ಕಂಡ ಹುಣ್ಣಿಮೆಯ ಚಂದ್ರ ನಿಧಾನವಾಗಿ ಕರಗುತ್ತಿದ್ದ. ಗಂಡನ ಮನೆಯವರು ತೋರುತ್ತಿದ್ದ ಅಕ್ಕರೆ ತೋರಿಕೆಯದು ಎಂದು ತಿಳಿಯಲು ಅಮಿತಾಗೆ ಬಹಳ ದಿನ ಹಿಡಿಯಲಿಲ್ಲ. ಅವರ ತಣ್ಣನೆಯ ಕ್ರೌರ್ಯ ಕಂಡು ಬೆಚ್ಚಿಬಿದ್ದಳು. ಮದುವೆಯಾಗಿ ಬಂದ ಹೊಸದರಲ್ಲಿ ಇದು ನಿನಗೆ ನನ್ನ ಪ್ರೀತಿಯ ಉಡುಗೊರೆ ಅಂತ ಹಾಕಿದ್ದ ಬಂಗಾರವನ್ನು ಅತ್ತೆ ತೆಗೆಸಿ, ಬೀರುವಿನಲ್ಲಿಟ್ಟು ಬೀಗ ಹಾಕಿದಳು. ನಿತ್ಯವೂ ಆಭರಣಗಳೇಕೆ? ಎಲ್ಲಾದರೂ ಮದುವೆ-ಮುಂಜಿಗೆ ಹೋಗುವಾಗ ಹಾಕಿಕೊಂಡರೆ ಸಾಲದೇ? ಕಳ್ಳ-ಕಾರರ ಕಾಟ ಬೇರೆ ಅಂತ ನೆಪ ಹೇಳಿದರು. ಮನೆಯಲ್ಲಿದ್ದ ಎಲ್ಲ ಕೆಲಸಗಾರರನ್ನೂ ಒಬ್ಬೊಬ್ಬರನ್ನಾಗಿ ಬಿಡಿಸಿಬಿಟ್ಟರು. ಸುಮ್ಮನೆ ದುಡ್ಡು ದಂಡ. ಅವರೆಲ್ಲ ಸರಿಯಾಗಿ ಕೆಲಸ ಮಾಡುವುದಿಲ್ಲ. ಮನೆ ನೋಡು ಎಷ್ಟು ಹಾಳು ಬಿದ್ದಿದೆ! ನಾವೇ ಇಷ್ಟು ಜನ ಮನೆಯಲ್ಲಿದ್ದೇವೆ. ಒಬ್ಬೊಬ್ಬರು ಒಂದೊಂದು ಕೆಲಸ ಮಾಡುತ್ತಿದ್ದರೆ ಸಲೀಸಾಗಿ ಮುಗಿದುಬಿಡುತ್ತೆ. ಅದಲ್ಲದೆ, ಈಗಿನ ಕಾಲಕ್ಕೆ ಯಾರನ್ನೂ ನಂಬುವಂತಿಲ್ಲ. ಕೆಲಸದವರೇ ಮನೆಯನ್ನು ದೋಚಿದ, ಮನೆಯವರನ್ನು ಕತ್ತು ಹಿಸುಕಿ ಕೊಂದ ಸುದ್ದಿಗಳು ಪತ್ರಿಕೆಗಳಲ್ಲಿ, ಟೀವಿಗಳಲ್ಲಿ ಬರುತ್ತಲೇ ಇರುತ್ತವೆ. ನೀನೂ ನೋಡುತ್ತಿದ್ದೀಯಲ್ಲ? ಎಂದು ಬೆಣ್ಣೆಯಿಂದ ಕೂದಲು ತೆಗೆದರು. ನೀನು ಈ ಮನೆಯ ಮಹಾಲಕ್ಷ್ಮಿ. ಈ ಮನೆಯನ್ನು ನೀನೇ ಕಾಳಜಿ, ಪ್ರೀತಿಯಿಂದ ನೋಡಿಕೊ ಎಂದು ಹೊಗಳಿ ಹೊನ್ನ ಶೂಲಕ್ಕೆ ಏರಿಸಿದರು.

ಪಂಜರದ ಗಿಳಿ

ಅಮಿತಾಗೆ ಒಪ್ಪಿಕೊಳ್ಳದೆ ವಿಧಿಯಿರಲಿಲ್ಲ. ಗುಡಿಸಿ-ಒರೆಸುವುದು, ಪಾತ್ರೆ ತೊಳೆಯುವುದು, ಬಟ್ಟೆ ಒಗೆಯುವುದು, ಅಡುಗೆ ಮಾಡುವುದು, ಉದ್ಯಾನದ ಗಿಡಗಳ ದೇಖಿರೇಖಿ-ಹೀಗೆ ಎಷ್ಟು ಮಾಡಿದರೂ ಮುಗಿಯದಷ್ಟು ಕೆಲಸ. ದಿನಗಳು ಕಳೆದಂತೆ, ನಾನು ಇವರಿಗೆ ಸೊಸೆಯಾಗಿ ಬಂದಿಲ್ಲ. ಕೆಲಸದವಳಿಗಿಂತಲೂ ಕೀಳಾಗಿದ್ದೇನೆ. ಈ ಅರಮನೆಯಲ್ಲಿ ತಾನು ಪಂಜರದ ಗಿಳಿಯಾಗಿದ್ದೇನೆ ಎಂದು ಮನವರಿಕೆಯಾಯಿತು.

ಒಂದು ದಿನ, ತುಂಬ ಬೇಸರವಾಗುತ್ತಿದೆ. ನಿಮಗೂ ಇವತ್ತು ರಜೆಯಿದೆ. ಎಲ್ಲಾದರೂ ಹೊರಗಡೆ ಸುತ್ತಾಡಿ ಬರೋಣವೇ ಎಂದು ಅಮಿತಾ ಗಂಡನಿಗೆ ಕೇಳಿದಳು. 'ನಿನ್ನ ಮನೋರಂಜನೆಗೆ ನನ್ನ ಬಳಿ ಹಣವಿಲ್ಲ. ಮನೆಯಲ್ಲಿ ಕೆಲಸ ರಾಶಿ ಬಿದ್ದಿದೆ. ಅದನ್ನು ಮಾಡಲು ಸೋಮಾರಿತನ ನಿನಗೆ. ಹಣವೇನು ಮರದಲ್ಲಿ ಬೆಳೆಯುತ್ತದೆಯೇ? ಜೀವನಕ್ಕೆ, ಭವಿಷ್ಯಕ್ಕೆ ಹಣ ಗಳಿಸಬೇಕು, ಕೂಡಿಡಬೇಕು. ಇಂತಹದ್ದಕ್ಕೆಲ್ಲ ಖರ್ಚು ಮಾಡುವಂತಿಲ್ಲ. ನನ್ನನ್ನು, ನನ್ನ ಹೆತ್ತವರನ್ನು ಚೆನ್ನಾಗಿ ನೋಡಿಕೊಳ್ಳಲೆಂದು ನಿನ್ನನ್ನು ಮದುವೆಯಾಗಿದ್ದು. ಕುಳಿತು ತಿನ್ನಲು, ತಿರುಗಾಡುತ್ತಿರಲು ನೀನೇನು ಮಹಾರಾಣಿಯಲ್ಲ' ಎಂದು ಗಂಡ ಹೇಳಿದಾಗ ಆಕಾಶವೇ ತಲೆಯ ಮೇಲೆ ಕಳಚಿ ಬಿದ್ದಂತಾಯಿತು. ಅಪ್ಪ-ಅಮ್ಮ ಸ್ಥಿತಿವಂತರಾಗಿದ್ದರೆ, ತಾನು ದುಡಿಯುತ್ತಿರುವಾಗ ಒಂದಿಷ್ಟು ಹಣ ಉಳಿಸಿದ್ದರೆ ಕಷ್ಟಕಾಲಕ್ಕೆ ಆಗುತ್ತಿತ್ತು. ಇವರ ಮೇಲೆ ಅವಲಂಬಿತಳಾಗುವ ಗತಿ ಬರುತ್ತಿರಲಿಲ್ಲ ಎಂದು ಹಲುಬಿದಳು.

ಸ್ವತಂತ್ರರೇ? ಸ್ವಾವಲಂಬಿಗಳೇ?

ಈಗ ಇರುವ ಪ್ರಶ್ನೆ-ಕೆಲಸ ಮಾಡುತ್ತಿರುವ ಹುಡುಗಿಯರು ನಿಜಕ್ಕೂ ಆರ್ಥಿಕವಾಗಿ ಸ್ವತಂತ್ರರಾಗಿದ್ದಾರೋ? ಸ್ವಾವಲಂಬಿಗಳಾಗಿದ್ದಾರೋ? ಮಗಳು ಕಷ್ಟಪಟ್ಟು ದುಡಿದ ಹಣವನ್ನು-ಅದು ಆಕೆಯದೇ ಆಗಿದ್ದರೂ-ಮದುವೆಗೆ ಖರ್ಚು ಮಾಡಲು ಹೆತ್ತವರಿಗೆ ಸ್ವಾತಂತ್ರ್ಯ ಕೊಟ್ಟವರು ಯಾರು? ಅದ್ದೂರಿ ಮದುವೆ ಮಾಡಿ ಕೈ ಖಾಲಿ ಮಾಡಿಕೊಳ್ಳಲು ಯಾರು ಸಲಹೆ ನೀಡುತ್ತಾರೆ? ಅಷ್ಟಕ್ಕೂ ಅದ್ದೂರಿ ಮದುವೆ, ವರದಕ್ಷಿಣೆ, ವರೋಪಚಾರ ಇವೆಲ್ಲ ಅನಿವಾರ್ಯವೇ? ಗಂಡನ ಮನೆಯಲ್ಲಿ ಮಗಳು ಸುಖವಾಗಿರುತ್ತಾಳೆ ಎನ್ನುವ ಖಾತ್ರಿ ಇಲ್ಲದಿರುವಾಗ ಇಷ್ಟೆಲ್ಲ ಕೊಡುವ ಅಗತ್ಯವಾದರೂ ಏನಿದೆ? ಹುಡುಗಿಯರ ಸಂಪಾದನೆ ಅವರ ಭವಿಷ್ಯಕ್ಕೆ ಮೀಸಲಿಡಬಹುದಲ್ಲವೇ? ಮದುವೆಗೆಂದು ಖರ್ಚು ಮಾಡುವ ಹಣವನ್ನು ಆಕೆಯ ಹೆಸರಿನಲ್ಲಿ ಠೇವಣಿಯಿಟ್ಟರೆ ಆಪತ್ತಿಗಾಗುವುದಿಲ್ಲವೇ?

ಬದಲಾಗಲಿ ಸಮಾಜ

ಅಜ್ಜ ನೆಟ್ಟ ಆಲದ ಮರಕ್ಕೆ ನೇಣು ಹಾಕಿಕೊಳ್ಳುವ ಪದ್ಧತಿಗಳನ್ನು ಇನ್ನಾದರೂ ಬಿಡಬೇಕು. ಕಾಲ ಬದಲಾದಂತೆ ಸಮಾಜವೂ ಬದಲಾಗಬೇಕು. ಆಡಂಬರಕ್ಕಿಂತ ಭವಿಷ್ಯದ ಭದ್ರತೆಯೇ ಮುಖ್ಯವಾಗಬೇಕು. ಮಗಳು ಕೊಟ್ಟ ಮನೆಯ ತೊತ್ತಾಗಬಾರದು; ಸೊತ್ತಾಗಬೇಕು ಎಂದಾದರೆ ಎಲ್ಲ ಕನ್ಯಾಪಿತೃಗಳೂ ಈ ನಿಟ್ಟಿನಲ್ಲಿ ದಿಟ್ಟ ನಿಲುವು ತಾಳಬೇಕು.

(ಕನ್ನಡ ಮಾಣಿಕ್ಯ, ಜುಲೈ 2021)

ಬಾಡಿಗೆ ಮನೆಯೇ ಭಾಗ್ಯವಯ್ಯ!

ಸ್ವಂತ ಸೂರು ಎಲ್ಲರ ಕನಸು. ಆದರೆ, ದೇಶದ ಬಹುಪಾಲು ಜನರಿಗೆ ಅದು ಗಗನಕುಸುಮ. ಅವರಿಗೆಲ್ಲ ಬಾಡಿಗೆ ಮನೆಗಳೇ ಆಸರೆ.

ನಾನು ಇಪ್ಪತ್ತಮೂರು ವರ್ಷಗಳಿಂದಲೂ ಬಾಡಿಗೆ ಮನೆಗಳಲ್ಲೇ ಇದ್ದೇನೆ. ಮಂಗಳೂರು, ಉಜಿರೆ, ಹುಬ್ಬಳ್ಳಿ, ಉಡುಪಿ–ಮಣಿಪಾಲ ಎಂದು ಕೆಲಸಕ್ಕಾಗಿ ಊರೂರು ಅಡ್ಡಾಡಿದರೂ ಅಲ್ಲಿ ನನಗೆ ನೆರಳು ಕೊಟ್ಟಿದ್ದು ಬಾಡಿಗೆ ಮನೆಗಳೇ. ಆ ಮನೆಗಳ ಮಾಲಕರು ಇವತ್ತಿಗೂ ನನ್ನೊಂದಿಗೆ ತುಂಬ ಆತ್ಮೀಯರಾಗಿದ್ದಾರೆ. ಅವರ ಮನೆಯಲ್ಲಿ ಏನೇ ಸಮಾರಂಭಗಳಾದರೂ ನಮ್ಮನ್ನು ಕರೆಯುತ್ತಾರೆ. ಪ್ರವಾಸಕ್ಕೆಂದು ನಾವಿದ್ದ ಊರಿನ ಕಡೆ ಬಂದಾಗ ನಮ್ಮ ಮನೆಗೂ ಭೇಟಿ ಕೊಡುತ್ತಾರೆ. ಆ ಮಟ್ಟಿಗೆ ನಾನು ಅದೃಷ್ಟವಂತನೇ.

ಪದೇ ಪದೇ ಮನೆ ಬದಲಾಯಿಸುವುದು ತುಂಬ ಕಷ್ಟದ ಹಾಗೂ ಕಿರಿಕಿರಿಯ ಕೆಲಸ. ಅದಕ್ಕಾಗಿ, ಹುಡುಕುವಾಗಲೇ ಸೂಕ್ತವಾದ ಮನೆಯನ್ನು ಆಯ್ದುಕೊಳ್ಳುವುದು ಮುಖ್ಯ. ಇತ್ತೀಚೆಗೆ ನಾನು ಮತ್ತೆ ಹುಬ್ಬಳ್ಳಿಗೆ ಬಂದು ನೆಲೆಸಿದ್ದು, ಬಾಡಿಗೆಗೆ ಹಿಡಿದಿದ್ದ ಮನೆಯನ್ನು ಕೇವಲ 22 ದಿನಗಳಲ್ಲಿ ಬದಲಿಸಬೇಕಾದ ಪ್ರಸಂಗ ಬಂದಾಗ ಮುಕ್ಕೋಟಿ ದೇವತೆಗಳನ್ನೂ ಸ್ಮರಿಸಿದ್ದೆ!

ಇಪ್ಪತ್ತೆರಡು ದಿನಕ್ಕೇ ಖಾಲಿ!

ಆ ಮನೆಯ ಮಾಲಕಿ ದುರಾಸೆಯ ಭೂತ, ಸಂಶಯ ಪಿಶಾಚಿ, ಜಗಳಗಂಟಿ. 40 ಸಾವಿರ ರೂ. ಮುಂಗಡ ಹಾಗೂ 8 ಸಾವಿರ ರೂ. ಬಾಡಿಗೆಯ ಮಾತಾಗಿತ್ತು. ನಮ್ಮೆಲ್ಲ ಸರಂಜಾಮು ಇಳಿಸಿ, ಮನೆಯೊಳಗೆ ಸಾಗಿಸಿ ಜೋಡಿಸಿಕೊಳ್ಳುತ್ತಿದ್ದ ಹೊತ್ತಿಗೆ ಬಂದು, 'ಡೆಪಾಸಿಟ್ 50 ಕೊಡಬೇಕು, ಬಾಡಿಗೆ ಎಂಟೂವರೆ ಕಮ್ಮಿ ಆಗುವುದಿಲ್ಲ' ಎಂದಳು. ನಿರ್ವಾಹವಿಲ್ಲದೆ ಒಪ್ಪಿಕೊಳ್ಳಬೇಕಾಯಿತು. ಬಾಗಿಲಿನ ಬೀಗದ ಕೀಲಿ ಕೈಯನ್ನೂ ಕೊಡಲಿಲ್ಲ. ಕೇಳಿದರೆ, ಕಳೆದು ಹೋಗಿದೆ, ಹುಡುಕಿ ಕೊಡುತ್ತೇವೆ ಎನ್ನುತ್ತಲೇ ಕಾಲಹರಣ ಮಾಡಿದಳು. ಮನೆಯೊಳಗಿನಿಂದಲೂ ಲಾಕ್ ಮಾಡಲು ಆಗುತ್ತಿಲ್ಲ ಎಂದರೆ,

ಆಕೆಯ ಅಳಿಯ ಗಲಾಟೆ ಮಾಡಿ ಬಾಗಿಲು ಮುರಿದ ಕಥೆಯನ್ನು ಹೇಳಿದಳೇ ಹೊರತು ದುರಸ್ತಿ ಮಾಡಿಸಲಿಲ್ಲ. ಇಪ್ಪತ್ತನಾಲ್ಕು ತಾಸು ನೀರು ಬರುವ ಪ್ರದೇಶವಾಗಿದ್ದರೂ ಆಕೆ ಬಿಡುವುದು ದಿನದಲ್ಲಿ ಅರ್ಧ ಗಂಟೆ ಮಾತ್ರ. ನಾವು ಇಡೀ ದಿನಕ್ಕೆ ಬೇಕಾದಷ್ಟು ನೀರನ್ನು ಆ ಹೊತ್ತಲ್ಲಿ ತುಂಬಿಕೊಳ್ಳಬೇಕು. ನೀರಿನ ಶುಲ್ಕವನ್ನು ಆಕೆಯೇನೂ ಭರಿಸುವುದಿಲ್ಲವಂತೆ, ಬಾಡಿಗೆಗಿದ್ದ ಎರಡು ಮನೆಯವರೇ ಹಂಚಿಕೊಂಡು ಪಾವತಿಸಬೇಕಂತೆ. ಆವರಣದೊಳಗೆ ಮೂರು ಕಾರುಗಳಿಗೆ ಸಾಲುವಷ್ಟು ಜಾಗವಿದ್ದರೂ ನನ್ನ ಕಾರು ನಿಲ್ಲಿಸಬೇಕಾದರೆ ಹೆಚ್ಚುವರಿ ಶುಲ್ಕ (ಪಾರ್ಕಿಂಗ್ ಫೀ) ಕೊಡಬೇಕಂತೆ. ರಸ್ತೆ ಬದಿ ನಿಲ್ಲಿಸುತ್ತೇನೆಂದರೂ ನೂರೆಂಟು ತಕರಾರು. ಬಿಸಿನೀರಿಗೆ ಸೋಲಾರ್ ಇದೆ ಎಂದಿದ್ದವಳು ನಾವು ಬಂದ ಮರುದಿನವೇ ಅದರ ಸಂಪರ್ಕ ತಪ್ಪಿಸಿದಳು. ಅದಕ್ಕೂ ತಿಂಗಳಿಗಿಷ್ಟು ಅಂತ ಕೊಟ್ಟರೆ ಮಾತ್ರ ಸರಿಯಂತೆ. ಅಡುಗೆ ಮನೆಯಲ್ಲಿ ಬೆಲ್ಲ ಕುಟ್ಟಿದರೆ 'ಏನ್ರೀ ಆವಾಜು?' ಎಂದು ಆಕೆಯ ಮಗಳು ಓಡಿ ಬರುತ್ತಿದ್ದಳು. ಮೊಳೆ ಹೊಡೆಯಬೇಡಿ ಎಂದು ಪದೇ ಪದೇ ಹೇಳುತ್ತಿದ್ದಳು. ನಮ್ಮ ಮನೆಗೆ ಯಾರು ಬಂದರೂ ಅವರ ಪೂರ್ವಾಪರ ಆಕೆಗೆ ಬೇಕು. ಇನ್ನು ಆಕೆಯ ಮಗಳು–ಅಳಿಯನ ಜಗಳ ವಿಚ್ಛೇದನದ ಹಂತಕ್ಕೆ ಬಂದಿದೆ. ತಾಯಿ–ಮಗಳೂ ದಿನಕ್ಕೆ ನಾಲ್ಕೈದು ಬಾರಿಯಾದರೂ ಜೋರಾಗಿ ಕಿತ್ತಾಡುತ್ತಾರೆ. ಅಕಸ್ಮಾತ್ತಾಗಿ ಮಕ್ಕಳನ್ನು ನೋಡಲು ಅಳಿಯ ಮನೆ ಕಡೆ ಬಂದರೆ ಇಬ್ಬರೂ ಸೇರಿ ಪೊರಕೆ ಸೇವೆ ಮಾಡಿಯೇ ಕಳುಹಿಸುತ್ತಾರೆ.

ಮಣಿಪಾಲದಲ್ಲಿ ಮನೆಯ ಮಾಲಕರು ಒಳ್ಳೆಯವರಿದ್ದರು. ಕೊರೊನಾ ನೆಪದಲ್ಲಿ ನನ್ನ ಕೆಲಸ ಹೋಯಿತೆಂದು ತಿಳಿದ ಮೇಲೆ, ಮುಂಬಯಿಯಲ್ಲಿ ತಮ್ಮ ಉದ್ಯಮವು ಸಂಕಷ್ಟದಲ್ಲಿದ್ದರೂ ಮನೆ ಬಾಡಿಗೆಯನ್ನು 800 ರೂ. ಕಡಿಮೆ ಮಾಡಿ ನಮಗೆ ಅನುಕೂಲ ಮಾಡಿಕೊಟ್ಟಿದ್ದರು. ನಿಮಗೆ ಒಳ್ಳೆಯ ಕೆಲಸ ಸಿಗುವ ತನಕ ನಮ್ಮ ಮನೆಯಲ್ಲೇ ಇರಿ, ಒಂದೆರಡು ತಿಂಗಳು ಬಾಡಿಗೆ ಕೊಡಲು ಆಗದಿದ್ದರೂ ಚಿಂತಿಸಬೇಡಿ ಎಂದು ನಿರ್ಮಲಾ, ದಿನೇಶ್ ರಾವ್ ಇಬ್ಬರೂ ಕರೆ ಮಾಡಿ ಧೈರ್ಯ ಹೇಳಿದ್ದರು. ಆದರೆ, ಸ್ಥಿತಿ ಸುಧಾರಿಸುವ ಲಕ್ಷಣ ಕಾಣದೇ ಇದ್ದಾಗ ಹುಬ್ಬಳ್ಳಿಗೆ ಬಂದು ನೆಲೆಸಲು ನಿರ್ಧರಿಸಿದ್ದೆವು. ನಾವು ಈ ಮೊದಲು ಹುಬ್ಬಳ್ಳಿಯಲ್ಲಿದ್ದ ಮನೆಯೇ ಖಾಲಿಯಾಗುತ್ತದೆ ಎಂದು ಅಲ್ಲಿನ ಮಾಲಕರು ಹೇಳಿದ್ದರಿಂದ, ಮಣಿಪಾಲದ ಮನೆ ಖಾಲಿ ಮಾಡುವುದಾಗಿ ತಿಳಿಸಿದ್ದೆವು. ಆಗಲೂ, ಬಾಡಿಗೆ ಕಷ್ಟಲು ಕಷ್ಟವೆಂಬ ಕಾರಣವಾಗಿದ್ದರೆ ಶಿಫ್ಟ್ ಮಾಡಬೇಡಿ. ಮುಂದೆ ಒಳ್ಳೆಯ ದಿನಗಳು ಬರುತ್ತವೆ ಎಂದು ನಿರ್ಮಲಕ್ಕ ಹೇಳಿದರು. ಸಿದ್ಧಾರೂಢ ಅಜ್ಜ ಕೈಬಿಡುವುದಿಲ್ಲ ಎಂಬ ನಂಬಿಕೆಯಿಂದ 'ಹೂಬಳ್ಳಿ'ಗೆ ಮರಳಲು ನಿರ್ಧರಿಸಿದ್ದೆವು.

ಮಣಿಪಾಲದ ಮನೆಗೆ ಬೇರೊಂದು ಕುಟುಂಬ ಬಾಡಿಗೆಗೆ ಬರುವುದು ನಿಕ್ಕಿಯಾಗಿತ್ತು. ಅವರು ಮೊದಲಿದ್ದ ಮನೆ ಖಾಲಿ ಮಾಡಬೇಕಾದ ಪ್ರಸಂಗವೊದಗಿತ್ತು. ಆದರೆ, ಹುಬ್ಬಳ್ಳಿಯಲ್ಲಿ ತೀವ್ರ ಮಳೆಯಿದ್ದ ಕಾರಣ ನಾವು ಪ್ರವೇಶಿಸಬೇಕಿದ್ದ ಮನೆಯಲ್ಲಿದ್ದವರು ಕಟ್ಟಿಸುತ್ತಿದ್ದ ಹೊಸ ಮನೆಯ ಕೆಲಸ ಅಂದುಕೊಂಡಷ್ಟು ಬೇಗನೆ ಮುಗಿಯದೆ, ಮನೆ ಖಾಲಿ ಮಾಡಲು ಇನ್ನಷ್ಟು ಕಾಲಾವಕಾಶ ಕೇಳಿದರು. ಯಾವುದಕ್ಕೂ ಇರಲಿ ಎಂದು ನೋಡಿಬಂದಿದ್ದ ಮತ್ತೊಂದು ಮನೆಯವರೂ ಕೊನೆ ಗಳಿಗೆಯಲ್ಲಿ ಸ್ವಲ್ಪ ಜಾಸ್ತಿ ಬಾಡಿಗೆಯ ಆಸೆಗೆ ಯಾರಿಗೋ ಮನೆ ಕೊಟ್ಟು ನಮಗೆ ಕೈಕೊಟ್ಟರು. ನಮಗೆ ಇಲ್ಲಿರಲಾರೆ, ಅಲ್ಲಿಗೆ ಹೋಗಲಾರೆ ಎನ್ನುವಂಥ ಉಭಯಸಂಕಟ.

ಅನಿವಾರ್ಯವಾಗಿ ನಾವು ಈ ಗಯ್ಯಾಳಿಯ ಮನೆ ಹಿಡಿಯಬೇಕಾಯಿತು. ಆದರೆ, ಆಕೆಯೋ 22 ದಿನಗಳಲ್ಲೇ ನಮಗೆ ನರಕ ದರ್ಶನ ಮಾಡಿಸಿದಳು. ನಮ್ಮ ಬೆಕ್ಕಿನ ಬಿಡಾರ ಮತ್ತೊಂದು ಕಡೆಗೆ ಸಾಗಿಸಬೇಕಾಯಿತು. ನಮ್ಮ ಮೊದಲಿನ ಮನೆಯ ಮಾಲಕರೇ ನಮ್ಮ ಕಷ್ಟ ನೋಡಲಾಗದೆ, ತಮ್ಮ ಮನೆಯಲ್ಲಿ ಬಾಡಿಗೆಗಿದ್ದವರ ಕೈಕಾಲು ಹಿಡಿದು, ಆದಷ್ಟು ಬೇಗನೆ ಖಾಲಿ ಮಾಡಿಸಿ, ತರಾತುರಿಯಲ್ಲಿ ಸುಣ್ಣ-ಬಣ್ಣ ಹಚ್ಚಿಸಿ, ನಮಗೆ ಸೂರು ಒದಗಿಸಿದರು. ಮನೆ ಖಾಲಿ ಮಾಡುವಾಗಲೂ ತಾಯಿ-ಮಗಳು ಸೇರಿ ಮೂರು ಸಲ ಮನೆಯೊಳಗೆ ಬಂದು ಇಂಚಿಂಚು ಜಾಗವನ್ನೂ ಪರಿಶೀಲಿಸಿದರು. ಡೆಪಾಸಿಟ್ ಮರಳಿಸಲೂ ತಕರಾರು ಮಾಡಿದಳು. ಆ ಏರಿಯಾದ ಪೊಲೀಸ್ ಇನ್‌ಸ್ಪೆಕ್ಟರ್ ನನ್ನ ಪರಿಚಯದವರೆಂದು ತಿಳಿದ ಮೇಲೆ ನಾಲ್ಕಾರು ದಿನ ಕಳೆದು ತೆಪ್ಪಗೆ ಕೊಟ್ಟಳು, ಎಣಿಸಿದಾಗ 1,500 ರೂ. ಕಡಿಮೆಯಿತ್ತು. ಏಕೆಂದು ಕೇಳಿದರೆ, 'ಪೆನಾಲ್ಟಿ' ಅಂದಳು. ಗೊತ್ತಿದ್ದೂ ಈ ಮನೆಗೆ ಬಂದಿದ್ದು ನಮ್ಮದೇ ತಪ್ಪು. ದಂಡ ಕಟ್ಟಿದ್ದೇವೆ. ವಾದಿಸಿದರೆ ನಮ್ಮ ಮರ್ಯಾದೆಯೇ ಹೋಗೋದು ಅಂತ ಸುಮ್ಮನೆ ಬಂದೆವು.

ಇಷ್ಟೆಲ್ಲ ಏಕೆ ಹೇಳಬೇಕಾಯಿತೆಂದರೆ, ಪ್ರತಿಯೊಬ್ಬ ಬಾಡಿಗೆದಾರರೂ ಒಂದಲ್ಲ ಒಂದು ಸಂದರ್ಭದಲ್ಲಿ ಇಂತಹ ಅಥವಾ ಇದಕ್ಕಿಂತಲೂ ಕ್ಲಿಷ್ಟ ಸನ್ನಿವೇಶಗಳನ್ನು ಎದುರಿಸಿರುತ್ತಾರೆ.

ಶೇ. 28 ಕುಟುಂಬಗಳು ಬಾಡಿಗೆ ಮನೆಯಲ್ಲೇ...

ಸ್ವಂತ ಮನೆ ಇಲ್ಲದವರು, ಕೆಲಸದ ಕಾರಣಕ್ಕೆ ಊರಿಂದ ಊರಿಗೆ ವರ್ಗಾವಣೆಯಾಗುವವರು ಬಾಡಿಗೆ ಮನೆ ಹುಡುಕುವುದು, ಹೊಸ ಊರಿನ ವಾತಾವರಣಕ್ಕೆ ಹೊಂದಿಕೊಳ್ಳುವುದು, ಮಕ್ಕಳನ್ನು ಶಾಲೆಗೆ ಸೇರಿಸುವುದು, ಗ್ಯಾಸ್ ಸಂಪರ್ಕ ಪಡೆಯುವುದು, ಬ್ಯಾಂಕ್, ಎಲ್‌ಐಸಿ, ಸರ್ಕಾರಿ ದಾಖಲೆಗಳಲ್ಲಿ

ವಿಳಾಸ ಬದಲಿಸುವುದು, ಮಕ್ಕಳನ್ನು ಹೊಸ ಶಾಲೆಗಳಿಗೆ ಸೇರಿಸುವುದು- ಇತ್ಯಾದಿ ನೂರೆಂಟು ತಲೆನೋವುಗಳು ಇರುತ್ತವೆ. ಹೀಗೆ ಒಂದು ಹೊಸ ಊರಿಗೆ ಬಂದಾಗ ಮೊದಲು ಮಾಡಬೇಕಾದ ಕೆಲಸ ಬಾಡಿಗೆ ಅಥವಾ ಲೀಸ್‌ಗೆ ಮನೆ ಹುಡುಕುವುದು. ಇತ್ತೀಚಿನ ಸಮೀಕ್ಷೆಯೊಂದರ ಪ್ರಕಾರ ನಗರ ಪ್ರದೇಶಗಳಲ್ಲಿ ಶೇ. 28 ರಷ್ಟು ಜನ ಬಾಡಿಗೆ ಮನೆಗಳಲ್ಲೇ ವಾಸವಿದ್ದಾರೆ.

ನೂರೆಂಟು ನಿಯಮಗಳು

ಬಾಡಿಗೆ ಮನೆಗಳ ಸ್ವರೂಪವೂ ವಿಚಿತ್ರವಾಗಿರುತ್ತದೆ. ಮಾಲಕರು ತಮಗೆ ತಿಳಿದಂತೆ ಕಟ್ಟಿಸಿರುತ್ತಾರೆ. ಕೆಲವು ರೈಲು ಬೋಗಿಗಳಂತಿರುತ್ತವೆ. ಇನ್ನೂ ಕೆಲವು ಸಿಂಗಲ್ ಬೆಡ್ ರೂಮಿನ ಮನೆಯನ್ನೇ ಮಾರ್ಪಡಿಸಿ ಬಾಡಿಗೆ ಹೆಚ್ಚು ಬರಲೆಂದು ಡಬಲ್ ಬೆಡ್‌ರೂಮ್ ಆಗಿ ಪರಿವರ್ತಿಸಿರುತ್ತಾರೆ. ಆ ಕೋಣೆಗಳಲ್ಲಿ ಐದುವರೆ ಅಡಿ ಉದ್ದದ ಮನುಷ್ಯನೂ ಆರಾಮವಾಗಿ ಕೈ-ಕಾಲು ಚಾಚಿ ನಿದ್ರಿಸಲು ಸಾಧ್ಯವಿಲ್ಲ! ಗಂಡ ಒಳಗೆ ಹೋಗಬೇಕಿದ್ದರೆ ಹೆಂಡತಿ ಹೊರಬರಬೇಕು ಅನ್ನುವಷ್ಟು ಕಿಷ್ಕಿಂದೆ. ಅನೇಕ ಮನೆಗಳಲ್ಲಿ ಸೌಲಭ್ಯವೇ ಇರುವುದಿಲ್ಲ. ಗಾಳಿ-ಬೆಳಕೂ ಸರಿಯಾಗಿ ಆಡುತ್ತಿರುವುದಿಲ್ಲ. ಇನ್ನು, ವಾಸ್ತುವಂತೂ ಕೇಳಲೇಬೇಡಿ. ಇದರ ಮೇಲೆ ಮಾಲಕರದು ತರಹೇವಾರಿ ನಿಯಮಗಳು. ತಾನು ಕೇಳುತ್ತಿರುವ ಬಾಡಿಗೆ ಈ ಮನೆಗೆ ಸೂಕ್ತವಾಗಿದೆಯೇ? ಎಂದೂ ಯೋಚಿಸುವುದಿಲ್ಲ.

ಬಾಡಿಗೆ ದರ ನಿಗದಿ ಹೇಗೆ?

ಮನೆಯ ಗಾತ್ರ, ಬೆಡ್ ರೂಂಗಳ ಸಂಖ್ಯೆ, ಸೌಲಭ್ಯಗಳು, ಮನೆಯಿರುವ ಪ್ರದೇಶ, ನಾಗರಿಕ ಸೌಕರ್ಯಗಳು ಇತ್ಯಾದಿಗಳನ್ನು ಅವಲಂಬಿಸಿ ಬಾಡಿಗೆ ದರ ಹೆಚ್ಚುಕಮ್ಮಿ ಇರುತ್ತದೆ. ನಗರದಿಂದ ದೂರದಲ್ಲಿ ಎಷ್ಟು ಸೌಕರ್ಯಗಳಿರುವ ಮನೆ ಕಟ್ಟಿದರೂ ಅದಕ್ಕೆ ಜಾಸ್ತಿ ಬಾಡಿಗೆ ಬರಲಾರದು. ಮನೆ ಮಾಲಕ ಹಾಗೂ ಬಾಡಿಗೆದಾರ ಇಬ್ಬರೂ ಚರ್ಚಿಸಿ, ಬಾಡಿಗೆಯನ್ನು ನಿರ್ಧರಿಸಬೇಕಾಗುತ್ತದೆ. ಮಾಲಕ ಬೇಕಾಬಿಟ್ಟಿಯಾಗಿ ಬಾಡಿಗೆ ಹೆಚ್ಚಳ ಮಾಡುವಂತಿಲ್ಲ.

ನಿಯಮಿತವಾಗಿ ನೀರು ಪೂರೈಕೆ, ವಿದ್ಯುತ್ ಸಂಪರ್ಕ, ವಾಹನ ನಿಲ್ಲಿಸುವ ಜಾಗ ಇತ್ಯಾದಿ ಮೂಲಸೌಕರ್ಯಗಳನ್ನು ಒದಗಿಸುವುದು ಮಾಲಕನ ಕರ್ತವ್ಯ. ಮನೆಯ ನಿರ್ವಹಣೆ, ಚಿಕ್ಕ-ಪುಟ್ಟ ದುರಸ್ತಿಗಳನ್ನು ಹೊರತುಪಡಿಸಿ ಉಳಿದೆಲ್ಲ ಖರ್ಚು ಹಾಗೂ ವೆಚ್ಚಗಳನ್ನು ಮಾಲಕರೇ ಭರಿಸಬೇಕು. ತೆರಿಗೆಗಳನ್ನೂ ಅವರೇ ಪಾವತಿಸಬೇಕು. ಅಪಾರ್ಟ್‌ಮೆಂಟ್ ಆಗಿದ್ದರೆ ಮಾಸಿಕ ನಿರ್ವಹಣಾ ಶುಲ್ಕ ನಿಗದಿ ಇರುತ್ತದೆ. ಈ ಬಗ್ಗೆ ಮೊದಲೇ ಮಾಹಿತಿ ಪಡೆದುಕೊಳ್ಳುವುದು ಸೂಕ್ತ.

ಬಾಡಿಗೆ ಕರಾರುಪತ್ರಕ್ಕೆ ಸಹಿ ಮಾಡಿದ ಮೇಲೆ ನಿರ್ದಿಷ್ಟ ಅವಧಿಗೆ ಆ ಮನೆಯು ಬಾಡಿಗೆದಾರನ ಸಂಪೂರ್ಣ ಸ್ವಾಧೀನಕ್ಕೆ ಬರುತ್ತದೆ. ಈ ಅವಧಿಯಲ್ಲಿ

ಬಾಡಿಗೆದಾರನ ಒಪ್ಪಿಗೆಯಿಲ್ಲದೆ ಮಾಲಕನೂ, ದುರಸ್ತಿಯ ನೆಪದಲ್ಲಿ ಕೂಡ, ಮನೆಯೊಳಗಡೆ ಬರುವಂತಿಲ್ಲ.

ಇನ್ನು ಠೇವಣಿ ಮೊತ್ತವೂ 10 ತಿಂಗಳ ಬಾಡಿಗೆಯನ್ನು ಮೀರಬಾರದು. ಕೆಲವರು ಒಂದೇ ತಿಂಗಳ ಬಾಡಿಗೆ ಮೊತ್ತವನ್ನು ಠೇವಣಿಯಾಗಿ ಪಡೆಯುತ್ತಾರೆ. ದೆಹಲಿಯಲ್ಲಿ ಇಷ್ಟೇ ಮೊತ್ತವನ್ನು ಪಡೆಯಬೇಕೆಂಬ ನಿಯಮವಿದೆ. ಸುರಕ್ಷತಾ ಠೇವಣಿಯಾಗಿ ನಿರ್ದಿಷ್ಟ ಮೊತ್ತವನ್ನು ಮನೆ ಮಾಲಕ ಸ್ವೀಕರಿಸಬಹುದು. ಡೆಪಾಸಿಟ್ ಮೊತ್ತವನ್ನು ಆದಷ್ಟು ಕಡಿಮೆ ಮಾಡುವಂತೆ ಮಾಲಕನನ್ನು ಬಾಡಿಗೆದಾರ ಒತ್ತಾಯಿಸಬಹುದು. ಕೆಲವು ಮಾಲಕರು, ಹೇಗಿದ್ದರೂ ಮರಳಿ ಕೊಡಬೇಕಲ್ಲವೇ? ಕಡಿಮೆಯಾದಷ್ಟೂ ಒಳ್ಳೆಯದು ಎನ್ನುತ್ತಾರೆ.

ಮನೆ ಬಿಡಿಸುವುದಕ್ಕೂ ಇದೆ ನಿಯಮ

ಬಾಡಿಗೆ ಕರಾರುಗಳ ಉಲ್ಲಂಘನೆಯಾದರೆ, ವಿದ್ಯುತ್ ಹಾಗೂ ನೀರಿನ ಶುಲ್ಕ ಅಥವಾ ಬಾಡಿಗೆ ಮೊತ್ತವನ್ನು ಸಕಾಲದಲ್ಲಿ ಪಾವತಿಸುತ್ತಿಲ್ಲವಾದರೆ, ದೊಡ್ಡ ಪ್ರಮಾಣದ ದುರಸ್ತಿ ಇದ್ದರೆ, ಆಸ್ತಿ ಮಾರಾಟ ಮಾಡುವುದಿದ್ದರೆ, ಮನೆಯ ಸ್ವರೂಪ ಬದಲಾಯಿಸುವುದಿದ್ದರೂ ಮಾಲಕ ಮನೆ ಖಾಲಿ ಮಾಡಿಸಬಹುದು. ಅದಕ್ಕೂ ಕನಿಷ್ಠ 15 ದಿನಗಳ ಮೊದಲು ಸೂಚನೆ ಕೊಡಬೇಕಾಗುತ್ತದೆ.

ಮಾಲಕ ಮನೆಯನ್ನು ಮತ್ತೊಬ್ಬರಿಗೆ ಮಾರಾಟ ಮಾಡುತ್ತಿದ್ದಾನೆ ಅಂದುಕೊಳ್ಳಿ. ಆಮೇಲೂ ನೀವು ಈ ಮನೆಯಲ್ಲಿ ಒಪ್ಪಂದದ ಅವಧಿ ಮುಗಿಯುವ ತನಕ ಬಾಡಿಗೆಗಿರಲು ಅಡ್ಡಿಯಿಲ್ಲ. ಅದಕ್ಕಾಗಿ ಹೊಸ ಮಾಲಕನೊಂದಿಗೆ ಹೊಸದಾಗಿ ಬಾಡಿಗೆ ಕರಾರುಪತ್ರ ಮಾಡಿಸುವ ಅಗತ್ಯವೂ ಇಲ್ಲ. ಹಳೆಯ ಮಾಲಕ ಹಾಗೂ ಬಾಡಿಗೆದಾರನ ನಡುವಿನ ಕರಾರುಗಳಿಗೆ ಹೊಸ ಮಾಲಕ ಒಪ್ಪಬೇಕಾಗುತ್ತದೆ. ಹೊಸ ಮಾಲಕ ಮನೆ ಖಾಲಿ ಮಾಡಿಸಬೇಕಾದರೆ ಬಾಡಿಗೆದಾರನಿಗೆ ನೋಟಿಸ್ ನೀಡಬೇಕು.

ಬಾಡಿಗೆ ಕರಾರು ಪತ್ರ ಅತಿ ಮುಖ್ಯ ದಾಖಲೆ. ಬಾಡಿಗೆ ಅವಧಿ, ಮೊತ್ತ, ಕರಾರುಗಳು, ಠೇವಣಿ ಮೊತ್ತ, ಮಾಲಕರಿಗೆ ನೀಡಲಾದ ಪರಿಶೀಲನಾ ಹಕ್ಕು, ಮನೆ ಬಿಡುವಾಗ ಬಣ್ಣ ಹಚ್ಚಿಸಿಕೊಡಬೇಕೇ ಎನ್ನುವುದನ್ನೆಲ್ಲ ಇ-ಸ್ಟಾಂಪ್ ಮೇಲೆ ಕರಾರು ಪತ್ರದಲ್ಲಿ ಬರೆಸಿ, ನೋಂದಣಿ ಮಾಡಿಸಬೇಕು. ಯಾವುದೇ ತಂಟೆ-ತಕರಾರುಗಳು ಬಂದಾಗ ಬಾಡಿಗೆದಾರರ ಹಿತ ಕಾಯಲು ಅದು ನೆರವಾಗುತ್ತದೆ.

ತಾವು ಇರುವಷ್ಟು ದಿನ ಆ ಮನೆ ತಮ್ಮದೆಂದೇ ತಿಳಿದು ಅದನ್ನು ಅಚ್ಚುಕಟ್ಟಾಗಿ ಇಟ್ಟುಕೊಳ್ಳುವುದು ಬಾಡಿಗೆದಾರರ ನೈತಿಕ ಜವಾಬ್ದಾರಿ.

(ಕನ್ನಡ ಮಾಣಿಕ್ಯ, ಡಿಸೆಂಬರ್ 2020)

ಆಶಾವಾದಿಗಳಿಗೆ ಮಾತ್ರ ಎರಡೆರಡು ಅವಕಾಶ!

ಜಗತ್ತಿನ ಇನ್ನೂರಕ್ಕೂ ಹೆಚ್ಚು ದೇಶಗಳಲ್ಲಿ ಹರಡಿ ಲಕ್ಷಾಂತರ ಜನರ ಜೀವ ಹಾಗೂ ಜೀವನವನ್ನು ಕಸಿದ ಕೊರೊನಾ ನಮ್ಮ ಬದುಕಿಗೆ ಹಲವು ಪಾಠಗಳನ್ನೂ ಕಲಿಸಿದೆ. ಕೊರೊನಾ ಪ್ರಭಾವದಿಂದ ಜಗತ್ತಿನ ಆರ್ಥಿಕತೆ ಹಲವು ವರ್ಷಗಳಷ್ಟು ಹಿಂದೆ ಸರಿದಿದೆ. ಆರ್ಥಿಕ ಕುಸಿತದ ಮುನ್ಸೂಚನೆಯಲ್ಲಿ ಆತಂಕಗೊಂಡಿದ್ದ ಜನರಿಗೆ ಗಾಯದ ಮೇಲೆ ಬರೆ ಎಳೆದಿದೆ. ಉತ್ಪಾದನಾ ವಲಯವಂತೂ ಇನ್ನಿಲ್ಲದಂತೆ ಕುಸಿದಿದೆ. ಭವಿಷ್ಯದ ಚಿಂತೆಯ ಭಾರಕ್ಕೆ ಕುಸಿದು ಹಲವರು ಹತಾಶರಾಗಿದ್ದಾರೆ. ಆತ್ಮಹತ್ಯೆಗೂ ಶರಣಾಗಿದ್ದಾರೆ.

ಕೆಲವು ದಿನಗಳ ಹಿಂದೆ ಐಟಿ ಕಂಪನಿಯಲ್ಲಿ ಕೆಲಸ ಕಳೆದುಕೊಂಡ ನಮ್ಮ ಪರಿಚಿತರೊಬ್ಬರು ಆತ್ಮಹತ್ಯೆ ಮಾಡಿಕೊಂಡ ಸುದ್ದಿ ಕೇಳಿ ಪಿಚ್ಚೆನಿಸಿತು. ಆಗ ನನ್ನ ಸ್ನೇಹಿತರೊಬ್ಬರು, 'ಆಶಾವಾದಿಗೆ ಮಾತ್ರ ದೇವರು ಅವಕಾಶಗಳನ್ನು ಕರುಣಿಸುತ್ತಾನೆ' ಎಂದು ಹೇಳಿದರು.

ನಿಜ. ಈ ಬದುಕನ್ನು ಕೊನೆಗೊಳಿಸುವ ಹಕ್ಕು ನಮಗೆಲ್ಲಿದೆ? ಜೀವನವೆಲ್ಲ ಸುಖದ ಸುಪ್ಪತ್ತಿಗೆಯೇ ಆಗಿದ್ದರೆ ಅದಕ್ಕೆ ಅರ್ಥವೆಲ್ಲಿದೆ? ಕಷ್ಟಪಟ್ಟವರಿಗೆ ಮಾತ್ರ ಸುಖದ ಬೆಲೆ ತಿಳಿಯುವುದು. ಧೈರ್ಯದಿಂದ ಬದುಕನ್ನು ಎದುರಿಸಿ ಗೆದ್ದವರು, ಪ್ರವಾಹಕ್ಕೆ ವಿರುದ್ಧ ಈಜಿ ಸೈ ಎನ್ನಿಸಿಕೊಂಡವರಿಂದ ಸ್ಫೂರ್ತಿ ಪಡೆದು ಮುನ್ನುಗ್ಗಬೇಕೇ ಹೊರತು ಹೇಡಿಯಂತೆ ಆತ್ಮಹತ್ಯೆ ಮಾಡಿಕೊಳ್ಳುವುದಲ್ಲ.

ಆತ್ಮಹತ್ಯೆ ಖಂಡಿತವಾಗಿಯೂ ಹತಾಶೆಯ ನಿರ್ಧಾರ. ಅಲ್ಲಿಗೆ ಎಲ್ಲವೂ ಸರಿ ಹೋಗುವುದೇ? ಇಷ್ಟು ವರ್ಷ ನಮ್ಮನ್ನು ಪೊರೆದ ಹೆತ್ತವರು, ಕಲಿಸಿದ ಗುರುಗಳು, ನೆರವಿತ್ತ ಗೆಳೆಯರು, ಭರವಸೆಯ ಬೆಳಕಂತೆ ಕೈಹಿಡಿದ ಮನದನ್ನೆ, ನಗುವಿನ ಹಾಯಿದೋಣಿಯಲ್ಲಿ ಕಷ್ಟಗಳ ಸಾಗರ ದಾಟಿಸುವ ಧೈರ್ಯ ತುಂಬುವ ಮಕ್ಕಳು, ಅವರ ಭವಿಷ್ಯದ ಕನಸುಗಳು–ಇವೆಲ್ಲ ನಮ್ಮಲ್ಲಿ ಹೊಸ ನಿರೀಕ್ಷೆ ಹುಟ್ಟಿಸದಿದ್ದರೆ ಹೇಗೆ? ನಮ್ಮ ಬದುಕಿನ ಹಕ್ಕು ನಮಗೆ ಮಾತ್ರ ಮೀಸಲೇ?

ಕೊರೊನಾದಂತಹ ಕಷ್ಟ ಕಾಲದಲ್ಲಿ ಕೆಲಸ ಕಳೆದುಕೊಂಡಿರಬಹುದು, ನಿಮ್ಮ ಬದುಕನ್ನು, ಭರವಸೆಯನ್ನು ಹಾಗೂ ಭವಿಷ್ಯವನ್ನು ಕಿತ್ತುಕೊಳ್ಳಲು ಯಾರಿಂದಲೂ ಸಾಧ್ಯವಿಲ್ಲ. ಆದರೆ, ನೀವೇ ನಿಮ್ಮ ಕೈಯಾರೆ ಅದನ್ನು ಕಳೆದುಕೊಳ್ಳುವಿರೇ? ಸಾವೇ ಎಲ್ಲ ಸಮಸ್ಯೆಗಳಿಗೂ ಪರಿಹಾರ ಆಗಿದ್ದರೆ ಈ ಜಗತ್ತಿನಲ್ಲೀಗ ಜನರೇ ಇರುತ್ತಿರಲಿಲ್ಲ. ಇಷ್ಟೊಂದು ಸ್ಫೂರ್ತಿಯ ಕಥೆಗಳು ಹುಟ್ಟುತ್ತಿರಲಿಲ್ಲ. ಒಂದು ಕ್ಷಣ ಯೋಚಿಸಿದರೆ, ಬದಲಾವಣೆಗೆ ನೀವೂ ನಾಂದಿ ಹಾಡಬಲ್ಲಿರಿ.

ಭರವಸೆಯ ಬಳ್ಳಿ

ಕೊರೊನಾ ನೆಪದಲ್ಲಿ ಹಲವರಂತೆ ನನಗೂ ಉದ್ಯೋಗ ನಷ್ಟವಾಯಿತು. ಆದರೆ, ದುಃಖವಾಗಲಿಲ್ಲ. ಸ್ವಂತ ಶಕ್ತಿಯ ಮೇಲೆ ಬದುಕಿ ತೋರಿಸಲು ನಿರ್ಧರಿಸಿ, ತಕ್ಷಣವೇ ಕಾರ್ಯಪ್ರವೃತ್ತನಾದೆ. ಸ್ನೇಹಿತರು ಕರೆ ಮಾಡಿ ಧೈರ್ಯ ತುಂಬಿದರು. ನನ್ನ ಹಿತೈಷಿ, ಖ್ಯಾತ ಮನೋವೈದ್ಯ ಡಾ। ಪಿ.ವಿ. ಭಂಡಾರಿ ಅವರು ನನಗೆ ಹತ್ತಾರು ಸಂದೇಶಗಳನ್ನು ಕಳುಹಿಸಿ, ಒಂದು ಬಾಗಿಲು ಮುಚ್ಚಿದರೆ ನೂರು ಬಾಗಿಲು ತೆಗೆದುಕೊಳ್ಳುತ್ತವೆ. ಚೆನ್ನಾಗಿ ಯೋಚಿಸಿ, ನಿಮ್ಮ ಭವಿಷ್ಯವನ್ನು ರೂಪಿಸಿಕೊಳ್ಳಿ. ಈಗ ನೀವು ಆಯ್ದುಕೊಳ್ಳುವ ದಾರಿಯೇ ನೀವು ನಡೆಯಬೇಕಾದ ದಿಕ್ಕು ಹಾಗೂ ದೂರವನ್ನು ನಿರ್ಧರಿಸುತ್ತದೆ ಎಂದು ದಾರಿ ತೋರಿದರು. ಅವರು ಪದವಿ ಮುಗಿಸಿದಾಗ ಕೆಲಸ ಕೊಡಲು ನಿರಾಕರಿಸಿದ್ದ ಸಂಸ್ಥೆಯೊಂದು ಆಮೇಲೆ ಹತ್ತಕ್ಕೂ ಹೆಚ್ಚು ಸಲ ಆಹ್ವಾನಿಸಿತಂತೆ. ಆದರೆ, ಅಗತ್ಯವಿದ್ದಾಗ ಕೆಲಸ ಕೊಡಲಿಲ್ಲ. ನಾನು ಸ್ವತಂತ್ರವಾಗಿ ಬದುಕುವ ದಾರಿ ಕಂಡುಕೊಂಡೆ. ಈಗ ಮತ್ತೆ ಆ ಸಂಸ್ಥೆಯನ್ನು ಸೇರಿ ನನ್ನ ಛಲವನ್ನೇಕೆ ಕಳೆದುಕೊಳ್ಳಲಿ? ಎಂದು ಯೋಚಿಸಿ, ನಯವಾಗಿಯೇ ಒಲ್ಲೆ ಎಂದರಂತೆ.

ನಾವೆಲ್ಲರೂ ಮಾಡುವ ದೊಡ್ಡ ತಪ್ಪು ಎಂದರೆ, ನಮಗೆ ಕೆಲಸ ಕೊಟ್ಟ ಸಂಸ್ಥೆ ನಮ್ಮದೆಂದೂ, ಮೇಲಧಿಕಾರಿಗಳೆಲ್ಲ ನಮ್ಮವರೆಂದು ನಂಬುವುದು. ಹಾಗೂ ಅದಕ್ಕಾಗಿ ಹಗಲಿರುಳೂ ದುಡಿಯುತ್ತಾ ನಮಗೊಂದು ವೈಯಕ್ತಿಕ ಜೀವನ ಎಂಬುದಿದೆ ಎಂಬುದನ್ನೇ ಮರೆಯುವುದು. ನಾವು ನಮಗಾಗಿ ಕೆಲಸ ಮಾಡಬೇಕು. ಇವತ್ತು ನಿಮ್ಮನ್ನು ಕೆಲಸದಿಂದ ಕಿತ್ತು ಕಳುಹಿಸಿದ ಜನರೇ ನಾಳೆ ನಿಮ್ಮ ಕಚೇರಿ ಬಾಗಿಲಿಗೆ ಎಡತಾಕುವಂಥ ಪರಿಸ್ಥಿತಿಯನ್ನು ಸೃಷ್ಟಿಸಬೇಕು.

ಕೌಶಲಗಳನ್ನು ರೂಢಿಸಿಕೊಳ್ಳಿ

ನನ್ನ ಬಂಧುವೂ ಗೆಳೆಯನೂ ಆದ ಶ್ರೀಪಾದ ಹೇಳಿದ ವಿಚಾರಗಳೂ ಪ್ರಸ್ತುತ ಎನ್ನುವ ಕಾರಣಕ್ಕೆ ಇಲ್ಲಿ ಪ್ರಸ್ತಾವಿಸುತ್ತಿದ್ದೇನೆ: ನಾವು ಏನೋ

ಕಲಿತು, ಒಂದು ಕೆಲಸ ಅಂತ ಪಡೆದು, ಅಲ್ಲಿ ಕತ್ತೆ ಚಾಕರಿ ಮಾಡುತ್ತಲೇ ನಿವೃತ್ತಿಯಾಗುವುದೇ ಮಹತ್ಸಾಧನೆ ಎಂದು ಭಾವಿಸುತ್ತೇವೆ. ಇಂಥ ಕಾಲದಲ್ಲಿ ತೀವ್ರ ಸಂಕಷ್ಟಕ್ಕೆ ಸಿಲುಕುತ್ತೇವೆ. ರೈತರ ಮಿಶ್ರ ಬೆಳೆಯಂತೆ, ನಾವೂ ಒಂದೇ ಆದಾಯವನ್ನು ನಂಬಿಕೊಂಡು ಕುಳಿತುಕೊಳ್ಳಬಾರದು. ಒಂದಕ್ಕಿಂತ ಹೆಚ್ಚು ಕೌಶಲಗಳನ್ನು ರೂಢಿಸಿಕೊಳ್ಳಬೇಕು. ಆಗ ಮತ್ತೊಂದು ಕೆಲಸ ಗಳಿಸುವುದು ಅಥವಾ ಸ್ವಂತ ಶಕ್ತಿಯನ್ನು ನಂಬಿ ಬದುಕುವುದು ಕಷ್ಟವೇನಲ್ಲ. ಇಂದಿನ ಜ್ಞಾನ ನಾಳೆಗೆ ಹಳತಾಗುವ ಈ ದಿನಗಳಲ್ಲಿ ಅಧ್ಯಯನ, ಅಭ್ಯಾಸದ ಮೂಲಕವೇ ನಮ್ಮ ಜ್ಞಾನ, ಕೌಶಗಳನ್ನು ಒರೆಗೆ ಹಚ್ಚಬೇಕು.

ಉಜಿರೆಯಲ್ಲಿ ವಿದ್ಯಾರ್ಥಿ ನಿಲಯಗಳಿಗೆ ತರಕಾರಿ ಹಾಗೂ ತೆಂಗಿನಕಾಯಿಗಳನ್ನು ಪೂರೈಸುತ್ತಿದ್ದ ಹಿರಿಯರೊಬ್ಬರು ಲಾಕ್‌ಡೌನ್ ಸಮಯದಲ್ಲಿ ತುಂಬ ಕಷ್ಟಕ್ಕೆ ಸಿಲುಕಿದರು. ತಮ್ಮ ವಾಹನದಲ್ಲೇ ತರಕಾರಿ ಇಟ್ಟು ವ್ಯಾಪಾರ ಆರಂಭಿಸಿದರು. ಮಕ್ಕಳಿಗೋ ಮುಜುಗರ. ಆದರೆ, 'ನಾನು ಕಳ್ಳತನ ಮಾಡಿಲ್ಲ, ದರೋಡೆ, ಕೊಲೆ–ಸುಲಿಗೆ ಮಾಡುತ್ತಿಲ್ಲ. ನ್ಯಾಯವಾಗಿ ದುಡಿದು ತಿನ್ನಲು ನನಗೇಕೆ ಸಂಕೋಚ? ತರಕಾರಿ ಮಾರುವುದು ಕೀಳೆಂದು ನಾನೇನೂ ಭಾವಿಸಿಲ್ಲ!' ಎಂದು ಆ ಹಿರಿಯರು ಉತ್ತರಿಸಿದರು.

ಜೀವಜಗತ್ತಿಗೆ ಸವಾಲೊಡ್ಡಿದ ಕೊರೊನಾ, ಬದುಕಿನ ವೇಗಕ್ಕೆ ಕಡಿವಾಣ ಹಾಕದಿದ್ದರೆ ಆಪತ್ತುಗಳಿಗೆ ಕೊನೆಯಿಲ್ಲ ಎನ್ನುವುದನ್ನು ನಿರೂಪಿಸಿದೆ. ಜನರಿಗೆ ಮತ್ತೆ ಮಿತವ್ಯಯದ ಪಾಠ ಕಲಿಸಿದೆ, ಅನಗತ್ಯ ಸಂಚಾರದ ಮೇಲೆ ನಿಯಂತ್ರಣ ಹೇರಿದೆ. ಕೊರೊನಾ ಕಳೆದ ಮೇಲೂ ಇದನ್ನು ಪಾಲಿಸುವುದೊಳಿತು.

ಪರಿಪಾಠಗಳ ಪುನರುಜ್ಜೀವನ

ನಾವು ಚಿಕ್ಕವರಿದ್ದಾಗ ಹಳ್ಳಿ ಮನೆಗಳಲ್ಲಿ ಮಕ್ಕಳು ಶಾಲೆಯಿಂದ ಬಂದೊಡನೆ ಬಟ್ಟೆಗಳನ್ನೆಲ್ಲ ಒಗೆಯಲು ಹಾಕಿ, ಸ್ನಾನ ಮಾಡಿ ಬರುವಂತೆ ಹೇಳುತ್ತಿದ್ದರು. ಮನೆಗೆ ಅತಿಥಿಗಳು ಬಂದಾಗ ಕೈ, ಕಾಲು, ಮುಖ ತೊಳೆಯಲು ಮೊದಲಿಗೆ ನೀರು ಕೊಡುತ್ತಿದ್ದರು. ಆಗ ಸಭ್ಯತೆಯ ಹೆಸರಿನಲ್ಲಿ ರೂಢಿಸುತ್ತಿದ್ದ ಪರಿಪಾಠಗಳೆಲ್ಲ ಇಂದು ವೈಜ್ಞಾನಿಕ ರೂಪದಲ್ಲಿ ಮರಳಿ ಬಂದಿವೆ. ಸಾಮಾಜಿಕ ಅಂತರವೂ ಸಭ್ಯತೆಯ ಮತ್ತೊಂದು ರೂಪವೇ ಆಗಿದೆ. ಇನ್ನು ಮಾಸ್ಕ್ ಧರಿಸುವುದು ಸ್ವಲ್ಪ ಕಷ್ಟವೆನ್ನಿಸಿದರೂ, ಉಸಿರುಗಟ್ಟಿಸಿದರೂ ಸದ್ಯಕ್ಕೆ ಅನಿವಾರ್ಯ. ಜತೆಗೆ, ಗ್ರಾಮೀಣ ಬದುಕೇ ಶ್ರೇಷ್ಠ ಎನ್ನುವುದು ಮತ್ತೆ ನಿರೂಪಿತವಾಗಿದೆ. ನಗರ ಪ್ರದೇಶದ ಜೀವನ ಬೇಡವಾಗಿ ಜನರು ಹಳ್ಳಿಗಳತ್ತ, ವಿಶೇಷವಾಗಿ ಕೃಷಿಯತ್ತ ಮರಳುವಂತೆ ಮಾಡಿದೆ. ಕೆಲಸ ಕಳೆದುಕೊಂಡವರೆಲ್ಲ ಒಬ್ಬೊಬ್ಬರಾಗಿ ಅಥವಾ ತಂಡಗಳಲ್ಲಿ ಸ್ವ–ಉದ್ಯೋಗ ಆರಂಭಿಸಿದರೆ, ಹತ್ತಾರು

ಜನರ ಜೀವನಕ್ಕೆ ಆಧಾರವಾಗುವಿರಿ. ಆತ್ಮನಿರ್ಭರ ಭಾರತದ ಕಲ್ಪನೆಗೆ ಇಂಬು ಸಿಕ್ಕಂತಾಗಿ ನಿರುದ್ಯೋಗ ಸಮಸ್ಯೆಗೂ ಪರಿಹಾರ ಸಿಗುವುದು.

ಮನೆಯೇ ಮಂತ್ರಾಲಯ

ಲಾಕ್‌ಡೌನ್ ಅವಧಿಯಲ್ಲಿ ಮನೆಯಲ್ಲೇ ಇದ್ದು ಹಲವು ಜನರು ಅಡುಗೆ ಕಲಿತರು. ತಾಯಿಗೋ, ಹೆಂಡತಿಗೋ ನೆರವಾದರು. ಹೋಟೆಲ್ ಆಹಾರಕ್ಕಾಗಿ ಹಪಾಹಪಿಸುತ್ತಿದ್ದವರು ಅದಿಲ್ಲದೆ ಆರೋಗ್ಯವಂತರಾಗಿ ಬದುಕುವುದು ಸಾಧ್ಯ ಎನ್ನುವುದನ್ನು ಮನಗಂಡರು. ಮಾತು ಮಾತಿಗೆ ವಿದೇಶ ಪ್ರವಾಸದ ಸುದ್ದಿ ಹೇಳುತ್ತಿದ್ದವರೆಲ್ಲ ಹಾರುವ ಕನಸಿಗೆ ವಿರಾಮ ಹೇಳಿದರು. ಆದರೆ, ಇಂಧನದ ಮೇಲಿನ ಪರಾವಲಂಬನೆಯನ್ನು ತಪ್ಪಿಸಲು ಸಾರ್ವಜನಿಕ ಸಾರಿಗೆಗೆ ಒತ್ತು ನೀಡಬೇಕಾದ ಹೊತ್ತಲ್ಲೇ ಮತ್ತೆ ಖಾಸಗಿ ವಾಹನಗಳನ್ನು ನೆಚ್ಚಿಕೊಳ್ಳಬೇಕಾಗಿ ಬಂದುದು ವ್ಯತಿರಿಕ್ತ ಪರಿಣಾಮ ಬೀರುತ್ತಿದೆ. ನಮ್ಮ ಬದುಕಿಗೆ ಅಗತ್ಯವಾಗಿ ಬೇಕಾಗಿರುವುದು ಏನು? ಬೇಡವಾದ ವಿಚಾರಗಳ ಕುರಿತಾಗಿ ನಾವೆಷ್ಟು ಸಮಯ, ಶ್ರಮ ಹಾಗೂ ಹಣವನ್ನು ವ್ಯಯಿಸುತ್ತಿದ್ದೇವೆ ಎನ್ನುವುದನ್ನೂ ಕೊರೊನಾ ಅರ್ಥ ಮಾಡಿಸಿತು. ಎಲ್ಲಕ್ಕಿಂತ ಮುಖ್ಯವಾಗಿ, ಸದಾ ಕೆಲಸದಲ್ಲಿ ಮುಳುಗಿದ್ದವರಿಗೆ ಕುಟುಂಬದ ಜತೆಗಿರುವ ಸುಖ ಏನೆಂಬುದನ್ನು ಮನಗಾಣಿಸಿತು.

ಹೊಸ ಪರಿಕಲ್ಪನೆ

ಜತೆಗೆ, ಕೊರೊನಾದಿಂದಾಗಿ ವರ್ಕ್ ಫ್ರಂ ಹೋಮ್, ಆನ್‌ಲೈನ್ ಶಿಕ್ಷಣ, ವೀಡಿಯೋ ಮೀಟಿಂಗ್ ಇತ್ಯಾದಿ ಹೊಸ ಪರಿಕಲ್ಪನೆ, ನಗರಗಳಲ್ಲಿ ಟ್ರಾಫಿಕ್ ಕಿರಿಕಿರಿ, ಬಾಡಿಗೆ ಮನೆಗಳ ಅಭಾವ, ಹಬ್ಬಗಳ ಸಂದರ್ಭದಲ್ಲಿ ಊರಿಗೆ ಧಾವಿಸುವ ಜನಸಂದಣಿ ಇತ್ಯಾದಿ ಸಮಸ್ಯೆಗಳಿಗೂ ಪರಿಹಾರದ ಸಾಧ್ಯತೆಯಾಗಿ ಗೋಚರಿಸಿದೆ.

ನಾವೀಗ ಕಲಿತಿರುವ ಪಾಠ ಮರೆತರೆ ಪರೀಕ್ಷೆಯಲ್ಲಿ ಮತ್ತೆ ಅನುತ್ತೀರ್ಣ ರಾಗುತ್ತೇವೆ. ಎಚ್ಚರಿಕೆ!

(ಕನ್ನಡ ಮಾಣಿಕ್ಯ, ಅಕ್ಟೋಬರ್ 2020)

ಕಾಯಿ ಮಾಗಲು, ಹಣ್ಣಾಗಲು ಕಾಯಬೇಕು

ನಮ್ಮೂರ ಕಡೆ ಯಕ್ಷಗಾನಗಳು ನಡೆಯುತ್ತವೆ. ಬೇಸಗೆಯ ರಾತ್ರಿಗಳಿಗೆ ಬಣ್ಣ ತುಂಬುವ ಪ್ರದರ್ಶನಗಳನ್ನು ದುಡ್ಡು ಕೊಟ್ಟು ಇಡೀ ರಾತ್ರಿ ನಿದ್ದೆಗೆಟ್ಟು ನೋಡುವವರಿದ್ದಾರೆ. ಕ್ಷೇತ್ರಗಳಿಗೆ ಸಂಬಂಧಿಸಿದ ಹರಕೆ ಬಯಲಾಟಗಳನ್ನು ಜನ ಭಕ್ತಿ–ಭಾವದಿಂದ ಕಣ್ತುಂಬಿಕೊಳ್ಳುತ್ತಾರೆ. ಆದರೆ, ಬೆಳಗ್ಗಿನ ತನಕ ಹೆಚ್ಚು ಪ್ರೇಕ್ಷಕರು ಇರುವುದಿಲ್ಲ, ಕಲಾವಿದರಿಗೂ ಕಷ್ಟ ಎನ್ನುವ ಕಾರಣಕ್ಕೆ ಕಾಲಮಿತಿಯ ಪ್ರದರ್ಶನಗಳು ಚಾಲ್ತಿಗೆ ಬಂದವು. ಸಂಜೆ ಏಳು ಗಂಟೆಗೆ ಶುರುವಾದರೆ, ಮಧ್ಯರಾತ್ರಿ ಕೊನೆಗೊಳ್ಳುತ್ತವೆ. ಕಲಾವಿದರು ಮನೆಗೆ ಮರಳಲು, ಸರಿಯಾಗಿ ಊಟ–ನಿದ್ದೆ ಮಾಡಿ ಆರೋಗ್ಯ ಕಾಪಾಡಿಕೊಳ್ಳಲು ತುಸು ಅನುಕೂಲವಾಗಿದೆ. ಮೇಳಗಳ ನಿರ್ವಹಣ ವೆಚ್ಚವೂ ಗಣನೀಯವಾಗಿ ಕಡಿಮೆಯಾಗಿದೆ.

ಐದು ದಿನಗಳ ಟೆಸ್ಟ್ ಪಂದ್ಯವನ್ನು ನೋಡಲು ಬೇಜಾರು ಎಂದು ಏಕದಿನ ಕ್ರಿಕೆಟ್ ಪ್ರಚಲಿತಕ್ಕೆ ಬಂತು. ಒಂದಿಡೀ ದಿನ ಕೂರುವುದೂ ಬೇಜಾರೆನಿಸಿದಾಗ ಚುಟುಕು ಮಾದರಿಯ ಟಿ20 ಕ್ರಿಕೆಟ್ ಪಂದ್ಯಗಳು ಜನಪ್ರಿಯವಾದವು. ಈಗ 10 ಓವರ್‌ಗಳ ಪಂದ್ಯಗಳನ್ನು ಆಡಿಸುವ ಯೋಚನೆಯೂ ಅಂತಾರಾಷ್ಟ್ರೀಯ ಮಟ್ಟದಲ್ಲೇ ಹರಿದಾಡುತ್ತಿದೆ. ಪಂದ್ಯ ಟೈ ಆದಾಗ ಫಲಿತಾಂಶ ನಿರ್ಧರಿಸಲು ಸೂಪರ್ ಓವರ್ ಆಡುತ್ತಾರಲ್ಲ, ಹಾಗೆ ಒಂದೇ ಓವರಿನಲ್ಲಿ, ಕೊನೆಗೆ ಒಂದೇ ಎಸೆತದಲ್ಲಿ ಫಲಿತಾಂಶ ನೀಡುವ ಪಂದ್ಯಗಳು ಬಾರದಿರಲಿ ದೇವರೇ ಎಂದು ಪ್ರಾರ್ಥಿಸುತ್ತಿದ್ದೇನೆ.

ಬದುಕು ಧಾವಂತಕ್ಕೆ ತಿರುಗಿದೆ. ಎಲ್ಲವೂ ಕ್ಷಣಾರ್ಧದಲ್ಲಿ ಮುಗಿಯಬೇಕು. ವಾಹನದಲ್ಲಿ ಕುಳಿತರೆ, ಚಾಲಕನಿಗೆ 'ಸ್ವಲ್ಪ ಬೇಗ ಹೋಗಪ್ಪಾ' ಅನ್ನುತ್ತೇವೆ. ಕಾರಿನ ಸ್ಪೀಡೋಮೀಟರನ್ನು ಮೂರಂಕಿ ದಾಟಿಸಲು ನೋಡುತ್ತೇವೆ. ಫಾಸ್ಟ್ ಫುಡ್ ಸಂಸ್ಕೃತಿಗೆ ಒಗ್ಗಿಕೊಂಡಿದ್ದೇವೆ. ನೂಡಲ್ಸ್, ಗೋಭಿ ಮಂಚೂರಿ, ಚಾಟ್ಸ್ ಚಪ್ಪರಿಸಿ ತಿನ್ನುತ್ತೇವೆ. ಕರಿದ, ಹುರಿದ ಆಹಾರವೇ ರುಚಿ ಎಂದು ನಂಬಿದ್ದೇವೆ. ಸರಿಯಾಗಿ ಬೇಯಿಸಿದ ಆಹಾರವನ್ನು ಚೆನ್ನಾಗಿ ಜಗಿದು ತಿನ್ನುವುದು ನಮಗೆ ಗೊತ್ತೇ ಇಲ್ಲ. ಏನು ತಿನ್ನಬೇಕು, ಎಷ್ಟು ತಿನ್ನಬೇಕು, ಹೇಗೆ ತಿನ್ನಬೇಕು? ಎಂಬ ಕುರಿತಾಗಿ ನಾವು ಯೋಚಿಸಿಯೇ ಇಲ್ಲ.

ಮುಂಬಯಿ, ಬೆಂಗಳೂರಿನಂತಹ ಮಹಾನಗರಗಳಲ್ಲಿ ಉದ್ಯೋಗಸ್ಥರ ಧಾವಂತ ನೋಡಿ. ಅವರು ಹಾಸಿಗೆಯಿಂದ ಏಳುವುದು ಮಾತ್ರ ತಡವಾಗಿ, ಉಳಿದುದೆಲ್ಲ ಕಾಕ ಸ್ನಾನ, ಬಕಧ್ಯಾನಗಳಂತೆ ಚಿಟಿಕೆ ಹೊಡೆಯುವಷ್ಟರಲ್ಲಿ ಮುಗಿದು ಹೋಗುತ್ತದೆ. ಮಕ್ಕಳನ್ನು ಗಡಿಬಿಡಿಯಲ್ಲಿ ಶಾಲೆಗೆ ಕಳುಹಿಸಿ, ತಿಂಡಿಯನ್ನು ಬಾಯಿಗೆ ತುರುಕುತ್ತಲೇ ಬಟ್ಟೆ ಬದಲಿಸುತ್ತ, ಪಾದರಕ್ಷೆಗಳನ್ನು ಕಾಲಿಗೆ ಸಿಕ್ಕಿಸಿಕೊಳ್ಳುತ್ತಲೇ ರಸ್ತೆಗೆ ಓಡುತ್ತಾರೆ. ಸಿಗ್ನಲ್, ಟ್ರಾಫಿಕ್ಕಲ್ಲಿ ಸಿಲುಕಿ ಚಡಪಡಿಸುತ್ತಾರೆ. ಪರಿಣಾಮ, ಆಫೀಗೆ ದಿನವೂ ಲೇಟು!

ನಿತ್ಯದ ಬಿರುಸಿನ ಜೀವನ ಶೈಲಿಗೆ ವಿರುದ್ಧವಾಗಿ, ನಮ್ಮೆಲ್ಲ ಕೆಲಸಗಳನ್ನೂ ನಿಧಾನವಾಗಿ, ಹೆಚ್ಚು ಶ್ರಮವಿಲ್ಲದೆ, ಮನಸ್ಸನ್ನು ಉದ್ವೇಗಕ್ಕೆ ಒಳಪಡಿಸದೆ, ಯಾರೊಂದಿಗೂ ಸ್ಪರ್ಧೆಗೆ ಬೀಳದೆ, ಕಾಲದ ತಾಳಕ್ಕೆ ಕುಣಿಯದೆ ನಿರ್ವಹಿಸುವುದೇ 'ಸ್ಲೋ ಮೂಮೆಂಟ್' ಉದ್ದೇಶ. ಸ್ಲೋ (SLOW) ಎಂದರೆ–ಸ್ಥಿರ, ಸ್ಥಳೀಯ, ಸಾವಯವ ಹಾಗೂ ಪರಿಪೂರ್ಣ. ವ್ಯಾಯಾಮ, ಪ್ರಯಾಣ, ಓದು–ಎಲ್ಲವೂ ನಿಧಾನ. ಪ್ರತಿಯೊಂದನ್ನೂ ಪೂರ್ಣವಾಗಿ ಅನುಭವಿಸುತ್ತ ಮಾಡುವುದು.

ಸ್ಲೋ ಮೂವ್‌ಮೆಂಟ್ ಆರಂಭವಾಗಿದ್ದು, ಫಾಸ್ಟ್‌ಫುಡ್ ಕಲ್ಚರ್‌ಗೆ ವಿರುದ್ಧವಾಗಿ. ಸ್ಲೋ ಫುಡ್ ಆಂದೋಲನವನ್ನು ಆರಂಭಿಸಿದ್ದು, ಇಟಲಿಯ ಕಾರ್ಲೋ ಪೆಟ್ರಿನಿ. 1989 ರಲ್ಲಿ ರೋಮ್‌ನಲ್ಲಿ ಪಿಜ್ಜಾ ರೆಸ್ಟಾರೆಂಟ್ ಒಂದನ್ನು ತೆರೆಯುವುದರ ವಿರುದ್ಧ ಆತ ಶುರು ಮಾಡಿದ ಚಳವಳಿ ಇದು. ಸ್ಥಳೀಯವಾಗಿ ದೊರೆಯುವ ಹಣ್ಣು–ಹಂಪಲು, ತರಕಾರಿ, ಧಾನ್ಯಗಳನ್ನು ಬಳಸಿ, ಆಹಾರವನ್ನು ನಾವೇ ಶುಚಿ–ರುಚಿಯಾಗಿ ಸಿದ್ಧಪಡಿಸಿ, ಕುಟುಂಬಸ್ಥರು ಹಾಗೂ ಆಪ್ತರೊಂದಿಗೆ ಆರಾಮವಾಗಿ ಕುಳಿತು ತಿನ್ನುವ ಮೂಲಕ ಆರೋಗ್ಯ ವೃದ್ಧಿಸಿಕೊಳ್ಳಬೇಕು, ಆರ್ಥಿಕ ಚಿಂತನೆ ಮುನ್ನೆಲೆಗೆ ಬರಬಾರದು ಎನ್ನುವುದು ಆತನ ಉದ್ದೇಶವಾಗಿತ್ತು. ಈ ಸ್ಲೋ ಫುಡ್ ಆಂದೋಲನ ಮುಂದೆ ಸ್ಲೋ ಮೂವ್‌ಮೆಂಟ್ ಆಗಿ, ಬದುಕಿನ ಎಲ್ಲ ಮಗ್ಗುಲುಗಳಿಗೂ ವಿಸ್ತರಿಸಿತು. ಜಗತ್ತಿನೆಲ್ಲೆಡೆ ಜನಪ್ರಿಯವೂ ಆಯಿತು. ಕಾರ್ಖಾನೆಗಳ ರೂಪದಲ್ಲಿ ಬೆಳೆಯುತ್ತಿರುವ ಫಾಸ್ಟ್ ಫುಡ್ ಸಂಸ್ಕೃತಿಗೆ ಬದಲಾಗಿ ಸಹಕಾರ ತತ್ತ್ವದಲ್ಲಿ ಆಹಾರವನ್ನು ತಯಾರಿಸುವ, ತಿನ್ನುವ ಆಂದೋಲನವಿದು. ಇಲ್ಲಿ ಪ್ರಮಾಣಕ್ಕಿಂತ ಗುಣಮಟ್ಟಕ್ಕೆ ಆದ್ಯತೆ. ತತ್‌ಕ್ಷಣದ ಲಾಭಕ್ಕಿಂತ ಆರೋಗ್ಯ, ಸಂಬಂಧಗಳ ವೃದ್ಧಿಯಂತಹ ದೀರ್ಘಾವಧಿ ಪ್ರಯೋಜನಗಳತ್ತಲೇ ಚಿತ್ತ. ಫಾಸ್ಟ್ ಈಸ್ ಬೆಸ್ಟ್ ಖಂಡಿತ ಅಲ್ಲ. ನಿಧಾನವೇ ಪ್ರಧಾನ ಎಂಬುದೇ ಇದರ ತತ್ತ್ವ.

ಜಗತ್ತು ತಾಂತ್ರಿಕವಾಗಿ ಸಾಕಷ್ಟು ಮುಂದಿದೆ. ನೈಸರ್ಗಿಕ ಜೀವನ ಶೈಲಿಯಿಂದ ನಾವು ತುಂಬ ದೂರಕ್ಕೆ ಸರಿದಿದ್ದೇವೆ. ಸನ್ನಿವೇಶಗಳು

ಎಷ್ಟೇ ಜಟಿಲವಾಗಿದ್ದರೂ ಅದರ ಕುರಿತು ಯೋಚಿಸಲು, ವಿಶ್ಲೇಷಿಸಲು, ನಿರ್ಧರಿಸಲು ಸಮಯಾವಕಾಶವೇ ಇಲ್ಲದಂತೆ ಪ್ರತಿಕ್ರಿಯೆ ಕೊಡಬೇಕಿದೆ, ಕೆಲಸ ಮಾಡಬೇಕಾಗಿದೆ. ಅದರ ಬದಲು, ನಿಧಾನವಾಗಿ, ಆದರೆ ಸರಿಯಾಗಿ ಮಾಡು ಎನ್ನುವುದೇ ಇದರ ಸಿದ್ಧಾಂತ. ಕಾರ್ಲ್ ಹಾನರ್ ಎಂಬವರು ಈ ಚಳವಳಿಯ ಕುರಿತಾಗಿ 2004 ರಲ್ಲಿ 'In Praise of Slow' ಎಂಬ ಪುಸ್ತಕವನ್ನು ಬರೆದರು.

ನಿಧಾನ ಎಂದೊಡನೆ ನಮಗೆ ನೆನಪಾಗುವುದು ಮೊಲ ಹಾಗೂ ಆಮೆಯ ಓಟದ ಸ್ಪರ್ಧೆ. ನಿರ್ದಿಷ್ಟ ವೇಗದಲ್ಲಿ ಮುಂದಕ್ಕೆ ಚಲಿಸಿದ ಆಮೆ, ವೇಗವಾಗಿ ಓಡಿ ದಾರಿ ನಡುವೆ ಮೈಮರೆತು ನಿದ್ದೆಹೋದ ಮೊಲವನ್ನು ಹಿಂದಿಕ್ಕಿದ ಕಥೆ ಎಲ್ಲರಿಗೂ ಗೊತ್ತೇ ಇದೆ. ಅದೇ ನಮಗೆ ಸ್ಫೂರ್ತಿಯಾಗಬೇಕು. ಬಸವನಹುಳುವಿನಂತೆ ಮುಂದಕ್ಕೆ ಸಾಗುತ್ತಲೇ ಇರಬೇಕು. ಆಗ ಗುರಿ ಮುಟ್ಟುವುದು ಕಷ್ಟವಲ್ಲ.

ನನ್ನ ಒಬ್ಬರು ಗೆಳೆಯರು ನಿರಂತರ ಪ್ರವಾಸ ಹೋಗುತ್ತಿರುತ್ತಾರೆ. ವಿಮಾನ ಪ್ರಯಾಣಕ್ಕಿಂತ ರೈಲಿನ ಸಾಮಾನ್ಯ ಬೋಗಿಗಳನ್ನೇ ಇಷ್ಟಪಡುತ್ತಾರೆ. ದಾರಿಯಲ್ಲಿ ಜತೆಯಾಗುವ ಪ್ರಯಾಣಿಕರನ್ನು ಮಾತನಾಡಿಸಿ, ಅವರ ಗುಣವಿಶೇಷಗಳನ್ನು ಗುರುತಿಸಿ ಸಾಮಾಜಿಕ ಜಾಲತಾಣಗಳಲ್ಲಿ ಪ್ರಕಟಿಸುತ್ತಾರೆ. ಆಯಾ ಊರಿಗೆ ಹೋದಾಗ ಅಲ್ಲಿನ ಖಾದ್ಯ ವೈವಿಧ್ಯಗಳನ್ನು ಪರಿಚಯಿಸುತ್ತಾರೆ. ಸಂಸ್ಕೃತಿಯನ್ನು ಅರಿಯಲು ಪ್ರಯತ್ನಿಸುತ್ತಾರೆ. ಹಮ್ಮು-ಬಿಮ್ಮುಗಳಿಲ್ಲದೆ ಎಲ್ಲರ ಸ್ನೇಹ ಮಾಡಿಕೊಂಡು ಸರಳವಾಗಿ ಬದುಕುವುದನ್ನೇ ರೂಢಿಸಿಕೊಂಡಿದ್ದಾರೆ.

ವೇಗ ಮತ್ತು ಕ್ಷಮತೆಯನ್ನು ಸರಿದೂಗಿಸುವ ಪ್ರಯತ್ನವೇ ಸ್ಲೋ ಮೂವ್‌ಮೆಂಟ್. ಪರಿಸರ ಮತ್ತು ಶಿಕ್ಷಣ ಕ್ಷೇತ್ರಗಳಲ್ಲೂ ಇದನ್ನು ಅಳವಡಿಸುವ ಪ್ರಯತ್ನಗಳು ನಿಧಾನವಾಗಿ ನಡೆದಿವೆ. ಆರಾಮವಾಗಿ ತಿನ್ನಬೇಕು, ಸಂತೋಷದಿಂದ ಕಲಿಯಬೇಕು. ಸೊಂಪಾಗಿ ನಿದ್ದೆ ಮಾಡಬೇಕು, ಕೆಲಸವನ್ನೂ ಶ್ರದ್ಧೆಯಿಂದ ಮಾಡಬೇಕು. ತಲ್ಲೀನತೆಯಿದ್ದರೆ ಮಾತ್ರ ಇದು ಸಾಧ್ಯ.

ನಿಧಾನ ಎಂದರೆ ಸರಕಾರಿ ಕಚೇರಿಗಳ ಕೆಲಸಗಳಂತಲ್ಲ. ಒಂದು ಗಿಡದಲ್ಲಿ ಹೂವು ಕಾಯಾಗಲು, ಕಾಯಿ ಹಣ್ಣಾಗಲು ಒಂದು ನಿರ್ದಿಷ್ಟ ಕಾಲಮಾನ ಬೇಕಾಗುತ್ತದೆ. ಹೂ ಬಿಟ್ಟೊಡನೆ ಹಣ್ಣು ಸಿಗಬೇಕೆಂದರೆ ಹೇಗೆ? ಜಾತ್ರೆ, ಹಬ್ಬ-ಹರಿದಿನಗಳಿಗೆ ಹಣ್ಣುಗಳು ಸಿಗುವಂತಾಗಲು ಕಾಯಿಗಳ ನಡುವೆ ವಿಷಕಾರಿ ಪುಡಿಗಳನಿಟ್ಟು ಅಥವಾ ರಾಸಾಯನಿಕಗಳಲ್ಲಿ ಮುಳುಗಿಸಿ ಬಲವಂತವಾಗಿ ಹಣ್ಣು ಮಾಡುತ್ತಾರೆ. ಆದರೆ, ಆ ಹಣ್ಣುಗಳಿಗೆ ನೈಸರ್ಗಿಕ ರುಚಿ, ವಾಸನೆ ಇರುವುದೇ? ಹಳದಿ ಬಣ್ಣ ತಾಳಿದ ಮಾತ್ರಕ್ಕೆ ಹಣ್ಣಾದಂತೆಯೇ? ನೈಸರ್ಗಿಕ ಪ್ರಕ್ರಿಯೆಯಲ್ಲಿ ಅಥವಾ ಪ್ರಾಕೃತಿಕ ವಿಧಾನಗಳಲ್ಲಿ ಕಾಯಿ ಮಾಗಿ ಹಣ್ಣಾಗಲು ನಾವೂ ಕಾಯಬೇಕು.

(ಉದಯವಾಣಿ, ನವೆಂಬರ್ 2019)

ಕೋಟೆಯ ಮೇಲೊಂದು ಕಾಸಿನ ಮೂಟೆ!

ಕೋಟೆ ಮತ್ತು ದರ್ಗಾಗೆ ಹೆಸರಾದ ವಿಶಾಲಗಡ ಕೊಲ್ಹಾಪುರದಿಂದ 78 ಕಿ.ಮೀ. ದೂರದಲ್ಲಿರುವ ಒಂದು ವಿಹಂಗಮ ತಾಣ. ಕೈಯಲ್ಲಿ ಒಂದಿಷ್ಟು ರೊಕ್ಕ, ಕಾಲುಗಳಲ್ಲಿ ಶಕ್ತಿ, ಕಡಿದಾದ ಮೆಟ್ಟಿಲುಗಳನ್ನೇರಲು ಸಾಕಷ್ಟು ಉಸಿರು ಹಾಗೂ ಇಚ್ಛಾಶಕ್ತಿ ಇದ್ದರೆ ಹೋಗಿ ಬರಲು ಅಡ್ಡಿಯಿಲ್ಲ.

'ಖಿಲ್ನಾ' ಎಂದೂ ಕರೆಯುತ್ತಿದ್ದ ವಿಶಾಲಗಡ ಜಹಗೀರಾಗಿ ಬದಲಾಗುವುದಕ್ಕಿಂತ ಸಾಕಷ್ಟು ಮೊದಲೇ ಶಿಲಾಹರ ರಾಜ ವಂಶಸ್ಥರು ಕ್ರಿ.ಶ. 1058 ರಲ್ಲಿ ಇಲ್ಲಿ ಕೋಟೆಯನ್ನು ಕಟ್ಟಿಸಿದ್ದರು. ಮರಾಠಾ ಸರ್ದಾರ ಬಾಜಿ ಪ್ರಭು ಮತ್ತು ಬಿಜಾಪುರ ಸುಲ್ತಾನನಾದ ಸಿದ್ದಿ ಮಸೂದನ ನಡುವೆ ನಡೆದ ಯುದ್ಧದಿಂದ ಇದು ಪ್ರಸಿದ್ಧವಾಗಿದೆ. ಪವನ್ ಖಿಂಡ್ ಯುದ್ಧಭೂಮಿಯಲ್ಲಿ ಜುಲೈ 13, 1660 ರಂದು ಸಾವಿರಾರು ಮರಾಠಾ ಸೈನಿಕರು ಸಾಮ್ರಾಜ್ಯ ರಕ್ಷಣೆಗಾಗಿ ಪ್ರಾಣತೆತ್ತ ಬಳಿಕ ನಿರ್ವಾಹವಿಲ್ಲದೆ ಪನ್ಹಾಳ ಕೋಟೆಯಿಂದ ಪಾರಾದ ಶಿವಾಜಿ ಕುರಿಗಳ ದಾರಿಯಲ್ಲಿ, ಕಾಡು–ಮೇಡಿನ ದುರ್ಗಮ ಪ್ರದೇಶಗಳ ಮೂಲಕ ವಿಶಾಲಗಡದತ್ತ ಪ್ರಯಾಣ ಬೆಳೆಸಿದ. ಇದರ ಸುಳಿವು ಅರಿತ ಸಿದ್ದಿ ಮಸೂದ ತನ್ನ 30 ಸಾವಿರ ಸೈನ್ಯಬಲದೊಂದಿಗೆ ಬೆನ್ನಟ್ಟಲು ಪ್ರಯತ್ನಿಸಿದರೂ ಅವರಿಗೆ ಕೇವಲ 300 ಸೈನಿಕರೊಂದಿಗೆ ತಡೆಯೊಡ್ಡಿದ ಶಿವಾಜಿಯ ನೆಚ್ಚಿನ ಬಂಟ ಬಾಜಿ ಪ್ರಭು, ತನ್ನೊಡೆಯ ಶಿವಾಜಿ ಸುರಕ್ಷಿತವಾಗಿ ವಿಶಾಲಗಡವನ್ನು ತಲುಪುವಂತೆ ನೋಡಿಕೊಂಡ ವೀರಗಾಥೆಯನ್ನು ಇತಿಹಾಸವು ಸಾರುತ್ತದೆ. ಬಳಿಕ 1669 ರಲ್ಲಿ ಈ ಕೋಟೆಗೆ ಶಿವಾಜಿ 'ವಿಶಾಲಗಡ' ಎಂಬ ಹೆಸರನ್ನಿಟ್ಟ. ಆದಿಲ್ ಶಾಹಾ, ಶಿವಾಜಿ, ಸಂಭಾಜಿ, ಮೊಘಲ್ ಸರ್ದಾರರು ಹಾಗೂ ಕೊನೆಗೆ ಬ್ರಿಟಿಷರೂ ಈ ಕೋಟೆಯನ್ನು ಆಳಿದ್ದಾರೆ. ಇದನ್ನು ಪ್ರಾಚ್ಯವಸ್ತು ಇಲಾಖೆಯು ಇತ್ತೀಚೆಗೆ ದುರಸ್ತಿ ಮಾಡಿ, ಪ್ರವೇಶ ದ್ವಾರವನ್ನೂ ಮರುಜೋಡಿಸಿದೆ.

ಸಮೃದ್ಧ ಸಸ್ಯ ವೈವಿಧ್ಯ

ವಿಶಾಲಗಡ ಕೋಟೆ ಈಗ ಕೊಲ್ಹಾಪುರ ಜಿಲ್ಲೆಯ ಶಾಹುವಾಡಿ ತಾಲೂಕಿನಲ್ಲಿದೆ. ಎರಡು ತಾಸಿನ ಪ್ರಯಾಣ. ಕೊಲ್ಹಾಪುರ–ರತ್ನಾಗಿರಿ ಹೆದ್ದಾರಿಯಲ್ಲಿ ಅಂಬಾ ತನಕ ಪ್ರಯಾಣಿಸಿ, ಎಡಕ್ಕೆ ತಿರುಗಿ ಅರಣ್ಯ ಹಾಗೂ ಘಟ್ಟ ಪ್ರದೇಶದ ರಸ್ತೆಯಲ್ಲಿ 20 ಕಿ.ಮೀ. ಸಾಗಬೇಕು. ಎರಡು ಬೆಟ್ಟಗಳನ್ನು ಬೆಸೆಯಲು ಒಂದು ಸೇತುವೆ ಇದೆ. ತಿರುಗಿ ನೋಡಿದರೆ ನಯನ ಮನೋಹರವಾದ ಕಣಿವೆ ಪ್ರದೇಶವಿದೆ. ಸಮುದ್ರಮಟ್ಟದಿಂದ 3,500 ಮೀಟರ್‌ಗಳಷ್ಟು ಎತ್ತರವಿರುವ ಈ ಕೋಟೆ, 1,130 ಮೀಟರ್ ವ್ಯಾಪ್ತಿ ಹೊಂದಿದೆ. ಹೆಚ್ಚು ಎತ್ತರವಿಲ್ಲವಾದರೂ ತೀರಾ ಕಡಿದಾಗಿರುವ ಕಾರಣ ಹತ್ತುವುದು ತುಸು ಕಷ್ಟ. ಸುಮಾರು 20 ನಿಮಿಷಗಳಲ್ಲಿ ತುದಿ ಮುಟ್ಟಬಹುದು. ಸಣ್ಣ ಗಾತ್ರದ ಮಜ್ಜಿಗೆ ಹುಲ್ಲು, ಹಳದಿ ಚಿಟ್ಟೆಗಳು ಮತ್ತು ಕಾಡುಕೋಣಗಳಿಗೆ ಈ ಪರಿಸರ ಪ್ರಸಿದ್ಧವಾಗಿದೆ. ಕರಡಿ ಮತ್ತು ಚಿರತೆಗಳೂ ಆಗಾಗ ದರ್ಶನ ಕೊಡುತ್ತವಂತೆ. ಹಲವು ಔಷಧೀಯ ಸಸ್ಯಗಳಿಗೂ ಇದು ಆಶ್ರಯತಾಣವಾಗಿದೆ. ಮಳೆಗಾಲದಲ್ಲಿ ಹಸಿರು ಹೊದ್ದು ರುದ್ರ ರಮಣೀಯವಾಗಿ ಕಾಣಿಸುತ್ತದೆ, ಅಷ್ಟೇ ಅಪಾಯಕಾರಿಯೂ ಆಗಿರುತ್ತದೆ.

ದುರ್ಗಮ ಜಾಗದಲ್ಲೊಂದು ದರ್ಗಾ

ಇಲ್ಲಿ ಹಜರತ್ ಸಯ್ಯದ್ ಮಲೀಕ್ ರೆಹಾನ್ ಮೀರಾ ಸಾಹೇಬ್ ಎಂಬ ಸುಪ್ರಸಿದ್ಧವಾದ ದರ್ಗಾ ಇದೆ. ಈಗ ನಿತ್ಯ ಸಾವಿರಾರು ಜನ ಬರುವುದು ದರ್ಗಾ ಭೇಟಿಗೆಂದೇ. ಫೆಬ್ರವರಿ ತಿಂಗಳ ಮೊದಲ ವಾರಾಂತ್ಯದಲ್ಲಿ ಎಲ್ಲಾದರೂ ಸುತ್ತಾಡಿ ಬರಬೇಕೆಂದು ನಿರ್ಧರಿಸಿದಾಗ ಕೆಲವು ಗೆಳೆಯರು ವಿಶಾಲಗಡದ ಹೆಸರೆತ್ತಿದರು. ಮರಳುವ ದಾರಿಯಲ್ಲಿ ಕೊಲ್ಹಾಪುರ ಮಹಾಲಕ್ಷ್ಮಿಯ ದರ್ಶನವೆಂದು ಆಸೆ ತೋರಿಸಿದರು. ಸರಿ, 10 ಜನರನ್ನು ಹೊತ್ತ ಕ್ರೂಸರ್ ಹುಬ್ಬಳ್ಳಿಯಿಂದ ಫೆ. 6ರ ಮಧ್ಯರಾತ್ರಿ 2 ಗಂಟೆಗೆ ಹೊರಟು, 286 ಕಿ.ಮೀ. ಪ್ರಯಾಣಿಸಿತು, ಮರುದಿನ ಬೆಳಗ್ಗೆ 8 ಗಂಟೆಗೆ ಇಳಿದಾಗ ವಿಶಾಲಗಡ ಕೋಟೆ ನಮ್ಮೆದುರು ಎದೆಯುಬ್ಬಿಸಿ ನಿಂತಿತ್ತು. ಚಪಾತಿ, ಪಲ್ಯ, ಚಟ್ನಿಪುಡಿ, ಮೊಸರು, ನೀರಿನ ದೊಡ್ಡ ಕ್ಯಾನು, ಅಕ್ಕಿ, ತರಕಾರಿ, ಉಪ್ಪು, ಈರುಳ್ಳಿ, ಮಸಾಲೆ ಸಾಮಾನು ಎಲ್ಲವನ್ನೂ ಗಾಡಿಯಲ್ಲಿ ಹೇರಿಕೊಂಡಿದ್ದರು. ಇದೆಲ್ಲ ಏಕೆ? ಅಲ್ಲೇನೂ ಸಿಗುವುದಿಲ್ಲವೇ? ಎಂದು ಪ್ರಶ್ನಿಸಿದೆ. ವಿಶಾಲಗಡದಲ್ಲಿ ಎಲ್ಲವೂ ಸಿಗುತ್ತದೆ. ಆದರೆ, ಪ್ರತಿಯೊಂದೂ ದುಬಾರಿ. ಚೌಕಾಸಿಯ ಮಾತೇ ಇಲ್ಲ. ಆಹಾರದ ಗುಣಮಟ್ಟವೂ ಹೇಳಿಕೊಳ್ಳುವಂತೆ ಇರುವುದಿಲ್ಲ ಎಂದು ಈ ಹಿಂದೆ ಅಲ್ಲಿಗೆ ಭೇಟಿ ನೀಡಿದ್ದ ಕೆಲವು ಗೆಳೆಯರು ವಿವರಿಸಿದರು.

ಪಾರ್ಕಿಂಗ್ ಶುಲ್ಕ 400 ರೂ.

ಊರನ್ನು ಪ್ರವೇಶಿಸಬೇಕಿದ್ದರೆ ಐದಾರು ಕಿ.ಮೀ. ಕೆಳಭಾಗದಲ್ಲೇ ಪ್ರತಿ ವಾಹನಕ್ಕೂ 20 ರೂ. ಶುಲ್ಕ ವಸೂಲಿ ಮಾಡುತ್ತಾರೆ. ಏಕೆಂದು ದೇವರಿಗೇ ಗೊತ್ತು. ಯಾವುದೋ ಗ್ರಾಮ ಪಂಚಾಯತಿಯ ವಸೂಲಿ ಇರಬೇಕು. ಇನ್ನು, ವಿಶಾಲಗಡ ಊರಿನಲ್ಲಿ ಕೋಟೆಗೆ ಹತ್ತಿರದಲ್ಲಿ ವಾಹನಗಳನ್ನು ನಿಲ್ಲಿಸಲು ನೆರಳಿಗೆ ಹತ್ತಾರು ಶೆಡ್‌ಗಳನ್ನು ಮಾಡಿದ್ದಾರೆ. ಒಂದೊಂದು ವಾಹನಕ್ಕೂ 200 ರಿಂದ 400 ರೂ. ವಸೂಲಿ ಮಾಡಿ ಪಾರ್ಕಿಂಗ್ ಜಾಗ ಕೊಡುತ್ತಾರೆ. ಅಷ್ಟು ನೀಡಲು ಸಿದ್ಧರಿಲ್ಲದಿದ್ದರೆ ಒಂದಷ್ಟು ದೂರದಲ್ಲಿ ರಸ್ತೆ ಪಕ್ಕದಲ್ಲೇ ವಾಹನ ನಿಲ್ಲಿಸಿ ನಡೆಯಬೇಕು.

ಇನ್ನು ದರ್ಗಾ ಅಥವಾ ಕೋಟೆ ಸಮೀಪಕ್ಕೆ ಸರಕುಗಳು ಮತ್ತು ನಡೆಯಲಾಗದ ವ್ಯಕ್ತಿಗಳನ್ನು ಹೊತ್ತು ಸಾಗಿಸಲು ಆಳುಗಳು ಸಿಗುತ್ತಾರೆ. ಒಂದು ಮೂಟೆಗೆ 100 ರೂ. ಕೊಡಬೇಕು. ವಯೋವೃದ್ಧರು, ಅಂಗವಿಕಲರನ್ನು ಅಥವಾ ಕೋಟೆಯ ಮೆಟ್ಟಿಲುಗಳನ್ನು ಏರಲು ಸಾಧ್ಯವಿಲ್ಲದವರನ್ನು ಹೊತ್ತು ಸಾಗಲು ಮೇಣೆಯಂತಹ ಸಾಧನವಿದೆ. ನಾಲ್ಕು ಜನ ನಿಮ್ಮನ್ನು ಹೊತ್ತು ಮೇಲಕ್ಕೊಯ್ಯುತ್ತಾರೆ. ಅವರಿಗೆ ತಲಾ 100 ರೂ. ಕೊಡಬೇಕು. ಅವರಿಗೆ ಅದು ಅಭ್ಯಾಸ. ಅದೇ ದುಡಿಮೆ. ನಾವು ಎಲ್ಲರೂ ಮೆಟ್ಟಿಲೇರಿ ದರ್ಗಾ ಸಮೀಪ ಹೋದೆವು.

ನೊಣಗಳ ಸಾಮ್ರಾಜ್ಯ

ಅಯ್ಯೋ! ಅದೆಂತಹ ದುರ್ನಾತ ಅಂತೀರಿ! ಇಡೀ ಪರಿಸರವೇ ಅಸ್ವಚ್ಛತೆಯ ಆಗರವಾಗಿದೆ. ಎಲ್ಲಿ ನೋಡಿದರೂ ಕೋಳಿಗಳ ತ್ಯಾಜ್ಯದ ರಾಶಿ, ಕೋಳಿಗಳನ್ನು ಸುಡುವ ಹಾಗೂ ಬೇಯಿಸುವ ದುರ್ವಾಸನೆ ಮೂಗಿಗೆ ಅಡರುತ್ತದೆ. ದರ್ಗಾಕ್ಕೆ ಹರಕೆ ಹೇಳಿರುವ ಜನರು ನಾಟಿಕೋಳಿಗಳನ್ನು ಇಲ್ಲಿಗೆ ತಂದು ಬಿರಿಯಾನಿ ಮಾಡಿ, ಬಾಬಾಗೆ ಹರಕೆ ಒಪ್ಪಿಸುತ್ತಾರೆ. ಸ್ವಚ್ಛತೆ ಇಲ್ಲದ ಕಾರಣ ನೊಣಗಳು, ಸೊಳ್ಳೆಗಳು ಸಾವಿರಾರು ಸಂಖ್ಯೆಯಲ್ಲಿ ಮುಕುರುತ್ತವೆ. ಹತ್ತಾರು ಭಿಕ್ಷುಕರು ದಾರಿ ಬದಿಯಲ್ಲೇ ಟೆಂಟ್ ಹಾಕಿಕೊಂಡು 'ದಯಾ ಕರೋ' ಎಂದು ಕೈಯೊಡ್ಡುತ್ತಾರೆ. ಇವುಗಳ ನಡುವೆಯೇ ಪೂರಿ, ಪೋಹಾ, ವಡಾಪಾವ್ ತಯಾರಿಸಿ ಮಾರುತ್ತಾರೆ. ಹಸಿದವರು ಅನಿವಾರ್ಯವಾಗಿ ತಿನ್ನುತ್ತಾರೆ. ಒಂದು ಬಾಟಲಿ ನೀರಿಗೆ 40 ರಿಂದ 50 ರೂ. ತೆರಬೇಕು. ಇಷ್ಟೇಕೆ ಎಂದು ಕೇಳಿದರೆ, 'ಕೆಳಗಿನಿಂದ ಹೊತ್ತು ತರಬೇಕಲ್ಲವೇ ಸಾಬ್?' ಎಂದು ಮರುಪ್ರಶ್ನೆ ಎಸೆಯುತ್ತಾರೆ. ಅಲ್ಲಿ ಹತ್ತಾರು ಮನೆ, ಅಂಗಡಿ, ಹೋಟೆಲ್‌ಗಳಿವೆ. ತಂಗಲು ಕೊಠಡಿ, ಸ್ನಾನಕ್ಕೆ ನೀರು, ಶೌಚಾಲಯಗಳಿವೆ.

ನೀರು ಮಾರುವವರು!

ಸ್ವಚ್ಛತೆಯ ಲವಲೇಶವೂ ಇಲ್ಲದ ಕೊಠಡಿಗಳಿಗೆ ಗಂಟೆಗಳ ಲೆಕ್ಕದಲ್ಲಿ 400 ರೂ. ಬಾಡಿಗೆ. ಕೊಠಡಿ ಪಡೆದರೆ ಮಾತ್ರ ಶೌಚಾಲಯದ ಬೀಗ ತೆಗೆದುಕೊಡುತ್ತಾರೆ, ಬಚ್ಚಲಿಗೆ ದಾರಿ ತೋರಿಸುತ್ತಾರೆ. ಒಂದು ಬಕೆಟ್ ಬಿಸಿ ನೀರಿಗೆ 20 ರೂ., ತಣ್ಣೀರಿಗೆ 15 ರೂ., ಒಂದು ಕೊಡ ನೀರಿಗೆ 20 ರೂ. ಕೊಟ್ಟು ಮೂಗು ಮುಚ್ಚಿಕೊಂಡು ನಿತ್ಯಕರ್ಮಗಳನ್ನು ಪೂರೈಸಿಕೊಳ್ಳಬೇಕು. ಹಣ ಕೊಡಲು ಒಲ್ಲದವರು ದಾರಿ ಬದಿಯಲ್ಲೇ ಲಗೋರಿ ಕಟ್ಟಿರುತ್ತಾರೆ. ಬೆಟ್ಟದ ಮೇಲೊಂದು ಬಾವಿ ಇದೆ. ಅಷ್ಟೊಂದು ಶುದ್ಧವಿಲ್ಲದ ಆ ನೀರನ್ನು ಸೇದಬೇಕಿದ್ದರೂ ಹಣ ಪಾವತಿಸಬೇಕು, ಆದರೆ, ಈ ಜನರ ನಿಯತ್ತು ಅದ್ಭುತ. ಅದನ್ನು ಮೆಚ್ಚಿಕೊಳ್ಳಲೇಬೇಕು.

ಬಾಬಾ ದರ್ಶನ

ಇದ್ದುದರಲ್ಲಿ ದರ್ಗಾದ ಆವರಣ ಹಾಗೂ ಕೋಟೆಯ ಪರಿಸರ ಸ್ವಚ್ಛವಾಗಿದೆ. ಬಾಬಾನ ಮೇಲೆ ನಂಬಿಕೆಯಿರುವ ಸಾವಿರಾರು ಭಕ್ತರು ಇಲ್ಲಿ ಬಂದು ತಮ್ಮ ಕಷ್ಟಗಳನ್ನು ಅರಿಕೆ ಮಾಡಿಕೊಳ್ಳುತ್ತಾರೆ, ಸಮಸ್ಯೆಗಳಿಗೆ ಪರಿಹಾರ ಕೇಳುತ್ತಾರೆ. ಸಂಕಲ್ಪಿಸಿದ ಕೆಲಸ ಆದರೆ ಮತ್ತೆ ಬಂದು ಹರಕೆ ಒಪ್ಪಿಸುತ್ತಾರೆ. ಸಮಾಧಾನದ ವಿಷಯವೆಂದರೆ, ದರ್ಗಾದ ಬಾಬಾ ಮಾತ್ರ ಅಷ್ಟೇ ಕೊಡು, ಇಷ್ಟೇ ಕೊಡು ಎಂದು ಕೇಳುವುದಿಲ್ಲ!

ದರ್ಗಾದಲ್ಲಿ ಬಾಬಾನ ದರ್ಶನವಾಗಿ ಮರಳುವ ದಾರಿಯಲ್ಲಿ ಚಪಾತಿ–ರೊಟ್ಟಿ ತಿಂದು, ದಾರಿ ಬದಿಯ ಖಾಲಿ ಗುಡಿ ಮುಂದೆ ಪಾಂಡುರಂಗನ ಮೌನ ಸಮ್ಮತಿಯೊಂದಿಗೆ ಪಲಾವ್ ಮಾಡಿ ತಿಂದು, ಕೊಲ್ಹಾಪುರಕ್ಕೆ ಬಂದೆವು. ಕೊರೊನಾ ಆತಂಕದ ನಡುವೆಯೂ ಸಾವಿರಾರು ಸಂಖ್ಯೆಯಲ್ಲಿ ಭಕ್ತರ ದೊಡ್ಡ ಸರದಿಯಿದ್ದರೂ ತಾಯಿ ಮಹಾಲಕ್ಷ್ಮಿ ತಡಮಾಡದೆ ದರ್ಶನ ಕೊಟ್ಟಳು.

ಬೆಟ್ಟದ ಮೇಲೆ ಕುಳಿತು ಅದು ಹೇಗೆ ಆ ಜನ ದುಡ್ಡು ಮಾಡುತ್ತಾರೆ ಎಂಬುದನ್ನು ನೋಡುವುದಕ್ಕಾದರೂ ಒಮ್ಮೆ ವಿಶಾಲಗಡಕ್ಕೆ ಹೋಗಿಬನ್ನಿ!

(ಕನ್ನಡ ಮಾಣಿಕ್ಯ, ಮಾರ್ಚ್ 2021)

ಕೆರೆಯ ನೀರನು ಕೆರೆಗೆ ಚೆಲ್ಲಿ ವರವ ಪಡೆದ ಶ್ರೀನಿವಾಸ!

ಅದು 2017ರ ಬಿರು ಬೇಸಗೆ. ಧಾರಾಳ ಮಳೆಯಾಗುವ ಶಿರಸಿಯಂತಹ ತಣ್ಣನೆಯ ನಗರವೂ ಬೊಗಸೆ ನೀರಿಗಾಗಿ ಬಾಯ್ತೆರೆದು ನಿಂತಿತ್ತು ಎಂದರೆ ಬರಗಾಲದ ಭೀಕರತೆಗೆ ಬೇರೆ ವಿವರಣೆ ಬೇಕಿಲ್ಲವೇನೋ.

ಇದರಿಂದ ಚಿಂತಿತರಾದ ಜನಪರ ಕಾಳಜಿಯುಳ್ಳ ಶಿರಸಿಯ ಆಗಿನ ಉಪವಿಭಾಗಾಧಿಕಾರಿ ರಾಜು ಮೊಗವೀರ ಯುಗಾದಿಯ ದಿನ ಒಂದು ಸಭೆ ಕರೆದು, ನೀರಿನ ಅಭಾವ ನೀಗಿಸಲು ಮಾಡಬೇಕಾದ ಕಾರ್ಯಗಳ ಬಗ್ಗೆ ಸಲಹೆಗಳನ್ನು ಕೇಳಿದರು. ಹಲವು ವಿಚಾರಗಳ ಮಧ್ಯೆ, ಕೆರೆಗಳ ಹೂಳೆತ್ತಿ ಅಭಿವೃದ್ಧಿ ಮಾಡಬೇಕೆಂಬ ಪ್ರಸ್ತಾವನೆ ಬಂತು. ಯಾರು ಮಾಡಬೇಕು? ಎಂಬ ಪ್ರಶ್ನೆ ಬಂದಾಗ ಜೀವಜಲ ಕಾರ್ಯಪಡೆಯ ಸ್ಥಾಪನೆಗೆ ನಿರ್ಧಾರವಾಯಿತು. ಅಧ್ಯಕ್ಷರಾಗಿ ಸರ್ವಾನುಮತದಿಂದ ಆಯ್ಕೆಯಾಗಿದ್ದು–ಶ್ರೀನಿವಾಸ ಹೆಬ್ಬಾರ್!

ಅವರೇ ಏಕೆ ಎಂಬ ಪ್ರಶ್ನೆಗೆ ಉತ್ತರ ಸಿಗಲು ಹೆಚ್ಚು ಕಾಯಬೇಕಿರಲಿಲ್ಲ. ಮರುದಿನ ಬೆಳಗ್ಗೆಯೇ ಶಿರಸಿಯ ಆನೆ ಹೊಂಡದಲ್ಲಿ ಹೆಬ್ಬಾರರ ಜೆಸಿಬಿ, ಮಣ್ಣು ಸಾಗಿಸಲು ಟಿಪ್ಪರ್‌ಗಳು ಬಂದು ನಿಂತಿದ್ದವು. ಜನರೂ ಬೆಂಬಲಕ್ಕೆ ನಿಂತು ಒಂದೇ ದಿನದಲ್ಲಿ 4.50 ಲಕ್ಷ ರೂ. ಸಂಗ್ರಹಿಸಿ ಕೊಟ್ಟರು. ಇರುವೆಗೂ ಕುಡಿಯಲು ನೀರು ಸಾಲದಂತಿದ್ದ ಆನೆ ಹೊಂಡ ಹನ್ನೆರಡು ದಿನಗಳಲ್ಲಿ ನಳನಳಿಸಿತು. ಅದಕ್ಕೆಷ್ಟು ಖರ್ಚಾಯಿತು ಎಂದು ಕೇಳಿದರೆ, ಉತ್ತರ–ಒಂದು ಅರ್ಥಗರ್ಭಿತ ನಗು.

ಕೊಳವೆಬಾವಿ ಕೊರೆಸುವ ಸಂಸ್ಕೃತಿ ಬದಲಾಗಿ, ಮತ್ತೆ ಕೆರೆ–ಬಾವಿ ತೋಡಿಸಲು ಜನರು ಮುಂದಾಗಬೇಕು. ಕೆರೆ ಹೂಳೆತ್ತುವ ಜತೆಗೆ ಇಂಗು ಗುಂಡಿ ನಿರ್ಮಿಸಿದರೆ ಬರ ಓಡಿಸಲು ಸಾಧ್ಯ ಎಂದು ನಂಬಿ ನಡೆದವರು, ಶಿರಸಿ ಪರಿಸರದ ಜಲ ಜೀವಿಯಾಗಿ ಎಲ್ಲರಿಗೂ ಮಾದರಿಯಾದವರು ಶ್ರೀನಿವಾಸ ಹೆಬ್ಬಾರರು.

ಇಲ್ಲಿ ಏರಿತು, ಎಲ್ಲಿ ಇಳಿಯಿತು!

ಮುಂದೆ ರಾಯರ ಕೆರೆಯ ಕಣ್ಣೀರು ಒರೆಸಲು ಅವರು ಮುಂದಾದರು. ಆ ಕೆರೆ ಹುಡುಗರು ಕ್ರಿಕೆಟ್ ಆಡುವ ಮೈದಾನವಾಗಿತ್ತು. ಅತಿಕ್ರಮಣವಾಗಿ ಅಡಕೆ ಗಿಡಗಳನ್ನೂ ಬೆಳೆಸಿದ್ದರು. ಧೈರ್ಯ ಮಾಡಿ ಮೂರೂವರೆ ಎಕರೆ ವಿಸ್ತೀರ್ಣವಿದ್ದ ಈ ಕೆರೆಯನ್ನು 30 ಅಡಿ ಆಳ ತೋಡಿಸಿ, ಹೂಳೆತ್ತಿಸಿದರು. ಅದಕ್ಕೆ 70 ಲಕ್ಷ ರೂ. ವೆಚ್ಚವಾಯಿತು. ಆದರೆ, ಕೆರೆಯಲ್ಲಿ 12 ಅಡಿ ನೀರು ನಿಂತಾಗ ಅವರ ಶ್ರಮ ಸಾರ್ಥಕವಾಗಿತ್ತು.

ರಾಯರಕೆರೆಯಲ್ಲಿ 30 ಅಡಿ ಆಳದವರೆಗೂ ತೋಡಿ ಹೂಳೆತ್ತಿದಾಗ ಅಲ್ಲಿ ಹನ್ನೆರಡು ಅಡಿ ನೀರು ನಿಂತಿತು. ಆದರೆ, ಅಲ್ಲಿಂದ 2.5 ಕಿ.ಮೀ. ದೂರದಲ್ಲಿರುವ ಕೋಟೆ ಕೆರೆಯಲ್ಲಿ ಎರಡು ಅಡಿ ನೀರು ಇಳಿಯಿತಂತೆ! ಭೂಮಿ ಹೇಗೆ ನೀರಿನ ಮಟ್ಟವನ್ನು ಕಾಪಾಡಿಕೊಳ್ಳುತ್ತದೆ ಎನ್ನುವ ಚೋದ್ಯವನ್ನು ಪ್ರತ್ಯಕ್ಷವಾಗಿ ಕಂಡ ಹೆಬ್ಬಾರರು ಕೆರೆಗಳ ಹೂಳೆತ್ತಿಸುವ ಜತೆಗೆ, ಆ ಕೆರೆಗಳಿಗೆ ಮತ್ತೆ ತ್ಯಾಜ್ಯ ಸೇರದಂತೆ ಕ್ರಮ ಕೈಗೊಂಡರು. ಕೆರೆ–ಬಾವಿಗಳ ಜೀವ ಸೆಲೆಗಳನ್ನು ಕಾಪಾಡುವುದಕ್ಕಾಗಿ ಇಂಗುಗುಂಡಿ, ಮಳೆನೀರು ಕೊಯ್ಲಿನಂತಹ ಕ್ರಮಗಳಿಗೂ ಮುಂದಾದರು.

ಮುಂದೆ ಸುಪ್ರಸನ್ನ ನಗರದ ಕೆರೆ ಅಭಿವೃದ್ಧಿ ಆಯಿತು. ಇಲ್ಲಿಯೂ ಕೆರೆಯ ಅಂಗಳವನ್ನು ಅತಿಕ್ರಮಿಸಿ, ಅಡಿಕೆ ತೋಟ ಬೆಳೆಸಲಾಗಿತ್ತು. ಈಗ ಮೂರೂವರೆ ಎಕರೆ ಜಾಗದಲ್ಲೂ ಸಮೃದ್ಧ ಜಲರಾಶಿ ತುಂಬಿದೆ. ಬಸೆಟ್ಟಿ ಕೆರೆ, ಎಕ್ಕಂಬಿ ಕೆರೆ, ಹಳದೋಟ ಕೆರೆ, ಬದೂರು–ಕೆಂಚಗದ್ದೆ ಕೆರೆ ಇತ್ಯಾದಿಗಳನ್ನೂ ಜೀರ್ಣೋದ್ಧಾರ ಮಾಡಿದ್ದಾರೆ. ಜತೆಗೆ, ನೀರಿಂಗಿಸುವ ಕಾಯಕದಲ್ಲಿಯೂ ತೊಡಗಿಸಿಕೊಂಡಿದ್ದಾರೆ. ದಡದಲ್ಲಿ ನಿಂತು ಕೆಲಸ ಮಾಡಿಸುವುದಲ್ಲ, ಪಾಚಿಕಟ್ಟಿದ ನೀರಿನೊಳಗೆ ಬುಟ್ಟಿ ಹಿಡಿದು ಸ್ವತಃ ಸ್ವಚ್ಛತಾ ಕಾರ್ಯ ಮಾಡುತ್ತಾರೆ.

ಜೀವಜಲ ಕಾರ್ಯಪಡೆಯಲ್ಲಿ ಅನಿಲ್ ನಾಯಕ್, ವಿ.ಪಿ. ಹೆಗಡೆ (ವೈಶಾಲಿ), ಎಂ.ಎಂ. ಭಟ್ ಕಾರೆಕೊಪ್ಪ, ಅಶೋಕ್ ಭಟ್, ಮಂಜು ಮೊಗೇರ್, ಹರಿಪ್ರಕಾಶ್ ಕೋಣೆಮನೆ, ಡಾ। ಶಿವರಾಮ್, ಶ್ರೀಕಾಂತ್ ಭಟ್, ವೆಂಕಟೇಶ್ ಹೆಗಡೆ ಬೆಂಗಳೆ ಮುಂತಾದ ಮಹನೀಯರು ಶ್ರೀನಿವಾಸ ಹೆಬ್ಬಾರರ ಜತೆಗೆ ಕೈಜೋಡಿಸಿದ್ದಾರೆ. ರಾಜು ಮೊಗವೀರ ಶಿರಸಿಯಲ್ಲಿ ಉಪವಿಭಾಗಾಧಿಕಾರಿಯಾಗಿ ಇದ್ದಷ್ಟು ದಿನವೂ ಇವರ ಸೇವಾ ಕಾರ್ಯಗಳಿಗೆ ಆಸರೆಯಾಗಿದ್ದರು.

ಜೆಸಿಬಿಯೇ ಮುಳುಗಿತು!

ಅಘನಾಶಿನಿ ನದಿಯ ಮೂಲವಾಗಿರುವ ಶಂಕರ ಹೊಂಡದ ಅಭಿವೃದ್ಧಿ ಬಹಳ ಸವಾಲಿನ ಕೆಲಸವಾಗಿತ್ತು. ದೊಡ್ಡ ಗಣಪತಿ ದೇವಸ್ಥಾನದ

ಪಕ್ಕದಲ್ಲಿದ್ದರೂ ಈ ಕೆರೆಯ ಪಾವಿತ್ರ್ಯ ಮರೆಯಾಗಿತ್ತು. ಜನ ಅದನ್ನು ಶೌಚಕ್ಕೆ ಬಳಸುತ್ತಿದ್ದರು. ಅದರಲ್ಲಿ ಎಷ್ಟು ಹೂಳು ತುಂಬಿತ್ತೆಂದರೆ, ಸ್ವಚ್ಛತೆಗಾಗಿ ಕೆರೆಯ ಅಂಗಳಕ್ಕೆ ಇಳಿದಿದ್ದ ಜೆಸಿಬಿಯೇ ಮುಳುಗಿ ಹಾಳಾಯಿತು. ಕೊನೆಗೆ ಅದರ ಬಿಡಿಭಾಗಗಳನ್ನು ಬಿಚ್ಚಿ ತೆಗೆದು ರದ್ದಿಗೆ ಮಾರಬೇಕಾಯಿತು. ಆದರೆ, ಹಿಡಿದ ಕೆಲಸ ಬಿಡುವಂತಿಲ್ಲ. ಕೆರೆಯ ಜೀರ್ಣೋದ್ಧಾರಕ್ಕೆಂದೇ 35 ಲಕ್ಷ ರೂ. ಖರ್ಚು ಮಾಡಿ ಹೊಸ ಹಿಟಾಚಿ ತರಿಸಿದರು. ಊರವರಿಂದ 2 ಲಕ್ಷ ರೂ. ಸಂಗ್ರಹವಾದರೆ, ಕೆರೆಯ ಅಭಿವೃದ್ಧಿಗೆ ಹೆಬ್ಬಾರರು ವ್ಯಯಿಸಿದ್ದು ಬರೋಬ್ಬರಿ 1 ಕೋಟಿ ರೂಪಾಯಿ! ಈಗ ಕೆರೆಯ ಆವರಣದಲ್ಲಿ ಸುಂದರವಾದ ಹೂದೋಟ, ಮಕ್ಕಳ ಆಟಿಕೆಗಳು, ವಾಕಿಂಗ್ ಪಾತ್, ಕಾರಂಜಿ ಎಲ್ಲವೂ ಇದ್ದು, ಆಕರ್ಷಕವಾಗಿವೆ. ವಿಹಾರಕ್ಕೆ ಬರುವವರಿಗೆ ಉಚಿತ ಬೋಟಿಂಗ್ ವ್ಯವಸ್ಥೆಯಿದೆ. ಇದೆಲ್ಲವನ್ನೂ ನಿರ್ವಹಿಸುತ್ತಿರುವುದು, ಹೆಬ್ಬಾರರೇ! ಆರು ತಿಂಗಳಲ್ಲಿ ಶಂಕರ ಹೊಂಡ ರಮ್ಯಾದ್ಭುತ ತಾಣವಾಗಿ ಅರಳಿ ನಿಂತಿತು. ಫಿಟ್ನೆಸ್ ಬಯಸುವ ಯುವಜನರಿಗಾಗಿ ರೋಟರಿ ಕ್ಲಬ್ ಇಲ್ಲಿ ಉಚಿತವಾಗಿ ಜಿಮ್ ಒಂದನ್ನು ನಡೆಸುತ್ತಿದೆ.

ಬೆಳಗಿತು ಬೆಳ್ಳಕ್ಕಿ ಕೆರೆ

ಬೆಳ್ಳಕ್ಕಿ ಕೆರೆಯ ಅಭಿವೃದ್ಧಿ ಮತ್ತೊಂದು ರೋಚಕ ಕಥೆ. ಆ ಕೆರೆಯ ನೀರಿಗಾಗಿ 60 ವರ್ಷಗಳ ಹೋರಾಟದ ಇತಿಹಾಸವೇ ಇದೆ. ಇದರ ಪಾತ್ರದಲ್ಲಿ 3 ಎಕ್ರೆ ಆರು ಗುಂಟೆ ಜಾಗ ಎನ್.ಎ. ಆಗಿತ್ತು. ತೆರವಿಗೆ ಹೋದಾಗ ತಕರಾರು ಎದುರಿಸಬೇಕಾಯಿತು. 'ಮೂವತ್ತು ವರ್ಷಗಳಿಂದ ಕೆರೆಯ ಜಾಗ ಹಾಗೂ ನೀರು ನುಂಗಿದ್ದೀರಿ. ಹಾಗೆ ನೋಡಿದರೆ ನೀವೇ ಈ ಕೆರೆಯ ದುರಸ್ತಿ ಮಾಡಿಸಬೇಕು. ನಮಗಾದರೂ ಮಾಡಲು ಅವಕಾಶ ಕೊಡಿ' ಎಂದ ಹೆಬ್ಬಾರರ ಹಠದ ಮುಂದೆ ಅವರ ಆಟ ನಡೆಯಲಿಲ್ಲ. ಕೆರೆ ಅಭಿವೃದ್ಧಿಗೆ ಚಾಲನೆ ನೀಡುವ ಸಂದರ್ಭದಲ್ಲಿ ಸ್ಥಳೀಯರು ಕೇವಲ 10 ನಿಮಿಷಗಳಲ್ಲಿ 2.25 ಲಕ್ಷ ರೂ. ಸಂಗ್ರಹಿಸಿ ಕೊಟ್ಟಿದ್ದರು!

ಬೆಲೆ ಕಟ್ಟಲಾಗದ ಆತ್ಮತೃಪ್ತಿ

ಎಂಟರಿಂದ ಹತ್ತು ಕೆರೆ ಅಭಿವೃದ್ಧಿ ಮಾಡಿದ್ದೀರಿ. ಸರ್ಕಾರದಿಂದ ಏನು ಸಹಾಯ ಸಿಕ್ಕಿದೆ ಎಂದು ಕೇಳಿದರೆ, ಅವರ ಉತ್ತರ ವಿನೋದ ಹಾಗೂ ವಿಷಾದದಿಂದ ಕೂಡಿತ್ತು. 'ಇಂತಹ ಕೆಲಸಗಳಿಗೆ ಸರ್ಕಾರದಲ್ಲಿ ಆದ್ಯತೆ ಇಲ್ಲ. ನಾವು ಮಾಡುತ್ತೇವೆ ಎಂದರೆ ಧಾರಾಳವಾಗಿ ಅನುಮತಿ ಕೊಡುತ್ತಾರೆ. ಪ್ರತಿಯೊಂದು ಕೆರೆಯನ್ನೂ ಸ್ಥಳೀಯಾಡಳಿತಗಳ ಅನುಮತಿ ಪಡೆದೇ

ಅಭಿವೃದ್ಧಿ ಮಾಡಿದ್ದೇವೆ. ಸರ್ಕಾರದಿಂದ ಒಂದು ಪೈಸೆಯ ಸಹಾಯವೂ ಇಲ್ಲ. ಊರವರ ಸಹಭಾಗಿತ್ವ ಇರುತ್ತದೆ. ನಾವು ಯಾರಿಂದ, ಏನನ್ನೂ ನಿರೀಕ್ಷಿಸುವುದಿಲ್ಲ. ಇಂಥ ಕೆರೆ ಅಭಿವೃದ್ಧಿ ಮಾಡಿಸಬೇಕು ಅಂತ ಅನ್ನಿಸಿದರೆ, ತಜ್ಞರ ತಂಡಗಳೊಂದಿಗೆ ಚರ್ಚಿಸಿ, ಅಳತೆ ಮಾಡಿಸಿ, ಯೋಜನೆ ಸಿದ್ಧಪಡಿಸಿ, ಸ್ಥಳೀಯಾಡಳಿತದ ಅನುಮತಿ ಪಡೆದು ಜೆಸಿಬಿ ಹಚ್ಚುವುದೇ. ಖರ್ಚಾಗುವ ದುಡ್ಡಿನ ಲೆಕ್ಕ ಮುಖ್ಯವಲ್ಲ. ಎಷ್ಟು ನೀರು ಬಂತು, ಅದರಿಂದ ಎಷ್ಟು ಜನರಿಗೆ, ಪ್ರಾಣಿ–ಪಕ್ಷಿಗಳಿಗೆ ಹಾಗೂ ಪರಿಸರಕ್ಕೆ ಅನುಕೂಲವಾಯಿತು ಎಂಬುದನ್ನು ಕಂಡಾಗ ಸಿಗುವ ಆತ್ಮತೃಪ್ತಿಗೆ ಬೆಲೆ ಕಟ್ಟಲು ಸಾಧ್ಯವೇ?' ಎನ್ನುತ್ತಾರೆ.

ತಮ್ಮ ಕಾರ್ಯದಲ್ಲಿ ಸದಾ ಬೆನ್ನಿಗೆ ನಿಂತ ಪತ್ರಿಕೆಗಳ ಸಹಕಾರವನ್ನು ಹೆಬ್ಬಾರರು ನೆನೆಯುತ್ತಾರೆ. ಈ ಎಲ್ಲ ಕೆರೆಗಳ ಅಭಿವೃದ್ಧಿಗೆ ನಾಲ್ಕು ಕೋಟಿ ರೂ.ಗಳಿಗೆ ಮಿಕ್ಕಿ ಖರ್ಚಾಗಿದೆ. ನೆರವು ನೀಡುವಂತೆ ಹೆಬ್ಬಾರರು ಎಂದೂ ಯಾರನ್ನೂ ಕೇಳಿಲ್ಲ. ಸ್ಥಳೀಯರೇ ಸ್ವಯಂ ಪ್ರೇರಣೆಯಿಂದ ಸುಮಾರು 28 ಲಕ್ಷ ರೂ. ಸಂಗ್ರಹಿಸಿ ಕೊಟ್ಟಿದ್ದಾರೆ. ಮೊತ್ತಕ್ಕೆ ಮಹತ್ವವಿಲ್ಲ, ಒಳ್ಳೆಯ ಕೆಲಸಗಳಿಗೆ ಜನ ಬೆಂಬಲ ನೀಡುತ್ತಾರೆ ಎನ್ನುವುದಕ್ಕೆ ಇದೇ ಸಾಕ್ಷಿ ಎಂದರು.

ಸೆಕೆಂಡ್ ಹ್ಯಾಂಡ್ ಲಾರಿ

ಜುಲೈ 9, 1958 ರಂದು ಕುಮಟಾ ತಾಲೂಕಿನ ಮಣಕಿ ಗ್ರಾಮದಲ್ಲಿ ಸೀತಾರಾಮ ಹೆಬ್ಬಾರ್ ಮತ್ತು ಸುಭದ್ರಾ ಹೆಬ್ಬಾರ್ ದಂಪತಿಯ ಪುತ್ರನಾಗಿ ಜನಿಸಿದ ಶ್ರೀನಿವಾಸ್ ಅವರು ಬಾಲ್ಯದಲ್ಲೇ ಸಾಹಸಿ ಪ್ರವೃತ್ತಿಯನ್ನು ಹೊಂದಿದ್ದರು. ಕೃಷಿ ಕುಟುಂಬದ ಹಿನ್ನೆಲೆ. ಪ್ರೌಢಶಿಕ್ಷಣವನ್ನು ಪೂರೈಸಿದ ಬಳಿಕ ಒಂದು ಸೆಕೆಂಡ್ ಹ್ಯಾಂಡ್ ಲಾರಿ ಕೊಂಡು, ಸ್ವತಃ ಚಾಲಕರಾಗಿ ಕಾಯಕ ಆರಂಭಿಸಿದ ಅವರು ಸದ್ಯ 30ಕ್ಕೂ ಹೆಚ್ಚು ಲಾರಿಗಳ ಮಾಲಕರಾಗಿ, ಉದ್ಯಮಿಯಾಗಿ ನೂರಾರು ಕುಟುಂಬಗಳಿಗೆ ಅನ್ನದಾತರಾಗಿದ್ದಾರೆ. ಪತ್ನಿ ಹೇಮಾ, ಮಗಳು ನಿವೇದಿತಾ, ಅಳಿಯ ಅಕ್ಷತ್ ಹಾಗೂ ಮೊಮ್ಮಗಳು ಅವನಿ–ಇವರನ್ನು ಒಳಗೊಂಡ ಸುಂದರ ಸಂಸಾರ ಹೆಬ್ಬಾರರ ಕಾಯಕದ ಬೆನ್ನಿಗೆ ನಿಂತಿದೆ. ತಮ್ಮೆಲ್ಲ ಸೇವಾ ಕಾರ್ಯಗಳನ್ನೂ ಇಷ್ಟೊಂದು ಅಚ್ಚುಕಟ್ಟಾಗಿ ನಡೆಸಲು ಪತ್ನಿ ಹೇಮಾ ಅವರ ಸಹಕಾರವೇ ಕಾರಣ ಎಂದು ಹೆಬ್ಬಾರರು ವಿಶೇಷವಾಗಿ ಉಲ್ಲೇಖಿಸುತ್ತಾರೆ.

ಶಿರಸಿ ಸ್ವಚ್ಛತೆಗೆ ಆದ್ಯತೆ

ಸ್ವತಃ ಟ್ರ್ಯಾಕ್ಟರ್ ಖರೀದಿಸಿ, ಆರೆಂಟು ಕೆಲಸಗಾರರನ್ನಿಟ್ಟು, ಶಿರಸಿ ನಗರದ ಐದು ಕಿ.ಮೀ. ವ್ಯಾಪ್ತಿಯಲ್ಲಿ ಸ್ವಚ್ಛತಾ ಸೇವೆಯನ್ನೂ ನಡೆಸುತ್ತಿದ್ದಾರೆ.

ಮರಾಟಿಕೊಪ್ಪದ ಯುವ ಸಂಘಟನೆಗೆ ಒಂದು ವಾಹನ ಕೊಡಿಸಿ, ಅಶಕ್ತ, ಅಸ್ವಸ್ಥ ಹಾಗೂ ಗಾಯಗೊಂಡ ಗೋವುಗಳ ಸೇವೆಗೆ ಅನುವು ಮಾಡಿಕೊಟ್ಟಿದ್ದಾರೆ. ಚಿಕಿತ್ಸಾ ಸೌಲಭ್ಯಗಳ ಜತೆಗೆ ನೂರು ಅಡಿ ಆಳಕ್ಕೆ ಬಿದ್ದ ಗೋವುಗಳನ್ನು ಎತ್ತಲೂ ಈ ವಾಹನದಲ್ಲಿ ವ್ಯವಸ್ಥೆಯಿದೆ. ಶಿರಸಿ–ಯಲ್ಲಾಪುರದ ಜನತೆಗೆ ಅನುಕೂಲವಾಗುವಂತೆ ತಲಾ ಒಂದೊಂದು ಅಂಬ್ಯುಲೆನ್ಸ್ ಕೊಡಿಸಿದ್ದಾರೆ. ಆರ್ಥಿಕ ಅನುಕೂಲವಿದ್ದವರು ಡೀಸೆಲ್ ಹಾಕಿಸುತ್ತಾರೆ. ಆದರೆ, ಇವುಗಳ ಸೇವೆ ರೋಗಿಗಳಿಗೆ ಉಚಿತವಾಗಿರುತ್ತದೆ. ಕುಡಿಯುವ ನೀರು ಪೂರೈಕೆ, ವೈದ್ಯಕೀಯ ವೆಚ್ಚ ಪಾವತಿ? ಮುಂತಾದ ಸೇವಾ ಕಾರ್ಯಗಳಿಗೆ ಲೆಕ್ಕವೇ ಇಲ್ಲ.

ಹೆಬ್ಬಾರರು ಯಲ್ಲಾಪುರದ ವಿಶ್ವದರ್ಶನ ಶಿಕ್ಷಣ ಸಂಸ್ಥೆಯ ಉಪಾಧ್ಯಕ್ಷರಾಗಿದ್ದಾರೆ. ನಾಡಿನ ಅಸಂಖ್ಯ ಬಡ ಮಕ್ಕಳ ಶುಲ್ಕ ಭರಿಸಿ, ಪುಸ್ತಕ, ಬಟ್ಟೆ, ಪಾಟಿಚೀಲ ಕೊಡಿಸಿ ಅಕ್ಷರದ ಹಾದಿಯಲ್ಲಿ ಅವರ ಪಯಣ ತಡೆಯಿಲ್ಲದೆ ನಡೆಯುವಂತೆ ನೋಡಿಕೊಂಡಿದ್ದಾರೆ. ಆದರೆ, ತಮ್ಮನ್ನೆಲ್ಲ ಕೈಹಿಡಿದು ನಡೆಸುತ್ತಿರುವುದು ಹೆಬ್ಬಾರರು ಎಂದು ಈ ವಿದ್ಯಾರ್ಥಿಗಳಿಗೂ ಗೊತ್ತಿಲ್ಲ. ಇಂತಹ ವಿದ್ಯಾರ್ಥಿಗಳಿಗೆ ಶುಲ್ಕ ಪಾವತಿಸಲು ಕಷ್ಟವಿದೆ ಎಂದು ಅಧ್ಯಾಪಕರು, ಉಪನ್ಯಾಸಕರು ಪಟ್ಟಿ ಕೊಡುತ್ತಾರೆ. ಅವರೆಲ್ಲರ ಶುಲ್ಕ ಪಾವತಿಯಾಗುತ್ತದೆ. ಹೇಗೆ ಎಂದು ಯಾರಿಗೂ ತಿಳಿಯದಂತಹ ಗುಪ್ತದಾನ ಅವರದು. ವೃತ್ತಿಪರ ಶಿಕ್ಷಣದ ಅನೇಕ ವಿದ್ಯಾರ್ಥಿಗಳ ಲಕ್ಷಾಂತರ ರೂ. ಶುಲ್ಕವನ್ನು ಹೆಬ್ಬಾರರು ಪಾವತಿಸಿದ್ದುಂಟು.

ಪುತ್ರಿಯ ವಿವಾಹ ಮಹೋತ್ಸವದ ನೆಪದಲ್ಲಿ ಗೋಳಿ ಶ್ರೀ ಸಿದ್ಧಿವಿನಾಯಕ ದೇವಸ್ಥಾನಕ್ಕೆ ರಥದ ಮನೆ, ಕಲ್ಯಾಣ ಮಂಟಪದ ಛಾವಣಿ ಇತ್ಯಾದಿಗಳನ್ನು ನಿರ್ಮಿಸಿ ಕೊಟ್ಟಿದ್ದಾರೆ. ಕೊಳಗಿಬೀಸ್ ಆಂಜನೇಯ ದೇವಸ್ಥಾನದಲ್ಲಿ ಮಹಾದ್ವಾರ, ಆವರಣ ಗೋಡೆಗಳಿಗೆ ವರ್ಣಚಿತ್ರಗಳ ಅಲಂಕಾರ ಇತ್ಯಾದಿ ಅಭಿವೃದ್ಧಿ ಕಾರ್ಯಗಳನ್ನೂ ಮಾಡಿಸಿದ್ದಾರೆ. ಅಂಜನಾದ್ರಿ ಆಂಜನೇಯ ದೇವಸ್ಥಾನಕ್ಕೆ ಟಿಪ್ಪರ್‌ಗಳಲ್ಲಿ 2,000 ಲೋಡ್ ಮಣ್ಣು ಸಾಗಿಸಿ, ಅಭಿವೃದ್ಧಿಗೆ ಸಹಕರಿಸಿದ್ದಾರೆ. ಶಿರಸಿ ಶ್ರೀ ರಾಘವೇಂದ್ರ ಮಠದ ರಾಘವೇಂದ್ರ ಮೂರ್ತಿ, ಆಂಜನೇಯ, ಕೊಳಗಿಬೀಸ್ ಆಂಜನೇಯ, ಅಂಜನಾದ್ರಿ ಆಂಜನೇಯ ಮೂರ್ತಿಗಳ ಬೆಳ್ಳಿ ಕವಚಗಳಿಗೆ ಬಂಗಾರದ ಲೇಪನ ಮಾಡಿಸಿದ್ದಾರೆ. ನಮಗೆ ಗೊತ್ತಿರುವುದು ಇಷ್ಟು, ಗೊತ್ತಿಲ್ಲದೆ ಇನ್ನೆಷ್ಟೋ!

ಪ್ರಶಸ್ತಿ–ಗೌರವ

ಶ್ರೀನಿವಾಸ ಹೆಬ್ಬಾರರ ಸಾಧನೆಯನ್ನು ಸೋಂದಾ ಸ್ವರ್ಣವಲ್ಲೀ ಮಠದ ಶ್ರೀ ಗಂಗಾಧರೇಂದ್ರ ಸರಸ್ವತೀ ಸ್ವಾಮಿಗಳು ಗುರುತಿಸಿ, ಅಭಿನಂದಿಸಿದರು.

ಹಲವು ಸಂಘ–ಸಂಸ್ಥೆಗಳು 'ಜಲಯೋಗಿ', 'ಕದಂಬ ರತ್ನ' ಮುಂತಾದ ಬಿರುದು–ಸನ್ಮಾನಗಳನ್ನು ನೀಡಿವೆ. ಜಿಲ್ಲಾಡಳಿತ, ಕನ್ನಡ ಸಾಹಿತ್ಯ ಪರಿಷತ್ತು ಸನ್ಮಾನ ಪತ್ರ ನೀಡಿ ಗೌರವಿಸಿವೆ.

ಮರಳಿ ಕೊಡುವ ಕಾಯಕ

'ನೀರು ಜೀವಜಲವಾಗಿದೆ, ಗಿಡ–ಮರಗಳನ್ನು ಬೆಳೆಸುತ್ತ, ಮಳೆ ಕೊಯ್ಲು ಹಾಗೂ ಇಂಗು ಗುಂಡಿಗಳಂತಹ ಕ್ರಮಗಳ ಮೂಲಕ ಮುಂದಿನ ಪೀಳಿಗೆಗೂ ಶುದ್ಧ ನೀರನ್ನು ಉಳಿಸಬೇಕಿದೆ. ನಾವು ಈ ಭೂಮಿಯ ಮೇಲೆ ಹುಟ್ಟಿದ್ದೇವೆ. ಪ್ರಕೃತಿಯಿಂದ ಎಲ್ಲವನ್ನೂ ಪಡೆದು ಬೆಳೆದಿದ್ದೇವೆ. ಇಂದು ನಾವು ಉಸಿರಾಡುವ ಗಾಳಿಯನ್ನು ಕೊಡುವ ಮರಗಳನ್ನು ಬೆಳೆಸಿದ್ದು, ಕುಡಿಯುವ ನೀರಿನ ಕೆರೆಗಳನ್ನು ಕಟ್ಟಿಸಿದ್ದು ಯಾರೆಂದು ನಮಗೆ ಗೊತ್ತಿಲ್ಲ. ನಮಗೆ ಆಹಾರ ಬೆಳೆದು ಕೊಡುವ ರೈತರ ಕಷ್ಟವೂ ಹಲವರ ಅರಿವಿಗಿಲ್ಲ. ಪ್ರಕೃತಿಯಿಂದ ಇಷ್ಟೆಲ್ಲ ಉಪಕೃತರಾದ ನಾವು ಮರಳಿ ಈ ಪರಿಸರಕ್ಕೆ ಏನು ಕೊಡುಗೆ ಕೊಟ್ಟಿದ್ದೇವೆ? ಎಲ್ಲವನ್ನೂ ಸರ್ಕಾರವೇ ಮಾಡಬೇಕೆಂದು ನಿರೀಕ್ಷಿಸುವ ಬದಲು ಎಲ್ಲರೂ ತಮ್ಮ ಆದಾಯದ ಒಂದು ಭಾಗವನ್ನು ಸಮಾಜ ಸೇವಾ ಕಾರ್ಯಗಳಿಗೆ ಮೀಸಲಿಡಬೇಕು. ಆಗಲೇ ನಮ್ಮ ಜನ್ಮ ಸಾರ್ಥಕವಾಗುವುದು'–ಇದು ಹೆಬ್ಬಾರರ ಖಚಿತ ನುಡಿ.

ಕೆರೆಗಳನ್ನು ನುಂಗಿ ಊರು ಕಟ್ಟುವ ಬೆಂಗಳೂರಿನಂತಹ ನಗರಗಳಲ್ಲೂ ಕೆರೆ ಹೆಬ್ಬಾರರಂತಹ ಒಬ್ಬಿಬ್ಬರಾದರೂ ಇರಲಿ...

(ಕನ್ನಡ ಮಾಣಿಕ್ಯ, ಜನವರಿ 2022)

ಶ್ರೀದೇವಿಯಂತಹ ಹುಡುಗಿ, ಶ್ರೀಕಾಂತನಂತಹ ಹುಡುಗ

ಜಿಲ್ಲಾ ಕೇಂದ್ರವೊಂದರಲ್ಲಿ ಕೆಲಸ ಮಾಡುತ್ತಿದ್ದ ಯುವ ಪತ್ರಕರ್ತ ಮಿತ್ರನೊಬ್ಬ ಕೆಲವು ದಿನಗಳ ಹಿಂದೆ ಒಂದು ಸ್ಟೇಟಸ್ ಹಾಕಿದ್ದ. 'ಶ್ರೀದೇವಿಯಂತಹ ಶ್ರೀದೇವಿಯೇ ಒಂದು ಕಾಲದಲ್ಲಿ ಜಾತ್ರೆ ಹೀರೋ ಮಿಥುನ್ ಚಕ್ರವರ್ತಿಗೆ ಪ್ರೇಮ ನಿವೇದನೆ ಮಾಡಿಕೊಂಡಿದ್ದಳು. ಆದರೆ, ಆತ ಆಕೆಯ ಪ್ರೇಮವನ್ನು ತಿರಸ್ಕರಿಸಿದ್ದ–ಎನ್ನುವ ವಿಚಾರ ಬದುಕಿನ ಬಗ್ಗೆ ಬೇಸರವಾದಾಗೆಲ್ಲ ಹುಂಬ ಆತ್ಮವಿಶ್ವಾಸ ಹಾಗೂ ಆಶ್ಚರ್ಯ ಮೂಡಿಸಿ ಉತ್ಸಾಹ ತುಂಬುತ್ತದೆ' ಅಂತ.

ಕುತೂಹಲವಾಯಿತು, ಅಚ್ಚುಮೆಚ್ಚಿನ ನಟಿಯಾಗಿದ್ದರೂ ಶ್ರೀದೇವಿಯ ಈ ಕಥೆ ನನಗೆ ಗೊತ್ತಿರಲಿಲ್ಲ. 'ತನ್ನ ರೂಪ-ಲಾವಣ್ಯ ಹಾಗೂ ಮೋಹಕ ಅಭಿನಯದಿಂದ ಕೋಟ್ಯಂತರ ಅಭಿಮಾನಿಗಳನ್ನು ಸಂಪಾದಿಸಿದ್ದ ಆಕೆ ಮಿಥುನ್ ಚಕ್ರವರ್ತಿಗೆ ಬೀಳುವುದೇ? ಮಜಾ ಎಂದರೆ, ಆಕೆ ಬೋನಿ ಕಪೂರ್‌ನಂತಹ ಮುದುಕನನ್ನು ಮದುವೆಯಾದಳು ಹಾಗೂ ಆತನಿಗಿಂತಲೂ ಮೊದಲೇ ಸತ್ತು ಹೋದಳು!' ಎಂದು ನಾನು ಸಹಜವಾಗಿ ಉತ್ತರಿಸಿದೆ.

ಆಗ ಎಂಟು ವರ್ಷಗಳ ಹಿಂದೆ ಮೊಳೆತು, ಚಿಗುರಿದ್ದ, ಇನ್ನೇನು ಫಲ ಬಿಡುವ ಹೊತ್ತಲ್ಲಿ ಕಮರಿ ಹೋದ (ಅಥವಾ ಹಾಗೆಂದು ಭಾವಿಸಿದ) ಪ್ರೀತಿಯ ಕಥೆಯೊಂದು ಬಿಚ್ಚಿಕೊಂಡಿತು.

ನಾನು ಬಹುಕಾಲದಿಂದ ಬಲ್ಲಂತೆ ಆತ ತುಂಬ ಸಂಭಾವಿತ ಹುಡುಗ. ಒಂದು ದಿನವೂ ಸಿಟ್ಟು ಮಾಡಿಕೊಂಡಿದ್ದನ್ನು ನಾನು ಕಂಡಿಲ್ಲ. ಚಿಕ್ಕಂದಿನಿಂದಲೇ ಮನೆಯಲ್ಲಿ ತುಂಬ ಬಡತನ. ತಾಯಿ, ತಂಗಿಯ ಹೊಣೆಯೂ ಆತನದೇ ಆಗಿತ್ತು. ಶಿಕ್ಷಣ ಹಾಗೂ ಕುಟುಂಬ ಪೋಷಣೆಗಾಗಿ ಕೂಲಿ, ಹೋಟೆಲ್– ಹೀಗೆ ತುಂಬ ಪರಿಶ್ರಮದ ಕೆಲಸಗಳನ್ನು ಮಾಡುತ್ತಿದ್ದ. ಬರವಣಿಗೆಯಲ್ಲಿ ಹಿಡಿತವಿದ್ದ ಕಾರಣ ಸಹಾಯಕ ವರದಿಗಾರನಾಗಿ ಸೇರಿಕೊಂಡ. ಈಗೊಂದು

ಪತ್ರಿಕೆಯ ಜಿಲ್ಲಾ ವರದಿಗಾರನಾಗಿದ್ದಾನೆ. ಇದರ ಮಧ್ಯೆ ಬಂಡೆಗಲ್ಲಿನ ಸೀಳಿನಲ್ಲಿ ಮೊಳೆಯುವ ಆಲದ ಸಸಿಯಂತೆ ಅದು ಹೇಗೋ ಪ್ರೀತಿ ಅರಳಿತ್ತಂತೆ.

'ಆಕೆಯ ಮನೆಯವರು ಒಪ್ಪಲಿಲ್ಲ ಅಂತ ದೂರವಾಗಲು ನಿರ್ಧರಿಸಿದ್ದೇವೆ ಸರ್' ಎಂದು ಹೇಳಿಕೊಂಡ. ಓಡಿ ಹೋಗುವುದು, ಎಲ್ಲೋ ದೇವಸ್ಥಾನದಲ್ಲಿ ಮದುವೆಯಾಗುವುದು, ತಮ್ಮ ಇಷ್ಟಕ್ಕೆ ವಿರುದ್ಧವಾಗಿ ಮದುವೆಯಾದರೆಂದು ಹುಡುಗಿ ಮನೆಯವರು ಯುವಜೋಡಿಯ ಬೆನ್ನಿಗೆ ಬಿದ್ದು ಹೊಡಿ, ಬಡಿ, ಕೊಲ್ಲು–ಇಂಥ ಹಲವು ಕಥೆಗಳನ್ನು ಕೇಳಿದ್ದ ನನಗೆ ಇದು ಪ್ರಬುದ್ಧ ಹಾಗೂ ಒಳ್ಳೆಯ ನಿರ್ಧಾರವೆನಿಸಿ, 'ನಿನಗೆ ಒಳ್ಳೆ ಹುಡುಗಿ ಸಿಗ್ತಾಳೆ ಬಿಡು. ದುಡ್ಡು ಮಾಡ್ಕೋ. ಖ್ಯಾತಿ ಗಳಿಸು. ಬೋನಿ ಕಪೂರ್ ತರಹ. ಆಗ ಶ್ರೀದೇವಿಯ ಮಗಳೇ ಬಿದ್ದರೂ ಬೀಳಬಹುದು' ಅಂತ ತಮಾಷೆ ಮಾಡಿದೆ.

ಆ ಹುಡುಗ ಸಪ್ಪೆ ಮೋರೆಯ ಸ್ಮೈಲಿ ಕಳಿಸಿದ್ದರಿಂದ ಆತನನ್ನು ರಮಿಸುವ ಧ್ವನಿಯಲ್ಲಿ, 'ಎಂಟು ವರ್ಷಗಳಿಂದ ಪ್ರೀತಿಸುತ್ತಿದ್ದೇವೆ ಎನ್ನುತ್ತಿದ್ದೀರಿ, ಈಗಲೂ ಪರಸ್ಪರ ಮಾತನಾಡಿಕೊಳ್ಳುತ್ತಿದ್ದೀರಿ. ಇಬ್ಬರೂ ಸೇರಿ ಮನೆಯವರನ್ನು ಒಪ್ಪಿಸಬಹುದಲ್ಲ? ಸ್ವಲ್ಪ ವಿವರಿಸಿ ಹೇಳು. ಏನಾದರೂ ದಾರಿ ಸಿಗುತ್ತೋ ನೋಡೋಣ' ಅಂದೆ.

ಮರುಕ್ಷಣವೇ ಅವರಿಬ್ಬರೂ ಜತೆಗೆ ಕುಳಿತಿದ್ದ ಫೋಟೋ ಕಳುಹಿಸಿದ. ಹುಡುಗಿ ನಿಜಕ್ಕೂ ತುಂಬ ಮುದ್ದಾಗಿದ್ದಳು. ಸಾತ್ವಿಕ ಕಳೆಯೂ ಇತ್ತು. ಅದನ್ನು ಹಾಗೆಯೇ ಮುಚ್ಚುಮರೆ ಇಲ್ಲದೆ ಹೇಳಿದೆ.

'ನಿಜ ಸರ್. ತುಂಬ ಒಳ್ಳೆಯ ಹುಡುಗಿ. ಅವಳು ಒತ್ತಾಯ ಮಾಡಿದಳೆಂದೇ ಪತ್ರಿಕೋದ್ಯಮಕ್ಕೆ ಬಂದೆ. ಈಗ ಅವಳು ಹೊರಟು ನಿಂತಿದ್ದಾಳೆ. ನೀವು ನನ್ನನ್ನು ಬೆಳೆಸಿದ್ದರಿಂದ ಪತ್ರಿಕೋದ್ಯಮ ಮಾತ್ರ ಉಳಿದಿದೆ ನನಗೆ' ಎಂದ.

'ಬದುಕು ಬಸ್ಸಿನ ತರಹ. ನಾವೂ ಮಧ್ಯೆ ಎಲ್ಲೋ ಇಳಿದು ಹೋಗ್ತೀವಿ. ಕೊನೆಗೆ ಉಳಿಯೋದು ಚಾಲಕ, ನಿರ್ವಾಹಕ ಮಾತ್ರ. ಆಮೇಲೆ ಅವರ ಪಾಳಿಯೂ ಬದಲಾಗುತ್ತದೆ. ಆ ಹುಡುಗಿ ನಿನಗೆ ದಾರಿ ತೋರಿಸಿದ್ದಾಳೆ. ನೀನು ಮುಂದೆ ಸಾಗು. ಮತ್ತೆಲ್ಲಾದರೂ ಗಂಡ, ಮಕ್ಕಳೊಂದಿಗೆ ಸಿಗುತ್ತಾಳೆ. ಖುಷಿಯಿಂದಲೇ ಮಾತನಾಡಿಸು'–ಎಂದು ವೇದಾಂತ ಮಾತಾಡಿದೆ.

'ಈಗಲೂ ನೀನು ಆಕೆಯೊಂದಿಗೆ ಮಾತನಾಡುತ್ತಿರುವೆ, ಆಕೆಯ ಮನೆಯವರೂ ಚೆನ್ನಾಗಿ ಗೊತ್ತು. ಇಬ್ಬರೂ ಪರಸ್ಪರ ಚೆನ್ನಾಗಿ ಅರ್ಥ ಮಾಡಿಕೊಂಡಿದ್ದೀರಿ. ಜಾತಿಯಿಂದ ಅಂತಹ ಸಮಸ್ಯೆ ಇಲ್ಲ. ಮತ್ಯಾಕೋ ಆಕೆಯ ಮನೆಯವರು ನಿನ್ನನ್ನು ಬೇಡ ಅಂತಾರೆ?' ಅಂತ ಪ್ರಶ್ನಿಸಿದೆ.

ಆ ಹುಡುಗಿಗೆ ತಾಯಿ ಮತ್ತು ಅಕ್ಕ ಮಾತ್ರ ಇದ್ದಾರಂತೆ. ಅವರಿಗೆ ತಮ್ಮ ಹುಡುಗಿಯನ್ನು ಸ್ವಲ್ಪ ದುಡ್ಡು–ಕಾಸು ಇರೋರಿಗೆ ಮದುವೆ ಮಾಡಿ

ಕೊಡಬೇಕೆಂದು ಆಸೆ. ತಾಯಿ, ಅಕ್ಕನ ಮಾತು ಮೀರಿ ಈ ಹುಡುಗಿ ನಡೆಯಲಾರಳು. ಅವರು ಒಪ್ಪಿದರೆ ಹುಡುಗ ಗುಡಿಸಲಿನಲ್ಲಿದ್ದರೂ ಬಂದು ಸಂಸಾರ ಮಾಡಲು ಸಿದ್ಧಳಿದ್ದಾಳಂತೆ!

'ನೋಡು–ನಾನು ಆಗ ಹೇಳಿದ ಪಾಯಿಂಟ್ ಇಲ್ಲಿ ಬಂತು, ನೀನೀಗ ಹಣ ಗಳಿಸಬೇಕು, ಶ್ರೀಮಂತನಾಗಬೇಕು. ಆಗ ಮದುವೆ ಮಾಡಿಕೋ ಅಂತ ಹುಡುಗಿ ಮನೆಯವರೇ ನಿನಗೆ ಗಂಟು ಬೀಳ್ತಾರೆ' ಎಂದು ಕಿಚಾಯಿಸಿದೆ.

'ಕೆಲಸವಿದೆ, ಮೊದಲಿನಷ್ಟು ಕಷ್ಟಗಳಿಲ್ಲ. ಜೀವನಕ್ಕೇನೂ ಅಡ್ಡಿಯಿಲ್ಲ. ಇನ್ನೂ ಬೇಕೆಂದರೆ ದುಡ್ಡು ಗಳಿಸ್ತೇನೆ. ಆದರೆ, ಅದಕ್ಕಾಗಿ ಅನ್ಯಮಾರ್ಗ ಹಿಡಿಯುವುದಿಲ್ಲ. ಒಂದೆರಡು ವರ್ಷ ತಾಳ್ಮೆಯಿಂದ ಕಾಯುತ್ತೀಯಾ? ಅಂತ ಕೇಳಿ ನೋಡು' ಎಂದೆ.

ಆ ಹುಡುಗಿ ಕಾಯಲು ಸಿದ್ಧ. ಆದರೆ, ಮನೆಯವರು ಆಕೆಗೆ ಅದಾಗಲೇ ಗಂಡು ನೋಡಲು ಆರಂಭಿಸಿದ್ದಾರೆ. ಹುಡುಗಿಗೆ ಬಲವಂತವಾಗಿ ಮದುವೆ ಮಾಡಲಿಕ್ಕಿಲ್ಲ. ಬರುವ ಗಂಡುಗಳನ್ನು ಏನಾದರೂ ನೆಪ ಹೇಳಿ ತಿರಸ್ಕರಿಸುತ್ತಾ ಮದುವೆಯ ಸಾಧ್ಯತೆಯನ್ನು ಮುಂದೂಡುವಂತೆ ಆಕೆಗೆ ಸಲಹೆ ಕೊಡು. ಅಷ್ಟು ಹೊತ್ತಿಗೆ ನಿನ್ನ ಆರ್ಥಿಕ ಸ್ಥಿತಿಯೂ ಸುಧಾರಿಸುತ್ತದೆ ಎಂದೆ. 'ಆಕೆಯೂ ಅದೇ ಪ್ರಯತ್ನದಲ್ಲಿದ್ದಾಳೆ. ಆದರೆ, ಎಷ್ಟು ದಿನ? ನಿಜವಾದ ಪ್ರೀತಿಗೆ ಬೆಲೆಯಿಲ್ಲ, ದುಡ್ಡಿದ್ದರೆ ದುನಿಯಾ ಅನ್ನಿಸ್ತಿದೆ' ಎಂದ.

ಹಾಗಾದರೆ, ಆ ಹುಡುಗಿಯ ಮನೆಯವರು ಶ್ರೀಮಂತರೇ ಎಂದು ಕೇಳಿದೆ. ಇಲ್ಲ, ಅವರೂ ಬಡತನದ ಬೇಗೆಯಲ್ಲಿ ಬೇಯುತ್ತಿರುವವರೇ. ಹುಡುಗಿ ಬದುಕನ್ನು ಬಹಳ ಚೆನ್ನಾಗಿ ಅರ್ಥ ಮಾಡಿಕೊಂಡಿದ್ದಾಳೆ. ಈ ಹುಡುಗನನ್ನು ಪ್ರಾಣಕ್ಕಿಂತ ಹೆಚ್ಚಾಗಿ ಪ್ರೀತಿಸುತ್ತಾಳೆ. ಆದರೆ, 'ಹಿರಿಯರನ್ನು ಮೀರಿ ನಡೆಯುವುದಿಲ್ಲ. ಬೇರೆಯವನ ತಾಳಿಗೆ ಕೊರಳೊಡ್ಡುವ ಕ್ಷಣದವರೆಗೂ ಕಾಯ್ತೀನಿ. ಅಷ್ಟರೊಳಗೆ ನೀನು ನನ್ನ ಮನೆಯವರನ್ನು ಒಪ್ಪಿಸು' ಎಂದಿದ್ದಾಳಂತೆ.

'ಅವರಿಗೂ ಭವಿಷ್ಯದ ಚಿಂತೆ ಇರುತ್ತದೆ. ಪ್ರೀತಿ ಒಂದರಿಂದಲೇ ಬದುಕು ನಡೆಯುವುದಿಲ್ಲ ಅನ್ನುವುದನ್ನು ಚೆನ್ನಾಗಿ ಅರ್ಥ ಮಾಡಿಕೊಂಡಿದ್ದಾರೆ. ಹಾಗಾಗಿಯೇ ಇಂಥ ನಿರ್ಧಾರಕ್ಕೆ ಬಂದು, ದುಡ್ಡಿರುವವರ ಸಂಬಂಧ ಹುಡುಕುತ್ತಿದ್ದಾರೆ. ಪಾಪ, ಆ ಹುಡುಗಿಯ ಮನಸ್ಸನ್ನು ಅರ್ಥ ಮಾಡ್ಕೋ. ನಿನಗಾಗಿ ಜೀವ ಹಿಡ್ಕೊಂಡಿದ್ದಾಳೆ. ಆದರೆ, ಅವಳಿಗೂ ಜವಾಬ್ದಾರಿ, ಫ್ಯಾಮಿಲಿ ಸೆಂಟಿಮೆಂಟ್ ಇರುತ್ತವೆ. ಅವರ ಮನೆಯವರು ಯಾರ ಮಾತು ಕೇಳ್ತಾರೆ, ವಿಚಾರಿಸಿ ನೋಡು. ಅವರ ಕೈಯಲ್ಲೇ ಹೇಳಿಸೋಣ' ಅಂದೆ.

ಅಂತಹ ಪ್ರಯತ್ನವೂ ಆಗಿತ್ತಂತೆ. ಹಾವು ಸಾಯದು, ಕೋಲು ಮುರಿಯದು ಎಂಬಂತಾಗಿದೆ. ಹುಡುಗಿಗೆ ಇವನೇ ಬೇಕು. ಮನೆಯವರಿಗೆ

ವರಮಾನ ಇರುವ ವರನಾಗಿದ್ದರೆ ಮಾತ್ರ ಈತ ಆದೀತು. ಕೊನೆಗೆ ಒಂದು ರಾತ್ರಿ ಪೂರ್ತಿ ಇಬ್ಬರೂ ಫೋನಲ್ಲಿ ಮಾತನಾಡಿ, ಪರಸ್ಪರ ದೂರಾಗುವುದೇ ಒಳ್ಳೆಯದು ಎಂಬ ನಿರ್ಧಾರಕ್ಕೂ ಬಂದಿದ್ದಾರೆ. 'ಎಂಟು ವರ್ಷದ ಪ್ರೀತಿಗೆ ಎಳ್ಳು-ನೀರು ಬಿಟ್ಟಂತೆಯೇ ಸರ್. ನಮ್ಮಂತಹ ಹರೆಯದ ಹುಡುಗರ ಹಣೆಬರಹವೇ ಇಷ್ಟು'-ಎಂದ. ಆದರೆ, ಆತನ ಮಾತಿನಲ್ಲಿ ಆಸೆಯ ಎಳೆ ಇನ್ನೂ ಇರುವುದು ಗಮನಕ್ಕೆ ಬಾರದಿರಲಿಲ್ಲ.

'ಅದಕ್ಕೆಲ್ಲ ಚಿಂತಿಸಬಾರದು. ಬಾರದು ಬಪ್ಪದು, ಬಪ್ಪದು ತಪ್ಪದು ಅಂತಾರಲ್ಲ, ಹಾಗೆ ಇವೆಲ್ಲ. ಇಬ್ಬರೂ ಉತ್ಕಟವಾಗಿ ಪ್ರೀತಿಸಿದ್ದೀರಿ. ಅದರಲ್ಲಿ ಕಲ್ಮಶ, ಸ್ವಾರ್ಥದ ಸೋಂಕಿಲ್ಲ. ಕಾಲ ಇನ್ನೂ ಮಿಂಚಿಲ್ಲ. ಇಬ್ಬರೂ ಸೇರಿ ಪ್ರಯತ್ನಿಸಿ. ಮುಂಗಾರು ಪೂರ್ವ ಮಳೆ ಆಗಲೇ ಸುರಿಯುತ್ತಿದೆ. ನಿಮ್ಮ ಪ್ರೀತಿ ಪುನಃ ಚಿಗುರಲು ಹೆಚ್ಚು ಹೊತ್ತೇನೂ ಹಿಡಿಯಲಿಕ್ಕಿಲ್ಲ. ನಾನು ಬಡವಿ, ಆತ ಬಡವ, ಒಲವೆ ನಮ್ಮ ಬದುಕು ಎಂಬ ಬೇಂದ್ರೆಯವರ ಕಾವ್ಯದ ಸಾಲುಗಳಂತೆ ಆಕೆಯೇ ನಿನ್ನ ಕೈ ಹಿಡಿಯುವಂತಾಗಲಿ. ಒಂದು ಪಕ್ಷ ಅದು ಈಡೇರಲಿಲ್ಲ ಎಂದಿಟ್ಟುಕೋ. ಆಗ, ಎಂಟು ವರ್ಷ ಸಾಂಗತ್ಯ ನೀಡಿದ ಹುಡುಗಿಗೆ ಮನಃಪೂರ್ವಕವಾಗಿ 'ಆಲ್ ದಿ ಬೆಸ್ಟ್' ಹೇಳು. ಮತ್ತೆ ಹೊಸದಾಗಿ ಪಯಣ ಶುರು ಮಾಡು. ಸುಂದರ ಬದುಕು ನಿನ್ನದಾಗಲಿ' ಎಂದೆ.

ನಿಮ್ಮೆಲ್ಲರ ಆಶೀರ್ವಾದದಿಂದ ಅವರಿಬ್ಬರೂ ಒಂದಾದರೆ ಆ ಒಲವಿನ ಕಥೆಯನ್ನು ಮತ್ತೆ ಬರೆಯುತ್ತೇನೆ, ಓದುವಿರಂತೆ!

(ಕನ್ನಡ ಮಾಣಿಕ್ಯ, ಜೂನ್ 2021)

ಸಲಿಂಗಕಾಮ, ವಿವಾಹಕ್ಕೆ ಕಾನೂನು ಮಾನ್ಯತೆ?

ಮಹಾರಾಷ್ಟ್ರದಲ್ಲಿ ಮೊದಲ ಸಲಿಂಗ ಮದುವೆ, ಅದೂ ಹಿಂದೂ ಸಂಪ್ರದಾಯದಂತೆ, ಇತ್ತೀಚೆಗೆ ನಡೆದಿದೆ. ಯವತ್ಮಾಲ್ ಗ್ರಾಮದ ಯುವಕನೊಬ್ಬ ಉದ್ಯೋಗಕ್ಕಾಗಿ ಅಮೆರಿಕಕ್ಕೆ ತೆರಳಿದ್ದಾಗ ಅಲ್ಲಿ ಚೀನಿ ಯುವಕನ ಪರಿಚಯವಾಗಿತ್ತು. ಇಬ್ಬರ ಮಧ್ಯೆ ಆಕರ್ಷಣೆ ಬೆಳೆದು ವಿವಾಹವಾಗಲು ನಿರ್ಧರಿಸಿದರು. ಯವತ್ಮಾಲ್ ಯುವಕನ ತಂದೆ ಆರಂಭದಲ್ಲಿ ವಿರೋಧಿಸಿದರೂ ವಿಧಿಯಿಲ್ಲದೆ ಮದುವೆಗೆ ಒಪ್ಪಿಗೆ ಸೂಚಿಸಿದ್ದಾರೆ. ಕುಟುಂಬಸ್ಥರೇ ಮುಂದೆ ನಿಂತು ಅದ್ದೂರಿಯಾಗಿ ಮಾಡಿಸಿರುವ ಈ ವಿವಾಹದ ಫೋಟೋಗಳು ಸಾಮಾಜಿಕ ಜಾಲತಾಣಗಳಲ್ಲಿ ಭಾರಿ ಸದ್ದು ಮಾಡಿವೆ.

ಜಲಂಧರ್‌ನಲ್ಲಿ ಪಿಎಸ್‌ಐ ಆಗಿರುವ ಮನ್‌ಜಿತ್ ಕೌರ್ ತನ್ನ ಬಾಲ್ಯದ ಗೆಳತಿಯನ್ನೇ ವರಿಸಿದ್ದಾರೆ. ಈ ಮದುವೆಯಲ್ಲೂ ಬಂಧು-ಬಾಂಧವರು ಹಾಗೂ ಹಿರಿಯ ಪೊಲೀಸ್ ಅಧಿಕಾರಿಗಳು ಪಾಲ್ಗೊಂಡಿದ್ದರು.

ಸರಣಿ ಮದುವೆ!

'ಸಲಿಂಗ ವಿವಾಹಗಳಿಗೆ ಅಡ್ಡಿಪಡಿಸುವಂತಿಲ್ಲ' ಎಂದು ಫ್ರಾನ್ಸ್ ಸುಪ್ರೀಂ ಕೋರ್ಟ್ ಆದೇಶಿಸುವ ಮೂಲಕ ಏಕಲಿಂಗೀಯರ ವಿವಾಹಕ್ಕೆ ರಹದಾರಿ ಮಾಡಿಕೊಟ್ಟಿದೆ. ಸಮಾಜದ ಸ್ವಾಸ್ಥ್ಯಕ್ಕೆ ದಕ್ಕೆ ತರುವ ಸಲಿಂಗ ವಿವಾಹದ ಬಗ್ಗೆ ಫ್ರಾನ್ಸ್‌ನ ಬಹುತೇಕರಿಗೆ ಸದಭಿಪ್ರಾಯವಿಲ್ಲ, ಹಾಗಾಗಿ ಸಲಿಂಗ ವಿವಾಹವನ್ನು ಕೂಡಲೇ ತಡೆಯಬೇಕು ಎಂದು ಮೇಯರ್‌ಗಳ ಗುಂಪು ಕೋರ್ಟ್ ಮೊರೆಹೋಗಿತ್ತು. ಸಮೀಕ್ಷೆಗಳೂ ಇದೇ ಅಭಿಪ್ರಾಯ ವ್ಯಕ್ತಪಡಿಸಿದ್ದವು. ಆದರೆ, ನ್ಯಾಯಾಲಯದ ತೀರ್ಪಿನ ಬೆನ್ನಲ್ಲೇ ಆ ದೇಶದಲ್ಲಿ ಸಲಿಂಗ ವಿವಾಹಗಳ ಸರಣಿಯೇ ನಡೆದುಹೋಯಿತು!

ಅಮೆರಿಕ–ಆಸ್ಟ್ರೇಲಿಯಾದಲ್ಲಿ...

ಬರಾಕ್ ಒಬಾಮಾ ಅಧ್ಯಕ್ಷರಾಗಿದ್ದ ಅವಧಿಯಲ್ಲೇ ಅಮೆರಿಕದಲ್ಲಿ ಸಲಿಂಗ ವಿವಾಹ ಸಕ್ರಮಗೊಳಿಸಿ ಅಲ್ಲಿನ ಸುಪ್ರೀಂಕೋರ್ಟ್ ಐತಿಹಾಸಿಕ ತೀರ್ಪು ನೀಡಿ, ಈ ಹಕ್ಕಿಗಾಗಿ ದಶಕಗಳಿಂದ ಹೋರಾಟ ನಡೆಸಿದ್ದ ಸಲಿಂಗಿಗಳು, ದ್ವಿಲಿಂಗಿಗಳು ಹಾಗೂ ಹಿಜಡಾಗಳಿಗೆ ಮುನ್ನಡೆ ಒದಗಿಸಿದೆ.

ಸಲಿಂಗ ವಿವಾಹವನ್ನು 2017ರ ಕ್ರಿಸ್ಮಸ್‌ಗೂ ಕೊಂಚ ಮೊದಲು ಆಸ್ಟ್ರೇಲಿಯಾ ಸರ್ಕಾರವೂ ಕಾನೂನುಬದ್ಧಗೊಳಿಸಿದೆ. ರಾಷ್ಟ್ರವ್ಯಾಪಿ ನಡೆದ ಅಂಚೆ ಮತದಾನದಲ್ಲಿ ಶೇ. 61.6 ರಷ್ಟು ಜನರು ಸಲಿಂಗಿಗಳ ವಿವಾಹದ ಪರವಾಗಿ ಮತ ಚಲಾಯಿಸಿದ್ದರು. ಸಂಸತ್ತಿನಲ್ಲಿ ಚರ್ಚೆ ನಡೆದಾಗ 150 ಸದಸ್ಯರಲ್ಲಿ ಈ ಕಾನೂನು ಜಾರಿಗೊಳಿಸುವುದನ್ನು ವಿರೋಧಿಸಿದ್ದು ಕೇವಲ ಐವರು! ಜನರ ಅಭಿಪ್ರಾಯ ಗೌರವಿಸಬೇಕಾದ್ದು ನಮ್ಮ ಕರ್ತವ್ಯ. ಫಲಿತಾಂಶ ನಿಸ್ಸಂದಿಗ್ಧವಾಗಿ ಬಂದಿದೆ ಮತ್ತು ಆಶ್ಚರ್ಯಕರವಾಗಿದೆ ಎಂದು ಆಸ್ಟ್ರೇಲಿಯಾದ ಪ್ರಧಾನಿ ಮಾಲ್ಕಮ್ ಟರ್ನ್‌ಬುಲ್ ಪ್ರತಿಕ್ರಿಯಿಸಿದ್ದಾರೆ.

ಚರ್ಚೆ ಹುಟ್ಟುಹಾಕಿದ ತೀರ್ಪು

1861 ರಲ್ಲಿ ರಚನೆಯಾದ ಭಾರತೀಯ ದಂಡ ಸಂಹಿತೆ ಕಲಂ 377ರ ಪ್ರಕಾರ ಪರಸ್ಪರ ಒಪ್ಪಿಗೆಯ ಸಲಿಂಗ ಕಾಮವೂ ಶಿಕ್ಷಾರ್ಹ ಅಪರಾಧ. ಇದನ್ನು ಪ್ರಶ್ನಿಸಿ ಅನೇಕ ಸಂಘಟನೆಗಳು ಸಲ್ಲಿಸಿದ್ದ ಅರ್ಜಿಯ ವಿಚಾರಣೆ ನಡೆಸಿ, ವಯಸ್ಕರು ಪರಸ್ಪರ ಒಪ್ಪಿಗೆಯ ಮೇರೆಗೆ ನಡೆಸುವ ಸಲಿಂಗ ಕಾಮವು ಅಪರಾಧವಲ್ಲ ಎಂದು 2009ರ ಜುಲೈ 2 ರಂದು ದೆಹಲಿ ಹೈಕೋರ್ಟ್ ತೀರ್ಪು ನೀಡಿತ್ತು. ನ್ಯಾ। ಅಜಿತ್ ಪ್ರಕಾಶ್ ಶಾ ಮತ್ತು ನ್ಯಾ। ಎಸ್. ಮುರಳೀಧರ್ ಅವರನ್ನು ಒಳಗೊಂಡ ಪೀಠ, ಸಂವಿಧಾನದ ಪ್ರಕಾರ ಭಾರತೀಯರಿಗೆ ಸಮಾನ ಹಕ್ಕು ನೀಡಬೇಕು. ಅವರು ಇಷ್ಟದಂತೆ ಬದುಕಲು ಅವಕಾಶ ಮಾಡಿಕೊಡಬೇಕು. ಶಿಕ್ಷೆಯ ಮೂಲಕ ಹಕ್ಕನ್ನು ದಮನಿಸುವುದು ಸರಿಯಲ್ಲ ಎಂದು ಅಭಿಪ್ರಾಯಪಟ್ಟು, ಸಲಿಂಗ ಕಾಮವನ್ನು ಅಪರಾಧ ಎಂದು ಪರಿಗಣಿಸುವ ಭಾರತೀಯ ದಂಡ ಸಂಹಿತೆ ಕಲಂ 377 ಅನ್ನು ರದ್ದುಪಡಿಸಿತ್ತು.

ಸರ್ಕಾರದ ಅಂಗಳಕ್ಕೆ ಚೆಂಡು

ಈ ತೀರ್ಪನ್ನು ಪ್ರಶ್ನಿಸಿ ಅಖಿಲ ಭಾರತ ಚರ್ಚ್‌ಗಳ ಸಂಘ, ಅಖಿಲ ಭಾರತ ಮುಸ್ಲಿಂ ವೈಯಕ್ತಿಕ ಕಾನೂನು ಮಂಡಳಿ ಮತ್ತು ಇತರರು ಸಲ್ಲಿಸಿದ ಮೇಲ್ಮನವಿಯನ್ನು ಪರಿಶೀಲಿಸಿದ ಸುಪ್ರೀಂಕೋರ್ಟ್, 2013 ರಲ್ಲಿ ದೆಹಲಿ ಹೈಕೋರ್ಟ್ ತೀರ್ಪನ್ನು ರದ್ದುಪಡಿಸಿತ್ತು. ಭಾರತೀಯ ದಂಡ

ಸಂಹಿತೆಯ ಕಲಂ 377 ಸಹಿತ ಯಾವುದೇ ಕಲಂ ರದ್ದುಪಡಿಸುವ ಅಧಿಕಾರ ಸಂಸತ್ತಿನದು. ಕಾನೂನು ತಿದ್ದುಪಡಿ ಮೂಲಕ ಸಲಿಂಗ ಸಂಗ ಮತ್ತು ವಿವಾಹವನ್ನು ನ್ಯಾಯಬದ್ಧಗೊಳಿಸುವಂತೆ ಸೂಚಿಸಿ, ಚೆಂಡನ್ನು ಸರ್ಕಾರದ ಅಂಗಳಕ್ಕೆ ತಳ್ಳಿತ್ತು.

ಸಲಿಂಗ ವಿವಾಹವನ್ನು ಕಾನೂನುಬದ್ಧಗೊಳಿಸಿದ 26ನೇ ರಾಷ್ಟ್ರವಾಗಿ ಆಸ್ಟ್ರೇಲಿಯಾ ಸೇರಿಕೊಂಡ ಬೆನ್ನಲ್ಲೇ ಭಾರತವೂ ಅಂಥದ್ದೊಂದು ಕ್ರಾಂತಿಕಾರಿ ಮತ್ತು ಅಷ್ಟೇ ವಿವಾದಾತ್ಮಕ ಕ್ರಮಕ್ಕೆ ನಾಂದಿ ಹಾಡುವ ಸಾಧ್ಯತೆಯ ಸುಳಿವನ್ನು ಕೇಂದ್ರ ಕಾನೂನು ಸಚಿವ ಡಿ.ವಿ. ಸದಾನಂದಗೌಡರೂ ನೀಡಿದ್ದಾರೆ? ಭಾರತದಲ್ಲಿ ಸಲಿಂಗ ಸಂಗ ಮತ್ತು ವಿವಾಹವನ್ನು ಅಪರಾಧವೆಂದು ಪರಿಗಣಿಸುವ ಐಪಿಸಿ ಸೆಕ್ಷನ್ 377 ಅನ್ನು ರದ್ದು ಮಾಡಬಹುದೆಂಬ ಅಭಿಪ್ರಾಯ ಚರ್ಚೆ ಹಾಗೂ ಸಮಾಲೋಚನೆಗಳಲ್ಲಿ ವ್ಯಕ್ತವಾಗುತ್ತಿದೆ. ತೃತೀಯ ಲಿಂಗಿಗಳ ಹಕ್ಕುಗಳಿಗೆ ಸಂಬಂಧಿಸಿ ಡಿಎಂಕೆ ನಾಯಕ ತಿರುಚಿ ಶಿವ ಮಂಡಿಸಿದ ಖಾಸಗಿ ಮಸೂದೆ ರಾಜ್ಯಸಭೆಯಲ್ಲಿ ಅಂಗೀಕಾರ ಪಡೆದಿದೆ. ಲೋಕಸಭೆಯಲ್ಲೂ ಸಮ್ಮತಿಯ ಮುದ್ರೆ ಬಿದ್ದರೆ ಸೆಕ್ಷನ್ 377 ಅಪ್ರಸ್ತುತವಾಗಲಿದೆ–ಎಂದು ಅವರು ಹೇಳಿದ್ದಾರೆ.

ಲೋಕಸಭೆಯಲ್ಲಿ ಶೋಭಾ ಕರಂದ್ಲಾಜೆ ಸಹಿತ ಮೂವರು ಸಂಸದರು ಬೆಂಬಲಿಸಿರುವ ತೃತೀಯ ಲಿಂಗಿಗಳ ಕುರಿತಾದ ಮಸೂದೆ ಶಿಕ್ಷಣ, ಉದ್ಯೋಗ, ಆರ್ಥಿಕ ಮತ್ತು ಆರೋಗ್ಯಕ್ಕೆ ಸಂಬಂಧಿಸಿದ ಹಕ್ಕುಗಳಿಗೆ ಸಂಬಂಧಿಸಿದ್ದು. ಅದರಲ್ಲಿ ಲೈಂಗಿಕ ಹಕ್ಕಿನ ಪ್ರಸ್ತಾಪವಿಲ್ಲ ಎಂಬುದೂ ಉಲ್ಲೇಖನೀಯ.

ಕರ್ನಾಟಕ ಕ್ವೀರ್ ಹಬ್ಬ

ಬೆಂಗಳೂರು ಮೂಲದ ಸಿಎಸ್‌ಎಂಆರ್ ಸಂಸ್ಥೆ ಸಲಿಂಗಿ, ಉಭಯಲಿಂಗಿ, ತೃತೀಯ ಲಿಂಗಿ ಹಾಗೂ ಲೈಂಗಿಕ ಅಲ್ಪಸಂಖ್ಯಾತರ ಪ್ರಾತಿನಿಧಿಕ ಸಂಘಟನೆಯಾಗಿದ್ದು, 2008 ರಿಂದ 'ಬೆಂಗಳೂರು ಪ್ರೈಡ್ ಮತ್ತು ಕರ್ನಾಟಕ ಕ್ವೀರ್ ಹಬ್ಬ'ವನ್ನು ಆಚರಿಸಿಕೊಂಡು ಬರುತ್ತಿದೆ.

ಹೋರಾಟಗಾರರ ನಿಲುವು

ಎಲ್‌ಜಿಬಿಟಿ ಒಕ್ಕೂಟದ ಸಹ ಸಂಸ್ಥಾಪಕ ಅಕ್ಕೈ ಪದ್ಮಸಾಲಿ, ಲೈಂಗಿಕ ಅಲ್ಪಸಂಖ್ಯಾತರ ಮೇಲೆ ನಿಗಾ ಇಡುವ ಕರ್ನಾಟಕ ಪೊಲೀಸ್ ಕಾಯ್ದೆ–36 (ಎ) ನಮ್ಮ ಮೂಲಭೂತ ಹಕ್ಕುಗಳ ಉಲ್ಲಂಘನೆ ಮಾಡುತ್ತಿದೆ. ಇದರ ಆಧಾರದಲ್ಲಿ ಪೊಲೀಸರು ಸುಳ್ಳು ಪ್ರಕರಣ ದಾಖಲು ಮಾಡುತ್ತಿದ್ದಾರೆ. ಸಮಾಜವೂ ನಿಕೃಷ್ಟವಾಗಿ ಕಾಣುವ ಲೈಂಗಿಕ ಅಲ್ಪಸಂಖ್ಯಾತರನ್ನು ಶೋಷಿಸಲು ಬಳಕೆಯಾಗುತ್ತಿರುವ ವಿಕ್ಟೋರಿಯಾ ಕಾಲದ ಐಪಿಸಿ ಕಲಂ 377 ಹಾಗೂ

ಕರ್ನಾಟಕ ಪೊಲೀಸ್ ಕಾಯ್ದೆ-36 (ಎ) ಯನ್ನು ತೆಗೆದುಹಾಕಿದರೆ ನಮ್ಮ ಹೋರಾಟಕ್ಕೆ ಅರ್ಥ ಬರುತ್ತದೆ ಎಂದು ಹೇಳಿದ್ದಾರೆ.

ಬದಲಾಗುತ್ತಿದೆಯೇ ದೃಷ್ಟಿಕೋನ?

ಸೃಷ್ಟಿಯ ನಿಯಮ ಒಂದು ಗಂಡಿಗೆ ಒಂದು ಹೆಣ್ಣು ಎಂಬುದೇ ಆಗಿದೆ. ಇದಕ್ಕೆ ಹೊರತಾದ ಲೈಂಗಿಕ ಸಂಬಂಧಗಳು, ಸಲಿಂಗ ಕಾಮವೂ ಸೇರಿದಂತೆ, ಪ್ರಕೃತಿಗೆ ವಿರುದ್ಧವಾಗಿದ್ದು ಎಂಬ ಮನಃಸ್ಥಿತಿ ನಮ್ಮಲ್ಲಿದೆ. ಸಲಿಂಗ ಕಾಮ ಒಂದು ಕಾಯಿಲೆ ಎಂದು ವೈದ್ಯವಿಜ್ಞಾನವೂ ಹೇಳುತ್ತಿದೆ. ಇದೇ ಸ್ಥಿತಿ ವಿದೇಶಗಳಲ್ಲೂ ಇತ್ತು. ಸದ್ಯ 26 ದೇಶಗಳಲ್ಲಿ ಕಾನೂನು ಸಮ್ಮತ ಎನಿಸಿರುವ ಸಲಿಂಗ ವಿವಾಹ ಮುಂದೆ ಭಾರತದಲ್ಲಿಯೂ ಸಿಂಧು ಎನಿಸಿದರೆ ಅಚ್ಚರಿಯಿಲ್ಲ.

ಲೈಂಗಿಕ ವಿಚಾರಗಳನ್ನು ಬಹಿರಂಗವಾಗಿ ಮಾತನಾಡಲು, ದಂಪತಿ ಅಲ್ಲದ ಗಂಡು-ಹೆಣ್ಣು ಜತೆಗಿರಲು ಅಂಜುವಷ್ಟು 'ಮಡಿವಂತ'ವಾಗಿದ್ದ ನಮ್ಮ ಸಮಾಜದಲ್ಲೂ ಶಿಕ್ಷಣ, ಆಧುನಿಕ ಶಿಕ್ಷಣ ಹಾಗೂ ಪಾಶ್ಚಾತ್ಯರ ಪ್ರಭಾವದಿಂದಾಗಿ ನೈತಿಕ ವಿಚಾರಗಳು ಬದಲಾಗುತ್ತಿವೆ. ಲೈಂಗಿಕ ಸ್ವಾತಂತ್ರ್ಯ ನಿಧಾನವಾಗಿ ಬೇರೂರಿದೆ. ಸೂಕ್ತ 'ಸಂಗಾತಿ'ಯ ಆಯ್ಕೆ, ಸಹಜೀವನ ಹಾಗೂ ಲೈಂಗಿಕ ಸಂಬಂಧ ತನ್ನ ಹಕ್ಕು ಎಂಬ ಭಾವನೆ ಬೆಳೆಯುತ್ತಿದೆ. ಆ ಸಂಗಾತಿ ಗಂಡೋ, ಹೆಣ್ಣೋ ಅಥವಾ ದ್ವಿಲಿಂಗಿಯೋ ಎಂಬ ಪ್ರಶ್ನೆ ಅಪ್ರಸ್ತುತವಾಗುತ್ತಿದೆ. ಸಮಾಜವೂ ಈ ಬದಲಾವಣೆಗಳಿಗೆ ಒಲ್ಲದ ಮನಸ್ಸಿನಿಂದಲೇ ಒಗ್ಗಿಕೊಳ್ಳುತ್ತಿದೆ. ಅಂತರ್ಜಾತಿ ಹಾಗೂ ಅಂತರ್ಧರ್ಮೀಯ ವಿವಾಹಗಳಿಗೂ ನಿರ್ಬಂಧವಿದ್ದ ಕಾಲ ಮರೆಯಾಗಿದೆ. ಸದ್ಯ ಅಕ್ರಮ ಎಂದು ಪರಿಗಣಿಸಿರುವ ಎಲ್ಲ ಸಂಬಂಧಗಳೂ ಗುಪ್ತವಾಗಿದ್ದರೆ, ಕೆಲವರು ಮಾತ್ರ ತಾನು 'ಗೇ' ಎಂದು ಬಹಿರಂಗವಾಗಿ ಹೇಳಿಕೊಳ್ಳುವ ಧೈರ್ಯ ತೋರಿಸುತ್ತಿದ್ದಾರೆ. ಇದರ ಪರಿಣಾಮವಾಗಿ ಸಲಿಂಗ ಕಾಮ-ವಿವಾಹಗಳೀಗ ಚರ್ಚೆಗೆ ಬಂದಿವೆ.

ಸಮ್ಮತಿ ಸಿಗುವುದೇ?

ಈ ನಡುವೆ, ಸಲಿಂಗ ಕಾಮವನ್ನು ಕ್ರಿಮಿನಲ್ ಅಪರಾಧ ಎಂದು ಪರಿಗಣಿಸಿ, ಈ ಅಪರಾಧಕ್ಕೆ ಜೀವಾವಧಿ ಶಿಕ್ಷೆಯನ್ನೂ ವಿಧಿಸಬಹುದು ಎಂದು 2013 ರಲ್ಲಿ ತಾನೇ ನೀಡಿದ್ದ ತೀರ್ಪನ್ನು ಮರುಪರಿಶೀಲಿಸಲು ಸುಪ್ರೀಂಕೋರ್ಟ್ ಸಮ್ಮತಿಸಿದೆ. 'ಐಪಿಸಿ ಸೆಕ್ಷನ್ 377 ಲೈಂಗಿಕ ಆಯ್ಕೆಯನ್ನು ಮೊಟಕು ಮಾಡುತ್ತಿದೆ. ಕಾನೂನು ಕ್ರಮದ ಭೀತಿಯಿಂದ ಲೈಂಗಿಕ ಸುಖದಿಂದ ವಂಚಿತರಾಗುತ್ತಿದ್ದೇವೆ' ಎಂದು ಹತ್ತಕ್ಕೂ ಹೆಚ್ಚು ವರ್ಷಗಳಿಂದ ಸಹಜೀವನ ನಡೆಸುತ್ತಿರುವ ಸಲಿಂಗ ಜೋಡಿಯೂ ಸೇರಿ 'ಎಲ್‌ಜಿಬಿಟಿ' ಸಮುದಾಯದ ಐವರು ಸಲ್ಲಿಸಿದ್ದ

ಪರಿಹಾರಾತ್ಮಕ ಅರ್ಜಿಗಳ ವಿಚಾರಣೆ ನಡೆಸಿದ ಮುಖ್ಯ ನ್ಯಾಯಮೂರ್ತಿ ದೀಪಕ್ ಮಿಶ್ರಾ ನೇತೃತ್ವದ ತ್ರಿಸದಸ್ಯ ಪೀಠ, ಐವರು ನ್ಯಾಯಮೂರ್ತಿಗಳಿರುವ ಸಾಂವಿಧಾನಿಕ ಪೀಠಕ್ಕೆ ವರ್ಗಾಯಿಸಿದೆ. ಅರ್ಜಿದಾರರ ಆಕ್ಷೇಪಕ್ಕೆ ಪ್ರತಿಕ್ರಿಯೆ ಸಲ್ಲಿಸುವಂತೆ ಕೇಂದ್ರ ಸರ್ಕಾರಕ್ಕೆ ನೋಟಿಸ್ ಜಾರಿ ಮಾಡಿದೆ. ಇದರಿಂದಾಗಿ ಲೈಂಗಿಕ ಅಲ್ಪಸಂಖ್ಯಾತರು, ಸಾಮಾಜಿಕ ಹೋರಾಟಗಾರರಲ್ಲಿ ಭರವಸೆಯ ಬೆಳಕು ಮೂಡಿದೆ. ಲೈಂಗಿಕ ಅಲ್ಪಸಂಖ್ಯಾತರ ಹಕ್ಕುಗಳು, ಅವರ ಸ್ವಾತಂತ್ರ್ಯ ಹಾಗೂ ಘನತೆಯ ರಕ್ಷಣೆ ಹಾಗೂ ನಿರ್ಭೀತಿಯ ವಾತಾವರಣ ಸೃಷ್ಟಿಸುವ ನಿಟ್ಟಿನಲ್ಲಿ ಈ ನಿರ್ಧಾರ ಮಹತ್ವ ಪಡೆದಿದೆ. ಜತೆಗೆ, ಸಲಿಂಗ ಕಾಮ ಹಾಗೂ ವಿವಾಹದ ಕುರಿತು ಇದು ಬದಲಾಗುತ್ತಿರುವ ಭಾರತೀಯ ಮನಸ್ಥಿತಿಯ ದ್ಯೋತಕವೇ ಎಂಬ ಕುತೂಹಲವೂ ಮೂಡಿದೆ. ಇದೇ ವೇಳೆ, ಲೈಂಗಿಕ ಸ್ವಾತಂತ್ರ್ಯದ ಹೆಸರಿನಲ್ಲಿ ಮಕ್ಕಳು, ಅಮಾಯಕರು ಬಲಿಯಾಗುವುದನ್ನು ತಪ್ಪಿಸುವುದೂ ಕಾನೂನು ರೂಪಕರ ಕರ್ತವ್ಯವಾಗಿದೆ.

(ಉದಯವಾಣಿ, 24 ಜನವರಿ 2018)

ಉತ್ತೇಜನವಿಲ್ಲದೆ ಪದಕ ಗೆಲ್ಲೋದೆಂತು?

ಎಪ್ಪತ್ತನೇ ಸ್ವಾತಂತ್ರ್ಯೋತ್ಸವ ಸಂಭ್ರಮವನ್ನು ಮೊನ್ನೆ ತಾನೇ ಆಚರಿಸಿಕೊಂಡೆವು. ಅಭಿವೃದ್ಧಿ ಪಥದಲ್ಲಿ ಅವು ಎಪ್ಪತ್ತು ಹೆಜ್ಜೆಗಳು ಎಂದು ಬಣ್ಣಿಸಲಾಯಿತು. ಬೇರೆ ದೇಶಗಳೆಲ್ಲ ನೂರು ಮೀ. ಓಟದಂತೆ ಮುನ್ನುಗ್ಗುತ್ತಿದ್ದರೆ ನಾವು ಆಮೆಗತಿಯಲ್ಲಿ ಸಾಗುತ್ತಿದ್ದೇವೆ. ಅಭಿವೃದ್ಧಿ ಆಗುತ್ತಿರುವುದೇನೋ ನಿಜ, ಆದರೆ ಅದು ಸರಿಯಾದ ದಿಕ್ಕಿನಲ್ಲೂ ಸಾಗುತ್ತಿಲ್ಲವೇನೋ ಎಂಬ ಅನುಮಾನವೂ ಹಲವು ಸಲ ಕಾಡುತ್ತದೆ.

ಆಡಳಿತಶಾಹಿಯಲ್ಲಿ ತಾಂಡವಾಡುತ್ತಿರುವ ಬ್ರಹ್ಮಾಂಡ ಭ್ರಷ್ಟಾಚಾರ ಸಮಗ್ರ ಅಭಿವೃದ್ಧಿಗೆ ಅಡ್ಡಗಾಲು ಹಾಕುತ್ತಿದೆ ಎಂಬುದು ಸಾರ್ವತ್ರಿಕ ಅಭಿಪ್ರಾಯ. ಭ್ರಷ್ಟ ವ್ಯವಸ್ಥೆಯನ್ನು ಸರಿಪಡಿಸುವುದಾಗಿ ಡಂಗೂರ ಸಾರಿ ದೆಹಲಿಯಲ್ಲಿ ಅಧಿಕಾರಕ್ಕೆ ಬಂದ ಆಮ್ ಆದ್ಮಿ ಪಕ್ಷದ ಹನ್ನೆರಡು ಶಾಸಕರೂ ಸೆರೆಯಾದರು ಎಂದರೆ, ಭ್ರಷ್ಟಾಚಾರ, ಸ್ವಜನ ಪಕ್ಷಪಾತ ಇತ್ಯಾದಿಗಳು ನಮ್ಮಲ್ಲಿ ರಕ್ತಗತವಾಗಿಯೇ ಇವೆಯೇನೋ ಎಂದು ಅನ್ನಿಸದೇ ಇರದು.

ನೈತಿಕವಾಗಿ ಶ್ರೀಮಂತ

ಬ್ರೆಜಿಲ್ ದೇಶದ ರಿಯೋದಲ್ಲಿ ಈಗ ನಡೆಯುತ್ತಿರುವ 31ನೇ ಒಲಿಂಪಿಕ್ಸ್‌ನಲ್ಲಿ ನಮ್ಮ ದೇಶದ ಕ್ರೀಡಾಪಟುಗಳ ಸಾಧನೆಯನ್ನು ಟೀಕಿಸುವವರೇ ಜಾಸ್ತಿ ಇದ್ದಾರೆ. ನೂರಿಪ್ಪತ್ತು ಕೋಟಿಗೂ ಜಾಸ್ತಿ ಜನಸಂಖ್ಯೆ ಇದ್ದರೂ ಒಂದಿಷ್ಟು ಪದಕ ತರಲಾಗಲಿಲ್ಲ ಎಂದು ಹಲುಬುವವರೂ ಇದ್ದಾರೆ. ಖ್ಯಾತ ಅಂಕಣಕಾರರೊಬ್ಬರು ಸೆಲ್ಫಿ ತೆಗೆದುಕೊಳ್ಳಿ, ಮಜಾ ಮಾಡಿ–ಎಂದು ಕ್ರೀಡಾಪಟುಗಳನ್ನು ಚುಚ್ಚಿದರು. ಕ್ರೀಡಾಪಟುಗಳ ಹತ್ತಾರು ವರ್ಷಗಳ ಪರಿಶ್ರಮವನ್ನು ಅವಮಾನಿಸಿದರು. ಸೆಲ್ಫಿಗಳನ್ನು ಬೇರೆಲ್ಲ ದೇಶಗಳ ಕ್ರೀಡಾಪಟುಗಳೂ ತೆಗೆದುಕೊಳ್ಳುತ್ತಾರೆ. ನೈಟ್ ಕ್ಲಬ್‌ಗಳಲ್ಲಿ ಕುಡಿದು, ಕುಣಿದು ತೂರಾಡುತ್ತಾರೆ. ಇಬ್ಬರು ಬಾಕ್ಸರ್‌ಗಳಂತೂ ಪರಿಚಾರಕಿಯರನ್ನೇ ಲೈಂಗಿಕ ಕ್ರಿಯೆಗೆ ಆಹ್ವಾನಿಸಿ ಸೆರೆಯಾಗಿದ್ದಾರೆ. ಪುಣ್ಯಕ್ಕೆ,

ಅಂಥ ಅಸಭ್ಯ ವರ್ತನೆ ಭಾರತೀಯ ಕ್ರೀಡಾಪಟುಗಳಿಂದ ಬಂದಿಲ್ಲ. ನೈತಿಕವಾಗಿ ಭಾರತ ಇನ್ನೂ ಶ್ರೀಮಂತ ಎಂಬುದು ಸದ್ಯಕ್ಕೆ ಸಮಾಧಾನದ ಸಂಗತಿ.

ಸಾಧನೆಗೇನು ಮಾನದಂಡ?

ಪದಕ ಗೆಲ್ಲುವುದೇ ಕ್ರೀಡಾಕೂಟವೊಂದರ ಸಾಧನೆಗೆ ಮಾನದಂಡವೇ? ನೂರಾರು ದೇಶಗಳ ಕ್ರೀಡಾಳುಗಳು ಪಾಲ್ಗೊಳ್ಳುವಾಗ, ಅಮೆರಿಕ, ಚೀನಾ, ಆಸ್ಟ್ರೇಲಿಯಾ, ಜಪಾನ್ ದೇಶಗಳ ದೈತ್ಯ ಸಾಧಕರು ಕಣದಲ್ಲಿರುವಾಗ ಗೆಲುವು ಯಾರಿಗೂ ಅಷ್ಟು ಸುಲಭವಲ್ಲ. ಹಿಂದೆಯೂ ಭಾರತಕ್ಕೆ ದಕ್ಕಿದ್ದು ಒಂದೋ ಎರಡೋ ಪದಕಗಳಷ್ಟೇ. ಜಮೈಕಾದ ಓಟಗಾರರ ಮುಂದೆ ಅಮೆರಿಕನ್ನರೂ ಸಪ್ಪೆ ಎನ್ನಿಸುತ್ತಾರೆ. ಚಿನ್ನದ ಮೀನು ಫೆಲ್ಪ್ಸ್ ನೀರಿಗಿಳಿದರೆ ಬೇರೆ ಈಜುಪಟುವಿಗೆ ಚಿನ್ನ ಕನಸೇ ಆಗಿರುತ್ತದೆ. ಹಾಗಂತ, ಉಳಿದ ಕ್ರೀಡಾಪಟುಗಳು ಪರಿಶ್ರಮಪಟ್ಟಿಲ್ಲ ಎನ್ನಲಾದೀತೇ?

ಬೆಳಗಿದ ದೀಪ

ಭಾರತೀಯರ ಪಾಲಿಗೆ ಕೇವಲ ಕನಸು ಎಂದುಕೊಂಡಿದ್ದ ಜಿಮ್ನಾಸ್ಟಿಕ್ ವಿಭಾಗದಲ್ಲಿ ಇದೇ ಮೊದಲ ಬಾರಿಗೆ ಒಲಿಂಪಿಕ್ಸ್ ಮಟ್ಟಕ್ಕೆ ಭಾರತವನ್ನು ಪ್ರತಿನಿಧಿಸಿ ಫೈನಲಿಗೇರಿದ ತ್ರಿಪುರಾದ ಪ್ರತಿಭೆ ದೀಪಾ ಕರ್ಮಾಕರ್, ಪದಕ ಗೆಲ್ಲದಿದ್ದರೆ ಏನಂತೆ? ಸಮಸ್ತ ಭಾರತೀಯರ ಹೃದಯವನ್ನು ಗೆದ್ದಿಲ್ಲವೇ? ಕೂದಲೆಳೆಯ ಅಂತರದಲ್ಲಿ ಪದಕ ಕೈತಪ್ಪಿದರೂ ಅವರ ಸಾಧನೆ ಸಣ್ಣದೇನಲ್ಲ. ಸೋತೆ ಎನ್ನುವ ಹಂತದಲ್ಲಿ ಪುಟಿದೆದ್ದು ಕಂಚು ಗೆದ್ದ ಕುಸ್ತಿಪಟು ಸಾಕ್ಷಿ ಮಲಿಕ್ ಪದಕ ಪಟ್ಟಿಯಲ್ಲಿ ಭಾರತದ ಹೆಸರು ಬರುವಂತೆ ಮಾಡಿದಾಗ ಇಡೀ ದೇಶವೇ ಒಂದಾಗಿ ಅವರನ್ನು ಅಭಿನಂದಿಸಲಿಲ್ಲವೇ? ಪದಕದ ಭರವಸೆ ಮೂಡಿಸಿದ್ದ ಕ್ರೀಡಾಪಟುಗಳೆಲ್ಲರೂ ಒಂದೆರಡು ಹೆಜ್ಜೆ ದೂರದಲ್ಲಿ ಮುಗ್ಗರಿಸಿದಾಗ ಪಿ.ವಿ. ಸಿಂಧು ಮತ್ತೊಂದು ಪದಕ ಬಾಚಿಕೊಟ್ಟಾಗ ಹೆಮ್ಮೆ ಎನಿಸಲಿಲ್ಲವೇ?

ಎಲೆಮರೆ ಕಾಯಿ ಗುರುತಿಸಿ

ಪದಕ ಬರಲೇ ಇಲ್ಲ ಅಥವಾ ಬೆರಳೆಣಿಕೆ ಪದಕಗಳಷ್ಟೇ ಬಂದವು ಎಂದು ಕೊರಗುವ ನಾವು, ಕ್ರೀಡಾಪಟುಗಳಿಗೆ ಎಷ್ಟು ಉತ್ತೇಜನ ಕೊಟ್ಟಿದ್ದೇವೆ? ಅವರ ಆಯ್ಕೆಯಲ್ಲಿ ಎಷ್ಟು ಪಾರದರ್ಶಕತೆ ಅನುಸರಿಸಿದ್ದೇವೆ? ಪ್ರತಿಭೆ ಅಥವಾ ಸಾಮರ್ಥ್ಯದಿಂದ ಆಯ್ಕೆಯಾದರೇ? ಪ್ರಭಾವ ಬಳಸಿದರೇ? ಜಾತಿ ಕಾರಣವಾಯಿತೇ? ಪ್ರತಿಭೆ ಹಾಗೂ ಸಾಮರ್ಥ್ಯವಿರುವ ಎಷ್ಟೋ ಕ್ರೀಡಾಪಟುಗಳು ಇನ್ನೂ ಎಲೆಮರೆ ಕಾಯಿಗಳಂತಿದ್ದಾರೆ. ಅವರನ್ನು ಗುರುತಿಸಿ,

ಅವಕಾಶ ಹಾಗೂ ಪ್ರೋತ್ಸಾಹ ಕೊಡಿಸುವುದು ಹೇಗೆ? ಕ್ರೀಡಾಕೂಟಗಳಿಗೆ ಆಯ್ಕೆಯಾದವರಿಗೆ ಸಿದ್ಧತೆ ಮಾಡಿಕೊಳ್ಳಲು ಎಷ್ಟು ಕಾಲಾವಕಾಶ ಹಾಗೂ ಸೌಲಭ್ಯ ಕೊಟ್ಟೆವು? ಯಾವುದನ್ನೂ ಗಮನಿಸುತ್ತಿಲ್ಲ. ಯುದ್ಧಕಾಲೇ ಶಸ್ತ್ರಾಭ್ಯಾಸ ಮಾಡಿಸಿ, ಅವರ ಮೇಲೆ ಪದಕ ಗೆಲ್ಲಲೇಬೇಕು ಎಂದು ತಾಕೀತು ಮಾಡುತ್ತೇವೆ. ನಿರೀಕ್ಷೆಯ ಭಾರ ಹೇರುತ್ತೇವೆ. ಆದರೆ, ಕ್ರೀಡಾಪಟುಗಳಿಗೆ ತಮ್ಮ ಪ್ರತಿಭೆಯನ್ನು ಒರೆಗೆ ಹಚ್ಚಿ ಸಹಜವಾಗಿ ಆಡುವಂಥ ವಾತಾವರಣ ಒದಗಿಸಬೇಕು. ಆಗ ಪದಕಗಳು ತಾನಾಗಿಯೇ ಬರುತ್ತವೆ.

ಕ್ರೀಡಾಪಟುಗಳಿಗೆ ನಾವು ಎಷ್ಟು ಪರಿಪೂರ್ಣ ತರಬೇತಿ ಕೊಟ್ಟಿದ್ದೇವೆ? ಅವರಿಗೆ ಒದಗಿಸುವ ಕಿಟ್‌ಗಳ ಟೆಂಡರ್‌ನಲ್ಲೂ ಹಣ ತಿನ್ನುವವರಿದ್ದಾರೆ. ಬಹುತೇಕ ಜಿಲ್ಲಾ ಕೇಂದ್ರಗಳಲ್ಲೂ ಸುಸಜ್ಜಿತ ಟ್ರಾಕ್, ಕ್ರೀಡಾಂಗಣಗಳಿಲ್ಲ. ಹಾಸ್ಟೆಲ್‌ಗಳಲ್ಲಿ ಉತ್ತಮ ಆಹಾರ, ಸೌಲಭ್ಯಗಳು ಸಿಗುತ್ತಿಲ್ಲ. ನಮ್ಮ ಬಜೆಟ್‌ನಲ್ಲಿ ಕ್ರೀಡೆಗೆ ಎಷ್ಟು ಆದ್ಯತೆ ಕೊಟ್ಟು ಹಣ ಮೀಸಲಿಟ್ಟಿದ್ದೇವೆ? ಗಮನಿಸುತ್ತಿಲ್ಲ.

ಸಚಿವರಿಗೆ ಹಣವಿದೆ, ಕ್ರೀಡಾಪಟುಗಳಿಗಿಲ್ಲ

ಹರ್ಯಾಣದ ಕ್ರೀಡಾ ಸಚಿವರು ರಿಯೋಗೆ ತೆರಳಲು ಸರ್ಕಾರದ ಬೊಕ್ಕಸದಿಂದ ಒಂದು ಕೋಟಿ ರೂಪಾಯಿಗಳಿಗೂ ಹೆಚ್ಚು ಖರ್ಚು ಮಾಡಿದರು. ನಮ್ಮ ಸ್ಪರ್ಧಿಗಳು ಕಣಕ್ಕಿಳಿದಾಗ ಗ್ಯಾಲರಿಯಲ್ಲಿ ಕುಳಿತು ಈ ಸಚಿವರು ಅವರನ್ನು ಹುರಿದುಂಬಿಸಿದರೇ? ಗೆದ್ದಾಗ ಅಭಿನಂದಿಸಿದರೇ? ಸೋತಾಗ ಧೈರ್ಯ ತುಂಬಿದರೇ? ಅದರ ಬದಲು ಬೀಚುಗಳಲ್ಲಿ ಮೋಜು ಮಾಡುತ್ತ ಕಾಲ ಕಳೆದರು. ಸಾಮಾಜಿಕ ಜಾಲತಾಣಗಳಲ್ಲಿ ಅಂಥ ಹತ್ತಾರು ಫೋಟೋಗಳು ಪ್ರಕಟವಾದರೂ ಶೋಭಾ ಡೇ ಅವರಿಗೆ ಕಾಣಿಸಲಿಲ್ಲ! ಸಚಿವರು ಪೋಲು ಮಾಡಿದ ಹಣವನ್ನು ಕ್ರೀಡಾಪಟುಗಳ ತರಬೇತಿ, ಸೌಲಭ್ಯಗಳಿಗೆ ಮೀಸಲಿಟ್ಟಿದ್ದರೆ ಇನ್ನೊಂದೆರಡು ಪದಕಗಳಾದರೂ ಬರುತ್ತಿದ್ದವೇನೋ?

ಪ್ರಾಯೋಜಕರೇ ಇಲ್ಲ

ಬಾಗಲಕೋಟೆ–ಗದಗ ಭಾಗದಲ್ಲಿ ಸಾಕಷ್ಟು ಸೈಕ್ಲಿಸ್ಟ್‌ಗಳಿದ್ದಾರೆ. ಆದರೆ, ಅವರಿಗೆ ವಿದೇಶಿ ಕ್ರೀಡಾಪಟುಗಳು ಬಳಸುವ ಅತ್ಯಾಧುನಿಕ ಸೈಕಲ್‌ಗಳು ಲಭ್ಯವಿಲ್ಲ. ಅವರ ಅಭ್ಯಾಸಕ್ಕೆ ಬೇಕಾದ ಟ್ರ್ಯಾಕ್‌ಗಳೂ ದೇಶದಲ್ಲಿ ಮೂರೋ ನಾಲ್ಕೋ ಕಡೆಗಳಲ್ಲಿವೆ. ಪ್ರತಿಭೆಯಿದ್ದರೂ ತರಬೇತಿ, ಸೌಲಭ್ಯ ಹಾಗೂ ಸೂಕ್ತ ಅವಕಾಶಗಳಿಲ್ಲದೆ ಅವರು ಜಾಗತಿಕ ಮಟ್ಟದ ಸ್ಪರ್ಧೆಗಳಿಂದ ವಂಚಿತರಾಗುತ್ತಿದ್ದಾರೆ. ಒಬ್ಬ ಕ್ರೀಡಾಪಟು ವಿದೇಶಿ ಕ್ರೀಡಾಕೂಟಗಳಿಗೆ ಆಯ್ಕೆಯಾದರೂ ಅಲ್ಲಿಗೆ ತೆರಳಿ ಪಾಲ್ಗೊಳ್ಳಲು ಆರ್ಥಿಕ ಮುಗ್ಗಟ್ಟು

ಎದುರಿಸುತ್ತಿರುತ್ತಾರೆ. ನಮ್ಮ ಉದ್ಯಮಿಗಳು, ದೊಡ್ಡ ಸಂಸ್ಥೆಗಳಿಗೆ ಅವರ ಪ್ರಾಯೋಜಕತ್ವ ವಹಿಸುವುದು ದೊಡ್ಡ ವಿಷಯವೇನಲ್ಲ. ಆದರೆ, ಬಹುತೇಕ ಕ್ರೀಡಾಪಟುಗಳಿಗೆ ಪ್ರಾಯೋಜಕತ್ವ ಸಿಗುತ್ತಿಲ್ಲ ಎಂಬುದು ದುಃಖದ ವಿಷಯ.

ಪಾಠದಂತೆ ಆಟಕ್ಕೂ ಆದ್ಯತೆ

ಈಗ ಪದಕಗಳ ಪಟ್ಟಿಯಲ್ಲಿ ಅಗ್ರಸ್ಥಾನದಲ್ಲಿ ವಿರಾಜಮಾನವಾಗಿರುವ ದೇಶಗಳಲ್ಲಿ ಕ್ರೀಡೆಗಾಗಿ ದೊಡ್ಡ ಮೊತ್ತದ ಅನುದಾನ ಮೀಸಲಿಡುತ್ತಾರೆ. ಕ್ರೀಡಾ ಪ್ರತಿಭೆಗಳನ್ನು ಎಳವೆಯಲ್ಲೇ ಗುರುತಿಸಿ, ಅವರ ಆಸಕ್ತಿಗೆ ಅನುಗುಣವಾಗಿ ತರಬೇತಿಗೊಳಿಸುತ್ತಾರೆ. ಸೌಲಭ್ಯಗಳಿಲ್ಲ ಎನ್ನುವ ಮಾತೇ ಇಲ್ಲ. ಓದಿ, ಬರೆಯುವುದನ್ನೆಲ್ಲ ಮೊದಲು ಮುಗಿಸಿ, ಸಮಯವುಳಿದರೆ ಮಾತ್ರ ಆಟವಾಡು ಎಂದು ಯಾವ ಅಪ್ಪ-ಅಮ್ಮನೂ ಒತ್ತಡ ಹೇರುವುದಿಲ್ಲ. ಹೋಮ್ ವರ್ಕ್ ಮುಗಿಸಿ, ಮಗು ಕತ್ತಲೆಯಲ್ಲಿ ಏನು ಆಟವಾಡುತ್ತದೆ? ಆಟವಾಡುವ ಮಗುವಿನ ದೈಹಿಕ ಹಾಗೂ ಮನೋವಿಕಾಸ ಪರಿಪೂರ್ಣವಾಗಿ ಆಗುತ್ತದೆ. ಆಟದಲ್ಲಿ ಮುಂದಿರುವ ಮಗು ಕಲಿಕೆಯಲ್ಲೂ ಹಿಂದೆ ಬೀಳುವುದಿಲ್ಲ. ಕ್ರೀಡೆಯೂ ಓದಿನಂತೆಯೇ ಒಂದು ಸಾಧನೆ ಎಂಬುದನ್ನು ನಮ್ಮ ಪೋಷಕರೂ ಅರ್ಥ ಮಾಡಿಕೊಂಡರೆ ಕ್ರೀಡಾಕ್ಷೇತ್ರದಲ್ಲಿ ಹಲವು ನಕ್ಷತ್ರಗಳು ಮಿನುಗಲು ಸಾಧ್ಯ.

ಮುಂದಿನ ಒಲಿಂಪಿಕ್ಸ್ ಕ್ರೀಡಾಕೂಟಕ್ಕೆ ಈಗಿನಿಂದಲೇ ಸಿದ್ಧತೆ ಮಾಡಿಕೊಳ್ಳೋಣ. ಸ್ವಜನ ಪಕ್ಷಪಾತ, ಜಾತಿ, ರಾಜಕೀಯ, ಹಣದ ವಿಚಾರಗಳನ್ನು ಬದಿಗಿಟ್ಟು ಪ್ರಖರ ಕ್ರೀಡಾ ಪ್ರತಿಭೆಗಳನ್ನು ಉತ್ತೇಜಿಸೋಣ. ಅಂದರೆ ನಮ್ಮ ಕ್ರೀಡಾಪಟುಗಳೂ ಒಂದಷ್ಟು ಪದಕಗಳಿಗೆ ಕೊರಳೊಡ್ಡಿ, ಮಿನುಗಬಹುದು.

(ಕನ್ನಡ ಮಾಣಿಕ್ಯ, ಸೆಪ್ಟೆಂಬರ್ 2016)

ಪುಸ್ತಕಗಳನ್ನಲ್ಲ, ಮನುಷ್ಯರನ್ನೇ ಓದಿ!

ಆರಾಮವಾಗಿ ಕುಳಿತು, ಒಂದು ಕೈಯಲ್ಲಿ ಕಾಫಿ ಕಪ್ ಹಿಡಿದು, ಮತ್ತೊಂದು ಕೈಯಲ್ಲಿ ಪುಸ್ತಕ ಎತ್ತಿಕೊಂಡು ಓದುತ್ತ ಕಟ್ಟು ಬಿಚ್ಚಿದ ಕುದುರೆಯಂತೆ ಕಲ್ಪನೆಯನ್ನು ಹರಿಬಿಟ್ಟರೆ ಅದರ ಸುಖವೇ ಬೇರೆ. ಭೂತ-ವರ್ತಮಾನಗಳನ್ನು, ಸಪ್ತಸಾಗರಗಳನ್ನು ಕ್ಷಣಮಾತ್ರದಲ್ಲಿ ದಾಟಿ ಕಥೆಯ ಲೋಕದೊಳಗೆ ವಿಹರಿಸುತ್ತೇವೆ. ಪುಟಗಳನ್ನು ತಿರುವುತ್ತ ಹೋದಂತೆ ಕುತೂಹಲ ಹೆಚ್ಚಿಸುವ ಕಥೆ-ಕಾದಂಬರಿಗಳಾದರೆ ಬಾಹ್ಯ ಪ್ರಪಂಚದ ಅರಿವೇ ಇಲ್ಲದವರಂತೆ ಹಸಿವು, ನಿದ್ದೆ ನೀರಡಿಕೆಗಳನ್ನೂ ಮರೆತು ತಲ್ಲೀನರಾಗುತ್ತೇವೆ. ನಮ್ಮ ಮನದಲ್ಲಿ ಮೂಡುವ ಪ್ರಶ್ನೆಗಳಿಗೆ ನಾವೇ ಉತ್ತರ ಕಂಡುಕೊಳ್ಳಲು ಯತ್ನಿಸುತ್ತೇವೆ. ಅದು ಸಾಧ್ಯವಾಗದಿದ್ದರೆ ಬೇರೆ ಪುಸ್ತಕ ಅಥವಾ ಸಂಪನ್ಮೂಲ ವ್ಯಕ್ತಿಗಳ ಮೊರೆಹೋಗುತ್ತೇವೆ. ಆದರೆ, ಕೃತಿಯ ಪಾತ್ರಗಳೊಂದಿಗೇ ನೇರ ಸಂವಹನ ಸಾಧ್ಯವಾಗಿ ನಮ್ಮ ಸಂದೇಹಗಳನ್ನು ಪರಿಹರಿಸಿಕೊಳ್ಳಲು ಸಾಧ್ಯವಿದ್ದರೆ ಎಷ್ಟು ಚೆನ್ನಾಗಿರುತ್ತಿತ್ತು! ಕಲ್ಪನೆ ಅದ್ಭುತವಾಗಿದೆ ಅಲ್ಲವೇ?

ಗ್ರಂಥಾಲಯಗಳೇ ನಿಜವಾದ ಆಸ್ತಿ ಎಂದು ನಂಬಿದ್ದ ಕಾಲವೊಂದಿತ್ತು. ಅಮೆರಿಕದಂತಹ ದೇಶಗಳಲ್ಲಿ ಪುಸ್ತಕಗಳನ್ನು ಓದುವಂತೆ ಮಕ್ಕಳನ್ನು ಪ್ರೇರೇಪಿಸುತ್ತಾರೆ. ಅಲ್ಲಿ ಪ್ರತಿ ಮನೆಯಲ್ಲೂ ಒಂದು ಪುಟ್ಟ ಗ್ರಂಥಾಲಯವಿರುತ್ತದೆ.

ಮೊಬೈಲ್, ಟಿವಿ ಹಾಗೂ ಕಂಪ್ಯೂಟರಿನಂತಹ ಸಾಧನಗಳು ಬಂದ ಮೇಲೆ ನಮ್ಮ ಆದ್ಯತೆಗಳು ಬದಲಾಗಿವೆ. ಪುಸ್ತಕದ ಅಂಗಡಿಗಳಿಗೆ ಜನ ಹೋಗುತ್ತಿಲ್ಲ. ದುಡ್ಡು ಕೊಟ್ಟು ಪುಸ್ತಕಗಳನ್ನು ಖರೀದಿಸುತ್ತಿಲ್ಲ. ಕನಿಷ್ಠ ಅವುಗಳನ್ನು ಕೈಯಲ್ಲಿ ಎತ್ತಿಕೊಂಡು ತಿರುವಿಯೂ ಹಾಕುವುದಿಲ್ಲ. ಕಾಲೇಜು ಹಾಗೂ ಸಾರ್ವಜನಿಕ ಗ್ರಂಥಾಲಯಗಳಲ್ಲಿ ಸಾವಿರಾರು ಸಂಖ್ಯೆಯ ಪುಸ್ತಕಗಳು ಓದುಗರಿಗಾಗಿ ಕಾಯುತ್ತಿದ್ದರೂ ಆ ಕಡೆಗೆ ತಲೆ ಹಾಕುವುದಿಲ್ಲ. ಸಾಹಿತ್ಯ ಸಮ್ಮೇಳನ ಹಾಗೂ ಪುಸ್ತಕ ಪ್ರದರ್ಶನಗಳಲ್ಲಿ ಕೃತಿಗಳ ಮಾರಾಟ ಪ್ರಮಾಣವೂ ಗಣನೀಯವಾಗಿ ಕುಸಿಯುತ್ತಿದೆ. ಮದುವೆ, ಮುಂಜಿಯಂಥ ಶುಭ ಸಮಾರಂಭಗಳಲ್ಲೂ ಗ್ರಂಥಗಳನ್ನು ಉಡುಗೊರೆ ನೀಡುವ ಸಂಸ್ಕೃತಿ ಮರೆಯಾಗುತ್ತಿದೆ. ರಾಶಿ ರಾಶಿ ಹೊತ್ತಗೆಗಳು ಪ್ರಕಟವಾಗುತ್ತಿದ್ದರೂ ಓದುವವರ

ಸಂಖ್ಯೆ ಬೆರಳೆಣಿಕೆಗೆ ಇಳಿಯುತ್ತಿದೆ. ಭವಿಷ್ಯದಲ್ಲಿ ಮಕ್ಕಳು ಏನು ಓದುತ್ತಾರೋ ಎಂಬ ಚಿಂತೆ ಕಾಡುತ್ತಿದೆ? ಇದು ಹಿರಿಯ ಸಾಹಿತಿ ಶಾಂತಾರಾಮ ಸೋಮಯಾಜಿ ಅವರ ಆತಂಕ.

ಹಾಗಾದರೆ ಮಕ್ಕಳು ಓದುತ್ತಿಲ್ಲವೇ? ಮೊಬೈಲ್‌ಗಳಲ್ಲಿ ಬರುವ ಸಂದೇಶ, ವೀಡಿಯೋ ಮತ್ತು ಚಿತ್ರಗಳನ್ನು ಓದುವುದರಲ್ಲಿ ಹಾಗೂ ನೋಡುವುದರಲ್ಲೇ ಅವರು ಸಂತೃಪ್ತರು. ಅದಕ್ಕೂ ಮಿಕ್ಕಿದ ಒಂದಷ್ಟು ಗಂಭೀರ ಓದು ಬೇಡವೇ? ನಮ್ಮ ವ್ಯಕ್ತಿತ್ವವನ್ನು ಪರಿಪೂರ್ಣವಾಗಿ ರೂಪಿಸಿಕೊಳ್ಳಲು ಪುಸ್ತಕಗಳ ಸಾಂಗತ್ಯ ಅಗತ್ಯವಿಲ್ಲವೇ? ಪುಸ್ತಕದ ಹುಳುಗಳಂತಿದ್ದವರು ಈಗೆಷ್ಟು ಜನರಿದ್ದಾರೆ? ತಾಸುಗಟ್ಟಲೆ ಕುಳಿತು ಓದುವ ತಾಳ್ಮೆ ಯಾರಿಗಿದೆ? ಎಂಬ ಪ್ರಶ್ನೆಗಳು ನಿಜಕ್ಕೂ ಭಯ ಹುಟ್ಟಿಸುತ್ತವೆ.

ಪುಸ್ತಕಗಳನ್ನು ಜನರು ಓದುವುದನ್ನು ಕಡಿಮೆ ಮಾಡಿದಾಗ ಅವರ ಜ್ಞಾನದಾಹ ನೀಗಿಸಲು ಇ–ಬುಕ್ಸ್, ಆಡಿಯೋ ಬುಕ್ಸ್ ಇತ್ಯಾದಿ ಪ್ರಯೋಗಗಳು ನಡೆದು, ತಕ್ಕಮಟ್ಟಿಗೆ ಯಶಸ್ವಿಯೂ ಆದವು. ಹೆಡ್‌ಫೋನ್ ಕಿವಿಗೆ ಸಿಕ್ಕಿಸಿಕೊಂಡು ಮೊಬೈಲ್, ಟ್ಯಾಬ್‌ಗಳಲ್ಲೇ ಇವುಗಳನ್ನು ಓದುತ್ತ, ಕೇಳುತ್ತ ಜನ ಆನಂದಿಸಿದರು. ಪಾಠ–ಪ್ರವಚನಗಳನ್ನೂ ನುರಿತ ಪ್ರಾಧ್ಯಾಪಕರಿಂದ ಧ್ವನಿಮುದ್ರಿಸಿ, ವಿದ್ಯಾರ್ಥಿಗಳಿಗೆ ತಲುಪಿಸಲಾಗುತ್ತಿದೆ.

ಭಾವಾಭಿವ್ಯಕ್ತಿಗೆ ಅವಕಾಶ

ವಾಚನಾಭಿರುಚಿ ಕಮ್ಮಿಯಾಗುತ್ತಿರುವ ಈ ದಿನಗಳಲ್ಲಿ ಜನ ಪುಸ್ತಕಗಳನ್ನಂತೂ ಸರಿಯಾಗಿ ಓದುವುದಿಲ್ಲ, ಮನುಷ್ಯರನ್ನಾದರೂ ಓದುತ್ತಾರೋ? ಪುಸ್ತಕಗಳಲ್ಲಿ ಕಥೆಗಳನ್ನು ಓದುವ ಬದಲು ಮನುಷ್ಯರೇ ಹೇಳುವ ಕಥೆಗಳನ್ನು ಕೇಳುತ್ತಾರೋ? ಎಂಬ ಕುತೂಹಲ ಮೂಡಿದೆ.

ಮನುಷ್ಯರನ್ನು ಓದುವುದೇ? ಹೌದು! ನಾವೀಗ ವಿವಿಧ ಹಿನ್ನೆಲೆ ಹಾಗೂ ಅನುಭವಗಳ ನೆಲೆಯ ಮನುಷ್ಯರನ್ನೂ ಓದಬಹುದು. ಸಾಂಪ್ರದಾಯಿಕ ಗ್ರಂಥಾಲಯದಲ್ಲಿ ಮೌನವೇ ಪ್ರಧಾನವಾಗಿದ್ದರೆ, ಮನುಷ್ಯರನ್ನು ಓದುವ ಕಡೆಗಳಲ್ಲಿ ಮಾತು, ಹರಟೆ, ನಗು, ನಿಟ್ಟುಸಿರು, ಬೇಸರ, ಬಿಕ್ಕಳಿಕೆ, ಅಳು, ಆಕ್ರೋಶ? ಎಲ್ಲ ಭಾವನೆಗಳ ಅಭಿವ್ಯಕ್ತಿಯನ್ನು ಗಮನಿಸಬಹುದು. ಮನುಷ್ಯನ ಭಾವನೆಗಳು ಎಷ್ಟು ಶಕ್ತವೆಂದರೆ, ಪ್ರಾಮಾಣಿಕವಾಗಿ ಅವುಗಳನ್ನು ಅಭಿವ್ಯಕ್ತಿಸಿದಾಗ ಹೃದಯ ಕೇಳಿಸಿಕೊಳ್ಳುತ್ತದೆ, ಮನಸ್ಸು ತೆರೆದುಕೊಳ್ಳುತ್ತದೆ.

ಡೆನ್ಮಾರ್ಕ್ ಮೂಲದ ಪರಿಕಲ್ಪನೆ

ಡೆನ್ಮಾರ್ಕ್ ದೇಶದ ಕೊಪನ್ ಹೇಗನ್ ನಗರದಲ್ಲಿ 18 ವರ್ಷಗಳ ಹಿಂದೆಯೇ ರೋನಿ ಅಬೆರ್ಗಲ್ ಎಂಬಾತ ಈ ಪರಿಕಲ್ಪನೆಯ ರೂವಾರಿ.

ಗ್ರಂಥಾಲಯಗಳಿಗೆ ಹೋಗಿ ಕೃತಿಗಳಿಗಾಗಿ ತಡಕಾಡುವ ಬದಲು ಒಂದು ಸಮಾರಂಭಕ್ಕೆ ಹೋಗಿ, ಜನರನ್ನು ಭೇಟಿಯಾಗಿ ಮಾತನಾಡವುದು, ಒಂದರ್ಧದಲ್ಲಿ ಅವರನ್ನು ಓದುವುದು–ಈ ಪರಿಕಲ್ಪನೆಯ ಸಾರ. ಏಕತಾನತೆಯಿಂದ ಬಳಲಿದ್ದ ಜನರಿಗೆ ಸ್ಫೂರ್ತಿ ನೀಡುವ ಕಥೆಗಳನ್ನು ಹಂಚಿಕೊಳ್ಳುವ ಉದ್ದೇಶದಿಂದ ಸಹೋದರರು ಹಾಗೂ ಸಹೋದ್ಯೋಗಿಗಳ ಜತೆ ಸೇರಿ 2000ನೇ ಇಸವಿಯಲ್ಲಿ ಕೋಪನ್ ಹೇಗನ್‌ನಲ್ಲಿ ನಡೆಸಿದ ಎರಡು ದಿನಗಳ ಕಾರ್ಯಕ್ರಮ ಸುಮಾರು 50 ಕಥೆಗಳಿಗೆ ಸಾಕ್ಷಿಯಾಯಿತು. ಇದರ ಖ್ಯಾತಿ ಸುಮಾರು 70ಕ್ಕೂ ಹೆಚ್ಚು ದೇಶಗಳಿಗೆ ಹರಡಿತು. ಆಸ್ಟ್ರೇಲಿಯಾದಲ್ಲಿ ಈ ಬಗೆಯ ಒಂದು ಶಾಶ್ವತ ಗ್ರಂಥಾಲಯವೂ ಸ್ಥಾಪನೆಯಾಯಿತು.

30 ನಿಮಿಷಗಳ ಸಂವಾದ

ವಿಶ್ವದ ಸುಮಾರು 70 ದೇಶಗಳಲ್ಲಿ ಇಂತಹ ಗ್ರಂಥಾಲಯಗಳು ಆರಂಭವಾಗಿವೆ. ಹೈದರಾಬಾದ್, ಮುಂಬಯಿಗಳಲ್ಲೂ ಇವೆ. ಅಲ್ಲಿ 'ಓದಲು' ನಿಮಗೆ ಪುಸ್ತಕಗಳ ಬದಲು ಮನುಷ್ಯರು ಸಿಗುತ್ತಾರೆ. ಇಲ್ಲಿ ಜನರೇ ಜೀವಂತ ಪುಸ್ತಕಗಳು. ತಮ್ಮನ್ನು ಸಂದರ್ಶಿಸುವವರನ್ನು ಕಥೆ ಹಾಗೂ ಸಂವಾದಗಳಿಂದಲೇ ತಲುಪುವ ಪ್ರಯತ್ನವಿದು. ಹೇಳಲಿಕ್ಕೊಂದು ಆಸಕ್ತಿದಾಯಕ ಕಥೆಯುಳ್ಳವರು, ಕಷ್ಟ–ಕೋಟಲೆಗಳಲ್ಲಿ ಬೆಂದವರು, ಸಾಧನೆಯಿಂದಲೇ ಸ್ಫೂರ್ತಿಯಾದವರು ಹಾಗೂ ಓದುಗರ ಮೇಲೆ ಪರಿಣಾಮ ಬೀರಬಲ್ಲ ಯಾರಾದರೂ ಇಲ್ಲಿ ಪುಸ್ತಕಗಳಾಗಬಹುದು. ನೋಂದಾಯಿಸಿಕೊಂಡವರನ್ನು ಆಯೋಜಕರು ಸಂದರ್ಶಿಸಿ, ಆಯ್ಕೆ ಮಾಡುತ್ತಾರೆ. ಅವರ ಒಂದು ಕೆಟಲಾಗ್ ರಚಿಸುತ್ತಾರೆ. ಆಸಕ್ತಿಯಿರುವ ಓದುಗ ಹಾಗೂ ಪುಸ್ತಕ (ಆ ರೂಪದಲ್ಲಿರುವ ವ್ಯಕ್ತಿ)–ಇಬ್ಬರ ಮಧ್ಯೆಯೇ ಸಂವಾದ ನಡೆಯುತ್ತದೆ. ಒಬ್ಬರಿಗಿಂತ ಹೆಚ್ಚು ಓದುಗರು ಒಬ್ಬರೇ ವ್ಯಕ್ತಿಯನ್ನು ಅರಿತುಕೊಳ್ಳಲು ಆಸಕ್ತಿ ವಹಿಸಿದರೆ ಗುಂಪು ಚರ್ಚೆಯೂ ಸಾಧ್ಯವಿದೆ. ಸುಮಾರು 30 ನಿಮಿಷಗಳ ಅವಧಿಗೆ ಒಂದೆಡೆ ಕುಳಿತು ಜ್ಯೂಸ್ ಅಥವಾ ಉಪಾಹಾರ ಸೇವಿಸುತ್ತಲೋ, ವಾಕ್ ಮಾಡುತ್ತಲೋ ಅವರ ಕಥೆ, ಅನುಭವಗಳಿಗೆ ಕಿವಿಯಾಗುವ ಅವಕಾಶವಿದೆ. ಕೆಲವು ಓದುಗರು ತಮ್ಮ 'ಪುಸ್ತಕ'ವನ್ನು ಮತ್ತೆ ಓದಲು ಆಯ್ದುಕೊಳ್ಳುತ್ತಾರೆ. ಹೀಗಾಗಿ, ಈ ಪರಿಕಲ್ಪನೆ ಜನಪ್ರಿಯವಾಗುತ್ತಿದೆ ಎಂದು ಧೈರ್ಯದಿಂದ ಹೇಳಬಹುದು. ಒತ್ತಡದಿಂದ ಬಳಲುತ್ತಿರುವವರಿಗೆ, ನಕಾರಾತ್ಮಕ ಭಾವನೆಯಿಂದ ಕುಗ್ಗಿದವರಿಗೆ ಚಿಕಿತ್ಸೆಯಾಗಿಯೂ ಇದು ಬಳಕೆಯಾಗುತ್ತಿದೆ.

ಮುಂಬಯಿಯ ಫಿಟ್ನೆಸ್ ತರಬೇತುದಾರೆಯೊಬ್ಬರು 15 ವರ್ಷ ವೈವಾಹಿಕ ಬದುಕಿನಲ್ಲಿ ಇನ್ನಿಲ್ಲದಷ್ಟು ಹಿಂಸೆ ಅನುಭವಿಸಿ ಕೊನೆಗೂ ಅದರಿಂದ ಮುಕ್ತಿ ಪಡೆಯಲು ಬಯಸಿದರು. ದಿಟ್ಟ ನಿರ್ಧಾರ ಕೈಗೊಂಡಿದ್ದಕ್ಕಾಗಿ ಅವರು

ಎರಡೂ ಕಡೆಯ ಕುಟುಂಬಗಳಿಂದ ಬಹಿಷ್ಕಾರಕ್ಕೆ ಒಳಗಾದರು. ಆದರೂ ಧೈರ್ಯದಿಂದ ಬದುಕು ಕಟ್ಟಿಕೊಂಡರು. ಅವರ ಕಥೆಯನ್ನು ಓದುಗರೊಬ್ಬರು ಮೂರು ತಾಸು ಕೇಳಿದರು. ಹಳೆಯದನ್ನೆಲ್ಲ ನೆನಪಿಸಿಕೊಂಡು ಹೇಳುವಾಗ ದುಃಖ ಉಮ್ಮಳಿಸಿತು. ಆದರೆ ಕಥೆ ಹೇಳಿದ ಮೇಲೆ ನನ್ನ ಆತ್ಮಶಕ್ತಿ ಇನ್ನಷ್ಟು ಜಾಗೃತವಾಯಿತು. ಏಕೆಂದರೆ, ಇಂತಹ ಸನ್ನಿವೇಶದಿಂದ ಪಾರಾಗಲು ಯತ್ನಿಸಿದ ಹಲವರು ತಮ್ಮನ್ನು ಓದಲು ಬಯಸಿದರು. ಇಲ್ಲಿ ನೀವು ಓದುವುದು ಶಬ್ದಗಳನ್ನಲ್ಲ, ಭಾವನೆಗಳನ್ನು. ಇದೇ ಅತಿ ದೊಡ್ಡ ವ್ಯತ್ಯಾಸ ಎಂದು ಜೋಸೆಫಿನ್ ಫೆರ್ನಾಂಡೀಸ್ ವಿವರಿಸುತ್ತಾರೆ.

ನೇಪಾಳದ ಕಾಡಿನಲ್ಲಿ ಕಳೆದುಹೋಗಿ ಬದುಕಿ ಬರುತ್ತೇನೆಂಬ ಭರವಸೆಯೇ ಇಲ್ಲದೆ ಅಂಡಲೆದ ವ್ಯಕ್ತಿ, ಸಂಚಾರ ಪೊಲೀಸ್ ಆಗಿ ಕರ್ತವ್ಯ ನಿಭಾಯಿಸಿದ ಮಹಿಳೆ, ದಪ್ಪಗಿದ್ದರೂ ಅಡ್ಡಿಯಿಲ್ಲ, ಉತ್ತಮ ಆರೋಗ್ಯ ಮುಖ್ಯವೆಂದು ಸಾರಿದ ಮಾಡೆಲ್–ಓದಲು ಅದೆಷ್ಟು ಕಥೆಗಳು ಬೇಕಾದರೂ ಸಿಗುತ್ತವೆ ಈಗ. ಮುಖಪುಟ ನೋಡಿ ಪುಸ್ತಕದ ಗುಣಮಟ್ಟ ಅಳೆಯಬಾರದಂತೆ. ಇಲ್ಲಿ ಮುಖ ನೋಡಿ ಅಳೆಯಬಹುದೋ? ಅಥವಾ ಕಥೆ ಕೇಳುವ ತನಕ ಕಾಯುತ್ತೀರೋ?

ಮನುಷ್ಯರನ್ನು ಓದಿದ ಬಳಿಕ ಹಲವರ ಬದುಕು, ಯೋಚನಾ ಕ್ರಮ ಬದಲಾಗಿದೆ. ಹಾಗೆಂದು ಓದುಗರೇ ಹೇಳುವಾಗ ಖುಷಿಯಾಗುತ್ತದೆ ಎಂದು ಮುಂಬಯಿಯ ಹ್ಯೂಮನ್ ಲೈಬ್ರರಿ ಪ್ರವರ್ತಕ ಅಂದಲೀಬ್ ಖುರೇಶಿ ಹೇಳುವುದನ್ನು ಈ ಹಿನ್ನೆಲೆಯಲ್ಲಿ ಗಮನಿಸಬೇಕು.

ವಿಸ್ತರಿಸಿದ ಪರಿಧಿ

ಕೆಲವು ಮನುಷ್ಯರ ಕುರಿತು ನಮಗೆ ಪೂರ್ವಾಗ್ರಹಗಳಿರುತ್ತವೆ. ಅವರನ್ನು ಭೇಟಿಯಾಗಿ ಮನಸ್ಸು ಬಿಚ್ಚಿ ಮಾತನಾಡಿದ ಮೇಲೆ ನಮ್ಮ ಅಭಿಪ್ರಾಯಗಳು ಬದಲಾಗುವ ಸಾಧ್ಯತೆ ಇರುತ್ತದೆ. ನಮ್ಮ ಜ್ಞಾನದ ಪರಿಧಿಯೂ ವಿಸ್ತರಿಸುವುದು. ಅಪರಿಚಿತರಾಗಿಯೇ ಉಳಿದವರು ಪರಮಾಪ್ತ ಸ್ನೇಹಿತರಾದ ನಿದರ್ಶನಗಳೂ ಇವೆ. ಇಂತಹ ಭೇಟಿ, ಸಂವಹನಕ್ಕೊಂದು ಅವಕಾಶ ಬೇಕಲ್ಲ? ಹ್ಯೂಮನ್ ಲೈಬ್ರರಿ ಅವುಗಳಲ್ಲಿ ಪ್ರಮುಖವಾದುದು.

ನಾವು ಓದಬೇಕಾದ ಮನುಷ್ಯರು ಯಾರು? ಅವರ ವ್ಯಕ್ತಿತ್ವ ಹೇಗಿರಬೇಕು? ಅವರ ಬದುಕಿನಲ್ಲಿ ಎಂತಹ ಕಥೆಗಳಿವೆ? ಅವುಗಳಿಂದ ನಮಗೇನು ಪ್ರಯೋಜನ? ಎಂತಹ ಸ್ಫೂರ್ತಿ? ಅಂಥ ಮನುಷ್ಯರನ್ನು ಹುಡುಕುವುದೆಲ್ಲಿ? ಎಂಬ ಪ್ರಶ್ನೆಗಳಿಗೆ ಉತ್ತರ ರೂಪದಲ್ಲಿ ಕೆಲವು ಹ್ಯೂಮನ್ ಲೈಬ್ರರಿ ಕ್ಲಬ್‌ಗಳು ಹುಟ್ಟಿಕೊಂಡಿವೆ. ಇಲ್ಲಿ ಹೆಸರಿನಿಂದ ವ್ಯಕ್ತಿಯನ್ನು ಗುರುತಿಸುವುದಿಲ್ಲ. ಅವರು ವಿವರಿಸುವ ವಿಷಯಗಳ ಶೀರ್ಷಿಕೆಯಿಂದಲೇ ಕರೆಯುತ್ತಾರೆ.

ಭಾರತದ ಕೆಲವು ಮಹಾನಗರಗಳಲ್ಲಿ ಇಂತಹ ಪ್ರಯತ್ನಗಳು ನಡೆದಿವೆ. ಇದರ ಪರಿಕಲ್ಪನೆ ಸರಳವಾಗಿದ್ದರೂ ವಿನೂತನವಾಗಿದೆ. ಹೈದರಾಬಾದ್‌ನಲ್ಲಿ ವಿದ್ಯಾರ್ಥಿಗಳ ಸಮೂಹವೊಂದು ಮನುಷ್ಯರ ಲೈಬ್ರರಿಯ ಪರಿಕಲ್ಪನೆಯನ್ನು ಹರಡುತ್ತಿದೆ.

ಭಾರತದಲ್ಲಿ ಮೊದಲ ಹ್ಯೂಮನ್ ಲೈಬ್ರರಿ ಇವೆಂಟ್ ನಡೆದಿದ್ದು ಇಂದೋರ್‌ನಲ್ಲಿ. ನವೆಂಬರ್ 2016 ರಲ್ಲಿ ಐಐಟಿ ಕ್ಯಾಂಪಸ್ಸಿನಲ್ಲಿ. ಹೈದರಾಬಾದ್ ನಲ್ಲಿ ದ್ವಿತೀಯ ಕಾರ್ಯಕ್ರಮ ಏರ್ಪಾಡಾಯಿತು. ಹರ್ಷದ್ ದಿನಕರ್ ಘಾದ್ ಇದರ ಆಯೋಜಕರಾಗಿದ್ದರು. ಜೀವನವನ್ನು ಬದಲಿಸುವ ಅನುಭವಗಳನ್ನು ಒಟ್ಟುಗೂಡಿಸಿ, ಅದನ್ನು ಆಸಕ್ತರಿಗೆ ಹಂಚಿ, ಸ್ಫೂರ್ತಿ ನೀಡುವಲ್ಲಿ ಯಶಸ್ವಿಯಾಯಿತು. ಹತ್ತು ವ್ಯಕ್ತಿಗಳು ಪುಸ್ತಕಗಳಾಗಿ ಪಾಲ್ಗೊಂಡು ಈ ಕಾರ್ಯಕ್ರಮ ಯಶಸ್ವಿಗೊಳಿಸಿದರು. ಸ್ತ್ರೀಪಾತ್ರಗಳನ್ನೇ ನಿರ್ವಹಿಸುತ್ತಿದ್ದ ಪುರುಷ ನೃತ್ಯಪಟು, ದೇಶಗಳಿಗೆ ಗಡಿಗಳೇ ಇರಬಾರದು ಎನ್ನುತ್ತಿದ್ದ ಒಬ್ಬ ಪ್ರವಾಸಿ, ಒಬ್ಬ ಸೈನಿಕ–ಹೀಗೆ. ಭಾಗವಹಿಸಿದ್ದವರು ಅವರ ಬಗ್ಗೆ ತಿಳಿದುಕೊಂಡರು, ಪ್ರಶ್ನೆಗಳನ್ನು ಕೇಳಿ ಸಂದೇಹಗಳನ್ನು ಪರಿಹರಿಸಿಕೊಂಡರು.

ಆಫ್ ಡ್ರೀಮ್ಸ್ ಅಂಡ್ ಡಿಸೈರ್ಸ್ ಹೆಸರಿನ ಮಾನವ ಪುಸ್ತಕ ರಿಚೇಲ್ ಲಿವಿಸ್ ಅವರು ಹೇಳುವಂತೆ, ಅಪರಿಚಿತರಿಗೆ ನಮ್ಮ ಕಥೆ ಹೇಳುವುದು ಸುಲಭ. ಅವರಿಗೆ ನಮ್ಮ ಕುರಿತು ಯಾವುದೇ ಪೂರ್ವಗ್ರಹಗಳು ಇರುವುದಿಲ್ಲ. ಜನರಿಗೆ ಸಾಕಷ್ಟು ಕುತೂಹಲವಿತ್ತು. ಅವರು ಹಲವು ಪ್ರಶ್ನೆಗಳನ್ನು ಕೇಳಿದರು. ತಮ್ಮ ಅನುಭವಗಳನ್ನೂ ಹೇಳಿಕೊಂಡರು. ನಮ್ಮ ನಡುವಿನ ಸಾಮ್ಯವನ್ನು ಗುರುತಿಸಲು ಇದು ಸಹಕಾರಿಯಾಯಿತು. ಅಸಂಖ್ಯಾತ ಜನರ ಬದುಕು ಕುತೂಹಲಕರವಾಗಿರುತ್ತದೆ. ಹೆಚ್ಚು ಜನ ಸೇರಿದಂತೆ ಇದು ಇನ್ನಷ್ಟು ಆಕರ್ಷಕ ಪರಿಕಲ್ಪನೆ ಆದೀತು.

ಮುಂಬಯಿಯಲ್ಲಿ ಈಗ ಒಂದು ಹ್ಯೂಮನ್ ಲೈಬ್ರರಿ ಕ್ಲಬ್ ಇದೆ. ಪುಸ್ತಕದ ಅಂಗಡಿಗಳಲ್ಲಿ, ಗ್ರಂಥಾಲಯಗಳಲ್ಲಿ ಹಾಗೂ ಇತರ ಕಡೆಗಳಲ್ಲಿ ಅದು ಆಗಾಗ ಇಂತಹ ಕಾರ್ಯಕ್ರಮಗಳನ್ನು ಹಮ್ಮಿಕೊಳ್ಳುತ್ತಿದೆ. ಒಂದಷ್ಟು ದಿನ ಮೊದಲೇ ಮಾನವ ಪುಸ್ತಕವಾಗಲು ಇಚ್ಛಿಸುವವರಿಂದ ಅರ್ಜಿ ಆಹ್ವಾನಿಸುತ್ತದೆ. ಮೇ 28 ರಂದು ಅಂಥ ಮೊದಲ ಕಾರ್ಯಕ್ರಮ ನಡೆಯಿತು. ಪುಸ್ತಕಕ್ಕೆ ಜೀವ ಬಂದಾಗ ದ್ವಿಮುಖ ಸಂವಹನ ಸಾಧ್ಯವಾಗುತ್ತದೆ. ಭಾವನೆಗಳಿಗೆ ಧ್ವನಿಯಾಗುತ್ತದೆ. ನಗೆಯ ಹೊನಲಿನೊಂದಿಗೆ ಕಣ್ಣೀರ ಕೋಡಿಯೂ ಹರಿಯುತ್ತದೆ. ಮನಕಲಕುವ ಕಥೆಗಳಿಗೆ ಹೃದಯ ಮಿಡಿಯುತ್ತದೆ. ಕಷ್ಟಗಳ ಹಾದಿಯನ್ನು ಸವೆಸಿ ಮಾಡಿದ ಸಾಧನೆಯನ್ನು ಕಂಡು ಸ್ಫೂರ್ತಿಗೊಳ್ಳುತ್ತೇವೆ.

(ಉದಯವಾಣಿ, 2 ನವೆಂಬರ್ 2020)

www.ingramcontent.com/pod-product-compliance
Lightning Source LLC
LaVergne TN
LVHW100245051026
849517LV00006B/1994
* 9 7 8 9 3 9 4 9 4 2 1 0 3 *